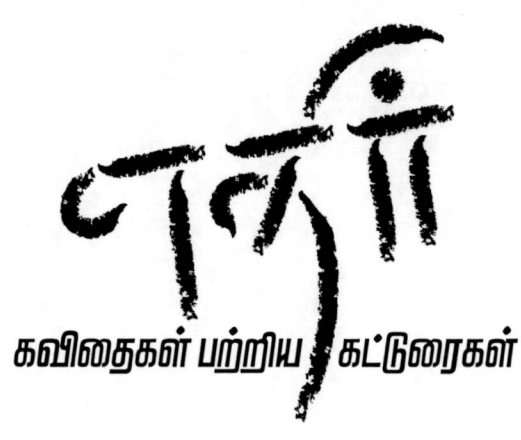

எதிர்

கவிதைகள் பற்றிய கட்டுரைகள்

கருணாகரன்

வேரல்
புக்ஸ்

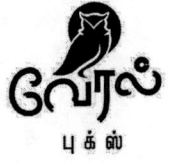

வேரல்
புக்ஸ்

வேரல் புக்ஸ் வெளியீட்டு எண்: 38

எதிர் * கருணாகரன்© * கட்டுரைகள் * முதல் பதிப்பு: ஜனவரி 2023 * பக்கங்கள்: 322 * வேரல் புக்ஸ் * 6, இரண்டாவது தளம், காவேரி தெரு, சாலிகிராமம், சென்னை – 600093 * மின்னஞ்சல்: veralbooks2021@gmail.com * தொலைபேசி: 9578764322 * அட்டைவடிமைப்பு: லார்க் பாஸ்கரன் * லேஅவுட்: சந்தோஷ் கொளஞ்சி

Ethir * Karunakaran© * Essays * First Editon: January 2023 * Pages: 322 * Veral Books * No: 6, 2nd Floor, Kaveri Street, Saligramam, Chennai – 600093 * Email ID: veralbooks2021@gmail.com * Phone: 9578764322 * Wrapper Designed by: Lark Bhaskaran * Layout Designed by: Santhosh kolanji

Rs. 330

ISBN: 978-81-960544-2-7

கருணாகரன் (1963.09.05)

    இலங்கையின் வடக்கிலுள்ள இயக்கச்சி என்னும் கிராமத்தில் பிறந்தவர். தற்பொழுது கிளிநொச்சியில் வசிக்கும் கருணாகரன், சுயாதீன ஊடகவியலாளராகவும் மகிழ் பதிப்பகத்தின் வெளியீட்டாளராகவும் செயற்பட்டு வருகிறார்.

    இதுவரையில் வெளியான கவிதைத் தொகுப்புகள்:

    ஒரு பொழுதுக்குக் காத்திருத்தல், ஒரு பயணியின் நிகழ்காலக்குறிப்புகள், பலியாடு, எதுவுமல்ல எதுவும், ஒரு பயணியின் போர்க்காலக்குறிப்புகள், நெருப்பின் உதிரம், படுவான்கரைக் குறிப்புகள், இரத்தமாகிய இரவும் பகலுமுடைய நாள், உலகின் முதல் ரகசியம், நினைவின் இறுதி நாள், கடவுள் என்பது துரோகியாயிருத்தல், மௌனத்தின் மீது வேறொருவன், இரவின் தூரம்.

சிறுகதைகள்:

- வேட்டைத்தோப்பு

கட்டுரைகள்:

- இப்படி ஒரு காலம், அன்பின் திசைகள்
- சிங்களத்தில் Mathaka Wanniya (வன்னி நினைவுகள்) என்ற மொழிபெயர்ப்பு நூல்

மின்னஞ்சல் – poompoom2007@gmail.com

அரசியல், சமூகம், இலக்கியம் எனப் பல தளங்களிலும் அக்கறையும்
ஆர்வமும் கொண்டியங்கிய அருமைத் தோழர்

அன்ரன் அன்பழகனுக்கு

இவற்றை வெளியிட்ட இதழாசிரியர்கள்,
இணையத்தளங்கள், கவிஞர்கள்

மற்றும்

வேரல் பதிப்பகத்தின் முழுமைப் பணியையும் செய்யும்
அம்பிகா குமரன்,

இந்த நூலைச் சிறப்புற வடிவமைத்த நுண்ணுணர்வாளர்
லார்க் பாஸ்கரன்,

அன்புத் தம்பி தயாளன் ஆகியோருக்கு நன்றி

கவிதைகளைக் குறித்து புதிய சிந்தனைகள் எழுந்து கொண்டேயிருக்கின்றன. புதிய சிந்தனைகள் எழும்போது அதையொட்டிய விமர்சனங்களும் விவாதங்களும் நிகழும். அதற்கமைய மறுப்பும் ஏற்புமான போக்கு ஏற்ற இறக்கத்துடனிருக்கும். சமவேளையில் பழையன கழிதலும் புதிய புகுதலும் நிகழும். இது இயல்பு. தமிழில் மட்டுமல்ல, எந்த மொழிச் சூழலுக்கும் இதுதான் அடிப்படை. இதற்கு அடிப்படையாக எப்போதும் நிகழ்காலமும் நிகழ் புலங்களும் இருப்பதுண்டு. அந்த நிகழ்காலத்தில் நிலவுகின்ற கவிதைப்போக்கு எப்படியானது? அதை எவையெல்லாம் பாதிக்கின்றன – இடையீடு செய்கின்றன? என்றறிவது முக்கியமானது. இதை அறிவதற்கு அந்தக் காலத்தில் அல்லது அந்தச் சூழலில் எழுதப்படுகின்ற கவிதைகளைப் பார்ப்பதுதான் வழி. இப்படி நோக்கப்பட்ட ஒரு அவதானிப்பே இந்த நூலில் இடம்பெற்றுள்ள கட்டுரைகளாகும்.

இவை 2000க்குப் பின்னர் தமிழ்ச் சூழலில் வந்துள்ள சில கவிதைத் தொகுதிகளைக் குறித்துப் பேசுகின்றன. இதில் இலங்கை, இந்திய, புலம்பெயர் தேசங்களின் தமிழ்க்கவிதைகளோடு சிங்களக் கவிதைகள், அவுஸ்திரேலியப் பூர்வமக்களின் கவிதைகள் குறித்தும் பேசப்பட்டுள்ளது. அதோடு, இதில் 06

பெண் கவிஞர்கள், 07 முஸ்லிம் கவிஞர்கள், 03 இந்தியக் கவிஞர்கள், 13 புலம்பெயர் கவிஞர்கள், ஒரு சிங்கப்பூர்க்கவிஞர், ஆயுள் தண்டனைக் கைதியாக இருக்கும் கவிஞர் ஒருவர், தலித்தியக் கவிஞர் எனப் பல்வேறு தரப்பினரின் கவிதைகளைப் பற்றிய பார்வைகளும் உள்ளன. பலரது கவிதைகள் அடங்கிய பரதேசிகளின் பாடல்கள் என்ற புலம்பெயர்ந்து முகமற்றுப் போன கவிஞர்களின் தொகுதிக்கும் எழுதப்பட்டுள்ளது. இந்தப் பன்முகத் தெரிவு இயல்பாக அமைந்திருப்பதையிட்டு மகிழ்ச்சி. மொழிபெயர்ப்புக் கவிதைகளைப் பற்றிய கட்டுரைகளில் கூட ஆண் ஒருவர், பெண் ஒருவர் என்று அமைந்துள்ளது ஆச்சரியமே. இவ்வாறு எழுதப்பட்ட மேலும் சிலருடைய கவிதைகளைப் பற்றிய கட்டுரைகளும் உண்டு. அவற்றை இன்னொரு நூலாக்க வேண்டும். எல்லாவற்றையும் ஓரே தொகுப்பில் இணைப்பது சாத்தியமற்றது.

2000க்குப் பின்னர் தமிழில் கவிதைத்தளத்தில் இயங்குவோரின் எண்ணிக்கை மிக அதிகம். அதைப்போல பிற மொழிகளில் இருந்து தமிழுக்குக் கொண்டு வருகின்ற கவிதைகளின் எண்ணிக்கையும் அதிகமே. இதனால் பல புதிய போக்குகள் உருவாகியுள்ளன. கவிதையிலும் பல புதிய வடிவங்கள், புதிய வெளிப்பாடுகள், புதிய மொழிப்பிரயோகங்கள், புதிய அர்த்தப்படுத்தல்கள், புதிய முறையியல்கள் எனப் பல்வகைப் பண்புநிலை மாற்றங்கள் நிகழ்ந்திருக்கிறன. இவற்றையெல்லாம் முழுதாகப் படித்து, அவதானித்து எழுதவேண்டியது அவசியம். ஆனால், அப்படி முழுமையான அவதானிப்பைச் செலுத்தும் விமர்சகர்கள் குறைவு. ஆனாலும் கவிதையில் இயங்குவோரைப் பற்றியும் புதிய கவிதைகளைப் பற்றியும் முடிந்தளவுக்கு தங்களின் அவதானத்தையும் கரிசனையையும் கொண்டியங்குவோர் சிலரேனும் இருப்பது சற்றே ஆறுதல். அ. ராமசாமி, ஜெயமோகன், சங்கரநாராயணன், றியாஸ் குரானா, சிவசேகரம், க.மோகனரங்கன், லஷ்மி மணிவண்ணன், ந.முருகேச பாண்டியன் போன்ற சிலரே அவ்வகையில் உள்ளனர். அவர்கள் மிகச் சிறிய எண்ணிக்கையானோரே. இந்தப் பெரிய தமிழ் மொழிச் சமூகத்தில் கவனிக்கத் தக்க கவிதை விமர்சர்கள் என்று மிஞ்சிப் போனால் ஒரு பதினைந்து பேர் கூட இல்லை என்பதே உண்மை.

இந்த நூலில் கவிதைகளைக் குறித்து எழுதப்பட்ட சில முன்னுரைகள், சில மதிப்புரைகள், சில விமர்சனங்கள் என மொத்தமாக 31 முன்வைப்புகள் உள்ளன. இதில் சிலருடைய முதற்தொகுதிக் கவிதைகளைக் குறித்துப் பேசப்பட்டுள்ளது. இதற்குப் பிறகு அவர்கள் மேலும் பல கவிதைகளை எழுதியிருக்கிறார்கள். சில தொகுதிகளையும் வெளியிட்டிருக்கிறார்கள். அவர்களுடைய

கவிதை குறித்த பார்வையும் வெளிப்பாடும் கூட மாறியிருக்கிறது. ஆனாலும் இந்தக் கட்டுரைகளில் அவர்களைப் படிக்கும்போது அவர்களிடையே நிகழ்ந்திருக்கும் மாற்றம் – மாற்றமின்மை பற்றிப் பல சுவாரசியமான அவதானிப்புகளை உணர முடியும். அவர்களிடத்தில் எப்படியான மாற்றம் நிகழ்ந்திருக்கிறது? இந்தக் காலட்டத்தில் எப்படிக் கவிதையின் போக்கு மாற்றமடைந்துள்ளது? அல்லது வளர்ச்சியைக் கண்டுள்ளது என்பதையும் அறியலாம். அதற்கு இந்தக் காலகட்டத்தில் வந்த முழுக் கவிதைகளையும் முழுமையாக ஆழ்ந்து படிக்க வேண்டும். அப்போதுதான் ஒரு தெளிவான சித்திரத்தை தீட்டமுடியும். முறையான ஆய்வு அப்படித்தான் நிகழ வேண்டும். அதற்கான முன்னோட்டமாக இந்தக் கட்டுரைகள் அமையலாம்.

இந்த நூல் வரவேண்டும் என விரும்பியவர்கள் அருமை நண்பரும் கவிஞருமான லார்க் பாஸ்கரன், வேரல் பதிப்பகத்தின் இயக்குநர் அம்பிகா குமரன், விமர்சகர் சி.ரமேஸ் ஆகியோர். அவர்களுக்கு நன்றி. இதைச் சிறந்த முறையில் வடிவமைத்து நூலாக்கி வெளியிடும் லார்க் பாஸ்கரனுக்கும் அம்பிகாவுக்கும் நிறைந்த அன்பு. எப்போதும் போல இந்த நூலைத் தொகுத்துத் தன்னுடைய பங்களிப்பைச் செய்திருக்கும் ப. தயாளனுக்கும் நன்றி.

கருணாகரன்
கிளிநொச்சி
09.12.2022

உள்ளே

1. அலைவின் முகம் 13

2. பெண்ணுடலைக் கொண்டாடுதல் 25

3. கட்டற்ற கவிஞன் லார்க் 33

4. திரைகளை விலக்கி ஒரு பயணம்
சிங்கள மொழிபெயர்ப்புக் கவிதைகளைப் பற்றி 44

5. றியாஸ் குரானாவின் கற்பனைச் செயல் 60

6. விடுதலை அரசியலின் உக்கிரம் 71

7. கீழெது? மேலெது? 77

8. வெளி தேடி அலையும் பறவை 86

9. புதிதளித்தலையும் பகிர்ந்தளித்தலையும்
நிகழ்த்தும் ஃபைசலின் கவிதைகள் 99

10. யாருக்கும் இல்லாத பாலை 108

11. பூவுலகைக் கற்றலும் கேட்டலும்
(அவுஸ்திரேலிய ஆதிக்குடிகளின் கவிதைகள்) 116

12. சுமதியின் கவிதை வழி 126

13. தேடிச் செல்லும் வழியில் கண்ட திசை 139

14. பரதேசிகளின் பாடல்கள்:
முகமற்ற கவிஞர்களின் கவிதைகள் 163

15. ஒலிரும் ஓசையும் இயல்பின் மொழியுமாய் விரிதல் 172

16. புதிய உணர்முறையிலான சித்தாந்தன் கவிதைகள் 176

17. தொன்மத்தின் வழி நிகழ்காலம் 181

18. தமிழ்நதி கவிதைகள் 189

19. புதிய சுவடுகளுக்கு ஒளி அதிகம்	200
20. பதுங்கு குழியின் பாடல்கள்	208
21. சமநிலையை விரும்பும் கவி	220
22. துயர்வெளிக் கவியின் வேரோடிய நிலம்	230
23. கொந்தளிக்கும் வாழ்க்கையின் நிழல்	237
24. உண்மையின் தீராத தாகம்	239
25. உள்ளமைதியும் மேற்சிறகிசைப்பும்	242
26. துயர்மேடை	249
27. நீர் மேட்டில் தழும்பும் இலை	255
28. இனி?: நெற்கொழுதாசனின் கவிதைகள்	266
29. கேள்விகளும் சிந்தனைகளும்	272
30. முன்னும் பின்னுமாய் காலம்	280
31. தமயந்தியின் 'சூரியப் பூச்சிகள்'	290
32. உமா மகேஸ்வரியின் கற்பாவை	296
33. துரத்தும் நிழல்களின் உக்கிரம்	305
34. பெண் மொழி – பெண் வழி	313

அலைவின் முகம்

நவீன ஈழத்தமிழ் வாழ்க்கையை அல்லது சமகால ஈழத்தமிழர்களின் நிலையை வாசுதேவன் கவிதைகள் அடையாளப்படுத்துகின்றன. அவற்றை அவர் தன்னனுபவங்களின் வழியிலும் தன்னுடைய தரிசனங்களின் வழியாகவும் கவிதையில் முன்வைக்கிறார். அதிலும் புலம்பெயர்தலின் கசப்பான பிராந்தியத்தை அவர் தன் கவிதைகளில் நிரப்புகிறார். அது புலம்பலாக இல்லை. பகிர்தலான முறையில்.

இதன்படி எல்லா ஈழத்தமிழ்க்கவிஞர்களைப் போல வாசுதேவனும் அரசியற் கவிதைகளையே அதிகமாக அதற்குரிய அழகியலோடு எழுதியிருக்கிறார். அதை விட்டு விலக அவரால் முடியவில்லை.

அரசியல் ஈழத்தமிழர்களை உள்ளும் புறமுமாக மிக ஆழமாகப் பாதித்துள்ளது. அவலமும் வலியும் வேதனையும் நிரம்பிய பாதிப்பு அது. சொந்த நிலத்திலும் அவர்களின் வாழ்க்கைக்கு எந்த உத்தரவாதமும் இல்லை. பாதுகாப்புக் கருதி வேறு நிலத்துக்குப் பெயர்ந்து சென்றாலும் அங்கேயும் அவலமும் துயரமும் சாபநிழலாக அவர்களைப் பின்தொடர்ந்து கொண்டேயிருக்கிறது. பண்பாட்டாலும் திணைகளாலும் ஒத்த இயல்புடைய தமிழகத்துக்கு பெரும் நம்பிக்கையோடு ஆறுதல் தேடிச் சென்றால் அங்கேயும் அவர்களை வரவேற்க அவலமே காத்திருக்கிறது. ஈழத்தமிழ் எழுத்தைப்பற்றி எழுதும்போது இந்த விளக்கத்தை சிறு முன்னோட்டமாகவேனும் எழுதவேண்டியிருக்கிறது.

ஏனென்றால் அவர்களுடைய எழுத்திலும் கலையிலும் அரசியல் பேசுவது தவிர்க்க முடியாததாகிறது. அந்தளவுக்கு அது அவர்களுடைய வாழ்க்கையில் இடையீட்டைச் செய்து கொண்டிருக்கிறது. பலஸ்தீனியர்களுக்கு, லத்தீன் அமெரிக்கர்களுக்கிருந்த நிர்ப்பந்தத்தைப்போல, தூண்டலைப் போல ஈழத்தமிழர்களுக்கும் இது தவிர்க்க முடியாததாகவே உள்ளது. ஒடுக்குமுறைக்குள்ளானோருக்கான பொது விதி இது.

ஒடுக்கப்படுகின்ற இனங்களின், சமூகங்களின், நாடுகளின் படைப்புகள் தவிர்க்க முடியாமல் அவர்கள் சந்திக்கின்ற நெருக்கடிகளையே விளிம்பிலும் மையத்திலும் கொள்கின்றன. படைப்பை தமது அரசியல் வழிமுறையின் ஒரு பகுதியாகவும் வாழ்வின் ஒரு பகுதியாகவும் அவர்கள் கொள்கின்றனர்.

ஏன் சிலபோது சில இடங்களில் படைப்பே பிரதான அரசியற்பாதையாகவும் வாழ்க்கையின் முகமாகவும் இருந்திருக்கிறது. படைப்பெனும்போது தனியே இலக்கியம் மட்டுமல்ல. சகல கலைகளும் அடங்கும். ஒளிப்படம் (Photography) சினிமா, ஓவியம் எனச்சகலதும். பள்ளியில் படிக்கிற பிள்ளைகளின் ஆக்கங்களிலும் இந்தத் தன்மை – இத்தகைய வெளிப்பாட்டைக் காணலாம். அந்தளவுக்கு இது ரத்தத்தோடு ஊறிய ஒன்றாக உள்ளது. ஆனால் தமிழில் இது விளங்கப்பட்ட முறையோ வேறு. கையாளப்பட்ட முறையும் வேறு. அரசியற் படைப்பு என்று சற்று இறக்கமாக, மலினமாக, இரண்டாம் மூன்றாம் நிலையில் வைத்துத் தவறாகவே புரிந்து கொள்ளப்பட்டுள்ளது. இதற்குக் காரணமும் உண்டு. இடதுசாரிகளின் தோல்வியடைந்த அரசியலும் சோசலிஷ யதார்த்தவாத இலக்கியத்தின் வீழ்ச்சியும் இதற்கு ஒரு காரணமாகும். யதார்த்தத்தைக் கவனத்திற் கொள்ளத் தவறிய கற்பனாவாதப் புனைவுகள் இந்த வகைப் படைப்புகளை விரைவில் மங்கச் செய்து விட்டன. இதில் தமிழகத்தின் நிலை இன்னும் மோசமானது. உலர்ந்த சருகாகிப்போய் விட்ட வானம்பாடிகள் இந்த அனுபவத்தை அங்கே விட்டுச் சென்றனர்.

அரசியற் கட்சிகளின் தேவைக்கேற்ப தட்டையான, பொய்க்கூறுகளும் சார்புகளும் நிரம்பி வெறும் பிரச்சார நெடி வீசும் விதமாகவே பல சந்தர்ப்பங்களிலும் இது இருக்கிறது. பொதுவாக தமிழில் அரசியல் அமைப்புகளோடும் தரப்புகளோடும் அடையாளம் காட்டி நிற்போர் அரசியல் படைப்புகள் என்ற பெயரில் அதிகாரத்தரப்புக்கு அல்லது அதிகாரத்தை நோக்கிய தரப்புக்கு ஏற்ப தமது மொழியையும் வெளிப்பாட்டையும் உருவாக்குகின்றனர். அங்கே அவர்கள் ஜனநாயகத்தையோ, யதார்த்தத்தையோ, உண்மையையோ அதிகம் நம்பவில்லை. அதை விரும்பவுமில்லை. தாம் சார்ந்திருக்கும் நிழலின் பக்கமே அவர்களுடைய தலை சாய்கிறது. இதனால் அவர்களின் படைப்புகளில் உண்மை இல்லாமற் போய்விடுகிறது. சார்பு நிலையில் உண்மைக்கு இடமில்லை. அங்கே உண்மை திரையிடப்படுகிறது. உண்மையற்ற படைப்பு பாவனை நிரம்பிய வெற்று மொழியினால் அலங்காரமாக்கப்பட்டு உண்மைபோல முன்வைக்கப்படுகிறது. பித்தளைக்கு பொன்பூசும் தொழில் இது. பொய்யான கனவும் மயக்கமும் நிரம்பிய குரல் அது. சுயவிமர்சனத்துக்கும் நேர்மையான மதிப்பீட்டுக்கும் இடமளிக்காத கூட்டு அல்லது குழுவாத அதிகாரம் இந்த வகைப் படைப்புகளை தன்னுடைய நிழலிலேயே புதைத்து விட்டது.

ஆனால், இதற்கு மாறான நியாயக் குரலும் வலுவாக உண்டு. அதுதான் மெய்யான அரசியல் படைப்பின் ஆதாரநாடி. அதற்குரிய

அழகியலும் செழிப்பாகவே உலகம் முழுவதிலும் உண்டு. அதை அரசியற் கவிதைகளின் அழகியலாக நாம் உணரமுடியும்.

வாசுதேவனைப் போல எழுதும் ஈழத்தமிழ்ப்படைப்பாளர்கள் பலரும் சார்பு நிலையிலிருந்து விலகியே நிற்கின்றனர். பாவனையற்ற முறையில் வாழ்வை நெருங்கும் படைப்பு முறையை அவர்கள் கொண்டிருக்கிறார்கள். ஈழத்தில் அரசியலை மையப்படுத்தி கவிதையின் இயக்கம் நிகழ்வதால் எளிமை தவிர்க்க முடியாததாக இருக்கிறது. இந்த எளிமை இன்று நவீன கவிதையில் வளர்ச்சி பெற்று வருகிறது என்பதையும் நாம் கவனிக்க வேண்டும்.

தமிழகத்தில் இதற்கு சிறந்த உதாரணம் ஆத்மாநாம். தொடர்ந்து மு.சுயம்புலிங்கம் தொடக்கம் பழமலய், மனுஷ்ய புத்திரன், மாலதி மைத்திரி, சல்மா, சுகிர்தராணி, கலைவாணன் என்றொரு நீட்சி உண்டு. அண்மைக்காலத் தமிழகத்தில் இந்தப் போக்கு இன்னும் வளர்ச்சியடைந்து வருகிறது. தங்கள் காலம், இடம் மற்றும் நிகழ்வுகள் குறித்த புறப்பிரக்ஞையும் படைப்புகளில் மையப்படுத்தப்படுகின்றன.

பொதுவாக ஈழத்திலக்கியம் தொடர்ச்சியாக அரசியலில் மையங்கொண்டது என்பதால் பாவனைகளிலிருந்தும் பிரச்சார உத்திகளிலிருந்தும் விலகி அது தன்னுள் செழுமையடைய வேண்டிய நிலைக்கானது. இதற்கு இனவொடுக்குமுறையைச் சந்தித்த சமூகங்களின் குரலையும் படைப்புகளையும் அது முன்னனுபவமாகக் கொண்டது. இங்கே எம்.ஏ.நுஃமான் 1980 இல் மொழிபெயர்த்து தொகுத்த பலஸ்தீனக்கவிதைகள் குறிப்பிடத்தக்க பங்களிப்பைச் செய்தன. ஈழத்துக்கும் பலஸ்தீனத்துக்கும் பொதுவான அரசியற் போராட்ட அம்சங்கள் ஒருமித்திருந்ததால் அந்தக் கவிதைகள் மிக நெருக்கமாக உணரப்பட்டன. ஒடுக்குமுறையை வெளிப்படுத்தும் உந்துதலுக்கான ஊக்கவிசையை அப்போது பலஸ்தீனக்கவிதைகள் தந்தன. அதைப்போல ஒடுக்குமுறைக்குள்ளாகிய சனங்களின் உணர்வுகளை வெளிப்படுத்தவும் ஆயுதம் தாங்கிய விடுதலைப் போராட்டம், அதை ஒடுக்கும் அரச பயங்கரவாதம் போன்றவற்றை முன்வைக்கவும் கூடிய மாதிரிகளை பலஸ்தீனக்கவிதைகள் தந்தன. ஆபிரிக்கக் கவிதைகள், குர்திஸ் கவிதைகள் போன்றவற்றையும் இங்கே குறிப்பிடலாம். சர்வதேச ரீதியான அறிமுகத்தையும் கவனத்தையும் கொண்டிருந்த அத்தகைய எழுத்துகளின் அறிமுகமும் பரிச்சயமும் தவிர்க்க முடியாமல் ஈழப்படைப்புகளில் செல்வாக்குச் செலுத்திச் செழுமையேற்றின. தொடர்ந்து லத்தீன் அமெரிக்கக் கவிதைகள், எஸ்.வி. ஆர் – வ. கீதா மொழிபெயர்த்துத் தொகுத்தளித்த மூன்றாம் உலகக் கவிதைகள், சீனக்கவிதைகள், வியட்நாமியக் கவிதைகள் என்று அந்தச் செழுமை அரசியல் ரீதியான ஈழத்திலக்கியத்தின் அடையாளத்துக்கு உதவியிருக்கின்றன.

ஆனாலும் ஈழத்திலக்கியத்திலும் பாவனைக்குரலும் பொய்மொழியும் மிகையுணர்ச்சியும் இல்லாமலில்லை. அதிலும் இனஒடுக்குமுறை, ஆயதப்போராட்டம் என்ற வகையில் அது பல இடங்களில் பலவிதங்களில் உண்டு. அவை பற்றி இங்கே இப்போது விவாதிக்கப்படவில்லை. இதை இன்னொரு சந்தர்ப்பத்தில் வேறிடத்தில் பார்க்கலாம்.

அரசியல் நேரடியாக வலுவான முறையில் வாழ்வைப் பாதிக்கும்போது அதை எதிர்கொள்ள வேண்டிய யதார்த்தம் தவிர்க்க முடியாதது. ஈழ வாழ்வு இன்று இத்தகைய நிலையையே எதிர்கொள்கிறது. சொந்த நிலத்தில் அரசபயங்கரவாதம், தமிழ் ஆயுதக்குழுக்களின் பயங்கரவாதம், தாய் நிலத்தை விட்டுப் புலம்பெயர்ந்து பிற தேசங்களுக்குப் போனால் அங்கே வேரிழந்த நிலை, அடிமை வாழ்க்கை அல்லது இரண்டாம் மூன்றாம் நிலையில் வைத்து அந்த மக்களால் பார்க்கப்படும் அவலம். ஆக சொந்த நிலத்திலும் அவலம். பெயர்ந்த நிலங்களிலும் அவலம். அவலத்தில் உழலும் கொடுவிதி இன்று ஈழத்தமிரின் வாழ்வும் கதையுமாகியுள்ளது.

இத்தகைய பின்புலத்தில்தான் வாசுதேவனின் கவிதைகள் உள்ளன. இந்த அடிப்படையில் வைத்தே அவருடைய கவிதைகளை நாம் புரிந்து கொள்ளவும் முடிகிறது. அல்லது அவருடைய கவிதைகளைப்படிக்கும் போது இந்த விசயங்கள் நமது மனதில் இந்த வாழ்வின் துயர்நிறைச் சித்திரமாகின்றன.

வாழ் களத்தினதும் வாழ் காலத்தினதும் யதார்த்தத்துக்கு முகம் கொடுக்க வேண்டிய அவசியத்தை புறக்கணிக்க முடியாத நிலையின் வெளிப்பாடு இது. இதுவே வாசுதேவனிடத்தில் கவிதைகளாகியிருக்கின்றன. பொதுவாக வாசுதேவனின் கவிதைகளில் பெரும்பாலானவை புலம்பெயர்வாழ்வைப்பற்றியவை. தாய் நிலத்தை இழந்த அந்தரிப்பின் வலி இவற்றில் முக்கியமடைந்துள்ளன. ஆனால் தனியே தாய் மண்ணை விட்டுப் பிரிந்த துயரை மட்டும் இவை பேசவில்லை. அதற்கும் அப்பால் விரிந்த தளங்களில் பலவற்றையும் கவனம் கொண்டுள்ளன. மனித வாழ்க்கையின் அபத்த நிலை, அறிவின் வீழ்ச்சி, பண்பாடு என்ற அழிக்க முடியாத மனப்படிமத்தைக் கடக்கவிலாத தத்தளிப்பு, புதிய காலத்தினுள்ளும் புதிய களத்தினுள்ளும் நுழைந்து கொள்ள வேண்டிய யதார்த்தம், அதற்குள் புகுந்து கொள்ள முடியாத அந்தர நிலை என ஒரு புலம்பெயர் ஈழத்தமிழர் படுகின்ற பாடுகளும் அவருடைய உணர்வுகளும் இங்கே பதிவாகின்றன.

ஆனால் இவை தனியே வாசுதேவன் என்ற ஒரு தனிமனிதனின் வாழ்காலத்துயரமோ புலம்பலோ அல்ல. விரிவடைந்து வரும் இனமுரண், நிறவேறுபாடு, அரசுகளுக்கும் மக்களுக்குமிடையே அதிகரித்துச் செல்லும் இடைவெளி, இவற்றினால் உருவாகும் நெருக்கடிகள் மனிதர்களை உலகம் முழுவதும் அந்தர நிலைக்குத் தள்ளுகின்றன. இந்த நிலையில் இன்றைய மனிதர்கள் வெறும் கூடுகளாகவே வாழ்ந்து கழிக்க வேண்டிய நிலை. இதுவே இனிவரும் காலத்தின் பரிசு. இந்தப் பெரும் பூமியில் தான் விரும்பும் வாழ்வை விரும்புகின்ற இடத்தில் வாழ முடியாத – அதுவும் பிறந்த நிலத்தில் வாழ முடியாத கொடுமையின் பெருக்கை நினைந்தழும் குரல் இந்தப் பெருவெளியில் கரைய முடியாது துடித்துக் கொண்டிருக்கிறது ஒரு தசைத்துண்டாய். அத்தகைய கூடொன்றின் குரலாக, அவருடைய ஒரு கவிதை கறுப்புப் பெட்டி பற்றி...

எனக்குத் தெரியும்
யாரும் எதிர்பாராத
ஒரு கணத்தில்
எந்த ராடருக்கும்
அகப்படாத
ஒரு புனைவு வெளியில்
நான் உடைந்து நொறுங்கி
வீழ்ந்த பின்னர்
நீங்கள் எல்லோருமாகச் சேர்ந்து
எனது கறுப்புப்
பெட்டிகளைத் தேடுவீர்கள்

அராலி வெளியில்
தாளம்பூப்பற்றைக்குள்
அவற்றை நான் கழற்றி எறிந்து
பல வருடங்களாகி விட்டன என்பதை
இப்போதே
சொல்லி விடுகின்றேன்

நேரத்தை விரயம் செய்யாது
பாதையைப் பார்த்து
பயணம் செய்யுங்கள்.

மிகச் சாதாரண வார்த்தைகளின் மூலம் அதிர்வுகளை ஏற்படுத்தி தன்னிலையை முன்வைத்து, புலம்பெயரிகளின் பொது உளவியலை காட்டுகிறார் வாசுதேவன். எங்கே வாழ்ந்தாலும் சொந்த ஊரில்தான் இவர்களுடைய கறுப்புப்பெட்டிப் பதிவுகள் உள்ளன. இதுவே வாசுவினுடைய கவிதைகளின் பொதுக்குணம். அதேவேளை இதை அவர் எளிமையாகச் சொல்லி ஆழமமாக உணர வைக்கிறார். இந்த எளிமை அசாதாரணமானது. நேரடித்தன்மை கொண்ட வார்த்தைகள், சாதாரணமான வரிகளின் மூலம் கவித்துவத்தை உருவாக்கி தன்னுடைய கவிதையை நிறுவுகிறார் வாசு. வாசுதேவனின் இந்த எளிமையை நாம் தா. இராமலிங்கத்திடமும் காணலாம். சாதாரணமான புழங்கு சொற்களின் மூலம் கவிதையை கட்டியெழுப்பும் ஆற்றல் இது. இதில் வெற்றி பெற்றவர் தா.இராமலிங்கம். இப்போது இதில் வெற்றியடைந்திருக்கிறார் வாசுதேவன்.

இந்த எளிமை என்பது வெளிப்பார்வையில் மிகச் சாதாரணம் போலத் தோன்றுவது. நம்மால் இந்தமாதிரி பல விசயங்களை மிகச் சுலபமாகச் சொல்லிவிடலாம் என்று தென்படுவது. ஆனால் அதில் ஈடுபடும்போது அது அவ்வளவு சுலபமாக இல்லை என்பது அப்போதுதான் தெரியவரும். இதில் வேடிக்கை என்னவென்றால், எளிமை என்பது இப்போது நடைமுறையில் மிகக்கடினமானதாகிவிட்டது. அதை வாழ்விலே நாமே பின்பற்றுவது சிரமமாகவுள்ளது. இது ஒரு சுவாரஷ்யமான முரண். காந்தியின் எளிமை இப்போது எவ்வளவு கடினமானதாக ஒவ்வொருவராலும் உணரப்படுகிறது. சேயின் எளிமையை எளிதில் எந்தப்புரட்சிவாதியாலும் அணுகமுடியாதிருக்கிறது. இதுதான் இன்றைய அவலமும் அபத்தமும். இதுதான் நம் படைப்புமொழியிலும் மொழிதலிலும் நிகழ்கிறது.

தா. இராமலிங்கம் எளிமையின் மூலம் தன் கவிதைகளைக் கட்டமைத்தவர். மிகச் சாதாரண சொற்கள். நாம் புழங்கி அறிந்த சொற்கள். மிக எளிய வரிகள். எளிய வார்த்தைகள். ஆனால் அவை கொள்ளும் உணர்வொழுங்கினால் கவி வடிவத்தை அடைந்தவை. (ஈழக்கவிதைகள் பெருமளவுக்கும் பொதுவாக ஏதோ ஒரு வகையில் எளிமையானவைதான். உதாரணம், சொல்லாத சேதிகள், மரணத்துள் வாழ்வோம், ஒலிக்காத இளவேனில், பெயல் மணக்கும் பொழுது போன்றவை). அதைப்போல வாசுதேவன் இப்போது தன்னுடைய கவிதைகளை இன்னொரு வகையில் எளிமையாக்கித்தருகிறார். இருந்தாலும் இரு எளிமைகளும் வேறு வேறானவை.

இந்த எளிமைக்கு உதாரணமாக எவ்விடம் எவ்விடம், யாதும் ஊரே யாவரும் கேளிர், மனமெனும் மரங்கொத்தி, இசை மூலம், பூனை ஞாபகங்கள், வெள்ளத்தில், கொடூரம், பிரிந்துபோன ஆடுகள், அரிசிப்போராட்டம், மேடை, ஆதியிலே தனிமையிருந்தது, அறிவுப்புற்று நோய், அவ்வளவேதான் நான், கனவுகளைத்தேடி, மீளவரல், ஓவியம், காணவல்லாயோ, தீதோ நீ சொல் தீயே, நாளையின் நேற்றை நாள், தரகர்கள் வேண்டாத என் கடவுள்கள், இல்லாமலிருத்தல், இலக்கியம், ஒத்த கருத்து, எல்லாமே தயாராகி விட்டது, வேரெரிப்பு, உலகம் உனக்காக, இறுதிப்பதில், கறுப்புப் பெட்டிபற்றி, போய்வருகிறேன் ஆகிய கவிதைகள் உள்ளன.

வாசுதேவனின் கவிதைகள் இரண்டு வகையானவையாக இருக்கின்றன. ஒன்று எளிமை என்றால் அடுத்தவை அதனிலிருந்து சற்று மாறுதலானவையாக உள்ளன. இதற்கு மூன்றாவது துளை, தொலைவில், கோடோ வரும் வரையும், தத்துவத்தின் தோல்வி அல்லது தோல்வியின் தத்துவம், கற்றதை (அ)கற்றலில், பலஸ்தீனப்பாதை,துளிக்குள் ஒரு தியான வெளி, அவ்வாறுரைத்தான் ஸாரத்துஸ்த்ரா, அபத்தங்கள், பொய்கூறி விழும் பூ, துணையற்ற பயணங்கள், காஞ்சாவிற்குப்பின் ஆகிய கவிதைகளைக் காணலாம். இவையும் எளிமையின் தடத்தில்தான் பயணிக்கின்றன. ஆனால் இவற்றின் வெளிப்பாடு சற்று வேறானது. பொருளுணர்த்து முறையில் இவை சற்று மாறுபடுதலைக் கொண்டிருக்கின்றன.

வாசுதேவன் கவிதைகளின் பொது அம்சம் புலம்பெயர்தலின் வலியே எனச் சொன்னோம். இது பொதுவாகவே புலம் பெயர்ந்த எல்லா ஈழத்தமிழ்க்கவிஞர்களிடமும் உள்ள பொதுவான அம்சம்தான். குறிப்பாக முதலாம் இரண்டாம் தலைமுறைப் புலம்பெயர் படைப்பாளிகளிடம் இது அதிகமாகக் காணப்பட்டது. இப்பொழுது இந்தத் தளத்தை விட்டுப் பெரும்பாலானோர் வேறு பரப்புகளுக்கும் நகர்ந்து விட்டனர். ஆனால் அதற்குமப்பால் மற்றவர்களை விட வாசுதேவன் இன்னும் விரிவு கொண்டு பயணித்துள்ளார். அந்தப்பயணம்தான் அவரை கவனிக்கத் தூண்டுகிறது.

இவற்றை நாம் தொகுத்துப்பார்க்க வேண்டும். புலம் பெயர் ஈழக்கவிஞர்கள் பல தேசங்களிலும் வாழ்ந்து வருகின்றனர். அப்படி வாழ்வதால் எல்லாப் புலம் பெயரிகளின் பிரச்சினையும் உணர்வுகளும் ஒரே விதமானவையல்ல. சில அம்சங்களில் அவர்களுடைய உணர்வுகளில் பொதுத்தன்மை இருந்தாலும் வெவ்வேறு தேசங்களில் வெவ்வேறு அரசியல், புவியியல், பண்பாடுகள் கொண்ட சமூகங்களுடன் அவர்கள் கொள்கின்ற உறவாடல் அல்லது கொள்ள வேண்டிய உறவு நிலை அவர்களுக்கிடையிலான முரண்களையும்

அவற்றின் விளைவான பிரச்சினைகள் அனுபவங்களையும் வேறுவேறாகவே தருகின்றன.

தமிழ்க்கவிதையில் இதுவொரு புதிய அம்சம். புதிய புதிய திணைப்பரப்புகளை புலம்பெயர் இலக்கியம் தருகிறது. அதிலும் நாம் பொதுவாக இதுவரையிலும் அறிந்த புலம்பெயரிலக்கியத்தின் அடையாளப்பரப்பை விட்டு வாசுதேவன் விலகியிருக்கிறார்.

கடந்த இருபது ஆண்டுக்கும் மேலான புலம் பெயர் இலக்கிய அறிமுகத்தில் தாய்நிலத்தை இழந்த துயரமே அதிகம் தூக்கலாக இருந்திருக்கிறது. அதைத்தவிர இன்னும் பல பரப்புகளில் அது நிலைகொண்டிருந்தாலும் பொதுவாக இவ்வாறு அந்நிய நிலத்தில் போய் விழுந்த அவலநிலை, வேரிழந்த துயரமே இந்தத்திணைக்குரலாக ஒலித்துக் கொண்டிருந்தது. இதில் விலகல்களை பத்மநாப ஐயர் தொகுத்த இன்னொரு காலடி, யுகம் மாறும் போன்ற தொகுப்புகளில் இடம்பெற்ற சில படைப்புகளும் அப்பால் தமிழ் வெளியீடுகளும் எக்ஸில், ஊடறு மற்றும் பிற படைப்பாளிகளின் பல தனித் தொகுதிகளும் படைப்புகளும் கொண்டிருக்கின்றன.

வாசுதேவனும் இந்த விலகல்களில்தானிருக்கிறார். தாய் நிலத்தை விட்டுப்பிரிந்த துயரத்தைக்கூட அவர் தன்னடையாளம் துலங்கும் விதமாகவே எழுதுகிறார்.

இதற்கு ஆதாரமாக அவ்வாறுரைத்தான் ஸாரத்துஸ்த்ரா, மூன்றாவது துளை, காஞ்சாவிற்குப்பின், மீளவரல், தொலைவில், பலஸ்த்தீனப்பாதை, இசைமூலம், புளியடி புளியடி, கறுப்புப்பெட்டி ஆகிய கவிதைகளை கவனிக்கலாம்.

இதில் அவ்வாறுரைத்தான் என்ற கவிதை முக்கியமானது. தொகையிலேயே நெடிய கவிதை இது. இது வாசுதேவனின் சுயசரிதை எனலாம். அதுவே பெரும்பாலான புலம்பெயரிகளின் கதையும். எங்கெங்கு திரிந்தாலும் ஊர் மீள முடியாத்துயர் தொடருகிறது. அதுவே கொதிக்கிறது அனலாய். அதைப்போல கஞ்சாவிற்குப்பின், மூன்றாவது துளை ஆகிய கவிதைகளும் அதிக கவனத்திற்குரியவை. அதைப்போல அரசியல் விமர்சனத்தை நேரடியாகவும் முதன்மையாகவும் கொண்ட கவிதைகளும் இந்தத் தொகையிலுண்டு. குறிப்பாக ஜனநாயகத்துக்கான குரலைக் கொண்டிருக்கிறார் வாசுதேவன். அரிசிப்போராட்டம், பிரிந்துபோன ஆடுகள் ஆகிய கவிதைகள் இதற்கானஎடுத்துக்காட்டு. தவிர ஒத்தகருத்து, உலகம் உனக்காக , எல்லாமே தயாராகி விட்டது ஆகிய கவிதைகளும் இந்த வகையில் கவனத்திற்குரியன.

இனி தொகையில் உள்ள சில கவிதைகளை ஒரு கவனத்திற்காக இங்கே குறிப்பிட விரும்புகின்றேன்.

யாதும் ஊரே யாவரும் கேளிர் என்ற கவிதையில் வரும் கணியன் பூங்குன்றனின் இந்த வரிகள் இதுவரை நமது மனதில் உருவாக்கியிருந்த சித்திரத்தை வாசுதேவன் கலைத்து புதிய கேள்வியை எழுப்புகிறார். ஊரில்லாதவன், யாதும் ஊரே யாவரும் கேளிர் என்று சொல்வது நகைப்புக்குரியதாகவும் உணரப்படுகிறது. அவ்வாறே பிறரால் நோக்கவும் படுகிறது. ஊரற்றவர்கள், நாடற்றவர்கள் யாதும் ஊரே யாவரும் கேளிர் என்று சொல்கையில் மற்றவர்கள் சந்தேகத்துடன் அச்சமடைகிறார்கள். இப்படிச் சொல்லி தங்கள் ஊரையும் தேசத்தையும் இவர்கள் உரிமைகோர முற்படுகிறார்கள் என்ற அச்சம் இது.

இந்த நெருக்கடிநிலை, அவலநிலை அவ்வாறான வாழ்வைச் சந்திக்கும்போதுதான் புரியும். வாசுதேவனுக்கு இது புரிகிறது. எல்லாப்புலம் பெயரிகளின் அனுபவமும் ஏறக்குறைய இதுதான். இதுவே யதார்த்தம்.

ஆக இதுவரையிலும் யாதும் ஊரே யாவரும் கேளிர் என்ற கணியன் பூங்குன்றனின் வரிகள் தந்த அர்த்தம் இங்கே சிதைக்கப்படுகிறது. பதிலாக புதியதோர் அர்த்தம் பிறக்கிறது.

இரண்டாயிரம் ஆண்டுகளாக தமிழ்மனம் கொண்டாடிய, பெருமையுற்ற இந்தச் சிந்தனை அதே தமிழ் மனதினால் நகைப்புக்குள்ளாகிறது. சொல்லிப் பெருமையுற முடியாதபடி தவிக்கிறது. காரணம் இதுதான் இன்றைய யதார்த்தம். சங்ககாலப் பெருமைகளில் திளைக்கும் தமிழ்மனங்கள் இந்த யதார்த்த நிலைபற்றிச் சிந்திப்பதற்கான புள்ளி இந்தக்கவிதையில் நுட்பமாக வைக்கப்பட்டுள்ளது.

ஈழக்கவிதைகளுக்குள்ள பெரும் பலம் இந்த யதார்த்தம்தான். தமிழ் மனதில் படிந்துள்ள பெரும் படிமங்கள், சிறு படிமங்கள் பலவற்றையும் இன்றைய வாழ்வின் யதார்த்தத்தில் நிகழும் எதிர்கொள்ளல்கள் கலைக்கின்றன.

இன்னொரு கவிதையான மூன்றாவது துளை —

பயணங்கள் பயணித்துக் கொண்டேயிருக்கின்றன
வீட்டுக்கென்னை அழைத்துச் செல்லாத
வெறும் பயணங்கள்தான் இவையனைத்தும்

வீட்டுக்கு அழைத்துச் செல்ல முடியாத பயணத்தைப்பற்றியது. இன்றைய வாழ்வில் எந்தச் சமூகத்திலும் தமது கிராமத்துக்கும் வீட்டுக்கும் செல்ல முடியாத முடிவுறாத பயணத்துள் சிக்கி அழியும் வாழ்க்கையோடுதான் பெரும்பாலானோர் வாழவேண்டியிருக்கிறது.

பயணத்துக்கு ஆயிரக்கணக்கான, மில்லியன் கணக்கான பாதைகளுண்டு. தொடர்ந்து நிகழ்ந்தபடியே இருக்கும் பயணங்களுமுண்டு. பேருந்துகள், புகைவண்டிகள், விமானங்கள், எல்லாமுண்டு. ஆனால் வீட்டுக்கு அழைத்துப்போகாத பயணங்கள்தான் எல்லாம். வீடோ திரும்பிச் செல்லமுடியாத தாய்நிலத்தில். திரும்பிச் செல்லமுடியா நிலையில் தொடரும் தத்தளிப்பு.

பானையில் மூன்றாவது துளையிடுவது

மாத்திரம் இன்னும் பாக்கியிருக்கிறது என்று கவிதை முடியும்போது

மனம் அதிர்வுடன் மிகவேகமாக பலநிலைகளில் விரிந்து செல்கிறது.

உயிர் நிழல் என்ற கவிதை இன்னொரு விதத்தில் கவனத்தைக் கொள்கிறது. புலம்பெயர் சூழலில் தன்னடையாளத்தோடு இயங்கி இறந்துபோன படைப்பாளி கலைச்செல்வனைப்பற்றிய கவிதை இது. ஒரு வகையில் இதுவும் இழப்பைப்பற்றிய கவிதைதான். அமைதி நிரம்பியதாக தோற்றமளிக்கும் இந்தக்கவிதையினுள்ளே நிகழ்வது பெரும் கொந்தளிப்பு. கலைச்செல்வனின் ஆளுமை, அவருடனான நட்பு, அவரோடான ஊடாட்டம் என்று விரிந்து அவரை இழந்த துயரத்தின் மீது ஆழ்ந்துபோகிறது.

மொழியும் உணர்வும் திரண்டு அழகாக ஒருங்கிணைந்த கவிதை இது. துயரத்திலும் இந்த அழகை நம் மனம் கண்டுகொள்கிறது. இது அபத்தமா ? இல்லை இயல்பா ? பழக்கமா ?

இதைப்போல கோடோ வரும் வரையும் நம்பிக்கையைச் சுட்டும் இயல்பான கவிதை.

இசைமூலம் என்ற கவிதையின் இறுதிப்பகுதியில்

கேள்
ஒரு கோடைகாலப்பின்னிரவின்
முழு நிலாவொளியில்

பனை மரத்தின் காய்ந்துபோன
பழுப்போலை காற்றில் மோதி
பனையைத் தழுவி உராய்ந்தெழுப்பும்
உன்னதமான ஒரு இசையைக்கேள்

என்றமைந்திருப்பதற்குப்பதிலாக

கேள்
ஒரு கோடைகாலப்பின்னிரவின்
முழு நிலாவொளியில்
பனை மரத்தில் காவோலை
காற்றில் மோதியெழுப்பும்
உன்னதமான ஒரு இசையைக் கேள்

என்றும் அமைந்திருக்கலாம். ஆனால் இதில் இசை, ஓசைத்தன்மைக்கு வாசுதேவன் இங்கே முதன்மையளித்துள்ளதாகவே படுகிறது.

காய்ந்து போன பழுப்போலை என்பதுதானே காவோலை. தவிர, காவோலை என்ற சொல் வழக்குச் சொல்லும் கூட. அதுவும் பனை மரத்தின் காய்ந்த ஓலைக்கு மட்டுமே உள்ள சொல்லும் கூட. அதைப்போல காற்றில் மோதி, பனையைத்தழுவி, உராய்ந்து என்று கவிதை சொற்களால் நீண்டு செல்கிறது.

ஆனால் கவிதை உருவாக்கும் சித்திரம் மிகநுட்பமானது. காவோலை உரசியெழுப்பும் ஒலி சாதாரணமானது. இதிலென்ன அதிசயமுண்டு என நீங்கள் கேட்கலாம்.

ஆனால், இந்தச் சத்தம் உன்னதமான ஒரு இசையாக, தாகமெடுக்கும் இனிய இசையாக தோன்றும் ஒரு தருணம் உருவாகிறது. ஊரை விட்டு, பனைத்திணையை விட்டு, பனிவிழும் திணைக்கு பெயர்ந்திருக்கும்போது இது இசையாகப் பரிணமிக்கிறது. இடமாற்றம் உணர்கையில் நிகழ்த்தும் குணமாற்றம் இது. இந்த மாதிரி அம்சங்களினூடாகவே நாம் இந்த நுட்பமான உணர்கையையும் புரிதலையும் புரிந்து கொள்ள வேண்டும். இதுதான் புலம் பெயர் இலக்கியத்தை நாம் புரிந்து கொள்வதற்கான திறப்பு எனக் கருதுகிறேன்.

பிரிந்து போன ஆடுகள் வாசுதேவனின் அரசியற் பார்வையை ஜனநாயக்குரலை, தனி மனித சுதந்திரத்தையும் சமூகச் சுதந்திரத்தையும் தனி மனித முக்கியத்துவத்தையும் சமூக முக்கியத்துவத்தையும் சமனிலையில் வைத்து வெளிப்படுத்துகிறது. இரண்டுக்கும் தனித்தன்மையும் சமநிலையும் உண்டு என்பதை வலியுறுத்துகிறார் வாசு.

அபத்தங்கள் கவிதை இன்னொரு விதத்தில் தனிக்கவனத்திற்குரியது. ஒரு பத்திரிகைச் செய்திபோல தொடங்கும் கவிதை. வெறுமனே தகவல்கள் போல அடுக்கிச் செல்லப்படும் சொற்களும் வரிகளும். தகவல்களுடாக ஒரு கவிதையைக் கட்டியெழுப்புகிறார் இதில். கோபி கிருஷ்ணனின் சிறுகதைகளில் இந்த அபத்தம் அங்கதத்துடன் வெளிவருவதைக்காணலாம். வாசிப்பில் அதிக ஈர்ப்பை ஏற்படுத்தும் கவிதைகளில் இதுவுமொன்று.

அறிவுப் புற்றுநோய் என்ற கவிதை அறிவு தவறான புரிதலினால் இன்று மனிதரை அடிமையாக்கி விட்டதை விவரிக்கிறது. அறிவு மனிதரை முடிவற்ற ஆபத்து வளையத்துள் தள்ளி விட்டதையும் மனிதர்கள் அதற்குள் சிக்கிவிட்டதையும் உணர்த்துகிறது. பொதுவாக எல்லா நிலைகளின் மீதும் விமர்சனங்களை எழுப்பவதுதான் வாசுதேவனின் கவிதைகள். சில கவிதைகளில் இந்த விமர்சனம் மேலெழுந்து முன்னிலைப்படுகிறது. சில கவிதைகளில் உள்ளடங்கி அமைதியாக ஒலிக்கிறது.

மன ஒழுங்கை நிரப்பி எளிமையான விவரிப்பில் தன்னுடைய கவிதைகளுக்கான இடத்தை உருவாக்குகிறார் வாசுதேவன். இது இன்றைய நவீன கவிதையில் உருவாகிவரும் இயல்புக்கும் போக்குக்கும் ஒரு அடையாளம்.

எளிமை, நேரடியான வார்த்தைகள் என்ற பெயரில் வெற்று வரிகளை இறைப்பதல்ல கவிதை என்பதற்கு இந்தக்கவிதைகள் சாட்சி. எளிமையில் எப்படி நல்ல கவிதைகள் உருவாகின்றன என்பதற்கு இவை நல்ல ஆதாரம்.

பெண்ணுடலைக் கொண்டாடுதல்

துக்கமும் அலைச்சலும் நிரம்பிய நாட்களில் எதிர்பாராத விதமாக மகிழ்ச்சியைப் பகிர்வதற்கென்ற மாதிரியாக வந்திருந்தது அனார் கவிதைகள் — எனக்குக் கவிதை முகம்.

தபாலில் இந்தக்கவிதைத் தொகுப்பு வந்தபோது நாங்கள் மீண்டும் இடம் பெயர்ந்திருந்தோம். கடிதத்தை தருவதற்காக தபாற்காரர் எங்களைத் தேடியலைந்திருக்கிறார். இடம்பெயரிகளுக்கென்று எப்போதும் நிரந்தர முகவரி இருக்க முடியாது. பலஸ்தீனிலும் ஈராக்கிலும் ஆப்கானிலும் கொசோவாவிலும் எப்படி சனங்கள் கடிதங்களை பெறுகிறார்கள் என்று தெரியவில்லை. எப்போதும் ஓடவேண்டியிருக்கும் வாழ்க்கையில் நிற்பதற்கேது தருணம்? தரிப்பதற்கேது இடம்? பெறுவதற்கேது முகவரி? அதனால் சில நாட்கள் பிந்தியே புத்தகத்தைப்பார்க்கக் கிடைத்தது.

போர் மீண்டும் மீண்டும் எங்களை விரட்டுகிறது. தொடர்ந்து விரட்டுகிறது. எந்தக்குற்றமும் செய்யாத எங்களை விட்டுத் துரத்துகிறது. முடிவில்லாத ஓட்டம். ஓடி, ஓடியே எனது காலம் போய்க்கழிந்து விட்டது. அனாரும் போரை எரிச்சலுறுகிறார். அவருக்குள் இருக்கும் காதல் பொங்கும் மனதை இந்தப்போர்ச் சூழல் கெடுத்துக் கரைத்து விடுகிறது. அவர் பெண்ணாக நின்று இதை உணர்கிறார். பெண் உணர்கையின் வழியாக அதை மொழிகிறார். இதில்தான் அவர் அதிக கவனத்தை பெறுகிறார். அனாரின் கவிதைகள் பெறுகின்ற இடமும் இதில்தான் சிறப்பாகிறது.

அனாரின் மேலும் சில இரத்தக் குறிப்புகள் கவிதை மிகவும் அலைக்கழிப்பதாயிருக்கிறது. அந்தக் கவிதைக்குள் கசிந்து கொண்டிருக்கிற குருதி, வாசிப்பின் பின்னான தருணங்களில் சாவின் தடயமாய் என்னைப் பின் தொடர்ந்து கொண்டே இருந்தது '. அக்கவிதையில் நிசப்தமாய் விசும்பிக்கொண்டிருக்கிற பெண்மையின் சுவடுகள் வன்முறைக்கெதிரான வலிமையான பிரதியியல் நடவடிக்கைகளாகும். ஈழத்திலிருந்து வன்முறை—வலி தொடர்பில் பெண்களால் எழுதப்பட்டவற்றுள் மிகவும் சிறந்த கவிதைப் பிரதி அதுவெனலாம்.

வித்தியாசங்களை உணர்தல் — அறிதல் (Secognition of Dig—gerences) — பெரும்பாலும் ஆண்மை, பெண்மை என்கிற Di—

chotomlia — என்பதிலிருந்தே பெண்மைய அரசியலும் அதற்கான கவிதையியலும் Femieist Politics And it's Poetics கட்டமைய முடியும். வித்தியாசங்களை உணர்தல், வெளிப்படுத்துதல் என்று வருகையில் அனார் முக்கியமானவர். தனது வித்தியாசத்தின் இருப்பை சாராம்சப்படுத்துதலினூடாகவே அவர் கட்டமைக்கிறார் (Essentising) ஆனாலும் கூட, ஆண் புனைவுக்கு எதிரான எதிர்ப்புனைவாய் குறித்த சாராம்சப் படுத்துதல் அமைந்துபோவதால், ஒரே சமயத்தில் அது சுமை நீக்குவதாகவும் அவசியமானதாகவும் இருக்கிறது (காண்க: 'மை' தொகுப்பிலுள்ள 'பருவகாலங்களைச் சூடித்திரியும்' கவிதை) அனாரின் கவிதைப் பெண் ' விலகி நிற்பவள்'. அவள் சொல்கிறாள்:

'இன்னும்
இந்த ஒரே உலகத்திலேயேதான்
இருக்கின்றன
எனக்கும்
அவனுக்குமான
வெவ்வேறு உலகங்கள்'
(பக்.24)

வன்முறையைப் பதிவு செய்கிற போதிலும் கூட அனார் 'பெண்ணிலைப்பட்ட' படிமங்களையே கையாள்வதை இங்கு குறிப்பிட வேண்டும். 'மேலும் சில இரத்தக் குறிப்புகள்' கவிதையில் வருகிற மாத உதிரம் பற்றிய சங்கேதமே அக்கவிதையின் 'பெண்மை'யை மீள்வலியுறுத்திக் கொண்டியங்குகிற ஒன்றாய் அமைகிறது.

தனது வித்தியாசங்களைக் கொண்டாட அவர் முயல்வது மகிழ்ச்சி தருகிற விடயம். பெண்ணிய அரசியலிலும் கவிதையியலிலும் 'கொண்டாட்டம்' என்பது மிக அவசியமான ஆயுதம். 'நான் பாடல், எனக்குக் கவிதை முகம்' என்றெழுதுகிறார் அனார்.

இவ்வாறு அனாரின் மேலும் சில இரத்தக்குறிப்புகள் கவிதையைப்பற்றியும் அவருடைய படைப்பியலைப்பற்றியும் சொல்கிறார் ஹரி ராசலட்சுமி. அந்த அளவுக்கு அனாரின் உணர்வுலகமும் அனுபவப்பரப்பும் நிகழ்காலத்தின் கொந்தளிப்பான நிலைமைகளால் காயமடைந்து கன்றியுள்ளது. பதற்றம் நிறைந்த நாட்களில் வாழும் கவி அனார். அவருடைய கவிதைகளிலும் இந்தப்பதற்றமுண்டு. நெருக்கடியுண்டு. வாழ்வு நசியும் துயருண்டு. அத்துடன் பெண்ணாயிருத்தலின் விளைவாகப் பெறும் அனுபவத்தையும் அவர் பகிர்கிறார். அதுவும் பெண் மொழியில்.

ஹரி சொல்வதைப்போல பெண்ணுடலைக் கொண்டாடுதல், பெண் நிலைப்பட்ட படிமங்களைக் கொள்ளுதல் என்பதிலிருந்தே இந்த படைப்பியக்கத்தின் வலிமை திரள்கிறது. பெண்ணுடலைக் கொண்டாடுதல், பெண் உணர்வைக் கொண்டாடுதல், பெண்மொழியைக் கொண்டாடுதல் என்று இந்த வலிமையின் விரிதளம் பெருகுகிறது. இங்கே பெண் தன்னைத்தானே அங்கீகரிக்கிறாள். தன்னைத்தானே நிறுவுகிறாள். தான் மேலெழுந்து வருகிறாள். அனாரின் பல கவிதைகளிலும் இந்த அம்சம் உள்ளது. அவருடைய பிரக்ஞையின் இயங்குதளம் அத்தகைய நிலையிலேயே உருவாகியுள்ளது.

அனார் பெண்கவி. அதிலும் முஸ்லிம் பெண்கவி. சிலவேளை இப்படி பெண்கவி, முஸ்லிம் பெண்கவி என்று தனி அடையாளத்தை வைப்பது தவறாகவும் அனாவசியமாகவும் படுகிறது. சிலபோது அது தவிர்க்க முடியாது. கட்டாயம் என்றும் தோன்றுகிறது.

அப்படி வைத்து பார்ப்பதனூடாகப் பலபுதிய பிரதேசங்களையும் ஆழ்நிலைகளையும் அறியலாம் என்றும் படுகிறது. அதேவேளை பெண்கவி என்று பிரிப்பதனூடாக சார்பு நிலை அணுகுமுறை ஏற்பட்டுவிடுமோ என்றும் படுகிறது.

இதுவே ஒரு தத்தளிப்புத்தான். தீராத தத்தளிப்பு. சமூக விலகல்களும் ஏற்றத்தாழ்வுகளும் உருவாக்கிய தவறுகளால் இப்போது இப்படி நாம் கிடந்து எல்லாவற்றுக்குமாக தத்தளித்துக் கொண்டிருக்கிறோம். எல்லாவற்றுக்கும் அதிகாரமும் அதன் குருட்டுத்தனமுமே காரணமாக இருந்திருக்கின்றன.

பொதுவான வாழ்க்கை அமைப்பில் இன்னும் பெண் கடக்க வேண்டிய எல்லைகள் நிறையவுள்ள சூழலில் ஒரு பெண்கவியாக தொடர்ந்து இருப்பதில் பல பிரச்சினைகளுண்டு. அதிலும் முஸ்லிம் பெண்கவிக்கு அதைவிடவும் அதிக சவால்களுண்டு. மதம், பண்பாடு என்ற வகையில். இன்னும் சொன்னால், அறத்தின் வழியாகவும் சமூக அரசியல் ரீதியாகவும் இயங்க முனைந்தால் இந்த நெருக்கடிகள் அதிகமாக இருக்கும். அதிலும் போர்க்காலத்தில் படைப்பாளிகளுக்கு ஏற்படும் பெரும் பிரச்சினையே அறம் எழுப்பும் சவால்தான். இதையே அனாரின் கவிதைத் தொகுப்பான எனக்குக் கவிதை முகம் நூலின் முன்னுரையிலும் சேரன் சொல்கிறார்.

அனார் இந்தமாதிரியான பிரச்சினைகள், நெருக்கடிகள் எல்லாவற்றையும் எதிர்கொண்டு தன்னுடைய கவிதைகளை எழுதுகிறார். அனாரின் பிரதிகளிலும் அவருடைய உரையாடலிலும் இந்த நெருக்கடிகளின் தாக்கத்தையும் அதற்கெதிரான, மாற்றான அவருடைய நிலைப்பாட்டையும் புரிந்து கொள்ளலாம்.

இப்போது எனக்குக் கவிதை முகம் என்ற அவருடைய இரண்டாவது கவிதை நூல் வந்திருக்கிறது. முதல் தொகுதி ஓவியம் வரையாத தூரிகை 2004 இல் வெளியானது. இந்த இரண்டு பிரதிகளுக்குமிடையில் அனாரின் கவிதைமொழியில் நிறைய மாறுதல்கள் நிகழ்ந்திருக்கின்றன. சொல்முறை, உணர்முறை, அவருடைய பார்வை, கருத்து, மொழி எல்லாவற்றிலும் மாற்றங்களும் முதிர்ச்சியும் ஏற்பட்டுள்ளது. தொடர் பயணத்தை நிகழ்த்தும் படைப்பாளிகளிடத்தில் எப்போதும் இத்தகைய படிமலர்ச்சியையும் முதிர்ச்சியையும் காணலாம்.

முதல் தொகுதியில் அவர் செய்கிற பிரகடனங்களை இரண்டாவது தொகுதியில் செய்யவில்லை. பதிலாக அவர் அருகிருந்தும் உள்ளிருந்தும் பேசுவதைப்போல தோன்றும் கவியாக்க முறைமையைக்கையாள்கிறார்.

ஆனால் அவருடைய அனுபவத்தில் திரண்டிருக்கும் பிரச்சினைகள் குறித்த பதிவுகளை அவர் விட்டுவிடவில்லை. அவற்றை இப்போது வெகு சாமர்த்தியமாகவும் இயல்பாகவும் பக்குவமாகவும் சொல்ல முனைகிறார். அமைதியொலிக்கும் கவிதைகளாக தமிழ்ப்பரப்பில் இந்தக்கவிதைகளைத் தரும் அனார் அவற்றினுள்ளே தனது தீவிரத்தை குறையாமல் பரிமாற்றுகிறார். அவருடைய அரசியல் மனித மேன்மை குறித்தது. அதற்கான அறத்தை வலியுறுத்துவது. அதைக் கோருவது. சிறு வட்டங்கள், வளையங்களுக்குள் சிக்கிவிடாதது. இது இன்றைய ஈழத்தமிழ்க் கவிதைப்பரப்பில் மிக அபூர்வமானது.

ஈழக்கவிதைப்பரப்பில் நவீன கவிதைக்குப் புதிய முகங்களைத் தருபவராக இருக்கிறார் அனார். அவருடைய கவிதைகளைத் திருப்பித்திருப்பிப் படிக்கிறபோது வேட்கையும் காதலும் மேலெழுகின்றன. தனிமையும் காத்திருப்பும் எரித்தாலும் ஊடல் சுடர்விடுகிறது. பதற்றமும் பீதியும் சூழ்கின்றன. திசைகள் குழம்பித்தத்தளிக்கின்றன.

உள்ளடங்கியிருந்தாலும் அனாருடைய கவிதைகள் தீட்டும் அரசியற் சித்திரம் மிகவும் முக்கியமானது.

என்று சேரன் முன்னுரையில் குறிப்பிடுவது கவத்திற்குரியது.

அனார் ஈழத்துக்கவிதைப்பரப்பில் தனித்துத் துலங்கும் ஒரு பிரகாசமான அடையாளமே. அவருடைய கவிதை மொழியும் மொழிபும் அசாதாரணமானது. கனிவு நிரம்பிய உணர்வும் மொழியும் மொழிபுமானது. மீள மீள வாசிக்கக் கோரும் ஈர்ப்பை அனார் ஏற்படுத்துகிறார். அவருடைய பிரதி வேறுபட்ட தளத்தில் உணச்சிப்பரிமாற்றங்களை நிகழ்த்த முனைகிறது.

ஈழத்தின் பெண் கவிதை வெளிப்பாடு பிரக்ஞை பூர்வமாக இயங்கத்தொடங்கி இருபது ஆண்டுகளுக்கும் மேலாகிவிட்டது. சொல்லாத சேதிகளுக்குப் பின்னரான அல்லது அதன் தொடர்ச்சியான பெண் கவிக்குரலில் அனார் பெறுகிற இடம், அடையாளம் இந்தத் தொடர்ச்சியில் ஒரு முக்கிய புள்ளியாகவும் விலகித் தெரியும் தனித்த கோடாகவும் உள்ளது. மென் சொல் முறையில் தீவிர மன நிலையை ஏற்படுத்தும் இயல்பு கொண்ட கவியாக்கத்திறன் கொண்டவராக அனார் இருக்கிறார்.

ஒரு காட்டாறு
ஒரு பேரருவி
ஒரு ஆழக்கடல்
ஒரு அடை மழை
நீர் நான்
கரும் பாறை மலை
பசும் வயல் வெளி
ஒரு விதை
ஒரு காடு
நிலம் நான்
......
நானே ஆகாயம்
நானே அண்டம்
எனக்கென்ன எல்லைகள்
நான் இயற்கை
நான் பெண்
(நான் பெண்)

பெண்ணை அவர் பேரியற்கையின் அம்சங்களாகவே காணுகிறார். பெண்ணுடலும் பெண் மனமும் இந்த இயற்கையின் அம்சமே. அது எல்லையற்றது. விரிவும் ஆழமும் கூடியது. எல்லாக்காயங்களின் பின்னாலும் எல்லா அழிவுகளின் பின்னாலும் உயிர்ப்புடன் திரண்டெழுவது. பேராறாகவும் ஆழ் கடலாகவும் வெளியாகவும் காடாகவும் மலைப்பாறையாகவும் விதையாகவும் காயமாகவும் காற்றாகவும் நெருப்பாகவும் அவர் தன்னை உணர்கிறார்.

ஒடுக்கப்பட்ட நாடுகளின் அல்லது ஒடுக்கப்பட்ட சமூகங்களின் கவிகள் எதிர்கொள்கிற சவால்கள் அனாருக்குமுண்டு. அதிலும்

பெண்கவிகள் சந்திக்கின்ற அத்தனை வலிகளும் இடர்களும். அரசியல் ரீதியாக அவருடைய பார்வை பொது வரையறைக்குள்ளிருந்தாலும் உலகு தழுவிய, மானுட விடுதலை தழுவிய நேசமும் அக்கறையும் இருக்கிறது. புதிய உலகத்தின் நுட்பமான வலையமைப்புகளையும் பொறிகளையும் அது பெண்களை இன்னொரு தளத்தில் நூதனமாகச் சிறையிடுவது பற்றியும் அனார் அதிகம் பேசவில்லைத்தான். ஆனால், அவருக்குள்ள பிரச்சினைகளை அவர் சொல்லத்தயங்கவில்லை.

வானவில் படிந்து உருகிக் கிடக்கும்
மலைகளின் தொன்மப் புதையல்களில்
மௌனம் குருதி சொட்ட ஒளிந்திருக்கிறேன்
......
பூங்கொத்துகளில் துளிர்த்துத் தேனூறும்
வண்ணத்துப் பூச்சியின் பிரமாண்டமான
கனாக்கால கவிதை நானென்பதில்
உனக்குச் சந்தேகமிருக்கிறதா இனியும்

(வண்ணத்துப் பூச்சியின் கனாக்காலக் கவிதை)

நாளாந்தம் எண்ணங்கள் வைத்து
நினைவும் மறதியும் ஆடுகிற சூதாட்டம்
கைதவறிச் சிதறிப்போகிற தேநீர்க் குவளை
தலைக்கு மேல் மிதந்து வருகிற பூச்சிறகு
அல்லது வெறும் அசைவற்ற ஒரு வெளி
எவ்விதமாகவும்
நான் தோன்றியிருக்கவும் கூடும்
உனக் கெதிரில்
எவ்வேளையும் பிசகாமல்

(இல்லாத ஒன்று)

பெண்ணின் இயல்பெழுச்சி ஆணினால் வரையறை செய்யப்படுவது அனாருக்கும் பிரச்சினையாகவே இருக்கிறது. அவர் அதனை மறுதலிக்கிறார். இத்தகைய மறுதலிப்பும் நிமிர்வும் நமது கவிதைப்பரப்பிலும் சமூகப்பரப்பிலும் இதற்கு முன்பே நிகழத் தொடங்கிவிட்டதுதான். ஆனால் அது இன்னும் சமூகத்தின் பொதுப்போக்காக பிரக்ஞை பூர்வமாகத் திரளவில்லை. பெண்

சந்திக்கிற நெருக்கடிகளினதும் சவால்கள், பிரச்சினைகளினதும் தன்மைகள் அப்படியேதான் அநேகமாக இருக்கின்றன. ஆனால் அந்த வடிவம் மாறிவிட்டது. அதாவது இப்போதுள்ள பொது நிலைமைகளில் அறிவியலுக்கேற்ப நுட்பங்கள் அதிகரித்திருக்கின்றன. அவ்வளவுதான்.

மூன்றாமுலகின் பெண்படைப்பாளிகளுக்கு எப்போதும் பல பிரச்சினைகளுண்டு. அவர்கள் தங்களைச் சுற்றிய சூழலை எதிர் கொள்வதுடன் சர்வதேச ரீதியான அழுத்தங்கள் பிரச்சினைகளுக்கும் முகம் கொடுக்க வேண்டியிருக்கிறது. மூன்றாமுலகின் பண்பாட்டுச் சுமை அதாவது அது வளர்ச்சிக்கான தத்தளிப்பிலிருப்பதால் அதனால் எதையும் கடக்கவும் முடியாது எதனையும் ஏற்றுக் கொள்ளவும் முடியாது என்ற நிலையில், பெண்களே அந்தச் சுமையைக் காவ நிர்ப்பந்திக்கப்படுகிறார்கள். ஆண்கள் இதில் மிகவேகமாக மாற்றங்களின் பின்னோடும்போது பெண்ணுக்கு அந்தச்சந்தர்ப்பத்தை அந்தச் சமூகங்கள் கொடுப்பதில்லை. இந்த ஓர வஞ்சனை எந்தவகையான வெட்கமுமின்றி, கருணையுமின்றி ஆணாதிக்க உலகினால் தொடரப்படுகிறது. இதில் ஏற்படும் கொதிப்பு நிலையை அனார் துணிச்சலோடு முன்னீடாக்குகிறார். அவருடைய வாழ் களமான முஸ்லிம் சமுகத்தின் பிடிமானங்களைக்கடந்தும் அவருடைய உரையாடல் நிகழ்கிறது. இப்படி நிகழும்போது அவருடைய மொழி புது மொழியாக புதிய பிரதேசங்களைத் திறக்கிறது. இதில் அனாரின் சாவி நுட்பமானது. இதில் அனாரையும் விட சல்மா அதிக எல்லைகளில் விரிகிறார். அதுவும் பாலுறவு மற்றும் பாலுணர்வுத்தளத்திலும். மேலும் அதிர்ச்சியும் வியப்பும் கவனமும் ஏற்படுகிற விதமாய். ஆனால் அனாரோ இன்னொரு புதிய தொடுகைப் பிரதேசத்தில் பயணிக்கிறார். ஒருவரின் பாதையில் இன்னொருவரும் பயணிக்க வேண்டும் என்பது இங்கே அர்த்தமில்லை அழுத்தமுமில்லை. அவரவர்க்கான பயண வழிகளிலும் திசைகளிலும் அவரவர் செல்லும் சுதந்திரமுண்டு.

போரால் கட்டப்பட்ட அல்லது சுற்றிவளைக்கப்பட்ட வாழ்க்கையில் மனித அடையாளம் பெறுமதியற்றது. இந்த வருத்தம் எந்தப்படைப்பாளியையும் கொதிப்படைய வைக்கும். உலகின் சகல திசைகளிலும் நெருக்கடியான நிலைகளில் படைப்பாளிகள் மனித அடையாளத்துக்காகவும் இருப்புக்காகவும் தங்களின் குரலை வெளிப்படுத்தியிருக்கிறார்கள். இதுதான் உண்மையான போராட்டமாக இருந்திருக்கிறது. அறத்தின் வழி நிற்பதற்காக அவர்கள் பெருத்த சவால்களை எதிர்கொண்டிருக்கிறார்கள். படைப்பாளியின் இயங்கு தளம் அப்படித்தான் இருக்கும். அறத்தை நிராகரித்து விட்டு அதிகாரத்துக்காக இயங்குவதென்பது அல்லது

அதைச்சார்ந்து நிற்பது என்பது படைப்பாளி தன்னைத்தானே நிராகரிப்பதாகும். ஆகவே, இங்கே அனார் அறத்தை விலயுறுத்தியே தன்னை நிறுவுகிறார்.

அனாருடைய கவிமனம் அன்பும் பரிவும் நேசமும் கருணயும் நிரம்பியது. அவரிடம் வன்மனது இல்லை. அவருடைய மொழியிலும் மொழிபிலும் வன்னியல்பில்லை. ஆனால் தீர்மானங்களுண்டு. வலிமையுண்டு.

காற்றைத் தின்ன விடுகிறேன்
என்னை
என் கண்களை
குளிர்ந்த அதன் கன்னங்களை வருடினேன்
.....
(காற்றின் பிரகாசம்)

பேரியற்கையாக விரிந்திருக்கும் பூமியில் எல்லாவற்றையும் அவர் சிநேகம் கொள்ள முனைகிறார். அந்தச் சிநேகம் ஒரு பெருங்காதலாகப்பிரவாகிக்கிறது. அது மனிதரிடத்திலும்தான். இயற்கையினிடத்திலும்தான்.

அதனாலென்ன
அவன் வாள் உறைக்குள்
கனவை நிரப்புவது எப்படியென்று
எனக்குத் தெரியும்
மகத்துவம் மிகுந்த இசை
தீர்வதேயில்லை.
நான் பாடல்
எனக்குக் கவிதை முகம்

பெண்ணின் சேதி, பெண் அடையாளம் இயல்பான ஒன்றென்று உணர்த்தும் எளிய, நுட்பமான வரிகள் இவை. இதுவே அனார்.

எனக்குக் கவிதை முகம் அன்பூறும் சொற்களாலான நெகிழும் சித்திரங்களைக் கொண்டதொரு கவிதைத்தொகுதி. போரின் பேரோலங்களுக்கிடையில் அனார் எப்படி இத்தனை நெகிழ்ச்சியான மொழியைக் கொண்டிருக்கிறார் என்பது தீரா ஆச்சரியமே.

கட்டற்ற கவிஞன் லார்க்

லார்க் பாஸ்கரனைப் பலருக்கும் அவருடைய ஓவியங்கள், அவர் உருவாக்கும் புத்தக அட்டைகளின் (Book Cover design) வழியாகவே அறிமுகம். 2021 இல் சாதனை எனும் அளவுக்குத் தமிழில் அதிகமான புத்தகங்களுக்கு லார்க்தான் Cover design பண்ணியிருந்தார். சிலருக்கு அவருடைய சினிமாத்துறைச் செயற்பாடுகளின் வழியே அறிமுகம். ஆனால், லார்க்கை நான் முதலில் அறிந்தது அவருடைய கவிதைகளின் வழியாகவே. அவர் நெருக்கமானதும் கவிதைகளினாலேயே. 'கடைசி பெஞ்சில் அமர்ந்திருக்கிறேன்', 'ஐந்தாம் திசை', 'மரணக்குறிப்புகள்' 'அவள் நாம சங்கீர்த்தனம்' என்று இதுவரையில் நான்கு கவிதை நூல்களைத் தந்திருக்கிறார். 'றா' என்ற இந்தத் தொகுதி ஐந்தாவது. பின்னர்தான் அவருடைய Cover design, ஓவியங்கள் எல்லாம் பரிச்சயமாகின. அவருடைய Cover designs, Illustrations, ஓவியங்கள்எல்லாம் துலங்கும் நிறம், கோடுகள், எழுத்துரு போன்றவற்றினால் பளிச்சென்று ஒளிரும் தன்மை கொண்டவை. அந்தத் தன்மையே லார்க்கின் தனித்துவம், அடையாளம். அவற்றுக்கு மாறாக இருள் நீங்காத மெல்லொளியில் தெரியும் காட்சிகளைப் போன்றவை லார்க்கின் கவிதைகள். சற்றுக் கூர்ந்து பார்க்க வைப்பவை. அப்படிப் பார்த்தால்தான் அவை என்னவாக உள்ளன, எப்படியாக மாற முயற்சிக்கின்றன என்று தெளிவாகத் தெரியும். இதைச் சற்று அழுத்தமாகச் சொல்ல வேண்டும். லார்க்கின் கவிதைகள் பெரும்பாலும் மெல்லிய ஒளியில் நிகழ்வன. ஒரு காட்சியுடன், ஒரு நிகழ்வுடன், ஒரு காலத்துடன், ஒரு செயலுடன், ஒரு பிரக்ஞையுடன் தேங்கி நின்று விடாமல் நிகழ்ந்து கொண்டிருப்பவை. ஆகவே இயங்கிக் கொண்டிருக்கும் கவிதைகள் என்றே இதைச் சொல்ல வேண்டும். ஆனால், பளிச் சென்று தெரியக் கூடிய இயக்கமல்ல. மெல்ல உள்ளே நிகழ்ந்து கொண்டிருக்கும் இயக்கம். கடல், தன்னுள்ளே நதிபோல ஓடிக் கொண்டிருக்கும் அல்லவா. அதைப்போல நம் கண்ணுக்கு நேரடியாகத் தெரிந்து விடாத இயக்கம்.

இதனால் முதற்கட்டத்தில் ஒன்று போலவும் சற்றுக் கூர்ந்து பார்த்தால் இன்னொன்றாகவும் அல்லது அதுவே இன்னும் ஆழமானதாகவும் தெரியக் கூடியவையாக லார்க்கின் கவிதைகள் உள்ளன. கூடவே அண்மையும் தொலைவுமான நிலைகளையும் கொண்டவை. ஒரு கணம் இவை அண்மையாகத் தோன்றும்.

மறுநொடியில் தொலைவாக உணர வைக்கும். காட்சிகளாக விரியத்துடித்து, உணர்விற் செறிந்து நிற்கும். சிலவேளை உணர்விற் கொந்தளித்து, காட்சியில் அலைமோதுகின்றவை. ஏறக்குறைய ஒரு மாயச் சித்துப் போல. இந்தத் தொகுதின் முதல் கவிதையிலேயே இந்தக் குணங்களைக் காண முடியும்.

....

ஆபத்தான வழியில்
இருந்து தப்பிக்க
ஒளியை கைகளில் ஏந்தினேன்
வட்டம் பாறையாகத் தெரிந்தது

என்ன மாதிரியான ஆபத்து? எதற்கான ஆபத்து? என்பதையெல்லாம் லார்க் சொல்லவில்லை. அது அவருக்கும் அவசியமில்லை. நமக்கும் அவசியமில்லை. மட்டுமல்ல, எதையும் விரித்து, விளக்கிச் சொல்லிக் கொண்டு போவதில் லார்க்குக்கு ஆர்வமும் இல்லை. கவிதைக்கும் தனக்கும் அது அழகல்ல என்று நம்புகிறார் லார்க். அந்த நம்பிக்கை சரியானதே. ஆனால், அவருக்கு ஆபத்து நேர்ந்துள்ளது. நேர்ந்துள்ள ஆபத்திலிருந்து தப்பிக்க ஒளியை கைகளில் ஏந்துகிறார். அப்படி ஒளியை ஏந்தும்போது, வட்டம் பாறையாகத் தெரிகிறது. என்றால் இருளில்தான் அந்த ஆபத்து நேர்ந்திருக்க வேண்டும்! இருளில் வட்டமாகத் தோன்றியது ஒன்று, ஒளியேற்றும்போது பாறையாக மற்றொன்றாகத் தெரிகிறது. இதை உருமாற்றம் என்பதா? அல்லது ஏற்கனவே அது பாறையாகத்தானிருந்தது. ஒளியேற்றும்போது உண்டான தெளிவுதான் வட்டம் என்ற காட்சியை அல்லது பிரக்ஞையை உடைத்தது என்பதா? அப்படியென்றால் முன்பு வேறொன்றாக இருக்கும் ஒன்று நாம் தீண்டும்போதோ அல்லது நாம் அங்கே ஒளியை ஏற்றும்போதோ இன்னொன்றாக மாறுகிறது என்று கொள்ள வேண்டும். இங்கே நிகழ்வது ஒரு செயற்பாடு. ஆம், இங்கே ஒரு செயல் நிகழ்கிறது. அந்தச் செயல்தான் தீண்டல் அல்லது ஒளியேற்றம். இது கல்லின் மீது ராமன் தன்னுடைய பாதத்தை வைத்தவுடன் அகலிகை உயிர்பெற்றதாக சொல்லப்படும் காவியக் கதைக்கு ஒப்பானது. ஆனால், நேர்மாறது. அங்கே பாறை பெண்ணாகிறது – அகலிலையாகிறது. இங்கே வட்டம் – சுழற்றி – பாறையாகிறது. அதாவது அதை வேறொரு நிலையில் காண விளைவது.

இப்படிப் பல கோணங்களில் ஏராளமாக விரிந்து கொண்டே போகிறது கவிதை. லார்க்கின் கவிதைகள் பெரும்பாலும் இந்த

மாதிரியான போக்கில்தான் நிறுத்தப்படுகின்றன. நிகழ்கின்றன. நேரொழுங்கில் அல்ல. எந்த ஒழுங்கிலும் தன்னுடைய கவிதைகளை வைக்கக் கூடாது என்ற உட்தீர்மானமொன்று லார்க்கிடம் உள்ளது போலிருக்கிறது. ஆகவேதான் ஒவ்வொன்றையும் அவற்றின் போக்கில் விட்டு விடுகிறார். அவை சுயாதீனமாக நிற்கட்டும், இயங்கட்டும் என்று.

இன்றைய (2010 க்குப்பிந்திய) இந்திய வாழ்க்கையும் உலகளாவிய போக்குகள் இந்தியத் தமிழ் வாழ்க்கையில் நிகழ்த்தும் இடையீடுகளும் லார்க்கின் கவிதைகளில் பாதிக்கின்றன – செல்வாக்குச் செலுத்துகின்றன.

இதற்குள் தன்னையும் தமிழ்ச்சமூகத்தையும் எப்படி நிலைப்படுத்திக் கொள்ள முடியும்? என்பதைப் பற்றியும் எழுதியிருக்கிறார் லார்க். "மகனே கேள்" என்ற கவிதை இதற்கான குறியீடு. தந்தை மகனுக்குச் சொல்வதாக எழுதப்பட்டுள்ள இந்தக் கவிதை லார்க்கைப் பெற்ற தந்தை மட்டுமல்ல, லார்க்கின் பார்வையில் தந்தை பெரியாரையே குறிக்கிறது. அவருடைய சீர்த்திருத்தத்தை.

"எனது கருப்புச் சட்டையை அணிந்து கொள்
யார் சொல்லும்
சாங்கியத்தையும் ஏற்காதே"

இதற்கு ஆதாரமாக உள்ள இன்னொரு கவிதை "சமம்".

இங்கே வேறு தளத்தில் உள்ள இன்னொரு கவிதையையும் பார்த்து விட்டு அப்பால் செல்லலாம்.

"மௌனப் படம் போல
காலத்தின் புரிதல்.

கடவுள் மீது கோபம் கொள்ள முடியவில்லை.

எந்தக் கோரிக்கையுமில்லை
கண்ணீரை ஒரு பாடலுடன்
துடைக்கிறேன்.
காட்சி சுழல்கிறது.

தொலைந்து போனது
என்றும் சாகாது
காலம் புனைகதையின்
சாரம்சம்”
(வினோதம்)

இந்தக் கவிதையைப் பற்றி நான் எதையும் சொல்லப் போவதில்லை. அது உங்கள் புரிதலுக்கும் அனுமானங்களுக்குமானது. ஆமாம், நிச்சயமாக, அனுமானங்களுக்கும்தான். எந்தமாதிரியான அனுமானங்களையும் நீங்கள் கொள்ளலாம். அது உங்கள் சுதந்திரம். கவிதையின் இயல்பும் சுதந்திரமும்.

லார்க்கின் கவிதைகள் இன்றைய கவிதைகள் அடைந்து கொண்டிருக்கும் எளிமைக்கும் சமானியத்தனத்துக்கும் நகரவில்லை. எளிமையின் மூலம் அடையக் கூடிய ஜனநாயக வெளியிலும் முழுதாக நுழையவில்லை. ஜனநாயக வெளியென்று இங்கே குறிப்பிடுவது, மற்றமை, விளிம்பு, சாமானியம் என்ற அடிநிலைப்பரப்பையும் இணைத்த முழுமையை. இவற்றில் ஆழ நுழையாமலே வேறு வகையில் லார்க் தன்னுடைய கவிதைகளை வெவ்வேறு திசைகளில் செல்ல வைக்கிறார். இந்த வெவ்வேறு திசைகளே அவருடைய புதிய புலமாகும். அதேவேளை இவற்றைத் தொட்டும் விலகியும் செல்கிறார்.

தமிழ்க்கவிதையில் சுமையாக ஏற்றப்பட்டிருக்கும் கவிஞர் என்ற சிறப்புத் தன்னிலைகளையும் அதன் மூலம் உருவாக்கப்படும் கவிஞர் என்ற அதிகாரத்தையும் தத்துவப்பாரத்தையும் லார்க் முற்றாக உதறி விட்டார் என்றில்லை. நவீன தமிழ்க்கவிதையின் நிழல் இவற்றில் படிந்தபடியேதான் உள்ளது. தமிழ்நவீன கவிதையின் தொடக்கம் தத்துவச் சுமையோடும் தன்னிலைகளோடும்தான் நீண்டகாலமாக இருக்கிறது. இன்னும் இவற்றிலிருந்து அவை முழுதாக நீங்கவில்லை. இப்போதும் தேவதேவன், பிரம்மராஜன், அபி, சுகுமாரன், அகச்சேரன், மாதார் போன்றோரின் கவிதைகளை இந்தத் தன்மையில் பார்க்க முடியும். அதாவது தான் என்றொரு உள்ளோட்டத்தில்,பிரபஞ்சத்தையும் வாழ்க்கையின் விநோதத்தையும் இணைத்த பிரத்தியேகத்தன்மை இவர்களுடைய கவிதைகளில் இருந்து கொண்டேயிருக்கும். சற்று ஆழமாக நோக்கின் சாதாரண மனிதனுக்கும் கவிதைக்கும் இடையிலான இடைவெளி ஒன்றை கண்ணுக்குத் தெரியாமலே பராமரித்துக் கொண்டிருப்பதாகத் தோன்றும். கவிஞர்,கவிதைகளுடன் ஊடாடுவோர் என்ற வகைக்குள்ளேயே நிகழும் சுழற்சிக்குள் நிகழ்த்தப்படும் கவிதை இயக்கம் இதுவாகும். இப்படியான இடைவெளிப் பராமரிப்பில்

கவிதையும் கவிஞரும் அதிகார நிலைப்படுவது தவிர்க்க முடியாமல் நிகழ்கிறது. இதிலிருந்து சற்று விலகியதாக விக்கிரமாதித்யன், மனுஷ்ய புத்திரன், இசை, லீனா மணிமேகலை, சுகிர்தராணி, கற்பகம் யசோதர, சுயம்புலிங்கம், இ.எம்.எஸ் கலைவாணன், அஸ்வகோஷ், நட்சத்திரன், செவ்விந்தியன், மௌனன் யாத்ரீகா வரையுமான அல்லது இதற்கும் பிந்திய சபரிநாதன்போன்றோரின் கவிதைகள் புதிய வெளியில் இயங்குகின்றன. எந்தவிதமான அச்சமும் தயக்கமும் இல்லாமல் மிக எளிய மொழியில் எல்லாவற்றையும் எல்லோரோடும் ஆழமாகப் பேச முடியும் என்ற துணிவையும் நம்பிக்கையையும் கொண்டவை இவர்களுடைய கவிதைகள். அப்படிப் பேசுவதன் மூலமே தம்மை உறுதியாக ஸ்தாபித்துக் கொள்ள முடியும் என்று நிரூபிக்கின்றவை. இதனால் இவை வாழ்க்கையை நேரடியாக எந்தப் பாவனையும் இன்றி இலகுவாக வெளிப்படுத்திப் பேசுகின்றன. மிக எளிய சம்பவங்கள், எளிய மனிதர்கள், எளிய விசயங்கள், எளிய பொருள்கள் எல்லாமே கவிதையில் மிகச் சாதாரணமாக இயங்குவது இதன் சிறப்பாகும்.

ஈழக்கவிதைகளிலும் இந்த மாற்றம் உண்டு. இதைநோக்கி கவிதை நகர வேண்டும் என்று மஹாகவி (உருத்திமூர்த்தி) ஐம்பது ஆண்டுகளுக்கு முன்பாகவே சொல்லி விட்டார்.

"இன்னவைதான் கவி எழுத
ஏற்ற பொருள் என்று பிறர்
சொன்னவற்றை நீ திருப்பிச்
சொல்லாதே. சோலை, கடல்,
மின்னல், முகில், தென்றலினை,
மறவுங்கள். மானிடத்தில் மீந்திருக்கும்
இன்னல், உழைப்பு, ஏழ்மை, உயர்வு,
என்பவற்றைப் பாடுங்கள்.."

மேலும் இது இன்னொரு எல்லையை நோக்கி மெல்லியதாக நிகழ்ந்து கொண்டுமிருக்கிறது. ஆனால் இதை ஏற்றுக்கொள்ளக் கூடிய (மரபு) மனதில்தான் மாற்றம் நிகழவில்லை. இதனால்தான் றியாஸ் குரானா போன்றோர் நவீனத் தமிழ்க்கவிதை காலமாகி விட்டது என்று சலிப்போடு சொல்ல நேர்ந்துள்ளது. றியாஸின் கூற்றை முற்று முழுதாக நாம் நிராகரித்து விடவும் முடியாது. முற்று முழுதாக ஏற்றுக் கொள்ளவும் முடியாது. ஆனால் அதிலுள்ள உண்மையின் நிமித்தமாக அதைப் பரிசீலனை செய்யவேண்டும். ஏனென்றால் நவீனத்துக்குப் பிந்திய — மாற்றுக் — கவிதைகள் என்று

எழுதப்படுகின்றவை இன்னும் முழுமையாக முதிர்ச்சியடையவில்லை. பலதும் தெறுக்கணித்துப் போனதாகவே இருக்கின்றன. இதனால் அது வெறும் தட்டையாகப் பல உள்ளது. ஆனாலும் இது புதியதென அளவுக்கு அதிகமாகப் பாவனை செய்யப்படுகிறது. ஏறக்குறைய குழந்தைகளின் விளையாட்டுப் பொம்மைகளைப் போலவே இவை உள்ளன. முதலில் அழகாகவும் விநோதமாகவும் தென்படும் பொம்மை, குழந்தையின் முழுக் கவனத்தையும் பிரியத்தையும் எடுத்துக் கொள்ளும். நாட்செல்ல அல்லது கொஞ்சம் பழகிய பிறகு அந்தப் பொம்மையைப் பற்றிய கரிசனை குழந்தைக்கு இல்லாமல் போய் விடும். ஈர்ப்பற்று பொம்மையும் கவனிப்பாரற்று விடும். குழந்தையும் தன்பாட்டில் இன்னொன்றை நோக்க நகர்ந்து விடும். அந்த இடத்தை இன்னொரு விளையாட்டுப் பொருள் – வேடிக்கைப் பொருள் வந்து நிரப்பி விடும். இதைப்போன்றனவே இன்று உற்பத்தி செய்யப்படுகின்ற அநேக கவிதைகள் உள்ளன. இவை Industrial poems ஆகி விடுகின்றன. Indusrial poems என்று ஆக்கப்படும்போது அதை விட இன்னொரு உற்பத்தி மேம்பட்டு வருமானால் இவை அடிபட்டுப் போகும். ஆகவே மனதில் அழியாமல் நிலைபெறக் கூடிய — தங்கக் கூடிய கவிதையாக மாறுவதற்கு அதன் வடிவமும் உள்ளீடும் சொல்முறையும் சிறப்பாக இருக்க வேண்டும். முக்கியமாக பேசப்படும் பொருளும் வெளிப்பாடும் அதன் நுட்டமும். வாழ்க்கையை ஏதோவொரு வகையில் அது பிரதிபலித்தாகியே தீர வேண்டும். அதற்கே நிரந்தரம் உண்டு. நிலைபெற்ற எந்தக் கலைவடிவத்தினதும் அடிப்படைச் சாராம்சமே இதுதான். இதைப் புரிந்து கொண்டோ இல்லையோ தெரியாது, லார்க் இங்கே தன்னுடைய கவிதைகளை கொஞ்சம் கவனமாக வெவ்வேறு விதமாக எழுதிப்பார்க்கிறார். ஓவியங்களை தீட்டிப் பார்ப்பதைப்போல, விதவிதமாக பாடிப் பார்ப்பதைப்போல இந்தக் கவிதைகளும் எந்த வடிவ ஒழுங்கிற்கும் நியதிக்கும் உட்படாமல் கட்டற்ற வடிவத்தில் எழுதப்பட்டுள்ளன. இதனால்தான் லார்க்கின் வாசகர்கள் தங்களை இந்தக் கவிதைகளோடு உடனடியாகப் பரிச்சயப்படுத்திக் கொள்ள முடியாமல் புதிய முறையில் தொடவும் தொடரவும் வேண்டியுள்ளது. இப்படிச் செய்வதன் மூலம் சக வாசகப் பங்கேற்பையே லார்க் எதிர்பார்க்கிறார். கவிதைக்காகத் தான் செயற்படுவதைப்போல வாசகரும் அதைப் பெறவும் பயிலவும் செயற்பட வேண்டும் என எண்ணுகிறார்.

ஆனாலும் மிக எளிய கவிதைகளும் லார்க்கிடம் உண்டு. “அவரவர்” போன்றன. காணாமல் போனவனைப் பற்றி ஒவ்வொருவரும் சொல்லுகின்ற காரணங்களையும் நியாயங்களையும் முன்னிறுத்தி, ஒவ்வொருவருடைய மனச் சித்திரத்தையும் – நோக்கு நிலையையும் சொல்லும் இந்தக் கவிதை சமூகப் பல்வகைமைக்கு சிறப்பான

அடையாளம். உலகம் எப்போதும் இப்படித்தானிருக்கும். பலவிதமானவர்களாலும் பல விதமான சிந்தனைப் போக்கினாலும் பல் வகைமையினாலும் என்ற அடிப்படை உண்மையை பளிச்செனச் சொல்லி

இன்று தமிழ்க்கவிதை பயிலத் தொடங்கியிருக்கும் புதிய வெளியில் லார்க், தன்னுடைய கவிதைகளையும் நிகழ்த்த முற்படுகிறார். இயங்க வைக்கிறார். அப்படி இயங்க வைத்த – தூண்டலை — உருவாக்கிய பிறகு இந்தக் கவிதைகள் தம்பாட்டில் இயங்குகின்றன.

எதிர் எதிர் திசையில்
யன்னல்களை மூடினான்.

வழக்கம் போல இடம் பெயரக்
காத்திருந்தான்.

எப்படி வாழ்வது என்ற கேள்வி.
அப்படி ஒன்றை உணர்ந்ததில்லை

வழமையாக நாம் யன்னல்களை மூடும்போது இப்படி எதிரெதிர் திசைகளில் மூடுகிறோம் என்ற பிரக்ஞை – உணர்வு – ஏற்படுவதில்லை. ஆனால் வழமையாக அப்படித்தான் செய்கிறோம். இருந்தாலும் அதைக்குறித்து கவனம் கொள்வதில்லை. பாஸ்கரன் இதைக் கவனிக்கிறார். அந்தக் கவனத்தில் நிகழ்வதென்னவென்றால், ஒரு நல்விளைவு எதிரெதிர்த் திசைகளிலும் நிகழ முடியும் என்பதாகும். யன்னலைச் சாத்த வேண்டும் என்றால் எதிரெதிர்த்திசைகளில் மூடினால் — இணைத்தால்தான் அது சாத்தியமாகும் என்பதே இந்த நிரூபணம். இப்படியே சென்று கொண்டிருக்கும் கவிதை –

என் சிறந்த குணங்களில்
ஒன்று பழிவாங்குதல்.

நிதானமாக
ஆசை பேசுகிறது.

வானத்தை நோக்கி
பொய்க்கவிதையை வாசித்தேன்
தயவு செய்து சிந்திக்க வேண்டாம்.

உற்பத்தி செய்
வேறு நிபந்தனைகள் வேண்டாம்.

என முடிகிறது. உண்மையில் ஒரு கவிதையை இப்படி முடிகிறது என்று சொல்வது சரியல்ல. எந்தக் கவிதையும் எந்தக் கதையும் முடிவதுமில்லை. தொடங்குவதுமில்லை. இடையிட்ட ஒரு பகுதியை எடுத்து வைப்பது மட்டுமே நிகழ்கிறது. அந்தப் பகுதி எது? அதன் தேர்வென்ன? அது எப்படி வைக்கப்படுகிறது? என்பதுதான் கவிஞரின் திறன். அல்லது கதைஞரின் ஆற்றல். வாசிக்கும் அல்லது கவனிக்கும் நாம் அந்த இடையிட்ட பகுதியில் பொருந்திக் கொள்கிறோம். அதில் இணைந்து பயணம் செய்கிறோம். எனவே தான் தேர்வு செய்துள்ள இந்த இடையிட்ட பின்பகுதியில் மிக வெளிப்படையாக ஒரு உண்மையை லார்க் சொல்கிறார். தன்னுடைய குணங்களில் ஒன்று பழிவாங்குதல் என்று. அதுவும் சிறந்த குணங்களில் ஒன்றென. இது நமக்கு அதிர்ச்சியை அளிக்கிறது. பழிவாங்கும் எண்ணம் எப்படிச் சிறப்பாக இருக்க முடியும் என்று தடுமாறுகிறோம். ஆனால், இந்த மாதிரியான குணங்கள் நம்முடைய மனதிலும் ஒளிந்திருக்கின்றன என்பது நமக்கு ரகசியமாகத் தெரிந்த ஒன்றே. இருந்தாலும் அதை நாம் இப்படித் துணிவோடு பகிரங்கப்படுத்திக் கொள்வதில்லை. இதைக் கடந்து இன்னும் என்னென்ன குணங்கள் இப்படி லார்க்கிடம் இருக்குமோ! என்று அச்சமடைகிறோம். இப்படி எண்ணுவதே ஒரு பாவனைதான். நம்மை மறைத்துக்கொண்டு ஆடுகின்ற நாடகம். இது ஒரு புறமிருக்கட்டும். இதை எந்தத் தயக்கமும் இல்லாமல், ஒளிக்காமல் லார்க் சொல்கிறார் அல்லவா! அது பாராட்டுக்குரியது. பழிவாங்கும் மனம் அன்புக்கும் மானுட மாண்புக்கும் அறிவுக்கும் எதிரானதாக இருக்கலாம். ஆனால், அந்தப் பழிவாங்கும் புலி நமக்குள் நமக்குத் தெரியாமலே ஒளிந்திருக்கிறது என்ற உண்மையை நாம் ஏற்கத் தயங்குகிறோம் அல்லவா. அதற்குப் பொருள் என்ன? பெயர் என்ன? பல சந்தர்ப்பங்களிலும் அதை நாம் பிறருக்குத் தெரியாமல் சாதுரியமாக மறைத்துக் கொள்கிறோம். ஆனால், லார்க்குக்கு அப்படி அதை மறைக்கத் தோன்றவில்லை. இதை மறைக்காமல் வெளியே பச்சையாகச் சொல்லும்போது அதைக்குறித்து என்ன சொல்வார்கள்? எப்படித் தன்னை மதிப்பிடுவார்கள்? என்றெல்லாம் லார்க் யோசிக்கவேயில்லை. அப்படி யோசித்துக் கவனமாக எழுதினால்

அங்கே உண்மைக்குப் பதிலாக தந்திரமே நிறைந்திருக்கும். அது கவிதைக்கும் அழகல்ல. கவிஞருக்கும் அழகல்ல.

இது மட்டுமல்ல, //வானத்தை நோக்கி

பொய்க்கவிதையை வாசித்தேன்// என இதைத் தொடர்ந்து வரும் அடிகளை ஊன்றிக் கவனியுங்கள்.

எந்தக் கவிஞரும் ஒவ்வொரு சொல்லிலும் தம்மை, தம் எண்ணங்களை, சிந்தனையை எல்லாம் மேன்மைப்படுத்திக் கொண்டதாகவே செல்வர். தன்னுடைய வாழ்க்கையை ஒன்றாகவும் கவிதையை வேறொன்றாகவும் வைத்துக்கொண்டிருக்கும் கவிஞர்கள் இந்த ஆலாபனையை வலு திறமையாகச் செய்வார்கள். இசை, போகன் சங்கர் போன்ற மிகச் சிலர்தான் (நடிகர் வடிவேலுவைப்போல) தம்மைத் தாமே கேலிப்படுத்திக் கொள்வதும் உள்ளதை ஒப்புக் கொள்வதும். இந்த வெளிப்பாட்டு முறையில் ஒரு ஆபத்துண்டு. சற்றுக் கவனம் குறைந்தாலும் அதீதத் தன்மையும் குழப்பமும் கழிவிரக்கத்தன்மையும் வந்து விடும். ஆனால், லார்க்கைப் போல சற்று விலகி இப்படி வெளிப்படையாகவே "பொய்க்கவிதையை வானத்தை நோக்கி – பிரபஞ்சத்தை நோக்கி – வாசித்தேன்" என்று யாரும் சொல்வது பொதுவாகக் குறைவு. லார்க் சொல்கிறார். இதுதான் லார்க்கின் பொதுக்குணம் என்று முன்பே சொல்லியிருக்கிறேன். துணிச்சல். எதையும் மறைத்துக் கொள்ள விரும்பாத – அதற்கென்ன அவசியம் என்ற மனநிலை. இதில் நாம் மிகக் கவனிக்க வேண்டியது, நான் இப்படியானவன்தான். இப்படித்தான் இருக்கிறேன். என் குணமும் இயல்பும் இப்படியானதே என்று சொல்லும் திராணியே. இந்தத் திராணிக்கும் எதையும் வெளிப்படையாகப் பேசுவதற்கும் மறைவுகளின்றி இயல்பை ஒப்புக் கொள்வதற்கும் கொடுக்க வேண்டிய விலைகள் நம் காலத்திலும் சமூகத்திலும் அதிகம். பாவனையை விட இயல்புக்கு – உண்மைக்குக் கொடுக்க வேண்டிய விலை எப்போதும் அதிகம்தான். ஆனால், அதைப் பற்றிய கவலைகள் பாஸ்கரனுக்குக் கிடையாது.

என்பதால்தான் அவர் எல்லாவற்றையும் சிதைத்துப் பார்க்கிறார்.

லார்க், ஓவியர் என்பதால் சிதைப்பதும் சிதைவில் ஒருங்கிணைப்பைச் செய்வதும் ஒருங்கிணைந்ததை மறுபடி சிதைப்பதும் இலகுவாக்க முடிகிறது. ஏறக்குறைய கொலாஜை (Collage) ப் போல. லார்க்கின் பெரும்பாலான கவிதைகள் கொலாஜ் போன்றவையே. சிதைந்த உருக்கள். அல்லது சிதைக்கப்பட்ட வெளி. இதற்கு எடுத்துக் காட்டாகப் பல கவிதைகளைச் சொல்ல முடியும். நாமும் இந்த நாட்களும் ஏதோ வகையில் எல்லாம் சிதைக்கப்பட்ட

நிலையிலேயே உள்ளோம். ஆகவே சிதைவுகளின் கவிதைகள் என்று லார்க்கின் இந்தக் கவிதைகளைச் சொல்ல முடியும்.

இதற்கு ஒரு எளிய உதாரணமாக –

கிழக்கின் திசையறிந்து
வடக்கில் முத்தமிட்டேன்
வேறு வழியில்லை
இரண்டும் ஒன்று
போலவே உருண்டோடுகிறது.

விளக்கம் தேவையில்லை
விதியின் எல்லைகள்
வழி தேடிக் கொண்டிருக்கின்றன
விட்ட குறையையும்
தொட்ட குறையையும்....

(இரண்டு)

லார்க்கைப் போல கவிதை, ஓவியம் என வெவ்வேறு வெளிப்பாட்டுத் தளங்களில் இயங்கும் திறன் கொண்டவர்கள் பிரமிள், கல்யாண்ஜி, றஸ்மி, நிலாந்தன் போன்றோர். ஆனால் அவர்களுடைய கவிதைகளில் இந்த மாதிரிச் சிதைவுகளில்லை. நிலாந்தன், றஸ்மி இருவரிடத்திலும் ஒழுங்கும் நேர்த்தியும் கூடியிருக்கும். பிரமிளிடம் உத்வேகம்கொள்ளும் உச்சநிலைத் தீவிரம் எப்போதுமுண்டு. இது கவிதையில் வேகத்தைக் கூட்டிக் கொண்டிருக்கும். லார்க்கிடம் இது வேறு விதமாகத் தொழிற்படுகிறது. கட்டற்றதாக.

இந்தத் தொகுதியில் பன்முகத் தன்மையைக் கொண்ட கவிதைகள் உள்ளன. அந்த வகையில் இதற்குள் ஒரு ஜனநாயக ஓட்டம் உண்டு. வைரஸ், சமம், பாதை, சரணாகதி, காதலின் நிறம் போன்றவை சமூக, உலக அரசியல் பார்வையைக் கொண்டவை. லார்க் அவருடைய பூனைக்குட்டிகளை அவற்றின் வழியில் விட்டால் மேலும் பல நல்ல கவிதைகள் கிடைக்கும். அவற்றையே எதிர்பார்க்கிறது கால தேவதை.

நீர்ப்பரப்பின் அடியில்
மனம் காய்ந்து கொண்டிருக்கிறது

பருவ உபாதைகள்
எப்போதும் அப்படித்தான்
சொற்கள் குவியும் வட்டங்களாக
வாழ்க்கை.

முன்னேற்பாடு இல்லாத
ஒழுக்கத்தின் கைகள் கட்டப்பட்டிருக்கின்றன

இத்தகைய அனுபவம் நமக்குப் பிடிகொடுப்பது எதை? மறுப்பது எதை? இந்தப் புதிர்களோடு பயணம் செய்வதே மகிழ்ச்சி. சிறப்பு. அதுவே நம் விதி.

திரைகளை விலக்கி ஒரு பயணம்
சிங்கள மொழிபெயர்ப்புக் கவிதைகளைப் பற்றி

நம் சமகாலத்தில் ஆடும் திரைகளை விலக்குவதே இன்று நமக்கு முன்னால் உள்ள பெரும் சவால். எண்ணற்ற திரைகள் எங்களைச் சுற்றித் தொங்கவிடப்பட்டுள்ளன; அவை இடையறாது ஆடிக்கொண்டிருக்கின்றன. வரலாற்றுத்திரை, இனத்திரை, மதத்திரை, சமூகத்திரை, பண்பாட்டுத்திரை, சாதியத்திரை, பால் ரீதியான திரை என எண்ணற்ற திரைகள். இந்தத்திரைகள் பெரும்பாலும் அந்தந்தத் தரப்பிலுள்ள அதிகார சக்திகளுடைய நலன்களின் நிமித்தம் தொங்கவிடப்படுகின்றன. இந்தச் சக்திகள் தமது நலன்களை மேம்படுத்திக்கொள்வதற்கும் ஸ்திரப்படுத்திக்கொள்வதற்கும் மேலும் மேலும் இந்தத் திரைகளின் மீது தமக்கு வேண்டிய வண்ணங்களைத் தீட்டுகின்றன. மேலும் மேலும் சித்திரங்களை வரைகின்றன. ஒரு கட்டத்தில் இந்தத் திரைகளின் ரசிகர்களாக, அபிமானிகளாக, அடிமைகளாக மக்கள் மாறிவிடுகிறார்கள். அல்லது சனங்கள் அப்படி ஆக்கப்படுகிறார்கள். இன்றைய வெகுஜன ஊடகங்களின் இயக்கமும் இந்தநோக்கிலேயே அமைந்துள்ளது. இதனால், மனிதர்கள் இத்தகைய திரைகளால் வகைப்படுத்தப்பட்டுக் கொண்டேயிருக்கின்றனர். பிரிகோடுகளும் வேறுபாடுகளும் வலிமையாகத் துருவப்படுத்தப்படுகின்றன.

ஒருபுறத்தில் திரைகளின் உருவாக்கமும் நிறந்தீட்டலும் நடந்துகொண்டிருக்கும் போது மறுபுறத்தில் திரைகளை விலக்கும் காரியங்கள் அல்லது முனைப்புக்களும் நடக்கின்றன. நவீன யுகம் என்பது ஏறக்குறைய அறிவுசார் நடத்தைகளின் மூலம் இந்தமாதிரியான திரைகளை விலக்கும் முயற்சிகளையே கொண்டுள்ளது. இது பல வடிவங்களில் பல தளங்களில் நடக்கிறது. மனித உரிமை, அரசியல் உரிமை, பெண்ணுரிமை, சிறுவர் உரிமை சார்ந்த அமைப்புகளாகவும் போராட்டங்களாகவும் சட்டம், நீதி போன்ற அடிப்படை உரிமைகளைப் பேணுவதற்கான நிறுவன வடிவங்களாகவும் உள்ளது. எனவே, திரைகளின் உருவாக்கத்திற்கும் திரை விலக்கத்துக்கும் இடையில் பெரும் போட்டியும் போராட்டமும் தொடர்ந்து நடந்து கொண்டிருக்கிறது.

நம்வாழ்விலும் ஏராளம் திரைகள் உண்டு. இன்னும் அழுத்தமாகச் சொன்னால், நம் வாழ்வும் ஆயிரமாயிரம் திரைகளை எதிர்கொள்ளவே

வேண்டியுள்ளது. இனத்திரை, சாதியத்திரை, தேசியத்திரை, மதத்திரை, பிரதேசத்திரை, நிறவாதத்திரை இப்படிப் பல திரைகள். இந்தத் திரைகளுக்கு நிறந்தீட்டும் அதிகாரத்தரப்புகளின் தீவிரமுனைப்பும் தொடர்ந்து உச்ச நிலையிலேயே உள்ளது. இந்தத்தீவிர முனைப்பை முறியடித்துத் திரைகளை விலக்கும் முயற்சியில் மக்கள் ஓய்வில்லாமல் ஈடுபடவேண்டியிருக்கிறார்கள். இதன் நிமித்தமாக அவர்கள் சவால்களை ஏற்கவேண்டியுள்ளது. இங்கே ரிஷான்ஷெரிப், திரைகளை விலக்கும் ஒரு போராளியாக, ஒரு செயற்பாட்டாளராக, ஒரு முயற்சியாளராக இயங்குகிறார். ரிஷான் ஷெரிப்பின் தளம் இலக்கியமாகும். திரைகளை விலக்கும் அவருடைய கருவியும் இலக்கியமே. எனவே, தான் வாழும் காலத்தில், தன்முன்னே, தன் வாழ்வின் இயக்கத்தில் இடையீடு செய்து பலவற்றுக்கும் தடையாக இருக்கும் திரைகளை விலக்குவதை தன்னுடைய வழிமுறையாகவும் நம்பிக்கையாகவும் கொண்டிருக்கின்றார் ரிஷான் ஷெரிப். இவ்வாறு திரைகளை விலக்குவதன் மூலம் உண்மைகளை அடையாளப்படுத்தலாம், யதார்த்தத்தை அறிய வைக்கலாம், எதிர் புனைவுலகத்தையும் தவறான கற்பிதங்களையும் போக்கலாம் என்பதே ரிஷானின் கவனமாக உள்ளது. இதன்மூலம் தவறான பிரமைகளை உடைக்கலாம். பிரமைகள் உடையும்போது புதிய வெளிச்சம் பிறக்கும். புதிய காட்சிகள் புலப்படும். அந்தத் தருணத்தில் நமது முகம் மட்டுமல்ல அகமும் ஒளிரும் என்பது ரிஷானின் நம்பிக்கை. இது ஒரு படைப்பாளியின் ஆதார நம்பிக்கை. இதற்காக அவர் இலக்கியத்தை ஒரு வழிமுறையாகத் தேர்ந்தெடுத்துள்ளார்.

ரிஷான் ஷெரிப் அடிப்படையில் ஒரு படைப்பாளி. அதேவேளை அவர் ஒரு மொழிபெயர்ப்பாளரும் கூட. தன்னுடைய படைப்புக்களின் வழியாக அவர் காட்டுவது ஒருலகம். சமநேரத்தில் தான் செய்யும் மொழிபெயர்ப்புக்களின் வழியாக அவர் இன்னோர் உலகத்தையும் காட்டுகிறார். திரைகளால் வகைப்படுத்தப்பட்ட உலகங்களின் உண்மைகளையும் யதார்த்தத்தையும் திரைவிலக்கிக் காண்பிப்பதே படைப்பாளிகளின் பொறுப்பாகும். எழுத்தாளரின், கவிஞரின், கலைஞரின் தரிசனம் என்பது இதில்தான் தங்கியுள்ளது. அவர்களுடைய சவாலும் இந்தத் தரிசனங்களைக் காண்பதிலேயே உண்டு. இதேவேளை திரைகளை உருவாக்கும் படைப்பாளிகளும் உள்ளனர். அவர்கள் ஆடிக்கொண்டிருக்கும் திரைகளுக்கு வண்ணம் தீட்டுவோராக, புதிய திரைகளின் உருவாக்கத்திற்கு உவப்பாகச் செயற்படுவோராக இயங்குகின்றனர். அவர்கள் பின்னோக்கிய பயணிகள். காலத்தைப் பின்னிழுத்துச் செல்வோர். ஆனால், ரிஷான் ஷெரிப் சந்தேகமின்றி, தன் முன்னேயுள்ள திரைகளை விலக்கி உண்மைகளையும் யதார்த்தத்தையும் காண்பிக்கின்றார். பலரும்

அறியத்தவறுகின்ற, திரைகளால் மூடப்பட்ட ஒருலகத்தை வெளியே காட்டுகின்றார். இதன் மூலம் உண்மைக்கும் யதார்த்தத்திற்கும் நெருக்கமாக நம்மை அழைத்துச் செல்கிறார். அவருடைய கால்கள் முன்னோக்கிப் பதிகின்றன.

இங்கே ரிஷான் ஷெரிப் விலக்கும் திரை என்பது சிங்கள சமூகம் பற்றியது. இன்றைய தமிழ்மொழி பேசும் சமூகங்களிடையே சிங்களச்சமூகம் பற்றிய புரிதலானது எதிர்மறை அம்சங்களையே அதிகமாகக் கொண்டது. இலங்கையில் மட்டுமல்ல, இலங்கைக்கு வெளியே இந்தியா, மலேசியா போன்ற பிற நாடுகளில் வாழ்கின்ற – இலங்கையுடன் நேரடித் தொடர்பற்ற தேசங்களில் வாழ்கின்ற – தமிழர்கள் கூட சிங்களவர்களைக் குறித்து அச்சத்துடனேயே பார்க்கின்றனர். இதற்குக் காரணம், இலங்கை அரசு மேற்கொண்டு வரும் இனவொடுக்குமுறையைச் சிங்களப் பெருந்திரள் மக்கள் எதிர்க்காமல் ஆதரிக்கின்றார்கள் என்பதேயாகும்.

அவ்வாறே தமிழ்மொழிச் சமூகங்களைப் பற்றிய சிங்களச் சமூகத்தின் புரிதலும். கடந்த ஐம்பது ஆண்டுகளுக்கு மேலான இனமுரண்களின் வளர்ச்சி பகையாகிப் போராகி, போர்க்குற்றங்களாகிச் சமூக இடைவெளிகளை அதிகரித்து விட்டது. மகாவம்சம், ராமாணயம் போன்ற வரலாற்றுப் புனைவுகளும் நிகழ்ச்சிகளும் இதற்கு மேலும் துணைசெய்திருக்கின்றன, செய்து வருகின்றன. இதனால் ஒவ்வொரு சமூகமும் மற்றச்சமூகத்தைக் குறித்து அதீத அச்சப் பிரமைகளைக் கொண்டுள்ளது. சிங்களச்சமூகத்தைப் பற்றி தமிழ்ச்சமூகத்தின் மனப் படிமமானது பகைமைத் தன்மை நிரம்பியது. ஆட்சியதிகாரத்திலும் பெரும்பான்மையிலும் சிங்களத்தரப்பு இருப்பதால் அது தம்மைவிட அதிக வளத்தோடும் வாய்ப்புக்களோடும் உரித்துகளோடும் உள்ளதாக தமிழர்களிடையே வலுவான மனப்பதிவு உண்டு. அரசொன்றின் முழுச்சொந்தக்காரராக அல்லது அரசின் உரித்தாளராக சிங்களவர் இருப்பதால் அவர்களுக்கு எந்தப்பிரச்சினையும், எந்தக்குறைபாடுகளும் இல்லையெனத் தமிழர் கருதுகின்றனர். இதேவேளை தமிழ் மக்கள், பிராந்திய வலுச்சக்தியாகிய இந்தியா மற்றும் மேற்குலக சக்திகளுடன் இணைந்து சிங்களவர்களுக்கும் இலங்கை அரசுக்கும் எதிராக செயற்படுகின்றனர் என சிங்கள மக்கள் எண்ணுகின்றனர். இது தமிழர்களைப் பகைநிலையில் பார்க்க அவர்களுக்கு ஏதுவாகிறது.

மறுபுறத்தில் தமிழ் — சிங்கள முரண்பாட்டின் இடைவெளியை சாதகமாகப் பயன்படுத்தி தமக்கான முதன்மை மையங்களை முஸ்லீம்கள் உருவாக்கிக்கொள்கின்றனர். இது எதிர்காலத்தில் அதிக வாய்ப்பை பெற்றவர்களாக முஸ்லீம்களை ஆக்கிவிடும்

என சிங்கள ஆதிக்கச்சமூகம் அச்சமடைகின்றது. முஸ்லிம்களைக் குறித்து தமிழர்களிடத்திலும் சரியான புரிதலும் உறுதிப்பாடுகளும் இல்லை. இலங்கையில் வடக்கிலிருந்து முஸ்லிம்களை விடுதலைப் புலிகள் வெளியேற்றியதைத் தொடர்ந்து உருவாகிய தமிழ் – முஸ்லிம் சமூகங்களின் இடைவெளி இன்னும் நிரப்பப்படவில்லை. இதனால் இரு சமூகங்களுக்கிடையிலான உறவிலும் நெருக்கத்திலும் ஒரு கலங்கலான நிலையே காணப்படுகிறது.

இத்தகைய பிரமைகளால் ஆன இலங்கைச் சமூகவெளி கொந்தளிக்கும் அரசியற்களமாக நீடிக்கிறது. இந்தக் கொந்தளிப்புக்கேற்ப திரைகளின் உருவாக்கமும் வண்ணந்தீட்டலும் தொடர்ந்து நடந்து கொண்டிருக்கின்றன. ஆகவே, இலங்கைச் சமூகங்கள் என்பது நிறந்தீட்டப்பட்ட திரைகளினால் ஆனதே. ஆனால், இவற்றின் பின்னாலுள்ள யதார்த்த வெளியும் உண்மை முகமும் வேறானவை. ரிஷான்ஷெரிப் இவற்றையே திரை விலக்கிக் காட்டமுனைகிறார். உண்மையில் அந்தந்தச் சமூகங்களின் நிலவரத்தை, அவற்றின் அகத்தை, அவற்றின் மனச் சாட்சியை ரிஷான்ஷெரிப் துல்லியமாக இனங்காண்கிறார். பிறகு அவற்றைப் பொதுவெளிக்குக் கொண்டு வருகிறார். இந்தப் பொதுவெளி என்பது தமிழ், சிங்கள, முஸ்லிம் தரப்புகள் இணைந்த இலங்கைச் சமூகங்கள் என்ற பொதுவெளியாகிறது.

இடைவெளியினாலும் பிரமைகளாலும் உருவாக்கப்பட்ட திரைகளின் பின்னே இருக்கும் யதார்த்தமும் உண்மையும் எப்படி இருக்கின்றன என்பதைக் காட்டுவது ரிஷான்ஷெரிப்பின் முதற் கவனமாக உள்ளது என்று பார்த்தோம். இதற்காக அவர் சிங்களக் கவிதைகளை இங்கே எடுத்துள்ளார். (இதை விட சிங்களச் சிறுதைகளையும் பிற படைப்புகளையும் மொழிபெயர்த்துக் கொண்டிருக்கிறார்) இந்தச் சிங்களக் கவிதைகள் சிங்களச் சமூகத்தின் உண்மை நிலைமையை, யதார்த்தத் தளத்தைப் பிரதிபலிப்பன. சிங்களச் சமூகத்தின் மனச்சாட்சியை அடிப்படையாகக் கொண்டன. சமூகப் பொறுப்புக் குறித்தன. அவர்களுடைய வாழ்க்கையைப் பேசுவன. எனவே இந்தக் கவிதைகளைத் தமிழ்மொழியில் அறிமுகப்படுத்துவதன் மூலமாகச் சிங்களச் சமூகத்தைப் பற்றிப் பிற சமூகத்தினராகிய தமிழ் மற்றும் முஸ்லிம்களிடத்தில் அறியப்பட்டிருக்கும் பொதுப் புரிதலின் மீது கேள்விகளை எழுப்புகிறார் ரிஷான் ஷெரிப். அல்லது மறுவிளக்கம் பெற வைக்கிறார். ஏற்கனவே ரிஷான் ஷெரிப், பஹீமா ஜெஹானுடன் இணைந்து மொழிபெயர்த்திருந்த, புகழ்பெற்ற சிங்களக் கவிஞரான மஞ்சுள வெடிவர்த்தனவின் கவிதைகள் ‘தலைப்பற்ற தாய்நிலம்’ என்ற பெயரில் நூலாக வந்துள்ளன. அவை சிங்களச்

சமூகத்தினுடைய மனச்சாட்சியின் குரலாக, கையாலாகாத மனிதரின் வேதனைகளாக, தமிழ்ச் சமூகத்தின் மீதான கரிசனையாக இந்த நூற்றாண்டில் பதிவாகியுள்ளன. அடக்குமுறை, அதிகார அரசியல் வெளியில் ஈரத்துடன் துடித்துக்கொண்டிருக்கும் சொற்களைக் கொண்ட மஞ்சுளவின் கவிதைகளை பஹீமாவுடன் இணைந்து ரிஷான் கொண்டு வந்தமை முக்கியமானதோர் நிகழ்ச்சியாகும். அதுவும் இந்தக் கொந்தளிப்பான காலத்தில்.

அரசின் உரித்தாளராகக் கருதப்படும் சிங்களச் சமூகத்தினரிடையேயும் ஏராளம் பிரச்சினைகளும் தேவைகளும் குறைகளும் அபிலாஷைகளும் உண்டு. அப்படிப் பார்த்தால் உண்மையில் அரசு அவர்களோடு இல்லை. பதிலாக அவர்கள் பொருளாதாரப் பிரச்சினைகளாலும் இன முரண்பாடுகளாலும் அதிகாரத்தினாலும் பலியிடப்படுகிறார்கள். அவர்களுடைய உளக்குமுறல் கொந்தளிக்கும் எரிமலையையும் விட வெம்மையுடையது. இதை இந்தத் தொகுதியில் உள்ள கவிதைகளின் மூலமாகச் சாட்சியமாக்குகிறார் ரிஷான். இதற்குச் சாட்சியமாக உள்ள அத்தனையும் சிங்களக் கவிதைகள். இவை சிங்களவர்களால் மட்டும் எழுதப்பட்ட கவிதைகள். இதில் மஹிந்த ப்ரஸாத் மஸ் இம்புல, இஸுரு சாமர சோமவீர, சஜீவனி கஸ்தூரி ஆரச்சி ஆகியோரின் கவிதைகள் முக்கியமானவை.

இன்றைய யதார்த்த வாழ்க்கையில் பெற்றோரைக் கைவிடுதல் ஒரு வழமையாகியுள்ளது. ஆனால், அது கொடுமையானது. ஏற்றுக்கொள்ள முடியாதது. எத்தகைய நியாயங்களும் இதற்கு பதில் தர இயலாது. கைவிடப்படும் தாயின் அல்லது தந்தையின் துயரம் மிக வலியது. இந்தத் துயரத்துக்கும் இந்த நிலைக்கும் இன, மத, பிரதேச வேறுபாடுகள் எதுவும் கிடையாது. இங்கே வளர்த்து ஆளாக்கிய மகன் தன்னைக் கைவிடுவதைப்பற்றி ஒரு தாயின் வருத்தம் — கவிதை — பதியப்படுகிறது. 'மரத்தின் கீழ் கைவிடப்பட்ட அம்மாவிடமிருந்து' என. இந்தத் துயரத்தை மஹிந்த ப்ரஸாத் மஸ் இம்புல மிக அருமையாக, சில வரிகளில் மட்டும் அழுத்தமாகவும் ஆழமாகவும் சொல்லி விடுகிறார்.

'....... நன்றாக நினைவுள்ளது இதே மரம்தான் மகனே
உன்னைத் தூக்கிக் கொண்டு பிரயாணக்களைப்பைப் போக்கவென
நின்றேனிங்கு முன்பொரு இரவில் — அதிசயம்தான்
மீண்டும் அந்த இடத்துக்கே என்னை அழைத்து வந்திருப்பது

உன்னைப் பெற்றெடுத்த நாள் முதலாய்
இணையற்ற அன்பைப் பொழிந்தவளிடம்
போய்வருகிறேன் என்றேனும் பகராமல் நீ செல்கையில்
உள்ளம் பொங்கி வழிகிறது விழிகளினூடாக

....
உள்ளத்தின் உறுதியைக் கண்களில் திரட்டுகிறேன்
பதற்றமேதுமின்றி வாகனத்தை ஓட்டிக்கொண்டு
பத்திரமாக வீடுபோய்ச் சேர்ந்திடுவாய் என் மகனே!'

மஹிந்த ப்ரஸாத் மஸ் இம்புலவின் உணர்வை அப்படியே தந்து வெற்றியடைகிறார் ரிஷான். வாழ்க்கையின் எதிர்கொள்ளல்களை தரிசனமாக்கும் படைப்பாளிகளாகின்றனர் மஹிந்த ப்ரஸாத் மஸ் இம்புலவும் ரிஷான் ஷெரிப்பும். மூலமும் மொழிபெயர்ப்பும் இணைவதில் இது ஒரு முக்கியமான நிலை. இப்படி பல இடங்களில் வெற்றிகரமாக ஒருங்கிணையும் மையங்கள் இந்தக் கவிதைத் தொகுதியில் உண்டு.

இலக்கியப் படைப்புகளின் மொழிபெயர்ப்புச் சவால்கள் மிகக் கடினமானவை. அவற்றை வெற்றிகொள்வதென்பது வாசகரிடம் மையத்திலிருந்து விளிம்பு வரையான உணர்வைப் பகிர்வதில் அடையும் வெற்றியிலேயே தங்கியுள்ளது. ரிஷானின் மொழிபெயர்ப்பில் உள்ள இந்தக் கவிதைகளில் அந்த வெற்றியடைந்த தன்மைகள் நிறையவுள்ளன. சிங்களக் கவிதைகளின் இன்றைய தன்மையையும் போக்கினையும் அவற்றின் மையப் பிரச்சினைகளையும் உணர்தளத்தினையும் ரிஷான் நமக்குக் கவனப்படுத்துகிறார். இதன்மூலமாகப் பல திரைகள் விலகுகின்றன. ஒன்று, கவிதையின் தன்மைகளும் போக்குகளும். இரண்டாவது, சிங்கள சமூகத்தின் வாழ்க்கையும் நிலைப்பாடுகளும் அது சார்ந்து இயங்கும் மனதும். மூன்றாவது, அங்குள்ள – அச்சமூகத்திடமுள்ள பிரச்சினைகள். நான்காவது, அரசுக்கெதிரான அவர்களுடைய உணர்வலைகள். ஐந்தாவது, அரசிடமிருந்து தூர விலகியிருக்கும் சிங்கள மக்கள். இப்படிப் பல.

சிங்களக் கவிதைப் போக்குகள் தமிழ்க்கவிதையிலிருந்து சற்று வேறுபட்டன. தமிழில் தோன்றிய புதுக்கவிதை இயக்கம் தன்னுள் கொண்டிருந்த இருண்மையை சிங்களக் கவிதைகள் பெருமளவுக்கும் தவிர்த்தே வந்துள்ளன. அவை ஈழத்தமிழ்க்கவிதைகளுக்கு

அண்மையான வெளிப்பாட்டியல்பைக் கொண்டன எனலாம். அரசியல், சமூகப் பிரச்சினைகளில் தலையீடு அல்லது இடையீடு (Intervention) செய்கிற அல்லது அர்ப்பணிப்பு Commitment – Participation பங்கேற்புச் செய்கின்ற பண்புடையவை ஈழக்கவிதைகள். இதற்குக் காரணம், ஈழத்தின் கொந்தளிப்பான அரசியல், சமூகச் சூழலாகும். ஏறக்குறைய இதை ஒத்ததே சிங்களச் சமூகத்தினுடையதுமாகும்.

'..........விழாக்களும் இப்பொழுது அதிகமென்பதால்
காட்சிகள் தொடர்ந்தபடி உள்ளன
உறக்கமே இல்லாமல் இரவு முழுவதும் ஆடுகிறேன்
காலையில் ஒத்திகைக்கு ஓடுகிறேன்

உடலழகு தொலைந்து விடுமென்று
இரவுணவையும் தருகிறார்களில்லை
இளம்பெண்கள் பத்துப்பேர் நாம்
அவர்களறியாமல் தேநீர் தயாரித்துக் கொள்கிறோம்.
....

ஒன்பது நாட்களுக்குக் காட்சிகள் தொடர்ந்திருக்க
நேற்றென்னை அந்த வருத்தம் பீடித்தது
ஆனாலும் அதனைக் கவனத்திற்கொள்ளாமல்
வீட்டைப் பற்றி எண்ணி எண்ணியே ஆடினேன்

அம்மாவின் மருந்துகளையும்
அப்பாவின் திதிக்கான பொருட்களையும்
வாங்கத்தேவையான பணத்தை இதோ அம்மா
இந்தக் கடிதத்துடனேயே அனுப்பியிருக்கிறேன்......'

(ஓர் மடல் — மஹிந்த ப்ரஸாத் மஸ் இம்புல)

பொதுப்புரிதலில் அல்லது தமிழ் மொழியைப் பேசும் சமூகங்களின் மனதில் இலங்கை என்பது சிங்களவருக்கே முழு உரித்துக்குரியதாக எடுத்துக் கொள்ளப்பட்டுள்ளதாக நம்பப்படுகிறது. ஆளும் அரசு தொடக்கம், ஆட்சியிலிருக்கும் ஆட்கள் வரை அனைத்துமே சிங்கள மயம். ஜனாதிபதி சிங்களவர். பிரதமர் சிங்களர். முப்படைகளின்

தளபதிகள் சிங்களவர். படைகள் சிங்கள மயப்பட்டன. அமைச்சரவை சிங்களப் பெரும்பான்மையையே அடிப்படையாகக் கொண்டது. அல்லது அதை மீற முடியாதது. அரசின் அத்தனை வளையங்களும் சிங்கள மயப்பட்டன. அப்படியெனில் எவ்வாறு இத்தகைய வாழ்க்கை அவலம் சிங்கள மக்களிடத்திலே காணப்படுகிறது? மஹிந்த ப்ரஸாத் மஸ் இம்புலவின் கவிதைகள் மட்டுமல்ல. பெரும்பாலான சிங்களக் கவிதைகளும் கதைகளும் சினிமாவும் நாடகங்களும் வறிய சிங்கள மக்களின் துயரங்களையும் உணர்வுகளையும் அவர்களுடைய பிரச்சினைகளையுமே பேசுகின்றன. அல்லது பேச முற்படுகின்றன. லெஸ்டர் ஜேம்ஸ் பீரிஸ் தொடக்கம் இன்றைய அசோக கந்தகம, தர்மசேன பத்திராஜ, பிரசன்ன விதானகே வரை அனைவரும் காட்டுகின்ற சிங்கள உலகம் வேறானது. அதுவே உண்மையானது. அதனால்தான் சிங்களச் சினிமா உலகெங்கும் கவனத்திற்குரியதாக இருக்கிறது.

சிங்களச் சமூகத்திலும் ஏராளம் ஏழைகள் ஒரு நாள் வாழ்க்கைக்காகவே பெரும் போராட்டங்களை நடத்துகின்றனர். தமிழ்ப் பிரதேசங்களான வடக்குக் கிழக்குப் பகுதிகள்வரையில் அவர்கள் தலைச்சுமையாக பொருட்களைச் சுமந்து கொண்டு, தெருத்தெருவாக விற்பனைக்காக அலைகின்றனர். கூலி வேலை செய்கிறார்கள். அவர்களுடையதாக நம்பப்படும் அரசு அவர்களைச் சரியாகப் பராமரிக்கவில்லை. முறையாகப் போஷிக்கவில்லை. அவர்களை அது உறிஞ்சுகிறது. அவர்களுக்கு அது துரோகமிழைக்கிறது. அவர்களைக் கை விட்டுள்ளது. அவர்களை வைத்துப் பிழைக்கிறது. ரிஷான் விலக்குகின்ற திரையில் சிங்களவரல்லாத பிற மொழிச் சமூகத்தினராகிய எமக்கு சிங்களச் சமூகத்தைப் பற்றிய புதிய மெய்ப்பபடிமங்கள் கிடைக்கின்றன. திரைவிலகும்போது இந்த மெய்ப்பபடிமங்களை நாம் உணர்கிறோம்.

ஆனால், இலங்கையின் ஆட்சியிலும் அதிகாரத்தரப்புகளின் செயற்பாடுகளிலும் இத்தகைய நிலை ஒன்றும் புதிதில்லை. அது தமிழர், சிங்களர், முஸ்லிம்கள் என்ற வேறுபாடுகளில்லாமல் எல்லோரையும் உறிஞ்சுகிறது. எல்லாத்தரப்பினரையும் ஒடுக்குகிறது. இந்த நிலைமையை ஆதாரமாகக் கொண்டே அரசாங்கத்துக்கெதிரான புரட்சிகளை இரண்டு தடவை உக்கிரமாக ஜே.வி.பி என்ற மக்கள் விடுதலை முன்னணி முன்னெடுத்தது. இந்தப் புரட்சியின் அடித்தளத்தில் மேற்படி நிலைமைகளின் உணர்வும் அதனோடிணைந்த மக்களும் குறிப்பாக இளைய தலைமுறையினரும் இருந்துள்ளதை அவதானிக்க முடியும். ஜே.வி. பி அதனுடைய வழிமுறைகளில் தோற்கடிக்கப்பட்டிருக்கலாம்.

அல்லது பின்வாங்கியிருக்கலாம். ஆனால், அந்த மக்களின் வாழ்நிலைமைகளில் குறிப்பிடத்தக்க பெரிய முன்னேற்றங்களேதும் நடந்து விடவில்லை. பிரச்சினைகள் எதுவும் தீர்க்கப்படவில்லை. அரசு அதைச் செய்யவில்லை. இதனை இங்குள்ள கவிதைகள் மேலும் தெளிவுறுத்துகின்றன.

'..........காப்பதற்கென்றால் இன்னுமிங்கு
பயிர் நிலமொன்றேது
வந்திருக்கிறதொரு கடிதம் வங்கியிலிருந்து
ஏலத்தில் விற்கப் போகிறார்களாம்
அடகு வைத்த பத்திரங்கள் நான்கையும்

அதற்கு முன் விசாரிக்கவென
அவர்களனுப்பிய கடிதத்திற்கும்
அப்பா பதிலனுப்பவில்லையாம்
அது கடைசி அறிவித்தலாம்....'

(சின்னத்தம்பி – டி. திலக பியதாஸ)

'முடிவேயற்று மிகவும் நீண்ட
அந்தப் பேருந்துப் பயணத்தில் வாந்தியெடுத்த
காய்ச்சலுக்குத் தெருவோரக் கடையொன்றில்
தேயிலைச் சாயம் குடித்த
அப்பாவைத் தேடி அம்மாவுடன்
பூஸாவுக்குச் சென்ற...'

(சிறுவன் – இஸுரு சாமர சோமவீர)

இங்கே குறிப்பிடப்படுகின்ற பூஸா என்ற தடுப்பு முகாமுக்கு தந்தையைப் பார்ப்பதற்குத் தாயுடன் சிங்களச் சிறுவனோ சிறுமியோ மட்டும் செல்லவில்லை. தமிழ்ச் சிறுவர், சிறுமியரும் இப்படியே சென்றனர். ஆக மக்களின் நிலை எப்போதும் எங்கும் ஒன்றுதான்.

இதற்கு இன்னொரு சாட்சியம் –

'..........
வீடொன்றைக் கட்டவென

ஏழெட்டு இடங்களில் வாங்கிய கடன்களை
சாகும்வரை அடைக்க வேண்டியிருப்பினும்
பெரிதாக இல்லாவிடினும்
இருக்கிறது எனக்கே எனக்கென
அசிங்கமற்ற சிறு வீடொன்று
தன்பாட்டில் விழுந்து கிடக்க....

வலிக்காமல்
ஊசி முனைகள் மீது
நடந்து செல்லும் விதத்தை இப்போது
நன்கறிவேன் நான்'

(நீ சந்தோசமாக இருக்கிறாயா? — இஸுரு சாமர சோமவீர)

இதெல்லாம் தமிழ்ச் சமூகத்தின் நிலைக்கு ஒப்பானதே. ஆகவே இலங்கையின் பெருந்திரள் மக்களுடைய வாழ்நிலை என்பது ஏறக்குறைய ஒத்த தன்மைகளைக் கொண்டமைந்ததே. இந்த ஒத்த தன்மைகளில் காணப்படும் இணைப்புகளை அதிகாரத்தரப்புகள் விரும்புவதில்லை. இணைந்து விட்டால் தமது அதிகாரத்துக்குச் சவாலாகி விடும் என்று எச்சரிக்கையாக இருக்கின்றன. இதனால் அவை அவற்றைத் திசை திருப்ப முயற்சிக்கின்றன. பிரிப்புகளை உருவாக்குகின்றன. அல்லது இருக்கும் இடைவெளிகளைத் தொடர்ந்தும் பேண முற்படுகின்றன. அதற்காக அவை வண்ணந்தீட்டப்பட்ட திரைகளைத் தொங்க விடுகின்றன, ஒவ்வொரு சமூகத்தின் முன்னும் ஒவ்வொரு மனங்களிலும்.

இங்கேதான் நாம் ஏராளம் சவால்களை எதிர்கொள்ள வேண்டியுள்ளது. இலங்கையின் இன்றைய தலைப்பிரச்சினை இதுதான். இலங்கைச் சமூகங்களின் வாழ்நிலைப் பிரச்சினை மட்டுமல்ல, அவற்றின் தேவைகள் மட்டுமல்ல, அவற்றின் போராட்டங்களும் ஒரே விதமாகவே ஒடுக்கப்படுகின்றன. அவற்றின் எதிர்ப்புணர்வுகள் ஒரே விதமாகவே நசுக்கப்படுகின்றன.

'..........நேற்றிரவு கொண்டு வரப்பட்ட யுவதியின்
குரல் படிப்படியாகத் தேய்ந்தழிகிறது

சேவல் கூவமுன்பு
மூன்றாவது முறையாகவும்

எவரையும் தெரியாதெனச் சொன்ன சகோதரி
காட்டிக் கொடுப்பதற்குப் பதிலாக
அச்சந்தரும் மரணத்தையும்
கெஞ்சுதலுக்குப் பதிலாக
சாபமிடுவதையும் தேர்ந்தெடுத்த சகோதரி
எனதிரு கண்களையும் கட்டியிருக்கும் துணித்துண்டு
ஈர்த்தெடுத்த
இறுதிக் கண்ணீர்த்துளிகளைச்
சமர்ப்பித்தது உன்னிடமே
..........................'

(சித்திரவதைக் கூடத்திலிருந்து – அஜித் சி. ஹேரத்)

'......பாழ்பட்டுச் சிதைந்து வெறுமையான
இவ்விசித்திர நகரில்
எஞ்சியுள்ள எல்லோருமே விதவைகள்

எமக்கெனவிருந்த கணவரைத் தந்தையரை
சகோதரர்களைப் புத்திரர்களை
சீருடை அணிவித்து
வீரப் பெயர்கள் சூட்டி
மரியாதை வேட்டுகளின் மத்தியில் புதைத் திட்டோம்
செத்துப் போனவர்களாக'

(ட்ரோஜனின் உரையாடலொன்று — சஜீவனி கஸ்தூரி ஆரச்சி)

இதுபோலப் பல கவிதைகளை இந்தத் தொகுதியில் காண முடிகிறது. இங்கே சேர்க்கப்பட்டிருப்பவை வகை மாதிரிக்கான சில கவிதைகள் மட்டுமே. இவற்றைப் போல ஆயிரக்கணக்கான கவிதைகள் சிங்களப் பரப்பிலுண்டு. இதில் தமிழ்ச் சமூகத்தின் உணர்வுகளை நேரடியாகவே பிரதிபலிக்கும் நேயக்கவிதைகள் பலவும் அடக்கம். சிவரமணிக்கு, விளக்கு, ரேவதி, பேரரசன் பார்த்திருக்கிறான், ஊனமுற்ற இராணுவ வீரனும் புத்தரும் போன்றவை.

ஆகவே யுத்தம், பேரழிவுகள், இழப்பு, துயரம், வறுமை, ஜனநாயக மறுப்பு, அதிகாரச் சுமை போன்ற எல்லாமும் பிற சமூகங்களிடத்திலும் வீட்டுக்கு வீடு வாசற்படி போலவே உண்டு. ஆனால், இதையெல்லாம் மறைத்துத் தொங்கும் திரைகளின் பின்னே ஒவ்வொருவரும் இழுபடுகிறார்கள். இதுவே துயரம். வேடிக்கை. அவலம். இதை நாம் உணர்ந்து கொள்ள வேண்டும்

என்ற உணர்வை இந்தக் கவிதைகள் ஏற்படுத்துகின்றன. மட்டுமல்ல, இந்தத் தொகுதியிலுள்ள எட்டுக் கவிஞர்களில் அநேக கவிஞர்கள், தமிழ்ப் படைப்பாளிகள் எதிர்கொள்ளும் அரசியல் நெருக்கடிகளை எதிர்கொள்வோராகவே உள்ளனர். சிலர் தமிழர்களைப் போலவே நாட்டை விட்டே பெயர்ந்துள்ளனர். ரிஷான் ஷெரிப்பும் பஹீமாவும் இணைந்து மொழிபெயர்த்த மஞ்சுள வெடிவர்த்தனவும் இங்கிருக்க முடியாதென்ற நிலையில் நாட்டை விட்டு வெளியேறிய கவிஞர் என்பது குறிப்பிடத்தக்கது.

ரிஷான் ஷெரிப் உண்மையில் கொடுப்பினைகள் பலவற்றைப் பெற்ற ஒருவர். ஒன்றுக்கு மேற்பட்ட மொழிகளைத் தெரிந்து வைத்திருப்போர் கொடுப்பினைகள் பலவற்றைப் பெற்றவர்களே. மேலும் மொழிகளைத் தெரியத் தெரிய பார்வைகளின் பரப்பும் பெறுவனவற்றின் தொகையும் கூடும். ரிஷான் சிங்கள மொழியின் வழியாக சிங்களச் சமூகத்தின் ஆழ்மனங்களைத் தேடிச் செல்கிறார். யதார்த்த வெளியில் பயணிக்கிறார். அவருக்கு இது வாய்த்துள்ளது. இங்கே இந்த இடத்தில் நாம் இன்னொரு முக்கியமான நிகழ்ச்சி நடந்திருப்பதையும் நோக்க வேண்டும். இந்த நூலிலுள்ளவை சிங்களக் கவிஞர்கள் சிங்கள மொழியில் எழுதிய கவிதைகள். (சிங்களக் கவிஞர்களால் ஆங்கிலத்தில் எழுதப்படும் கவிதைகளும் உண்டு) இந்தக் கவிதைளை மொழிபெயர்த்திருப்பவர் ஒரு முஸ்லிம். இவை மொழிபெயர்க்கப்பட்டுள்ளது தமிழில். ஆகவே தமிழ், சிங்கள, முஸ்லிம் தொடர்பாடல் இந்தக் கவிதைகளில் நிரம்பியுள்ளன. இதுவும் கவனத்திற்குரிய ஒன்று.

02

சிங்களக் கவிஞர்களின் சில கவிதைகள், சிறுகதைகள், நாவல்கள் ஏற்கனவே தமிழில் மொழிபெயர்க்கப்பட்டு நூலாக்கப்பட்டுள்ளன. பெரிய அளவில் இல்லையென்றாலும் அவ்வப்போது இந்த முயற்சிகள் நடந்துள்ளன. 2003 காலப்பகுதில் நிலவிய சமாதானச் சூழலையொட்டி கவிஞர் சோ.பத்மநாதனின் மொழிபெயர்ப்பில் 'தென்னிலங்கைக் கவிதைகள்' என்ற நூலொன்று வெளியானது. `தூண்டி ` இதனை வெளியிட்டிருந்தது.

சோ.ப மொழிபெயர்த்த கவிதைகள் சிங்களக் கவிஞர்களால் ஆங்கிலத்தில் எழுதப்பட்டவையும் சிங்களத்தில் எழுதப்பட்டு ஆங்கிலத்தில் மொழிபெயர்ப்புச் செய்யப்பட்டவையுமாகும். ஆகவே அவர் ஆங்கிலத்தின் வழியாக சிங்களக் கவிஞர்களின் கவிதைகளைத் தமிழில் கொண்டு வந்தார்.

இந்தத் தொகுதிக்கு பேராசிரியர் கா. சிவத்தம்பி எழுதியிருந்த அணிந்துரையில் சில கேள்விகளை எழுப்பியிருந்தார்.

1. சோ.ப வின் தமிழ்வழி மூலம் தெரியவரும் சிங்கள மொழி நிலை உணர்வுகள் என்ன?

2. அவை நமது சமூகங்களின் துடிப்பு நிலைகளோடு ஒப்பிடும்போது எப்படியிருக்கின்றன? 3. அதற்கும் மேலாக நாம் எங்கே நிற்கிறோம்?

இந்தக் கேள்விகளுக்கான பதில்களை சோ.ப மொழிபெயர்த்திருந்த தென்னிலங்கைக் கவிதைகளிலேயே சிவத்தம்பி கண்டடைகிறார். 'சோ.ப வின் இந்தத் தொகுப்பு அரசியலின் புகைச் சூழல் பாதிக்காத சிங்கள நெஞ்சங்களின் இயல்பான உணர்வுத் தேடல்களை நம் கண்முன்னே நிறுத்துகின்றது. உண்மையில் பல பாடல்களில் (கவிதைகளில்) இனக்குழுமப்போர் பற்றிய நேரடியான குறிப்பு எதுவுமில்லை.

தமிழர் இருப்புக்கெதிராக கிளப்பப்படும் மதயுத்தக் கோஷமொன்றின் வழியாக சமகால ஈழத்துத் தமிழ் வாசகர் பெற்றுக்கொள்ளும் புத்தர் பற்றிய படிமம் ஓர் இயல்பான சிங்கள பௌத்த நிலையில் எவ்வாறு தொழிற்படுகிறது என்பதைப் பார்த்தல் வேண்டும். பௌத்த சிங்களப் பண்பாட்டினுள் வேர்விட்டு நின்று அதன் சாதக ஆக்கபூர்வ உணர்வுகளோடு, பின்னிப் பிணைந்து நிற்கின்ற ஒரு கவிஞன் நவீன காலத்து வாழ்க்கையின் சோகங்களை சித்தார்த்தரது வரலாற்றின் திருப்புமுனைக் கட்டத்தை முன்னிறுத்தி எழுதியுள்ளவை அந்தப் பண்பாட்டினுள் அடிநிலை மனிதர்களின் வாழ்வியல் வேதனைகளைப் பிட்டு வைக்கின்றது'.

சோ.ப மொழிபெயர்த்த தென்னிலங்கைக் கவிதைகளைக் குறித்து கா. சிவத்தம்பி குறிப்பிடும் அம்சங்கள் ரிஷான் ஷெரிப்பின் இந்தக் கவிதைகளுக்கும் பொருந்துகின்றன. ஆனால், இதில் இனப்போரின் பாதிப்புகள் அல்லது பிரதிபலிப்புகள் ஒரு மெல்லிய கோடாகத் துலங்குகின்றன. மாண்டவருக்காக விளக்கேற்றுதல், யுத்தக் குற்றங்களைக் குறித்து, குண்டுவெடிப்பில் சிதறிய சனங்களைப் பற்றியது, இராணுவச் சிப்பாயின் இக்கட்டான தெரிவு எது? என்பது என.

இலங்கையின் ஆட்சிமுறையானது, சமூக ஒருங்கிணைவுக்கு எப்போதும் சவாலாகவே இருந்துள்ளது. அரசைக் குறித்து, ஒவ்வொரு சமூகங்களைக் குறித்து என அச்சமூட்டும் நினைவுகளையே ஒவ்வொரு சமூகமும் தம் இதயத்தில் தேக்கி வைத்திருக்கின்றன. இதில் 1980 களிலிருந்து ஏற்பட்ட தீவிர நெருக்கடி என்பது, சமூக

ஊடாட்டங்களை முழுமையாகவே அறுத்தன. அறுக்கப்பட்ட ஒரு சமூகத்தின் பரப்பென்பது மறு சமூகத்துக்கு மூடுண்ட ஒன்றாகவே இருந்தது. மூடுண்ட பரப்பில் என்ன நடக்கிறது என்று அறிவதற்கான வாய்ப்புகள் அறவே அற்றுப்போயின. மிக அருந்தலாக நடக்கின்ற தொடர்புறு நிலைகளும் திரைகளால் மறைக்கப்பட்டன. அல்லது அச்சுறுத்தலுக்குள்ளாகின. தமிழ் — சிங்கள உறவு நிலையைக் குறித்துச் சிந்தித்தோர் தமிழ்த்தரப்பினாலும் அந்நியமாகக் கருதப்பட்டனர். சிங்களத்தரப்பினாலும் அந்நியமாக நோக்கப்பட்டனர். இதனால், மொழி வழியான, வாழ்நிலை வழியான அறிதலும் உணர்தலும் ஒடுங்கியது. இந்தத் துரதிருஷ்ட நிலையில் ஒருவரை ஒருவர் அறியவும் உணரவும் முடியாத நிலை ஏற்பட்டது. இதைப் பேணவே திரைகளைப் பேணுவோர் விரும்பினர், இன்னும் விரும்புகின்றனர்.

இந்த நிலையில் ரிஷான் ஷெரிப் இப்பொழுது இலக்கியத்தின் திறவு கோல்கொண்டு பலவற்றைத் திறக்க முற்படுகிறார். அவர் காண்பிக்கும் உலகத்தில் பல தரிசனங்கள் நமக்குக் கிடைக்கின்றன. 'அறுபதாம் தோட்டத்து மரண ஊர்வலம் — சஜீவனி கஸ்தூரி ஆரச்சி) அம்மாவின் நடிகைத் தோழி, என்தாய் (இஸுரு சாமர சோமவீர) எனப்பல. ஆனால், இன ஒடுக்குமுறையைக் குறித்து மஞ்சள வெடிவர்த்தன போன்ற கவிஞர்களின் உணர்வுகளை ஒத்த பிற வெளிப்பாடுகள் எந்த அளவில் உள்ளன? என்ற கேள்வியும் கூடவே எழுகிறது. இலக்கியப் படைப்பெதற்கும் வரையறைகளை வகுத்துக் கேள்வி எழுப்ப முடியாதென்ற போதிலும் இந்தக் கேள்வி எழுவதைத் தவிர்க்க முடியவில்லை.

இந்தத் தொகுதியிலுள்ள கவிதைகளை வாசிக்கும்போது நமது பெரும்பாலான தமிழ்க்கவிதைகள் கொண்டிருக்கும் மொழிசார்ந்த வெளிப்பாட்டு நெருக்கடிக்கும் சிங்களக்கவிதைகள் கொண்டுள்ள மொழிசார்ந்த வெளிப்பாட்டு இலகுத்தன்மைக்கும் இடையிலான வேறுபாடுகளைக் காண முடிகிறது. இந்தக் கவிதைகள் மிக இலகுவாகத் தம்மை வெளிப்படுத்துகின்றன. அதனால் இவை இலகுவில் நெருக்கங்கொள்கின்றன. இது ரிஷான் ஷெரிப்பினுடைய மொழிபெயர்ப்பின் திறனோ அல்லது சிங்களக் கவிதைகளின் இயல்போ என அறிவதற்குரிய சந்தர்ப்பம் வாய்க்கவில்லை. ஆனால், ரிஷானின் பிற மொழிபெயர்ப்புகளிலும் இந்தத் தன்மை கூடியிருந்ததை நாம் உணரலாம்.

சிங்களக் கவிதைகள் தனியே ஒரு மையத்தில் மட்டும் குவியாமல் பல நிலைப்பட்டுள்ளன. யுத்தம், ஏழ்மை, காதல், பிரிவு, ஒடுக்குமுறைக்கு எதிரான உணர்வு, நட்பு, இயற்கை மீதான லயிப்பு, மனித உறவுகள் எனப் பலவற்றைப் பற்றியும். ஆனால், ஈழத்தமிழ்க்

கவிதையும் ஈழத்தமிழ் இலக்கியமும் கடந்த ஐம்பது ஆண்டுகாலத்தில் ஒடுங்கி ஒற்றைப்படைத் தன்மையாக மாறிவந்துள்ளன. சில விலக்குகள் உண்டெனினும் கூடுதலாக அரசியல் நெருக்கடிகளைச் சுற்றியே அதன் மையம் உள்ளது. இதற்கு தமிழ் பேசும் சமூகங்கள் எதிர்கொண்ட நெருக்கடிகளின் அழுத்தம் ஒரு காரணமாக இருந்தாலும் அதைக் கடந்து இயங்குவதற்கான பொதுவெளி சுருங்கி விட்டது என்பதே உண்மை. அரசியலைப் பேசாத கவிதையை, கதையை ஏற்பதற்கு தமிழ் மனங்களிலும் ஊடகங்களிலும் இடமில்லை என்ற நிலை ஏற்பட்டதே இதற்குக் காரணம். இந்த இடத்தில் நாம் சிங்களக் கவிதைகளில் ஏற்பட்டுள்ள மாற்றங்கள், முன்னேற்றங்களைக் குறித்துக் கவனம் செலுத்த வேண்டியது அவசியமாகின்றது.

இன்றைய இலங்கைச் சூழலில் ரிஷான் ஷெரிப்பின் இத்தகைய பணி என்பது அரசியலாளரின் பணியை விட, சமூகச்செயற்பாட்டியக்கங்களின் பணியை விடப் பெரியது. அந்தத் தரப்புகள் சர்வதேச – உள்ளூர் வழங்கிகளால் வழங்கப்படும் பெருமளவு நிதியையும் வளங்களையும் தின்று கொழுக்கும் அளவுக்கு உரிய செயல்களைச் செய்வதில்லை. ஆனால், தனி விருப்பின் அல்லது தனி ஈடுபாட்டின் காரணமாக ரிஷான் போன்றவர்கள் இந்தப் பணிகளை கடின உழைப்பின் மூலமாகச் செய்கிறார்கள். இவ்வாறு தமிழிலிருந்து சிங்களத்துக்கும் சிலர் மொழிபெயர்ப்பு முயற்சிகளில் ஈடுபட்டுள்ளனர். இவர்கள் அனைவருமே இதில் லாபநோக்கற்றுச் செயற்படுகிறார்கள். இது முக்கிய கவனத்திற்குரியது ஒன்று.

வாசிப்பில் ஓரளவு ஆர்வமுள்ள இளைஞர்கள் சிலரிடம் இந்தக் கவிதைகளைக் காண்பித்தேன். அவர்களுக்கு நிறைய ஆச்சரியம். சிங்களத் தரப்பில் இப்படியெல்லாம் இருக்கிறதா? இப்படி எழுதும் கவிஞர்களை இப்போதே அறிகிறோம். ஏன் இதைப்பற்றி, இவ்வாறானவர்களைப் பற்றி, இவ்வாறான விசயங்களைப் பற்றி பொதுவாக அறியமுடியாமலிருக்கிறது என்று அவர்கள் கேட்கின்றனர். தமிழ் ஊடகவெளியும் ஒரு திரைதான் என்று அவர்களுக்குச் சொன்னேன். இதைத் தவிர வேறெதைச் சொல்ல முடியும்?

அயல்மொழி இலக்கியங்களை அறிந்திருப்பது ஒரு முக்கிய செயல்பாடு. அதனுடாகப் பிற சமூங்களின் வாழ்க்கையையும் அவர்களுடைய சவால்களையும் அவர்களுடைய உளநிலையையும் அறிந்து கொள்ள முடியும். இந்தியாவில் இத்தகைய முயற்சிகள் கூடுதலாக இன்று நடக்கின்றன. தமிழிலிருந்து கன்னடம், மலையாளம், தெலுங்கு, ஹிந்தி போன்ற அயல்மொழிகளுக்கும் அந்த மொழிகளிலிருந்து தமிழுக்கும் என ஒரு பரஸ்பரப் பரவலாக்கமும் ஊடாட்டமும் நடைபெற்று வருகிறது. இந்த அளவுக்கு இலங்கையில்

தமிழிலிருந்து சிங்களத்திற்கும் சிங்களத்திலிருந்து தமிழுக்கும் மொழிபெயர்ப்புச் செய்யப்படும் படைப்புகள் குறைவு.

நல்லிணக்கம் பற்றியும் தேசிய ஒருமைப்பாடு பற்றியும் அரசியல் ரீதியாகச் சிந்திக்கும் தரப்புகள் கூட இத்தகைய சமூக ஊடாட்டத்தின் ஆதாரப் பணியைப் பற்றிச் சிந்திப்பதில்லை. அப்படியான சிந்தனைகள் ஏற்பட்டிருந்தால் இலங்கைத் தீவின் வரலாறும் சனங்களின் நிலையும் ஒளிமிக்கதாக அமைந்திருக்கும். ஆனால், ரிஷான் ஷெரிப் பாறைபோன்ற ஒரு பரப்பினுள் தன்னுடைய நம்பிக்கையின் உறுதிப்பாட்டுடன் ஒருவழியை, ஒளிமிகுந்த வாசலைத் திறக்க முயற்சிக்கிறார். அதன்மூலம் இடைவெளிகள் எல்லாவற்றுக்கும் ஒரு பாலமாக இயங்கிக் கொண்டிருக்கிறார். சமூக நிலைப்பட்ட பரஸ்பரப் புரிதலுக்கும் வாழ்க்கை நோக்குகளை அகலிப்பதற்கும் பிற அனுபவங்களைப் பகிர்ந்து கொள்வதற்கும் தன்னைப் பாலமாக்கி, ஒளியுட்டும் ரிஷான் ஷெரிப்புக்கு வாழ்த்துகளும் அன்பும்.

றியாஸ் குரானாவின் கற்பனைச் செயல்

'எதற்காகக் கவிதைகள் எழுதப்படுகின்றன? அவை எப்படி உருவாகின்றன? இன்னும் எவ்வளவு காலத்துக்குக் கவிதைகளின் உருவாக்கம் நிகழும்? கவிதைகளை வாசிப்பதும் கொண்டாடுவதும் எத்தனை தலைமுறைகள் வரை தொடரும்? கவிதை ஒரு அத்தியாவசியமான தேவையாக இன்னும் உள்ளதா? தொடர்ந்தும் அது அப்படி இருக்குமா? கவிதை எப்படி உருவானது? எதற்காக உருவாகியது?' கவிதைகளைப் படிக்கும்பொழுது இந்த மாதிரியான கேள்விகள் அடிக்கடி எழுகின்றன.

ஏறக்குறைய 25 ஆண்டுகளுக்கும் மேலாகக் கவிதைகளை எழுதி வருகிறேன். அதற்கும் அதிகமான காலம் கவிதைகளுடன் புழங்குகிறேன். என்றாலும் இந்தக் கேள்விகளுக்கு இன்னும் தெளிவான பதில்களைக் கண்டதில்லை. இதற்குக் காரணம், ஒவ்வொரு கவிதையும் ஒவ்வொரு விதமாக இருப்பதே. ஒவ்வொன்றும் ஒவ்வொரு விதமான அடிப்படைகளைக் கொண்டிருக்கின்றன. வெவ்வேறு அனுபவங்களையும் ஆச்சரியங்களையும் தருகின்றன. நிச்சயமாக ஒவ்வொன்றுக்குமிடையில் வேறுபாடுகளும் விலகல்களும் உண்டு. சாயல்களையும் தொனிகளையும் வைத்து அவற்றை அரசியற் கவிதைகள், இயற்கை தொடர்பான கவிதைகள், ஆன்மீகக் கவிதைகள், சமூகக் கவிதைகள், சிறுவர் கவிதைகள் எனச் சில வகைப்பாடுகளாக அடையாளங் காண்கிறோம். ஆனால், இது ஒரு சரியான காரணமோ அடிப்படையோ அல்ல. கவிதையின் அடிப்படை என்பது, அனுவமும் சிந்தனையும் கலந்து வெளிப்பட முனையும் கற்பனையிலும் புனைவுத் தன்மையிலுமே கருக்கொண்டுள்ளது. புனைவென்பது கற்பனை சார்ந்த ஒரு செயல். அல்லது கற்பனையின் ஓர் விளைவு. இலக்கியம், கற்பனையும் புனைவும் இணைந்த ஒரு விளைபொருள். மனித மனமானது கற்பனை, புனைவு என்ற அம்சங்களில் தன்னைச் சதா ஈடுபடுத்திக் கொண்டிருக்கும் ஒரு நிகழ்தளமாகும். இந்த நிகழ்தளத்தில்தான் கவிதையும் இலக்கியமும் ஏனைய படைப்புகளும் உருவாகின்றன. எனவே, மனித இயக்கம் உள்ளவரை கவிதையின் நிகழ்வும் பிற படைப்பாக்கங்களைப் போல இருக்கும் என்று படுகிறது.

மனிதச் செயற்பாடுகளில் கவிதை முக்கியமான ஒன்று. கற்பனை வெளிப்பாடுகளில், புனைவுருவாக்கத்தில் மொழியின் சாத்தியப்பாடுகளில் முக்கியமானது. ஆகவே, மனிதருடைய உணர்வும்

அதை வெளிப்படுத்தும் முனைப்பும் கற்பனைத் திறனும் ரசிகவிருப்பும் உள்ளவரையில் கவிதையும் நிகழ்ந்து கொண்டேயிருக்கும். இன்னும் செம்மையாக, இன்னும் புதுமையாக வினோதமாக இந்த வெளிப்பாடு நிகழும். மனித ஆற்றல் அப்படியானது. அதனுடைய விருப்பமும் அப்படியானதே.

மனிதரின் ஆற்றல்களும் வெளிப்பாடுகளும் பல வகைப்பட்டன. கற்பனைத் திறனும் உணர்ந்து கொள்ளும் ஆற்றலுமே மனிதரைப் பிற உயிரிகளிலிருந்து வேறுபடுத்தி, பரிணாமத்தோடும் பரிமாணங்களோடும் முன்னகர்த்தியிருக்கின்றன. இயற்கையாக அமைந்த உலகை தமக்கிசைவாக, தங்களின் கற்பனைக்கமைய, தமது தேவைகளுக்கேற்ப மாற்றியும் சீர்ப்படுத்தியும் இயைந்தும் விலகியும் உருவாக்குவது மனித இயல்பு. அதுவே அதன் சிறப்பும்.

இந்த முனைப்பு தலைமுறைகள் தோறும் மேலும் மேலும் விருத்தியடைகிறது. நேற்றிருந்தவை இன்றில்லை. இன்று புதிதாகப் பலவும் உருவாக்கப்பட்டுள்ளன — உருவாக்கப்படுகின்றன. நாளை இன்னும் பலது உருவாக்கப்படும். மனிதரிடமுள்ள கற்பனைத் திறன் சதா புதிதை உணர்ந்து கொண்டும் உருவாக்கிக்கொண்டுமே இருக்கும். அதற்கு எல்லையில்லை. கற்பனையின் ஊற்று அடைபடும்போது புதிதின் உருவாக்கம் நின்றுவிடலாம். அப்பொழுது மனித அடையாளமும் வேறாக மாறிவிடலாம். ஆகவே மனித அடையாளத்தைப் பேணும் அடிப்படை என்பது மனிதரிடத்திலுள்ள கற்பனையே. கற்பனையின்றி மனிதரின் எத்தகைய படைப்புகளும் சாத்தியமில்லை. இந்த உலகம் இயற்கையாக அமைந்தவற்றுடன் மட்டும் நின்று விடவில்லை. தெருக்கள், சந்தைகள், மாடி மனைகள், நகரங்கள், தோட்டங்கள், வயல்வெளிகள், படகுகள், துறைகள், வண்டி வாகனங்கள், பொருட்கள், பண்டங்கள், மொழி, இசை, படம், நாடகம், கருவிகள், உடை என மனிதர் படைத்ததே அதிகம். இந்தப் படைப்புகளில் இரண்டு அடிப்படையான அம்சங்கள் கலந்திருக்கின்றன. ஒன்று மனிதரின் கற்பனை. இரண்டாவது, அந்தக் கற்பனையை வடிவமாக்கும் மனிதர்களுடைய உழைப்பு. இவை இரண்டினதும் கூட்டு விளைவே நாம் காணுகின்ற இன்றைய உலகம். இயற்கையின் படைப்பும் மனிதருடைய படைப்பும் இணைந்தே இந்த உலகம் உருவாகியுள்ளது. இந்த உலகத்தையே நாம் ஆள்கிறோம். இதிலேயே வாழ்கிறோம்.

மனித முயற்சியினால் பலதையும் உற்பத்தி செய்யலாம், பெருக்கலாம். ஆனால், மனிதரிடமுள்ள கற்பனைத் திறனே புதிதை உருவாக்கும். அதைப்போலக் கவிதையும் புதியதொன்றே. அது கற்பனையின் ஊற்றிலிருந்து பிறந்து, பெருகுவது. இந்தக்

கற்பனை பிற கற்பனைகளுக்கான அடிப்படைகளைப்போன்று, மனிதத் தேவைகளையும் மனித ஆற்றலையும் அடிப்படையாகக் கொண்டது. அவற்றிலிருந்து துளிர்ப்பது. இதை றியாஸ் குரானா 'கற்பனைச் செயல்' என்கிறார். றியாஸ் குரானாவின் கவிதைகளும் அவர் வலியுறுத்துவதைப் போல கற்பனைச் செயலின் தூல வடிவமாகவே உள்ளன. ஆனால், வாழ்க்கைக்கும் அனுபவத்திற்கும் இயற்கைக்கும் பௌதீக எல்லைக்கும் அப்பால் சென்று தன்னுடைய கற்பனையை வெற்று வெளியில், தட்டையாக – வெற்றொலியாக றியாஸ் கொள்ளளவில்லை. அவருக்குக் கவிதை ஒரு பேருலகம், சதா நிகழ்ந்து கொண்டிருக்கும் பேரியக்கம். மனதிற் கிளம்பும் களிப்பும் கொண்டாட்டமும் நிறைந்த வினோத விளையாட்டு. மாஜலீலை. பரிசோதனைகளின் களம். அறிவைச் சோதனை பண்ணிப் பார்க்கும் ஒரு முறைமை. மொழியின் சாத்தியப்பாடுகளை மனதின் வடிவத்திற்கும் மனதின் சாத்தியப்பாடுகளை மொழியின் இயங்குநிலைக்கும் மாற்றிப் பயன்படுத்திப் பார்க்கும் முயற்சிமிக்க செயல்பாடு. இது மனித இயல்பிற்குரிய ஒன்றே. ஆதி மனிதர்கள் தங்கள் கற்பனையாலேயே புதிய தொடக்கங்களை உருவாக்கினார்கள். இன்னொரு வகையிற் சொல்வதானால், பிற உயிரிகளிலிருந்து அவர்கள் வேறுபட்டது தங்களிடமிருந்த கற்பனை என்ற அம்சத்தினாலேயே.

மனித வாழ்க்கை என்ற ஒன்று உருவானது கூட மனிதரிடம் உருவாகிய கற்பனையின் விளைவிலிருந்துதான். அவர்களுடைய மனதிற் கிளர்ந்த கற்பனையே அவர்களைப் புனைவுக்குத் தூண்டியது. காலந்தோறும் பல வகையான புனைவுகள் உருவாகின. பிறகு புனைவுகளிற் பல நிஜவடிவங்களாகின. ஆனால், ஆழமாக நோக்கினால் அந்த நிஜத்தின் உள்ளேயும் மையங்கொண்டிருக்கும் மூல வித்து, கற்பனையின் தூண்டுதலிற் பிறந்த புனைவே என்று புரியும்.

இன்று நாங்கள் வந்தடைந்திருக்கிற இடம் நம் முன்னோருடைய கற்பனையின் – புனைவுகளின் விளைவினால் உருவானது. நாளை நம் சந்ததிகள் சென்றடையப்போகிற இடமும் அப்படித்தான். எங்களிடமுள்ள கற்பனையும் அவற்றை வடிவமாக்கும் முயற்சியுமே அவர்களுடைய இடமாக அமையும்.

றியாஸ் மனித மனதின் கற்பனை – புனைவு என்ற இந்த மூல வித்தை தன்னுடைய கவிதைச் செயல்பாடாகக் கொள்கிறார். றியாஸ்க்கு ஆதிமனிதனின் விநோத உலகம் நல்ல பரிச்சயமாக இருக்கிறது. அந்த உலகமே அவருக்குத் தெரிகிறது. ஆதிமனிதரின் புனைவு வெளியையே றியாஸ் தீண்டுகிறார். அதிலேயே அவர் விளையாடுகிறார். அந்த உலகத்திலேயே அவர் பயணிக்கிறார்.

அதையே அவர் படைத்தளிக்கிறார். மனிதர்கள் கற்பனையை விட்டு விலக முடியாது என்பது அவருடைய வலுவான நம்பிக்கை. அது அவருக்குள் ஒரு பிடிவாதமாகக் கூட இன்று வளர்ந்திருக்கிறது.

'ஒருவகை வினோதங்கள் நிரம்பிய, சந்தேகங்களுடன்கூடிய ஊகமாகவே இலக்கியப் பிரதியை பாவிக்க வேண்டும்.புறச்சூழலின் யதார்த்தங்களுக்கு சக்தியூட்டும் நம்பத்தகுந்த ஆவணங்களாக அல்ல. அப்போதுதான், முழுச் சம்மதத்தோடு வாசிப்பதற்கான அனைத்துக் கதவுகளையும் இலக்கியப் பிரதி திறந்து தரும். ஒழிவு மறைவுகளின்றி பிரசன்னமாகும்.

இலக்கியப் பிரதி கற்பனையானது. கற்பனைச் செயல் என்பது, மேலதிகச் சிந்தனை என நினைப்பவன் நான். வினோதங்களும், மாயங்களும் நிரம்பியதுதான் சிந்தனை. அங்கிருந்தே தொடங்குவோம்.'

(றியாஸ் குரானா – கற்பனை என்பது மேலதிகச் செயல் – மலைகள்.கொம்)

ஆனால், ஈழத்தின் அநேக படைப்பாளிகளும் கவிஞர்களும் அரசியல், சமூக தேவைகளின் நிமித்தமாகவும் எண்ணத்தின்படியுமே இயங்கி வருகின்றனர். இந்தப் போக்கு ஒரு பிரதான வழிமுறையாகவும் அணுகுமுறையாகவும் பலமடைந்துள்ளது. இலக்கிய வாசிப்பாளர்களும் அவர்களுடைய வாசிப்பு முறையும் கூட இதனை ஒட்டியே உள்ளது. ஈழத்தில் மட்டுமல்ல, உலகின் பெரும்பாலான இலக்கியப் படைப்புகள் அரசியல் மற்றும் சமூக நிலவரங்களின் விளைவாகவே உருவாகின்றன. இது ஆதி மனதிற்கும் நவீன உலகிற்குமிடையிலான வேறுபாடுகளின் விளைவு. ஆனால் எல்லாவற்றிலும் வாழ்க்கையும் அதனுடைய அனுபவங்களுமே அடியோட்டமாக உள்ளன.

றியாஸ் ஈழத்தின் பொதுவான இலக்கிய வழிமுறை, அணுகுமுறையிலிருந்து விலகிச் செல்கிறார். இலக்கியத்தை அரசியலுக்குள் சிறைப்படுத்திக் கொள்ள –மையப்படுத்திக் கொள்ள அவர் விரும்பவில்லை. இதை அவரே சொல்கிறார்—

'ஈழத்தில் ஒரு துயரம் என்னவென்றால், இலக்கியப் பிரதி என்பது அரசியலை ஏற்றி வாசிப்பதற்கு இடந்தர வேண்டும் என்ற ஒரு பார்வை நிலவுவதுதான். அதுவும் குறித்த ஒரு வகை அரசியல் சார்புடைய வாசிப்பிற்கே வாய்ப்பளிக்க வேண்டும். இந்த எதிர்பார்ப்பை முற்றாக மறுக்கும் பிரதிகளின் நிலை என்ன வென்று நீங்கள் இகுவாக புரிந்து கொள்ள முடியும்.' என்று.

இந்த இடத்தில் கவிதைகளைக் குறித்து பிரமிள் எழுதிய ஒரு விசயம் நம் நினைவில் வருகிறது. "உணவுக்கு இருக்கும் முக்கியத்துவத்தை விட வைரத்தின் தேவை குறைவாக இருக்கலாம். ஆனால், வைரத்தின்

மதிப்பு என்றும் குறைந்து விடுவதில்லை." உண்மைதான். இதை நிராகரிக்க முடியாது. கலையின் வெற்றியே இதுதான். உணவு, உடை, உறையுள் என்ற அடிப்படையான பௌதீகத் தேவைகளுக்கு அப்பால், அகரீதியான தேவைகளை கலை நிறைவு செய்கிறது. என்பதால்தான் நட்சத்திரங்களின் ஒளிப்பிலும் மலர்களின் வாசனையிலும் அவற்றின் அழகிலும் மழையின் தண்மையிலும் வானவில்லின் வண்ணங்களிலும் மயிலின் தோகையிலும் லயிக்கிறோம். ஆடலும் பாடலும் இசையும் ஓவியமும் சினிமாவும் நமக்குத் தேவையாக உள்ளன. இவற்றில் ஏதோ ஒரு அளவில் கற்பனையும் புனைவும் நிரம்பியுள்ளன. என்றபடியால் றியாஸின் புனைவுகளும் லயிப்பைத் தருகின்றன.

இதேவேளை றியாஸின் கவிதைகள் பிற ஈழக்கவிதைகளைப் போலன்றி, காலம், இடம் என்பவற்றைக் கடந்து பொதுவெளியில் நிற்கின்றன. பிற ஈழக்கவிதைகள் பொதுவாக காலத்தின் அடையாளம், சூழல் அல்லது நிலைமைகளின் தாக்கம், இடத்தின் தன்மை போன்றவற்றை ஏற்றவையாக உள்ளன. றியாஸ் இதிலிருந்து வேறுபடுகிறார். அவர் கற்பனையையும் புனைவையுமே தன்னுடைய ஆதாரமாகக் கொண்டிருப்பதால் கால, இட நிர்ணயங்களைக் கடந்து பெருவெளியில் சஞ்சரிக்கிறார். றியாஸின் கவிதைகளின் நம் சமகால (போர் மற்றும் போருக்கு முந்திய, பிந்திய கால) அந்தரிப்புகள் எதையும் காண முடியாது. அல்லது நமது நாளாந்த வாழ்வின் நெருக்கடிகளைக் கூட உணர்ந்து கொள்ள முடியாது. இதையெல்லாம் கடந்த உலகத்தையே அவர் தன்னுடையதாக காண்பிக்கிறார். கழிந்து விடாத காலமொன்றை பிரயோகப் படுத்துகிறார் றியாஸ். என்றால் நிரந்தரமான காலத்தையும் உலகத்தையும் காட்சிப் புலத்தையும் காண்பிக்க முனைகிறார் எனலாம். றியாஸின் கவிதைகள் பலதும் அப்படித்தான் உள்ளன.

'என் கனவுகளிலொன்றைக் காணவில்லை
தொலைந்துவிட்ட தென்றும் சொல்லலாம்
கண்டுபிடித்து தருபவர்களுக்கு
தகுந்த சன்மானம் வழங்கப்படும்
தொலைவதற்கு சற்று முன்
நானும் அவளும் அதற்குள்
முத்தமிட்டுக் கொண்டிருந்தோம்.
மேலதிகத் தகவலொன்று
அந்தக் கனவு சதுரவடிவிலானது.'

— இது மாதிரி இன்னொரு வேடிக்கை. ஆனால் இந்த வேடிக்கை நிரந்தரமானது. கால மாற்றத்திற்குள் சிக்கி விடாதது.

ஒரு ஜன்னலும்
ஒரு கதவும் கொண்ட சுவர்தான்
ஆதிகாலம் தொட்டு இருக்கிறது
சுவருக்கு அந்தப் பக்கம் பார்க்கும் ஆசையில்
ஜன்னலைத் திறந்தேன்
கடலும் அலைகளும் தெரிந்தன
கதவைத் திறந்தேன்
காடும் மலைகளும் தெரிந்தன.
ஒரே திசையில்
அருகருகே இருக்கின்றன
என்பது அனைவருக்கும் தெரியும்.
திறக்கும் எல்லாத் தருணங்களிலும்
அப்படியல்ல.

இவ்வாறு றியாஸின் புனைவுகள் இன்று நம் கவிதைப் புலத்தில் பெருகிக்கொண்டிருக்கின்றன. நமக்கு அவர் ஏராளம் வினோத உலகங்களைச் சிருஷ்டித்துக் காண்பிக்கிறார். இது ஒரு வித்தைதான். ஆனால் செப்படி வித்தையல்ல. புனைவாளனின் கலைமுத்திரையாக அமையும் வித்தை. கலை முத்திரையைப் பதிக்கும் ஒரு கலைஞனின் இடம் நிச்சயமாக றியாஸ் குரானாவுக்கு உண்டு.

நாம் றியாஸின் கவிதைகளை புரிந்துகொள்வதன் மூலமாக றியாஸை விளங்கிக் கொள்ளலாம். அவருடைய மனவுலகத்தை, அவரின் புனைவுத்தளத்தை, அவருடைய சிந்தனையின் விசித்திரத்தை எல்லாம் விளங்கிக் கொள்ள முடியும்.

மாயா ஜாலக்கதைகள், ஐதீகக் கதைகள் போன்றவற்றை உருவாக்கிய ஆதி மனமே றியாஸின் படைப்புத்தளமும் மனமுமாகும். ஆனால், இது நவீனமானது. பழசும் புதுசும் கலந்தது. விநோதங்களிலும் வித்தைகளிலும் லயித்த பித்து மனமாக உள்ளது. எனவே அவர் மொழியின் சாத்தியப்பாடுகளை விடவும் கற்பனையின் மூலம் புனைவு வெளியில் எல்லா எல்லைகளையும் தாண்டிச் செல்கிறார். அல்லது தாண்டிச் செல்வதற்கு முனைகிறார். இது சாதாரண முனைவு அல்ல. வேகம் நிரம்பிய முனைவு. அப்படிச் செல்லும்போது அவருடைய கவிதைகள் விரிகின்ற எல்லைகள் அபாரமானவை. புனைவிற்கு

எல்லையில்லை. அதற்கு வரையறைகளும் கிடையாது. ஆகவே, அந்தப் பிரமாண்டமான வெளியில், தன் மூதாதையரின் – ஆதி மனிதரின் சுவடுகளில் காலடி வைத்து, மனதை அதற்கிசைவாகப் பழக்கி, அவர்களைப் போலத் தானும் பெரும் புனைவாளனாகிறார் றியாஸ்.

இந்த வகையிலேயே றியாஸின் பல கவிதைகள் எனக்கு வியப்பூட்டுகின்றன.

குறைந்த ஒளியை வைத்துக்கொண்டே
வானத்திற்கு வந்தது நிலவு.
பின் தேயவும் வரளவும் பழகியது.
காலப் போக்கில் அணைந்துவிடவும் பழகிக் கொண்டது.
இன்று உள்ள நிலவாக மாற
நீண்டகாலமாக கடுமையாக உழைத்திருக்கிறது

என்று அவர் கூறினார்.

இது றியாஸின் கவிதைகளில் ஒன்று. ஆபிரிக்கக் கதைகளில், கவிதைகளில் இன்றும் புழங்கும் மாஜாவாதத் தன்மைக்கு ஒப்ப இந்தக் கவிதை உள்ளது. விநோதமாக எழுவது. இந்த மரபு தமிழிலும் உண்டு. பிற மொழிகளிலும் பிற சமூகங்களிலும் உள்ளது. எந்தச் சமூகத்திலும் கற்பனையின் செறிவுண்டு. ஆகவே கற்பனை செய்யாத மனமும் இல்லை. சமூகமும் இல்லை.

இன்னும் 22 பக்கத்தைக் கடந்தால்

அவளைச் சந்தித்து விடுவேன்.
நேரடியாக அவளிருக்கும்
பக்கத்திற்குள் நுழைந்தேன்.
அடைப்புக் குறிகள் நிரம்பி இருந்தன.
அவைகளைத் திறக்க வேண்டாம்
உள்ளே நாய் உறங்குகிறது என்று ஒரு குறிப்பிருக்கிறது."

— இது ஒரு கவிதை.

'கண்ணாடியினுள் நான் சிக்கிக் கொண்ட நேரம் பார்த்து
அதை மகன் உடைத்துவிட்டான்.
துண்டுகளிலிருந்து வெளியேறி
என்னை ஒட்டி முழுமையாக்க வெகு நேரமானது.'

— இது மற்றொன்று.

இப்படி பல கதைகள் கேட்டிருக்கிறேன்.
இரண்டு மீன்கள்
உயிருடன் காற்றில் நீந்திக்கொண்டிருந்தன.
பறவைகளிடமிருந்து தப்பிக்க
மீன்கள் செய்த வித்தை அது என
இன்னும் பறவைகளுக்கு தெரியாது.
துரத்திக்கொண்டே இருக்கின்றன.
எனக்கு தெரிந்து 5 வருடமாகிறது.
மீன்கள் மாட்டுவதில்லை.

— இது இன்னொன்று.

பெட்டி ஒன்றுக்குள் இருபது நிழல்களை
அடைத்து வைத்திருக்கிறேன்.
தெருக்களில் அலைந்து திரிந்து
கஷ்டப்பட்டு பிடித்தவைகள்.
அதற்குள் எனக்குப் பிடித்த நிழலொன்றும்
இருந்தது.
பின் அது தப்பிச் சென்றுவிட்டது.
கவிதையில் தற்செயலாக நடந்த
விபத்தின் போது அதை இழந்தேன்.
நிழல்களுக்கான உணவை
கொடுக்க மறந்தபோது அந்த விபத்து நடந்தது.
நிழல்கள் என்ன சாப்பிடும்..?

— இது வேறொன்று.

‘தனியாக இருக்க முடியவில்லை என்பதால்,

தன்னை ஒரு பிரதி (copy) எடுத்து எதிரே இருந்த நாற்காலியில் உட்கார வைத்தாள்.

மாலை இனிதே கழிந்தது. பின், வீட்டுக்கு கூட்டிச் சென்றாள்.’

புதிய புனைவிதம் இது. இதை வியக்காமலிருக்க முடியுமா? வியப்பை உணரும் மனம் அதில் லயித்துக் களிக்கும். இந்த வாழ்க்கையை களிப்பில் கொண்டாடவே இயற்கை நம்மை விதித்திருக்கிறது. லயிப்பின்றிய வாழ்க்கையில் எதுவுமிருப்பதில்லை. ஆன்மீகத்திலும் கூட களிப்பும் லயிப்பும் உண்டு. துறவறத்தில் கூடக் களிப்பும் லயிப்பும் கற்பனையும் புனைவும்தான் நிரம்பியுள்ளது. எனவே நிஜத்தை விடக் கற்பனையும் புனைவுமே இந்த உலகில் அதிகம் எனலாம். என்றபடியாற்தான் இதை மாஜ உலகம் என்றார்களா?

இதை மேலும் உணர வேண்டுமானால் றியாஸின் மேலும் சில கவிதைகளை உதாரணப்படுத்தலாம்.

‘எழுத்துப் பிழையைச் சரி செய்தபோது,
அதே பெயரில் வேறொருவர் அந்தக் கதைக்குள் வந்தார்.
திருத்தம் செய்யும்வரை கதையைக்
காப்பாற்றி வைத்திருந்ததற்காக நன்றி மட்டுமே சொல்ல முடிந்தது.’

— இது அடுத்தது.

‘ஒரு காலத்தில் ஒரு கடலிருந்தது
அதன் காவலுக்கு குரங்கொன்றை வைத்திருந்தேன்
அலைகளோடு விளையாடும் ஆசையில்
சம்மதித்தது.
கடலை இழுத்துக்கொண்டு விரும்பிய இடமெல்லாம் சென்றது.
மரமொன்றில் இரு அலைகள் துள்ளுவதைப் பார்த்த பிறகே
இதைச் சொல்ல வேண்டி வந்தது.’

— இது மற்றது.

*'அருங்காட்சியகத்தில் பூனையுடன் விளையாடிக்
கொண்டிருந்தது எலி.
பூனையின் மீது இட்டுக்கட்டப்பட்டிருந்த புராதனமான
குற்றச் சாட்டு
கூண்டுக்கு வெளியே பாதுகாப்பாக இருந்தது.'*

இப்படிப் பல கற்பனைச் செயல்கள் றியாஸிடமுண்டு.

நம் சமகாலத்தில் ஒருபோது அதிக வியப்பை ஊட்டியவை சோலைக்கிளியின் கவிதைகள். மிகச் சாதாரணமான விசயங்களை, எளிய சனங்களின் வார்த்தைகளில் அசாதாரணமான முறையில் கவிதையாக்கியவர் சோலைக்கிளி. நேரிற் பேசுவதைப்போலத் தோற்றம்தரும் – உணர வைக்கும் புழங்கு மொழிகளைப் பிரயோகித்து தனக்கென வாலாயப்படுத்தப்பட்ட ஒருவகையான மொழிதலில் தன்னுடைய கவிதைகளைத் தமிழில் ஏற்றினார் சோலைக்கிளி. ஆனால், சோலைக்கிளி முழுவதும் வாழ்க்கையையே எழுதினார். இனிக்க இனிக்க அதை அலுக்காமல் சலிக்காமல் எழுதித்தள்ளினார். இன்றும் சோலைக்கிளியின் கவிதைகள் வாழ்வை இனிக்க இனிக்கவே எழுத முயல்கின்றன.

றியாஸ் கனவுகளை அதிகமாக எழுதுகிறார். சோலைக்கிளிக்குப் பிறகு இன்னொரு புனைவிதமாக றியாஸ் குரானா, அகமது பைசால் ஆகியோர் வியப்பூட்டும் கவிதைகளை எழுதிக் கொண்டிருக்கிறார்கள்.

படைப்பின் பொதுக்குணவியல்பு வியப்பூட்டுவதாகும். அது யதார்த்தப் புனைவாக இருந்தாலும் சரி, மிகை யதார்த்தப் புனைவாக இருந்தாலும் சரி புனைவென்பது அடிப்படையில் வியப்பூட்டும் ஒன்றே — ஒரு நிகழ்வே. கற்பனையின் அடிப்படையே அதுதான். அது வடிவங்களையும் நியமங்களையும் தன்னுடைய எல்லைகளாகக் கொள்வதில்லை. எனவேதான் வியப்பு தீராத தன்மைகளை இடையறாது நிகழ்த்தி, தன்னை வியப்பூட்டும் ஒன்றாக வைத்துள்ளது.

அந்த வியப்பு சில போது தீராத புதிர்த்தன்மையைக் கொண்டிருக்கிறது. சிலபோது சட்டென உதிர்ந்து விடுகிறது. சிறுபராயத்து வியப்புகள் பல பின்னர் மிகச் சாதாரணமாகி விடுவதைப்போல சில கவிதைகளை றியாசும் எழுதுகிறார். இதை அவர் தவிர்க்கலாம் என்பது என்னுடைய அபிப்பிராயம். இதை நான் அவரிடம் சொன்னேன். இருக்கட்டும். அவையும் நான் எழுதிய கவிதைகள்தான் என்றார் மிகச் சாதாரணமாக.

றியாஸிடம் எப்பொழுதும் அழுத்தமான தீர்மானம் உண்டு. தன்னுடைய கவிதைகள் தொடர்பாகவும் நிலைப்பாடு தொடர்பாகவும் றியாஸ் விட்டுக்கொடுப்புகளற்றவர். என்பதால் 'நெகிழ்ச்சி குறைந்தவர் றியாஸ்' என்றொரு அபிப்பிராயம் சில நண்பர்களிடம் றியாஸைப்பற்றியுண்டு. இதை நானும் அவரிடம் அவதானித்திருக்கிறேன். "மொண்ணைகள் நடுவே நிமிர்ந்து, தருக்கி நிற்கும் வல்லமை கொண்ட கலைஞனே தன் ஆளுமையை தக்கவைத்துக் கொள்ள முடியும். தன் சுயமரியாதையைப் பேண முடியும். அதன் வழியாகவே அவன் தன் கலையையும், இலக்கியத்தையும் முன்னெடுக்க முடியும்" என்று ஜெயமோகன் சொல்வதை நாம் றியாஸின் ஆளுமையுடன் இணைத்துப் பார்க்க வேண்டும்.

தன்னுடைய தீர்மானத்தின் வழியே நகர்வதிலும் செயற்படுவதிலும் உறுதியானவர் றியாஸ். இதை நான் அவருடைய கவிதைகளிலும் வாழ்விலும் காண்கிறேன். கற்பனை நிறைந்த புனைவு மனதையுடையவர் – கற்பனைச் செயலர் ஒருவர் எப்படி இத்தனை தீவிரமும் இறுக்கமுமாக இருக்கிறார் என்ற வியப்பு பல சந்தர்ப்பங்களிலும் மேலிடுகிறது. அப்படியென்றால் றியாஸின் கவிதைகள் மட்டுமல்ல அவரும் ஒரு புரிந்துகொள்ள முடியாத வியப்பே.

உன்னதமான கலையின் ருஷியும் அந்தக் கலையை உருவாக்கும் கலைஞனின் அடையாளமும் எப்போதும் வியப்பாகத்தானிருக்கும் – வியப்பூட்டியபடியேயிருக்கும்.

விடுதலை அரசியலின் உக்கிரம்

வாழ்க்கையின் உத்தரவாதங்கள் தகர்ந்து போயிருக்கும் யதார்த்தவெளியில் தனித்தலையும் கவியின் மொழிதலாக மலர்ச்செல்வனின் கவிதைகள் பெருகியிருக்கின்றன. அதிரும் மனமும் நொருங்கும் சூழலும் சிதறடித்த மொழியைக் கூட்டியள்ளி மலர்ச்செல்வன் தன் கவிதைகளை எழுதியிருக்கிறார். அவிந்த உணர்வின் சிதைகளில் மூட்டப்பட்ட பெருந்தீயாய் கொழுந்து விடுகின்றன அவருடைய தனித்துத் திரிதல் கவிதைகள்.

வாழவிரும்பிய கணங்கள் எதிர்நிலையில் விபரீதங்கொண்டு இயங்குவதை சகிக்க முடியாமல்தத்தளிக்கும் நிலை ஒரு புள்ளியில் உணரப்பட, இன்னொரு புள்ளியில் சகிப்பை மீறிய கோபம் மலர்ச்செல்வனுக்குள் பொங்குகிறது. இது ஒரு நிலை. ஆனாலும் மலர்ச்செல்வனின் கவிதைகளில் துயரத்தின் நிழலே படிந்திருக்கிறது.

துயரம்தான் மலர்ச்செல்வன் கவிதைகளின் மையமும் விளிம்பும். துயரம் வனைகின்ற மொழியை தன்னொழுங்கில் அமைப்பதன்மூலம் கடந்தகாலம் நிகழ்காலம் எதிர்காலம் என மூன்றின் மீதும் கேள்விகளை எழுப்புகிறார் மலர்ச்செல்வன். மனிதவாழ்க்கையில் இது காலவரையும் கண்டறியப்பட்ட உண்மைகளென்ன? மனிதமனம் தொகுத்துக் கொண்டிருக்கும் அனுபவத்தின் நிலையென்ன? எது அதனைப்புறந்தள்ளுவது? வாழ்வின்மீது எது நிழல் விழுத்துவது? எப்போதும் ஒவ்வொருவிதமாகத் திரட்சிபெற்று மேலெழும் அரசியலா? அந்த அரசியலின் வெவ்வேறு முகங்களா?

உண்மையில் அரசியல் எப்போதும் ஏதோவொருவகையில் அறிவுக்கும் அனுபவத்துக்கும் எதிராகத்தான் இயங்குகிறதா? அப்படி அது இயங்குகின்றபடியால்தானோ எப்போதும் அனுபவத்துக்கு முரணாகவும் அதைப்பொருட்படுத்தாமலும் அது வாழ்வைச்சிதைக்கும் வாளைத் தன் உறையில் வைத்திருக்கிறது? அது வாழமுடியாத் துயரம். அறிவின் யுகமாகிய இன்று கூட தீராப்பழி பெருத்து வாழ்வைச் சிதைக்கிறது. எதனெதன் பேராலோவெல்லாம் ஏதொரு சம்பந்தமுமில்லாமல் பழிவாங்கப்படுகிறார்கள் சனங்கள். தீராத்துயரின் வலியின் குருதித்தெறிக்கைகள் தனித்திருந்தலின் கவிதைகளில் படிந்துள்ளன.

இப்போது நிகழ்காலத்தில் சிதையும் வாழ்வுபற்றிய மனித மனத்தின் மதிப்பீடென்ன? நிகழ்காலம் வரையான அறவியலும்

அறிவியலும் வாழ்வின் மீது நிகழ்த்துவதென்ன? வாழ்வின்மீது துன்பத்தின் நிழல் விசமாகக்கவிகையில் இந்த அறவியலும் அறிவியலும் என்னவாகின்றன? உண்மையில் அதிகாரத்துக்கிடையிலான போட்டியும் அது பெருக்கும் நுட்பங்களும் கண்டறிந்த எல்லா அறிவியலையும் அறவியலையும் துவம்சமாக்கி விடுகின்றன. அறிவியலும் அறவியலும் துவம்சமாகும்போது வாழ்க்கை சிதைகிறது. இங்கே துன்பத்தின் ஊற்று பெருக்கெடுத்து வாழ்வை மூழ்கடிக்கிறது. இதுவே தொடரும் யதார்த்தம்.

இதற்கெதிராகத் தொடர்ந்தும் இன்னொரு முனையில் மனிதமனம் இயங்குகிறது. அது அதிகாரத்துக்கு எதிரானது. ஆனால் அதேவேளை அது அதிகாரத்தைப் பகிரக்கோருகிறது. அதிகாரத்தைப்பகிர்வதற்கான மனப்பாங்கு, இணக்கம், தயார் என்பன இல்லாதபோது அதைப்பகிர்வதற்கான – எடுத்துக்கொள்வதற்கான — பறிப்பதற்கான வன்முறை வெடிக்கிறது. இந்த வன்முறையின் எல்லையை அது வெடித்தபின் யாராலும் நிர்ணயம் செய்யமுடியாது. அது கட்டற்றது. எல்லாப் பருவங்களையும் ஊடுருவி எல்லாத்திசைகளையும் சிதைத்து விடுவது. இங்கேயும் வாழ்வின் மீது துன்பத்தின் நிழல் கருந்திரையாகப்படர்கிறது. எதிர்காலம் பற்றிய நிச்சயமின்மை தன்வழியே துளிர்க்கிறது.

எல்லாக்காலத்தையும் சிதைக்கும் அதிகாரத்தின்முன் அறமும் தோற்கிறது. அறிவியலும் தோற்கிறது. அப்படியாயின் உலகம் இதுவரையிலும் தன்னனுபவத்திலும் தன்னறிவிலும் கண்டதென்ன? அதிகாரத்துக்கான போட்டியென்பது அறிவுக்கும் அறிவின்மைக்கும் இடையிலான போட்டியா? கடவுளே இதன்முடிவெது? இதற்கு முடிவேயில்லையா? ஒரு அதிகாரத்துக்கு எதிரான மாற்று அதிகாரமென்பது இன்னொரு அதிகாரமாக மாறிவிடும் விந்தை இன்னும் மாறமலிருக்கிறதே. மாற்று அதிகாரமென்பது இன்னொரு அதிகாரத்தின் தொடக்கமா? என்று மலர்ச்செல்வன் அச்சத்தோடு உணர்கிறார். இந்த உணருகை அவரை எழுதத்தூண்டுகிறது. அதொரு நிர்ப்பந்தம். இந்த நிர்ப்பந்தத்தின் மொழிதல்தான் மலர்ச்செல்வனின் தனித்துத்திரிதல் கவிதைகள்.

மலர்ச்செல்வன் வாழ்கின்ற சூழலும் காலமும் அவருடைய கவிதைகளை வனைகின்றன. அதற்குரிய மொழியை வழங்குவதும் காலமும் சூழலுமே. ஒரு கவிஞர் தன் கவிதையைக் காலத்திலும் சூழலிலுமே கண்டெடுக்கிறார். அது கவிதையின் வடிவமாயினும் சரி அதன் மொழியாயினும் சரி அதன் பொருளாயினும் சரி காலமும் சூழலும் விரிக்கின்ற பரப்பிலே அவன் அதை எடுத்துக்கொள்கிறார்.

மலர்ச்செல்வன் தன்னுடைய காலத்திலும் தன்னுடைய சூழலிலும் கண்டெடுத்து உருவாக்கியளித்துள்ள இந்தக்கவிதைகள் நமக்கு முன்னுள்ள ஒருவகைச் சவாலே. நம் காலத்தின் நிலையை அப்படியே தொகுத்து நம்முன்னே வைக்கிறார் மலர்ச்செல்வன். வைத்துவிட்டு அவர் நமது முகத்தைப் பார்த்தபடியிருக்கிறார். என்ன பதில் நம்மிடமிருந்து வருமென்ற ஆவலுடன்.

சிதையும் நம் காலத்தில் நமது பாத்திரமென்ன? நமது அனுபவமும் அறிவும் என்ன செய்யப்போகின்றன? காலத்துயராய் இது இன்னும் எத்தனை யுகத்துக்கு நீளப்போகிறது.அதிகாரம் குவியப் போகிறதா? அதிகாரம் என்பது அதன் மெய்யான அர்த்தத்தில் துயரந்தானா?அது துயரத்தைப் பெருக்குகிறதா? அதிகாரத்துக்கிடையிலான போட்டியில் நிகழ்வதென்ன? வாழ்வின் சிதைவில் துளிர்த்துப்பெருகும் துயருறுவலிதானா?

துயரத்தை நிலைநிறுத்தத்தான் இத்தனை போட்டிகளும்? அப்படியெனில் வெற்றியென்பது என்ன? துயரத்தை கைப்பற்றுவதிலா?

மலர்ச்செல்வன் இவற்றிலிருந்து விலகிச்செல்ல முனைகின்றார். ஆனால் அவரால் அப்படி விலகிச்செல்லவும் முடியவில்லை. சூழல் அவரை நிர்ப்பந்திக்கிறது. காலம் அவரை அழுத்துகிறது. இந்த நிலையில் இணைந்தும் விலகியும் மலர்ச்செல்வன் பயணிக்கிறார். அது ஒரு வகைத் தனிப்பயணம்.

மலர்ச்செல்வன் தனித்துத்திரிகிறார். தனித்துத்திரிய முடியாக்காலத்தில் அவர் ஒரு சாகசக்காரனைப்போல தனித்திருக்கிறார். இந்தத் தனியன் தனமே மலர்ச்செல்வனின் பலம். அதொருவகை வீரமே.

மலர்ச்செல்வன் மிக எளிதாய் ஆனால் வலியதாய் தன் உணர்வைப் பகிர்வதன் மூலம் தன்னுள் எரிகின்ற சுடரை மற்றவர்க்கும் பற்றவைத்து விடுகிறார். எரிகின்ற காலத்தையும் சூழலையும் இணைப்பதன் மூலம் இந்த வித்தையை அவர் எளிதாக நிகழ்த்தி விடுகிறார்.

“ஒரு சனமுமில்லை
தெருவில்
தூரத்தில் இரண்டு மூன்று கட்டாக்காலி
மாடுகளைத் தவிர
எங்கும் நிலா ஒளியைப் பாய்ச்சுகிறது

....

எப்படியிருந்த ஊர் தெரியுமா?
நேற்றிலிருந்து இதன் முகம் வேறு
காற்றும் இலைகளும் வாய் பொத்தி
ஒரு பூனையும் மியாவ் என அஞ்சுகிற
இரவிது

மனிதர்கள் மட்டுமல்ல, காற்றும் இலைகளும் பூனையும் கூட அச்சமடையும் அளவுக்கான நிலவரத்தில்தான் நம் வாழ்க்கை நிறுத்தப்பட்டுள்ளது, நிகழ்கிறது, நிகழ வேண்டியதாக உள்ளது என்பதை இந்த மிகப் பிரமாண்டமாக வளர்ச்சியடைந்த அறிவுலகத்தின் முன்பு சொல்லி விட்டு, அதன் முகத்தைப் பார்க்கிறார்.

இப்படி ஈழவாழ்வின் கதிகலங்கிய நாட்களின் பதிவுகளாகவும் வெளிப்பாடுகளாவும் இந்தத் தொகுதிக் கவிதைகள் பலவுண்டு. அவற்றிற்பல ஏற்கனவேயுள்ள ஈழக்கவிதைகளின் தொடர்ச்சியே. இன்னும் சொல்லப்போனால் தென் ஈழக்கவிதைகளின் தொடர்ச்சி எனலாம். அதிலும் சோலைக்கிளிக்குப் பின்னான சுவடுகள்.

சோலைக்கிளிக்குப்பிறகு இந்தத்தொடர்ச்சியில் ஆத்மா, றஸ்மி ஓட்டமாவடி அரபாத், அலறி, அனார் என ஒரு வளர்நிலையுண்டு.

கிழக்கிலங்கை சமகால வாழ்க்கை அசாதாரணங்கள் கொண்டது. அதன்வழி அதன் கனவும் நிஜமும் அபத்தத்தின் ஈரம் ஊறியது. குருதியிலிருந்து தீ மூண்டெரியும் யதார்த்தம் அது. தீயினுள்ளிருந்து குருதி பீறிட்டோடும் வரலாற்றையுடையது. இதை மலர்ச்செல்வன் உணர்ந்துள்ள முறைமை அல்லது விதமே இக்கவிதைகள்.

“அவன்தான் ராஜா
எந்த விசாரணையும் அவனுக்கில்லை
தெருநாயைச் சுடுவதாய்ச் சுடுவான்
நீதி மன்றில்
எந்தக் கேள்வியும் அவனுக்கில்லை
Mis Fire என்று
நீதிக்கு முன்னே பிஸ்டலை நீட்டுவான்
யாரும் ஒண்டும் கேளார்!
மீண்டும் காக்கா குருவிகள் சுடுவதாய்
சுடுவான்

………

நீதிமான் ஓம் எனத் தலையாட்டுவார்....”

படையதிகாரத்தின் முன்னே நீதி, கருணை, மனிதாபிமானம், அனைத்தும் ஒடுங்கிப் போய், மனிதர்கள் புழுக்களாகிப் போன வாழ்க்கைச் சித்திரம் இது.

அரசியல் உணர்வு அல்லது அரசியல் இடையீடு கடந்த இருபது ஆண்டுகளுக்கும் மேலாக ஈழத்தமிழ்க்கவிதையைப்பாதித்து வருகிறது. ஈழத்தில் அரசியலின் நிழலற்று எந்தக்கவிஞரும் தங்கள் கவிதைகளை எழுதியதில்லை. நேரடியாகவோ மறைமுகமாகவோ. விலக்காக சில கவிதைகள் வாழ்வின் ஏனைய திசைகளுக்கு நகர்ந்திருக்கலாம். அந்தளவுக்கு அரசியல் ஈழவாழ்வில் செல்வாக்குப்பெற்றுள்ளது. அது உயிருடன் விளையாடுகிறது. உயிர்வாழ்வதற்கு அதைச்சார்ந்தும் விலகியுமிருக்கவேண்டும் என்ற தத்தளிப்பை உருவாக்கியுள்ளது. மலர்செல்வனுக்கு இந்த அரசியலின் செல்வாக்கு அதிகமுண்டு.

முன்னகரும் வழிகளைத் தொடும் பயணமாக மலர்செல்வன் தன் அரசியல் தேர்வைச் செய்கின்றார். மூன்று காலங்களாக வகைசெய்யப்பட்டிருக்கும் இந்தத்தொகுதியின் கவிதைகளில் தொடர் அடக்குமுறை என்ற இராணுவப்பயங்கரவாதத்துக்கு எதிரான வலுப்பாதைகள் நிகழ்த்தப்படுகின்றன. மிகையதார்த்தமாக தான்வாழ்கின்ற மட்டக்களப்பு நிலப்பகுதியின் ஆன்மாவின் நடனத்தை நிகழ்த்தி அந்த யதார்த்தத்துக்கு நம்மை அழைத்துச்செல்கிறார்.

“நானும் மதியும்
இருட்டுப்பட்ட பின்
காளி கோவில் றோட்டால்
சைக்கிளை உருட்டி உருட்டி
கதைத்துச் சிரித்து வருவது
இனி எப்ப ?

அதிகமாக ஒன்றுமில்லை. சாதாரணமாக ஒரு பின்னேரப் பொழுதில் தன்னுடைய ஊரில் நடந்து செல்ல முடியாத — எளிய வாழ்க்கையை வாழ முடியாதபடிக்கு நிர்ப்பந்த முள் ஏறித்துயர் வலியேற்றுகிறது. ஆயுதப் பயங்கரவாதம் இப்படித்தான் சனங்களின் வாழ்க்கையை சூறையாடுகிறது.

எளியசொற்களின் மூலம் உருவாக்கப்படுகிற —அல்லது உருவாகின்ற நிகழ்காலத்தின் தோற்றத்தையும் அதன் உயிரையும் தருவதற்கு மலர்செல்வனிடம் சொற்கள் உருவாகி விட்டன.

விடுதலை அரசியலின் மீதுள்ள பற்று அல்லது நாட்டம் இந்தத் தொகுதிக் கவிதைகளில் முன்னெழுந்தவாறு நிற்கின்றன. அதில் அவருக்குள்ள நம்பிக்கைகள், சிதறல்கள், முனைப்புகள், தெளிவுகள், தெளிவின்மைகள், சரிவுகள், விலகல்கள், கொந்தளிப்புகள், அடங்குதல்கள், குற்றவுணர்வுகள், இயலாமைகள் எல்லாம் சாட்சிப்படுத்தப்படுகின்றன. உள்ளுக்குள்ளே ஊடுருவிப் பதிவாகியிருக்கும் கொந்தளிப்பின் நடனம் நிழலாகவும் நிஜமாகவும் தெரிகின்றது. சகலத்தையும் காட்சிப்புலமாக விரிக்கும் உத்தியை பின்பற்றுவதன் மூலம் எல்லாவற்றுக்கும் ஒருசுவடு நிலையை, ஆதாரநிலையை மலர்செல்வன் உருவாக்குகிறார். அழிவின் சுவடுகளும் வலியும் அதன் கருநிழலும் காலத்தால் கலைந்து போய்விட்டாலும் மலர்செல்வனும் ஈழக்கவிதைகளும் ஆதாரப்படுத்துவது இந்தச் சுவடுகளையே. இதுகாலத்தால் நகர்த்த முடியாத காயங்களாக இருப்பதற்கு இவற்றுக்குள் துடிக்கும் ஆன்மாவே பலம்.

எண்பதுக்குப்பின்னான ஈழக்கவிதையின் இன்னொரு சுவடாக வரும் மலர்ச்செல்வன், அதிலிருந்து சில இடங்களில் விலகுகிறார். அந்த விலகலே மலர்ச்செல்வனின் அடையாளம். அதுவே தமிழ்க்கவிதையில் எதிர்பார்க்கப்படுவது.

ஒரு மொழிக்குப் புது முகங்களே அவசியமானது. சாயல்கள் இரண்டாம் பட்சம். அல்லது நாலாம் பட்சம். சாயல்களுடைய கவிதையும் அப்படியே. கடந்த காலத்தின் நினைவுகளில் வீழ்ந்து சுழலும்போது தவிர்க்க முடியாமல் சாயலோடான மொழிக்கும் அதன் வெக்கை தகிக்கும் நிழலுக்கும் சென்று விடுகிறார் மலர்ச்செல்வன். இது பயணமல்ல. பயணத்துக்கு முரணானது.

அவர் இதிலிருந்து மீள வேண்டும். மலர்ச்செல்வன் தன்னடையாளங்களோடு பல இடங்களில் செய்யும் பயணம் வேறானது. அதுவே தொடர வேண்டும்.

மலர்ச்செல்வனுக்குள் நிகழ்ந்தபடியிருக்கும் உணருகை புதிய பயணத்தின் சுவட்டுக்குரியது. அது மேலும் திசைகளைத் திறக்கும்.

கீழெது? மேலெது?

"ஒரு சவரக்காரனின் கவிதை மயிருகள்" — நாம் கொண்டாட வேண்டிய கவிதைகள். ஏனென்றால்,

களை கட்டியிருந்தது
பிச்சாண்டி ஆசாரியின் வீடு
கல்யாண வீடு

முதல் பந்தியில்
பக்கத்து கோவிந்தன் நாயர்
இலைக்குப் பருப்பு வந்தது

இப்பவே யாம்புல இருந்தியன்னு
சோறு விளம்பின ஒருத்தன்
ஓடுங்கல நாசுவ தாயளின்னு
எழுப்பி விட்டான்
என்னையும் என் அம்மையையும்

எல்லா விஷேச வீட்டுலயும்
ஒரு ஞானப் பிறகாசம் இருப்பான்
எங்களை விரட்டி விடுகதுக்கு.

என்று நம்முடைய கண்ணின் முன்னே (மனச்சாட்சியின், அறத்தின் முன்னும்தான்) ஒரு குரல் எழுந்து நம்மைப் பிளக்கிறதல்லவா, அதனால்தான். மேலும் –

அம்மாவுக்கு
வீடு எப்பவும்
சுத்தமா இருக்கணும்

அவளுக்க துவர்த்து
பெட்சீட்டு ஒண்ணையும்
ஒருத்தரையும் தொட விட மாட்டா.

சட்டிபானையெல்லாம்
கழுவிக் கழுவி
தேஞ்சு போயிருக்கும்

ஒரு மாதிரிப் பட்ட மீனையெல்லாம்
திங்க மாட்டா.

ஒரு நாளு வீட்டுக்கு வந்த
செட்டித் தெரு ஸ்ரீமதி
சொல்லிட்டுப் போனா –
“மல்லிகாளுக்க அடுக்கள
நாசுவக் குடி மாதிரியா இருக்கு
பிராமணத்தி வீடு
தோத்துப் போயிரும்”

என்று இந்தக் குரல் இந்தச் சமூகத்தின் பெருமையையும் பெறுமதியையும் சொல்லும்போது மூடர்களுடைய நெஞ்சு பெருமிதத்தில் நிமிரலாம். ஆனால், மனிதர்களின் இதயம் கிழியும் அல்லவா!

இப்படி இந்தத் தொகுதியிலுள்ள கவிதைகள் முழுவதுமே ஒடுக்கப்பட்ட ஒரு சமூகத்தின் ஆயிரமாயிரம் துயரக் கதைகளைப் பேசுகின்றன. நம்முடைய சட்டையைப் பிடித்து உலுக்கிக் கேள்வி கேட்கின்றன. இந்த 21 ஆம் நூற்றாண்டிலும் வெட்கமற்றுத் திரியும் சாதி வெறியர்களைக் கிழித்துத் தொங்க விடுகின்றன. அவர்களுடைய முகத்தில் காறி உமிழ்கின்றன. ஒடுக்கப்பட்ட மக்களுடைய கதைகளே துயரம் மிக்கவைதான். வரலாற்றில் அதற்குப் பெறுமதி இருந்ததில்லை. உண்மையில் அதற்கான பெறுமதி வலிந்து மறுக்கப்பட்டது. அது இந்த மக்களுடைய விதி என்ற ஒற்றை வரியில் கடந்து செல்லப்பட்டது. அதனால் இந்த மக்கள் குரலற்றவர்களாகினர். முகமற்றவர்களாக வரலாற்றின் ஓரத்தில் தள்ளி விடப்பட்டனர்.

இந்த வரலாற்றுப் போக்கிற்கு மாறாகக் கலைவாணன் மிகச் சாதாரணமான எளிய மொழியில் மிக வலிய கவிதைகளை – வலிய

நியாயங்களை – வலிய உண்மைகளை – வலிய கேள்விகளை – வலிய அதிர்வுகளை – வலிய துயரங்களை, வலிய அநீதிகளை – வலிய நீதி மறுப்புகளை – வலிய கீழ்மைகளை எழுதியிருக்கிறார். இது வெறும் எழுத்தோ பகிர்தலோ அல்ல. உரத்துப் பேசுதலாகும். குரல் மறுக்கப்பட்டவர்கள், குரலற்றவர்கள் உரத்துப் பேசுவது. இதனால் இது கவனத்திற்குரியதாகிறது. இதைப்போலவே மு. சுயம்புலிங்கமும் எளிய மொழியில் கரிசற்காட்டு வாழ்க்கையை எழுதினார். வறிய – எளிய விவசாயிகளின் (சம்சாரிகளின்) வாழ்க்கையையும் அவர்களுடைய பாடுகளையும். இவர்களுடைய அழகியலே இதுதான். இந்த அழகியலை எதிர்கொள்வதற்குப் பல தயக்கங்கள் இன்னும் உண்டு. அதற்கு இன்னும் வலுவான முயற்சிகள் வேண்டும். இன்னும் வலிமையாக இந்தத் தளத்தில் இயங்க வேண்டும். கடந்த நூற்றாண்டின் பிற்பகுதியிலிருந்துதான் எளிய மனிதர்கள் தங்களுடைய வாழ்க்கையை எழுதக்கூடிய சூழல் உருவாகியது. பிற்படுத்தப்பட்டவர்கள், ஒடுக்கப்பட்டவர்கள், வறிய மக்கள் போன்றோருக்கான கல்வி ஓரளவுக்குச் சீராகக் கிடைக்கத் தொடங்கிய பின்பே இந்த மாற்றம் நிகழ்ந்தது. இதற்குப் பின் இந்த மாற்றத்துக்கான அலைகள் பலவடிவங்களில் உருவாகியுள்ளன. ஒரு திசையில் இது உரிமைக்கான போராட்டங்களாக அரசியல் வடிவமாகியுள்ளது. இன்னொரு திசையில் நீதி மறுப்பைச் சொல்லும், சமத்துவமின்மையை எதிர்க்கும் எழுத்தாக, இலக்கியமாகியிருக்கிறது.

இந்த வகையில் இந்தத் தொகுப்பில் உள்ளவை சாதாரண மக்களின் மிகப் பெரிய வாழ்க்கையைப் பேசுவதன் வழியாக மறுபண்பாட்டுக் கவிதைகளாகின்றன. இதைச் சரியாகத் திருத்திச் சொன்னால், மேன்மக்களின் மெய் வாழ்க்கையைச் சொல்கின்ற மெய்ப்பாடுகள் இவை எனலாம். தங்கள் மெய்யான உழைப்பினாலும் எளிய வாழ்க்கையினாலும் உயர்ந்தவர்களாகின்றனர் இந்த மனிதர்கள். அதுவே இவர்களை மேன்மக்கள் ஆக்குகின்றது. அதனால் இவர்கள் தங்களுடைய எளிய (உண்மையில் சிறப்பான, உண்மையான) மொழியில் தயக்கமின்றித் துணிந்து உண்மைகளைச் சொல்ல முடிகிறது. இதுவே அழகு. இதுவே புதிய வரலாறு. இதுவே புதிய இலக்கியமாகிறது.

சாதியினால் மேன்மக்கள் என்று கருதுவோர் உண்மையில் கீழானோரே. ஏனென்றால், அறிவு, நீதி, அறம், நியாயம், பண்பு, சமூக வளர்ச்சி, உலகப் போக்கு, மனிதாபிமானம் என்ற எல்லாவற்றுக்கும் எதிரானவர்களாக இவர்கள் இருப்பதால் கீழானோராகி விடுகின்றனர். அல்லது அதற்கும் கீழானவர்களாகின்றனர். தமக்கு அப்பாலுள்ள பிற சமூகத்தை இழிவு படுத்தும்போது, உண்மையில் இழிவு படுத்துவோரே இழிவினராகின்றனர். அப்படியானவர்கள்

எப்படி மேன்மக்களாக இருக்க முடியும்? சாதியை ஒரு அதிகார நிலையாகக் கருதி, பிறரை ஒடுக்குவோர், தாம் ஒடுக்குவதை நியாயப்படுத்தி, அதன் தர்க்கங்களை முன்னிறுத்தி இந்த மாதிரி உண்மையைச் சொல்லும் இலக்கியத்தை ஒரு போதும் படைக்க முடியாது. இன்று மனுதர்மத்தை வலியுறுத்தி, அதை மையமாக்கி எந்தப் "பெரிய" சாதியினரும் இலக்கியப் பிரதிகளாக்க முடியாது. தம்மை பொதுவெளியில் நியாயப்படுத்திப் பேச முடியாது. தமது நியாயத்தையும் அறத்தையும் (அவர்களுக்கெங்கே அறமுண்டு) முன்னிறுத்த முடியாது. ஏன் நீதி மன்றில் கூட சட்டரீதியாக வாதிட்டு தமது சாதியின் நியாயங்களை முன்வைத்து வெற்றியைக் காண முடியாது. ஆகவே இவர்கள்தான் குரலாற்றவர்களாகின்றனர். ஆம், வரலாறு இவர்களுடைய குரலைத்தான் இல்லாமல் செய்கிறது. இறுதியில் தங்கள் குரலைத் தாமே இல்லாமல் செய்வோராகி விடுகின்றனர். இதனால் இவர்கள் மீதே நமக்குக் கோபம் உண்டாகிறது. ஏனென்றால் அவர்கள் செய்வது அநாகரீகம். அறிவுக்கும் நியாயத்துக்கும் நீதிக்கும் எதிரானது. பண்பற்றது. இதை அவர்கள் உணர்ந்து கொள்வதில்லை. அந்தளவுக்கு அவர்கள் மூடர்களாக இருக்கின்றனர். இவர்கள் மீது நமக்கு மதிப்பின்மை ஏற்படுகிறது. பதிலாக இழிவு படுத்தப்படுவோர் கருணைக்குரியவர்களாகின்றனர். அவர்களுக்கு நீதி கிடைக்க வேண்டும் என்ற உணர்வு நமக்குள் பொங்கி எழுகிறது. இயல்பாக அவர்கள்மேல் நேசமும் விருப்பமும் உருவாகிறது. நம்முடைய தார்மீக ஆதரவை இந்த மக்களுக்கு அளிக்க முனைகிறோம்.

மதுபோதையில்
மாரடைத்துப் போன
பரமேஸ்வரன் நாயருக்கு
சவரம் செய்து
மூக்குச் சளி குண்டிப் பீதுடைத்து
குளிப்பாட்டி பவுடர் போட்டு
கைகால்
பெருவிரல்கள் சேர்த்துக் கட்டி
உடைமாற்றி
சென்ட் அடித்து

பிரேதத்தை கருநீள பெஞ்சில்
நீளமாகப் படுக்க வைத்து விட்டு

கொஞ்சம் அரிசியுடன்
வந்தார் அப்பா

அன்னைக்கு ராத்திரி
வீட்டுல
சோறு பூரா
பொண நாத்தம்

வாழ்க்கையில் புழங்கும் மொழியில், அதே எளிய முறையில், சாதாரணமாகத் தம் பாடுகளைச் சொல்கிறார் கலைவாணன். அது தனியே அவருடைய பாடுகள் அல்ல. அவர் சார்ந்த நாவிதச் சமூகத்தின் பாடுகள். அவருடைய சமூகத்துக்கு பிற ஆதிக்கச் சமூகங்கள் இழைக்கின்ற அநீதிகளை, அந்தச் சமூகத்தை மற்றச் சமூகங்கள் நோக்குகின்ற, அதை நடத்துகின்ற விதத்தைப் பற்றியெல்லாம் பளிச்செனகலைவாணன் சொல்லி விடுகிறார். ஆனால், இந்த நாவிதச் சமூகம் வரலாற்றில் ஆற்றிய பங்களிப்புகள் அதிகம். சித்த மருத்துவத்தை இவர்களே ஒரு காலம் செய்தனர். குழந்தைப் பேற்றின்போது பிரவசம் பார்ப்பது (மருத்துவிச்சி) இவர்கள்தான். அன்றைய மகப்பேற்று மருத்துவர்கள். என்பதால்தான் பரியாரி என்ற பெயரே இவர்களுக்கு வந்தது. ஆட்களுக்கு மட்டுமல்ல, சமூகத்துக்கே பரிகாரம் செய்தவர்கள். இன்றைய நவீனச் சமூகத்தில் சலூன்கள் அறிவூட்டல் மையங்களாகத் திகழ்வதையும் காண முடியும். தினசரிப்பத்திரிகை தொடக்கம் சலூன்களின் நடக்கின்ற உரையாடல்கள் வரையில் இது நிகழ்கிறது.

எந்தச் சமூகத்தினருக்கும் வரலாற்றுப் பெறுமானங்கள் அதிகமுண்டு. அதிலும் எளிய அடித்தட்டு மக்கள், பிற்படுத்தப்பட்ட சமூகத்தினரின் சமூகப் பங்களிப்புகளும் வரலாற்றுப் பங்களிப்புகளும் மிக அதிகம். அவர்களே உழைப்புச் சக்திகள். துப்புரவுத் தொழிலாளிகள் இல்லையென்றால் நம்முடைய நகரங்களும் தெருக்களும் இந்த உலகமும் எப்படியிருக்கும் என ஒரு கணம் சிந்தித்துப் பாருங்கள். ஆனால் இதை உணர்வதற்கு சாதிய மனம் இடமளிப்பதில்லை. இதனால்தான் சமத்துவமின்மைக் கொடுமை நிகழ்கிறது.

சாதிய ஒடுக்குமுறையில் நிகழும் அநீதியையும் அதைத் தாங்க முடியாமல் தாங்கிக் கொண்டிருக்கும் துயரையும் பலரும் வெளியே சொல்ல விரும்புவதில்லை. அதிலும் குறித்த சமூகங்களிலிருந்து – சாதிகளிலிருந்து – மேலெழுந்து வருகின்ற மத்தியதர வர்க்கம் இதைப்

பேசாமல் மெல்லக் கடந்து விடவே முயற்சிக்கிறது. இதைப்பற்றிப் பேசி, எதற்காகத் தன்னுடைய சாதிய அடையாளத்தைக் காட்ட வேண்டும்? ஏன் தேவையில்லாமல் சர்ச்சைகளை உருவாக்க வேண்டும்? எதற்காகப் பிரச்சினைப்பட வேண்டும் என்று அது எண்ணுகிறது. கல்வியையும் பொருளாதார வாய்ப்புகளையும் சரியாகப் பயன்படுத்திக் கொண்டால் இன்னும் சில பல ஆண்டுகளில் இந்த நெருக்கடிகளிலிருந்தும் கீழ்மைகளிலிருந்தும் நீங்கிவிட முடியும் என்று அது கருகிறது. அதுவரையில் தனக்கு இழைக்கப்படுகின்ற அநீதியையும் புறமொதுக்கல்களையும் கீழ்மைப்படுத்தல்களையும் அது மௌனமாகத் தாங்கிக் கொள்ளவே முயற்சிக்கிறது. இந்த நியாயத்திற்கும் ஒரு இடமுண்டு. ஆனால் இது இப்படிக் கருதுவதைப்போல எளிதில் மறைந்தோ மாறிவிடக்கூடியதோ அல்ல.

'அரேபியாவுக்கு ஓடிப் போனான் (நாசுவன்)
ஆறுவருசம் கழிச்சு வந்து
காரும் வாங்கி
மேட்டுக் கடை முக்குல
இப்ப ஹோட்டல் வச்சிருக்கான்.
அன்னா
இட்லி தின்னுட்டு போற
வேலப்பன்
சொல்லிட்டுப் போறான்
நாசுவனுக்க சட்னியில
அஞ்சாறு மயிரு கிடக்குன்னு...'

என்பது பொருளாதாரத்திலும் கல்வியிலும் முன்னேறினாலும் சாதிய ஒதுக்கலும் ஒடுக்கலும் எளிதில் தீர்ந்து விடுவதில்லை என்பதற்கான நிரூபணங்களில் ஒன்று. அப்படி கல்வியிலும் பொருளாதாரத்திலும் முன்னகர்ந்தவர்கள் அந்த நிகழ்புலத்தில் சந்திக்கின்ற நெருக்கடிகளும் சவால்களும் அவமானங்களும் கொஞ்சமல்ல. இதற்கு ஏராளம் உதாரணங்களுண்டு. இதையும் தன்னுடைய கவிதைகளில் வெளிப்படுத்துகிறார் கலைவாணன். இப்படி தொகுதி முழுவதிலும் நிரப்பிக்கிடக்கும் வலிக்கு நாம் அளிக்கின்ற நிவாரணம் என்ன?

இது தனியே நாவித் சமூகத்தைப் பற்றியது மட்டுமல்ல. ஒடுக்கப்பட்ட பிற சமூகங்களைப் பற்றியதுமாகும். ஆகவே,

கலைவாணனுடைய குரல் ஒட்டு மொத்தமாக ஒடுக்கப்பட்டோரின் குரலாகவும் ஒடுக்குமுறைக்கு எதிரானோரின் குரலாகவும் சேர்ந்தியங்குகிறது. ஒடுக்குமுறையை உணர்கின்ற எவரும் ஒடுக்கு முறைக்கு எதிரான குரலையே உயர்த்துவர். அவர்களிடத்தில் அல்லது அந்தக் குரலில் ஒரு பொதுத்தன்மை இருக்கும்.

இங்கே கலைவாணன் சொல்லும் உண்மையை எதிர்கொள்வது கடினமானது. அது நீதி மறுப்பைப் பற்றிப் பகிரங்கமாகப் பேசியிருப்பதாலும் உரிமை மறுப்பைத் துணிவோடு வெளிப்படுத்துவதாலும் மனிதப் பண்புகளையும் பண்பாட்டையும் கேள்விக்குட்படுத்துவதாலும் வலிய ஆயுதமாகிறது. இங்கேதான் கவிதை அல்லது இலக்கியம் ஒரு வலிய ஆயுதமாக, நீதிக்கான கூருள்ள குரலாக மாறுகிறது. இருக்கின்ற அசுத்தங்களைத் துப்புரவு செய்து, புதியதோர் உலகை சுத்தமானதாக உருவாக்குவதற்குரிய கருவியாகிறது.

படிப்பு வரலைன்னா
உங்கப்பன் கூட
செரைக்கப் போக வேண்டியது
தானலேன்னு

கூரைப் பள்ளிக் கூடத்த மொழுவ
சாணம் பொறுக்க
அனுப்பி வச்ச
நடராஜபிள்ளை வாத்தியாரை

அண்ணைக்கு ஒரு நாளு
செயர்ல இருத்தி வச்சு
அப்பா ஷேவ் பண்றாரு

கிருதால இருந்து
கத்தி கீழ இறங்கி
கழுத்துக்குக் கிட்ட வரும்போது தோணுது

அப்பிடியே வச்சு
ஒரு இழுப்பு இழுத்துர மாட்டாரான்னு

தாயளி சாவட்டும்

இந்தக் கவிதையைப் படிக்கும்போது நினைவில் எழுகிறது மல்லிகை ஆசிரியர் டொமினிக் ஜீவாவுக்கு அவருடைய இளைய வயதில் யாழ்ப்பாணத்தில் நடந்த கல்வி (நீதி) மறுப்பு. அது நடந்தது கடந்த நூற்றாண்டின் முற்பகுதியில். இந்த நூற்றாண்டிலும் இப்படித்தான் அங்குமிங்குமாக இந்தத் துயரம், இந்த அநீதி தொடர்வதாக இருந்தால்...? இதற்கு யார் பொறுப்பு? நம்முடைய பதில் என்ன?

இதேவேளை கலைவாணன் தனியே ஒரு தரப்பில் நின்று எதையும் நோக்கவில்லை. அவரிடம் ஒரு பன்மைத்துவ நோக்குண்டு. அதற்கொரு உதாரணம் –

அண்ணைக்கு கம்யூனிஸ்ட்கார
வெட்கட்ராம ஐயர்
எங்க வீட்டுக்கு வந்து
தண்ணி குடிச்சிட்டுப் போனாரு

அப்பாவுக்குக் கண்ணுல
ரத்தம் வந்துற்று

அம்மாவை பிடிச்சுக் கட்ட
முடியல

செட்டித்தெரு வழியாட்டு
பிராமணக் குடியளுக்கும்
இது தெரிஞ்சுது

பொம்பளகளுக்க
வீட்டு விலக்கு மாதிரி
அவரை மூணு நாளா
வீட்டுல ஏத்துக்கலயாம்
ஐயருக்க பெண்டாட்டி.

இதில் தொனிக்கும் கேலியின் அழகியல் உச்சம்.

"சவரக்காரனின் கவிதை மயிருகள்" ஒவ்வொருவரும் படிக்க வேண்டிய அவசியமான கவிதைகள். வாசித்த காலம் தொடக்கம் பல இடங்களில், பல அரங்குகளில் இந்தக் கவிதைகளைப் பற்றியும் கலைவாணனின் கவிதை அழகியலைப்பற்றியும் பேசி வருகிறேன். அந்தளவுக்கு இந்தக் கவிதைகள் மிகப் பெரிய ஈர்ப்பைத் தந்தன. உணர்வாலும் உண்மைகளாலும் சத்தியத்தினாலும் நெருக்கமாகிய கவிதைகள் இவை.

வெளி தேடி அலையும் பறவை

அகிலனின் கவிதைகளைப்பற்றி எழுதத் தொடங்கும்போது முதலில் ஒரு பிரச்சினை ஏற்படுகிறது. எந்த அகிலனின் கவிதைகளைப்பற்றி இங்கே எழுதப்படுகிறது என்ற கேள்வி உருவாகக்கூடியமாதிரி, தமிழில் பல அகிலன்களின் பெயர் பதிவாகியுள்ளது. அதிலும் ஈழத்தில் மட்டும் இரண்டு அகிலன்களுண்டு. ஒருவர் பா. அகிலன். மற்றவர் த.அகிலன். இருவருமே சமகாலத்தில் கவிதைகளை எழுதிவருகிறார்கள். இரண்டுபேருமே நவீன கவிதையின் புதிய பிரதேசங்களைக்கண்டடையும் முனைப்புடையவர்கள். எனவே இதில் எந்த அகிலனைப்பற்றி இங்கே எழுதப்படுகிறது என்று யாரும் முதலில் கேட்கவோ அவதானிக்கவோ கூடும்.

அதற்கு முன்னர் தமிழில் அகிலன் என்ற அடையாளம் பதிந்திருக்கும் விதம் குறித்து எழுதவேண்டிய நிலையுள்ளது. இந்தப்பெயர் கடந்த தலைமுறையில் பதிந்த விதம் வேறுவிதமானது. அது படைப்பின் கூர்மைக்கும் செம்மைக்கும் எதிரானதாகவே இருந்தது. அந்தத்தலைமுறையில் இருந்த அகிலனை வாசித்தவர்கள் ஏராளம். அந்த அகிலன் தமிழ்ப்படைப்புக்கு எதிராக இயங்கியவர் என்ற தெளிவின்றியே அன்று தமிழ்ச்சமூகம் அந்த அகிலனைக் கொண்டாடியது. இப்போதும் பொதுவாக அந்த அகிலனைப்பற்றிய மறுவாசிப்புகளில்லாமலே தமிழ்ச்சமூகமிருக்கிறது. செய்யப்பட்ட மறு வாசிப்புகளையும் முன்வைக்கப்பட்ட விமரிசனங்களையும் தமிழ்ச்சமூகம் சரியாகப்புரிந்து கொண்டதாகவும் இல்லை.

அகிலனுக்கு இந்திய அரசின் சாகித்திய அகாதமி விருது கிடைத்தபோதே படைப்பின் நுட்பங்களை அறிந்தவர்கள்கண்டித்தார்கள். அந்த விருதுக்கு அகிலன் தகுதியற்றவர் என்றும் எதிர்த்தார்கள். அப்போது விருதுக்குழு மீதே குற்றம் சாட்டப்பட்டது. காலம் இவ்வளவு கடந்த பின்னும் அந்த விருது அகிலனுக்கு வழங்கப்பட்டமை குறித்து இன்னும் தீராத சர்ச்சைகளும் விமர்சனங்களுமுண்டு. ஆனால் அந்த அகிலன் தமிழில் பெருவாரியாகக் கொண்டாடப்பட்டிருக்கிறார். தமிழ்ச்சூழலின் அவல நிலையே இதுதான்.

இப்போது இரண்டு அகிலன்கள் அகிலன் என்ற பெயர் தமிழ்ச்சூழலில் பதிந்துள்ள முறைமைக்கும் அடையாளத்துக்கும்

மாறாக எழுதிவருகிறார்கள். இதில் பா. அகிலன் தன்னுடைய பதுங்குகுழி நாட்கள் என்ற தொகுப்புக்கூடாக பெருங்கவனிப்பைப் பெற்றவர். தமிழில் அகிலன் என்ற அடையாளம் பா.அகிலனின் மூலம் வேறுவிதமாக மாறுகிறது என்ற தொனியில் அவருடைய கவிதைகளை முன்வைத்துப் பேசும்போது வெங்கட்சாமிநாதன் குறிப்பிட்டுள்ளார்.

இன்னொரு அகிலன், வெங்கட் சாமிநாதன் சொன்னதைப் போல இன்னொரு புதிய அடையாளமாக தெரிகிறார். மாறுதலான பார்வையும் அனுபவமும் வெளிப்பாடும் கொண்ட ஒரு கவிதைத்தளத்தை நிர்மாணிக்க முனைகிறார் இந்தத் த. அகிலன்.

புரிந்துகொள்ளுதலில் இடையறாது நிகழும் நெருக்கடிகளையும் பிரச்சினைகளையும் தவறுகளையும் துயரோடு சொல்லத்துடிக்கின்றன த. அகிலனின் கவிதைகள். எல்லாத்தளங்களிலும் நிகழ்ந்து கொண்டிருக்கிற புரிதலின்மை அல்லது தவறான புரிதல்கள் மனிதனைச் சிதைக்கும் அவலத்தை அகிலன் சொல்கிறார். இப்படி புரிதலின்மையின் மையத்தை அகிலன் சொல்லத்துடிக்கும்போது அதை அவற்றின் அர்த்தத்தில் புரிந்து கொள்ளாமல் வேறுவிதமாகப் புரிந்து கொள்ளும் நிலையும் யதார்த்தத்தில் ஏற்பட்டு விடுகிறது. இதுதான் மிகச் சுவாரசியமானதும் மிக அவலமானதுமாகும்.

புரிந்துகொள்ளலின்மை பற்றி பேசும்போது அதையே புரிந்து கொள்ளாமலிருக்கும் அவலத்தை என்னவென்று சொல்லலாம். புரிந்துகொள்ளலில் நடக்கின்ற குறைபாடுகளைப்பற்றி குறிப்பிடும்போது அதனையே குறைபாட்டுடன் புரிந்து கொள்ள முற்படும் அவலம் என்பது பெரும் வேதனைக்குரியது. இப்படியெல்லாம் புரிதலின்மை நிகழும்போது மனிதன் புழுவைப்போல துடித்துத்தான் ஆகவேண்டியிருக்கிறது. இந்தத் ‘துடித்தல்’ என்ற அந்தரிப்பு நிலைக்குள் கொதித்துக் கொண்டிருக்கும் பேரவலம் அகிலனின் கவிதைகளில் நிரம்பிக்கிடக்கின்றன. நவீன வாழ்வில் நிரம்பிக்கிடக்கும் காயங்களில் அநேகமானவை புரிதலின்மையினால் ஏற்படுவதே.

புரிதலின்மையில் மொழியும் நடத்தைகளும் முக்கியமாகின்றன. மொழியின் தொனி பல சந்தர்ப்பங்களிலும் எதிர்மறையான புரிதல்களை, விளக்கங்களை ஏற்படுத்தி விடுகின்றது. சொல்லில் மட்டும் பிழையான பொருள் ஏற்பட்டு விடுவதில்லை. சொல்லும் தொனியிலும் தவறான புரிதல் நிகழ்ந்து விடுகிறது. இதற்கு மொழியின் விரிவிலுள்ள போதாமை ஒரு காரணம். அத்துடன் அந்தச் சொற்களைப்பற்றிய படிமமும் அவை உணர்த்துகிற

முன்னனுபவங்களும் இவ்வாறு தவறான புரிதல்களுக்குக் காரணமாகிவிடுகின்றன. அவ்வாறு படிமம் உருவாகுவற்கு அப்போதைய மனித நடத்தைகளே காரணமாகின்றன.

ஆகப் பொதுவாக, மொழிக்கும் அப்பால் மனித நடத்தைகள் முக்கியமானவையாகின்றன. இந்த நடத்தைகள்தான் சொல்லுக்கான பொருளை அர்த்தப்படுத்துகின்றன: நம்பகத்தன்மையையும் உருவாக்குகின்றன.

ஒரு காலத்தில் மதிப்பாக இருந்த சொல் பின்னர் கொச்சைப்படுத்தப்பட்ட பாவனைக்காளாகிறது. அம்மா என்ற சொல்லும் அது சுட்டும் உணர்வும் அந்த உறவும் அடையாளமும் மிகப் பெறுமதியானது. ஆனால் அது சுருக்கப்பட்டு கொச்சைப்படுத்தப்பட்டு ஜெயலலிதாவை அம்மா என்று அழைக்கும் நிலைக்கு வந்திருப்பதன் அவலத்தை என்ன என்பது.

இன்று பொருளும் (அர்த்தமும்) நம்பகத்தன்மையும் இழந்திருக்கும் ஏராளம் சொற்களுண்டு. இந்த அர்த்தமின்மையையும் நம்பகமின்மையையும் மனித நடத்தைகளே உருவாக்குகின்றன. அர்த்தத்தையும் நம்பகத்தன்மையையும் உருவாக்க வேண்டிய நடத்தைகள் அதற்கு எதிர்மாறாக இயங்குவதே இப்போது அதிகரித்துள்ளது. இது இன்னுமின்னும் பெருகியபடியே இருக்கிறது.

உறவுகளுக்குள் நாங்கள் பெரும்பாலும் சந்திக்கின்ற பல பிரச்சினைகளின் மையமே புரிந்து கொள்ளலில் நிகழ்கின்ற தவறுகளும் சறுக்கல்களுமே. அகிலனுடைய கவிதைகளின் மையம் இதுதான்.

என்னுடைய
காலடிச்சுவடுகள்
கண்காணிக்கப்படுபவை
புன்னகைகள்
விசாரணைக்கானவை

அடுத்த கணங்கள் பற்றிய
அச்சங்களும்
துயரும் நிரம்பிக்கிடக்கிறது
வழிமுழுதும்

(அடுத்து வரும் கணங்கள்)

அதிகமதிகம் அவநம்பிக்கையும் தன்னலத்தின் குரூரமும் பெருகிக் கிடக்கும் சூழலில் விதிக்கப்பட்டிருக்கும் சாபமாகிக் கிடக்கிறது நியாயவானின் வாழ்க்கை. நீதியும் நியாயமும்கூட ஆளாளுக்கு வேறுபடுகின்றன. சார்புநிலைப்படுகின்றன. குடும்பங்கள் விரிசலடைந்து வருகின்றன. உறவுகளுக்குள் அந்நியத்தன்மை பெருகி முகமூடிகளை உற்பத்தி செய்கிறது. அன்பில் எண்ணற்ற கரும்புள்ளிகளையும் காயத்தையும் ஏற்படுத்திக் கொண்டேயிருக்கிறது புரிந்துணர்வின்மை. எதிரும் புதிருமான நிலைப்பாடுகளுக்கு முடிவேயில்லை என்றாகி விட்டது.

அகிலன் எழுதுகிறார்

எப்போதும்
எனது சொற்களிற்கான
இன்னோர் அர்த்தம்
எதிராளியின்
மனதில் ஒளிந்திருக்கிறது

(தவறி வீழ்ந்த முடிச்சு)

இப்போது
என் எதிரில் இருக்கும்
இக்கணத்தில்
உன் புன்னகை
உண்மையானதாயிருக்கிறதா

(எதிர்பார்ப்பு)

நான் சிந்திப்பதை
நிறுத்திவிடுகிறேன்
எதைப்பற்றியும்
அது என்னைக்
கேள்விகளால் குடைந்து கொண்டேயிருக்கிறது.

புன்னகைகளை
வெறுமனே புன்னகைகளாயும்
வார்த்தைகளை
வெறுமனே வார்த்தைகளாயும்
கண்களின் பின்னாலுள்ள
இருள்நிறைந்த காடுகளை
பசும் வயல்களெனவும்
நான் நம்பவேண்டுமெனில்
நிச்சயமாக
நான் சிந்திப்பதை நிறுத்தியேயாக வேண்டும்.

(சிந்திப்பது குறித்து)

ஒழுங்கமைப்புகள், தனியாள் நிலைப்பாடுகள் என்பவற்றுக்கிடையிலான புரிதலில் உள்ள பெருங்குறைபாடுகள் வாழ்வைப்பிளந்தெறிகிறது. இந்த இரண்டையும் சமநிலைப்படுத்துவதிலும் சரியான அணுகுமுறைகளில்லை என்பது முக்கியமானது. இவற்றுக்கிடையிலான புரிதல் சரியாக நிகழ்ந்திருக்குமானால் அவலங்களுக்கும் துயரத்துக்கும் இடமேற்பட்டிருக்காது. தவிர முரண்களும் கொந்தளிப்பும் கூட ஏற்படாது. ஆனால் இதையெல்லாம் புரிந்து கொள்ளும் மனமும் இதயமும் அறிவொழுக்கமும் இன்னும் பெரிதாக இல்லையென்பதே கொடுமையானது.

“எல்லோருக்கும் அறிவும் இதயமும் சேர்ந்திருக்கவேணும்” என்று சொல்வார் ஒரு நண்பர். “அதுவுமில்லாது விட்டால் அறிவாவது இருக்க வேண்டும். இல்லையென்றால் மனச்சாட்சியாவது இருக்க வேணும். இது எதுவும் இல்லாமற்தான் இன்று சூழல் இப்படிக் கெட்டுக் கிடக்கிறது” என்று சொல்வார் அவர்.

அதிகாரம் மிகப் பெரும் சவாலாக மனிதனைச் சூழ்ந்திருக்கிறது. மனிதன் மீளமுடியாத சவாலாக அது பல ரூபங்களிலும் அரூபங்களிலும் விருத்தியுற்றுக் கொண்டேயிருக்கிறது. அழிவேயில்லாத மிகப் பெரிய சவால் அது.நுட்பங்களும் தந்திரங்களும் பொறிகளும் குரூரங்களும் நிரம்பிக்கிடக்கும் பெரும் சவால்.

மனிதனின் எல்லாப்படைப்புகளும் எண்ணங்களும் அதிகாரத்தை நோக்கியதாகவும் அதிகாரத்தை எதிர்ப்பதாகவும் அல்லது அதை மறுப்பதாகவுமே இருக்கிறது.

ஒரு பக்கம் அதிகாரத்தின் திரட்சிக்காக மனித ஆற்றல் முழுதும் பயன்படுத்தப்படுகிறது. அதேவேளையில் அப்படித்திரண்ட அதிகாரம் மனித வாழ்வுக்கு எதிராக இயங்குகிறது என மீண்டும் அந்த அதிகாரத்துக்கெதிராக மனித ஆற்றல் முழுவதும் திரட்டப்படுகிறது. இப்படியே மனித அவலம் தொடர்ந்து கொண்டேயிருக்கிறது.

அதிகாரத்தின் நிழல்படியாத வாழ்க்கையில்லை. அதிகாரத்தின் குருதியோடாத இதயங்களில்லை. ஆளுக்காளிடம் வடிவங்களிலும் அளவுகளிலும் அது மாறுபடலாம். அல்லது வேறுபடலாம். ஆனால் தன்மையிலும் அடிப்படையிலும் அது ஒன்றுதான்.

அதிகாரம் ஒரு போதை. மிகப் பெரியபோதை. தீராப்போதை. மனிதனின் மிகப்பெரிய ருசியான பண்டமே அதிகாரம்தான். அது போதையூட்டும் ருசி. ருசி தரும் போதை. அந்த ருசி பிடிபடப்பிடிபட அது தீராத்தாகத்தை அளித்தபடியேயிருக்கிறது.

அதிகாரத்தின் வேர்முடிச்சுகளில் நிம்மதியின்மை கிளைக்கிறது. மனிதனை ஆட்டிப்படைக்கும் மிகப் பெரிய பிரம்பாக அது சதா மனிதகுலத்தை மிரட்டிக்கொண்டேயிருக்கிறது. மிகநுண்ணிய வடிவங்களிலும் வகைகளிலும் மாபெரும் வலைப்பின்னலாக அது வாழ்வைச்சுற்றியிருக்கிறது. அதற்கு எண்ணற்ற நுட்பங்கள் உருவாகிவிட்டன. இதுவரையில் மனித குலம் தன் ஆற்றலை அதிகாரத்தின் நுட்பங்கள் குறித்தே அதிகளவில் செலவளித்திருக்கிறது. மனிதன் கண்டுபிடித்த அதிகூடிய நுட்பமுடைய கருவியும் அதிகாரம்தான்.

அதேபோல மனித உழைப்பின் பெரும்பகுதியும் அதிகாரத்துக்கும் அதிகாரத்துக்கெதிரான முயற்சிகளுக்குமாகவே செலவளிக்கப்பட்டிருக்கிறது.

ஒருவரிடம் உள்ள அதிகாரம் பிரயோகிக்க முடியாமற்போகிறது. இன்னொருவர் அதையும் சுவீகரித்துக்கொண்டு பலமான நிலையில் பெருக்கிறார். அப்படிப் பெருக்கும்போது வாழ்க்கை சிதைக்கப்படுகிறது. இங்கேதான் சிதைக்கப்படும் வாழ்வைக்குறித்து படைப்பியக்கம் நிகழ்கிறது. இந்தப்படைப்பியக்கம் அதிகாரத்துக்கு எதிரானவாழ்வியக்கமாக வாழ்வை நசிக்கும் அத்தனை குரூரங்களுக்கும் எதிரானதாக தொழிற்படுகிறது.

ஆனால் பொதுத்தளத்தில் மாற்று அதிகாரம் குறித்த சிந்தனை இன்று பின்னகர்ந்து கொண்டிருப்பதாகவே படுகிறது. வணிகக்கலாச்சாரமும் உலகமயமாதலும் உருவாக்கியுள்ள இடைவெளியின்மை வாழ்க்கையை மீள்பரிசீலனை செய்யும் மனோநிலையையும் அவகாசத்தையும் இல்லாமற் செய்துவிட்டது.

மறுபுறத்தில் அதிகாரத்துக்குப் பலியாகும் சனங்களின் தொகை பெருகிக் கொண்டேயிருக்கிறது. சனங்கள் விழிகளை இழக்கிறார்கள். அவர்கள் தங்களுடைய செவிகளையும் இழந்துபோகிறார்கள். பொதுவாகச் சொன்னால் புலன்களை இழந்துபோகிறார்கள். ஆனால் வேடிக்கை என்னவென்றால் இந்த புலன்களையிழந்த மனிதர்களுக்காகவே இப்போது பெருவாரியான ஊடகங்கள் பெருகிக்கொண்டிருக்கின்றன. புலன்களுக்காகவும் புலன்திறப்புக்காகவும் இயங்கவேண்டிய ஊடகங்கள் புலன்களை அடைக்கும் முரண்நிலை பெருகிய யதார்த்தம் இது.

அதிகாரத்தைப் பரப்பும் அதைப் பிரயோகிக்கும் நுண்ணரசியலின் வடிவப் பெருக்கில் இன்று ஊடகங்கள் முக்கியமான பாத்திரத்தை வகிக்கின்றன என்று சொல்லப்படுகிறது. ஆனால் அந்தளவுக்கு மாற்றதிகாரத்துக்கான அறிவுப்பலமும் நுட்பமும் விழிப்பும் ஊடகப் பயன்பாடும் இல்லை.

இதெல்லாம் அகிலனுக்கும் பிரச்சினையாக இருக்கின்றன. உறவுகளுக்கிடையில் பெருகியிருக்கும் அதிகாரம் பொய்முகங்களையும் நெருக்கடிகளையும் உற்பத்தி செய்தபடியே யிருக்கின்றது.

அதிகார மனோநிலை எதையும் சந்தேகிக்கிறது. எதையும் தன்னுடைய கோணத்திலிருந்தே பார்க்க முற்படுகிறது. அதனால் எல்லாவற்றிலும் அதிகளவில் தவறுகள் நிகழ்கின்றன. அதாவது தவறான புரிதல்களும் அச்சங்களும் ஏற்படுகின்றன. உண்மையில் இது எந்த அடிப்படையும் அற்றது. தேவையில்லாதது. வாழ்க்கைக்கும் மனிதகுலத்துக்கும் எதிரானது.

அதிகாரத்துக்கெதிரான கவிதைகளைச்சமகாலத்தில் தீவிரமாக எழுதியவர் எஸ்போஸ் என்ற சந்திரபோஸ் சுதாகர். அவருடைய கவிதைகள் அதிகாரத்தின் குரூர முகத்தை கடுமையாக எதிர்த்தன. அதிகாரத்தின் நுட்பத்தையும் அதன் பொறிகளையும் எஸ்போஸ் தன்னாற்றல் முழுவதையும் திரட்டி எதிர்த்தார்.

ஆனால் அந்த அதிகாரம் அவரை ஏதோ ஒரு வடிவத்தில் பலியெடுத்து விட்டது. எஸ்போஸ் சொல்லி வந்த அதிகாரம் அவர் எதிர்பார்த்ததைப் போல அவரைக் கொன்று விட்டது. அவர் தன்னுடைய குழந்தைகளின் முன்னால் சுட்டுக் கொல்லப்பட்டார்.

சமகால வாழ்வின் நிலைமைகளோடு இதை இணைத்து அகிலன் எழுதுகிறார் இப்படி ...

பற்கள் முளைத்த
இரவுகள்
கனவுகளைத்தின்று கொழுத்தன

தூக்கத்தை
சிறையிலடைத்த
இரவின் படை வீரர்
விழிகளைச் சூறையாடினர்
……..
…….
என் கனவின் மீதியை
வானில் கரைக்கிறது
நடு நிசியில்
வீரிட்டுப் பறக்கும்
ஒரு பறவை

மனிதனின் அத்தனை மாண்புகளையும் அதிகாரம் என்ற இந்தக்கரும்புள்ளி பெருநோயாகி அழித்துக் கொண்டேயிருக்கிறது.

மனிதன் தன் வரலாற்றில் இந்தப்பூமியை அதிகளவில் சுவீகரித்திருக்கிறான். உண்மையில் அப்படிச் சுவீகாரம் பண்ணும் அதிகாரமோ உரிமையோ மனிதனுக்கில்லை. இந்தப்பூமியில் மனிதனும் ஒரு பிராணியே. ஏனைய பிராணிகளுக்கிருக்கும் இயற்கையின் உரிமைதானே மனிதனுக்கும் உண்டு. ஆனால் இந்த உண்மையை மனிதன் விட்டுவிட்டு தன்னுடைய அதிகார வெறிக்காக இதுவரையில் பூமியின் பெருவாரியான வளங்களை அழித்திருக்கிறான். மனித உழைப்பின் பெரும்பகுதியைச் சிதைத்திருக்கிறான். உண்மையில் இந்தப்பூமியின் மிகப்பெரிய எதிரி மனிதனே. தன்னுடைய அறிவுக்கும் ஆற்றலுக்கும் பண்புக்கும் அவன் உருவாக்கிய அறத்துக்கும் நீதிக்கும் அவனே எதிரி.

இந்தப்பிரச்சினைகள் பொதுவாக எந்தப்படைப்பாளியையும் நிம்மதியாக இருக்க விடுவதில்லை. அதிகாரத்தின் வெவ்வேறுவிதமான பொறிகளால் கணமும் நிம்மதியற்றுத்தவிக்கும் அந்தர நிலையின் வலியை உணரும் நிலையையிட்ட வருத்தம் அகிலனையும் அலைக்கிறது.

அடுத்த கணங்கள்
பற்றிய
அச்சங்களும்
துயரங்களும்
நிரம்பிக்கிடக்கிறது வழிமுழுதும்

(அடுத்து வரும் கணங்கள்)

உறவுகளுக்குள்ளும் மின்னலைகளாக அதிகாரமே ஊடுருவியிருக்கும்போது அன்பு பாசம் இரக்கம் நேசம் எல்லாமே பொய்யாகி விடுகின்றன. இதனால் உறவுகளுக்குள் விரிசல் ஏற்படுகிறது. நலன் சார்ந்தே எல்லாம் நிர்ணயம் செய்யப்படுகிறது. நலனின் அடிப்படையிலேயே இணக்கமும் இணக்கமின்மையும் நிகழ்கிறது. அகிலன் இந்த நுண்வலைப்பின்னலை கண்டு அதிர்ந்துள்ளார்.

பிரபஞ்சத்தின்
எங்கோ ஒரு மூலையில்
சிக்கிக் கொண்டது
திருப்தியும் அன்பும்

(தவறி வீழ்ந்த முடிச்சு)

இந்த நிலையில் மெய்யன்புக்கும் உறவுக்கும் இடமில்லை. உண்மையான அர்த்தத்தில் இதெல்லாம் உணரப்படுவதுமில்லை. அதனால் அவை உரிய முறையில் பொருட்படுத்தப்படுவதுமில்லை. உறவு அன்பினாலும் கருணையினாலும் எதிர்பார்ப்புகளுக்கப்பாலான நெருக்கத்தினாலுமே உருவாகிறது என்ற எதிர்பார்ப்பு ஏமாற்றத்துக்குள்ளாகிறது.

பதிலாக அது நலன்சார்ந்து. தேவைகளின் அடிப்படையில் பராமரிக்கப்படுகிறது என்பதைக்காணும்போது அதற்கப்பால் சிந்திக்கும் மனம் படுகின்ற துயரம் சாதாரணமானதல்ல.

இது அன்புக்கு எதிரானது. கருணைக்கும் உண்மைக்கும் மாறானது. பரஸ்பரம் என்பதற்கும் பற்றற்றது என்பதற்கும் இதில் இடமில்லை.

அன்பு என்பதன் பொருள் சிதையும் போது அதன் மெய்ப்பொருள் தேடும் மனம் அவலத்தில் வீழ்கிறது. இப்படி வீழ்ந்த மனங்களில்

ஒன்று அகிலனுடையது. அன்பினால் இழைக்கப்படுவது உறவு என எதிர்பார்க்கும் மனதில் எழும் காயங்களை அகிலன் தன் கவிதைகளில் வலியெழும்பக்காண்பிக்கிறார்.

எப்போதும்
ஏதேனுமொரு
புன்னகையிலிருந்தே
ஆரம்பிக்கிறது துயரம்

(துயரின் தொடக்கம்)

அகிலனுக்கு எல்லாமே துயரமயமாக இருக்கிறது. உண்மையற்ற தனம் பெருகும் போது இப்படி புன்னகையும் துயரின் தொடக்கமாகவே இருக்கும் என அவர் உணர்கிறார்.

தன்னைப்புரிந்து கொள்ளத்தவறும் மனிதர்களை நோக்கி அகிலன் பேச முனைகிறார். புரிந்துகொள்ளத்தவறுவது வேறு. புரிந்து கொள்ள மறுப்பது வேறு. இரண்டு அனுபவங்களும் அகிலனை வருத்துகின்றன.

நமது வாழ்வில் அநேக தருணங்களில் நாம் பலதையும் புரிந்து கொள்ளத்தவறி விடுகிறோம். அதேபோலவே பல சந்தர்ப்பங்களிலும் மனிதர்களையும் மனித நடத்தைகளையும் விளங்கிக்கொள்ளாமல் விட்டு விடுகிறோம். இது இடைவெளிகளை உருவாக்குகிறது. பின்னர் இந்த இடைவெளிகளை நிரபபமுடியாமலும் கடக்கமுடியாமலும் திணறுகிறோம். அகிலன் இந்த அந்தரிப்பையும் இந்த மூடத்தனத்தையும் கோபத்தோடும் துயரத்தோடும் பரிகாசத்தோடும் சொல்கிறார்.

என் மரணத்தின் போது
நீ ஒரு உருக்கமான
இரங்கற் கவிதையளிக்கலாம்
ஏன் ஒரு துளி
கண்ணீர் கூட உதிர்க்கலாம்

என்
கல்லறையின் வாசகம்

உன்னுடையதாயிருக்கலாம்
அதைப் பூக்களால்
நீ நிறைக்கலாம்

நீ என்னோடு அருந்தவிருக்கும்
ஒரு கோப்பை தேநீரோ
வரும்
பௌர்ணமியில்
நாம் போவதாய்ச் சொன்ன
கடற்கரை குறித்தோ
என்னிடம்
எண்ணங்கள் கிடையாது

(எதிர்பார்ப்பு)

உளவியற் சிதைவுகள் ஏற்படுவதன் அடிப்படையே பெரும்பாலும் புரிந்துணர்வின் வீழ்ச்சியே.

அகிலனின் காதற்கவிதைகளின் மையமும்கூட புரிந்து கொள்ளலின் நெருக்கடிகளைப்பற்றியவையே. அல்லது புரிந்து கொள்ளலில் உள்ள குழப்பமே. அவருடைய பெரும்பாலான கவிதைகளில் தொனிக்கிற கேவல், துயர்க்குரல் என்பது ஏதோ ஒரு வகையில் ஏற்பட்ட புரிந்துணர்வின்மையின் வீழ்ச்சியே.

யாரோடும் பகிர முடியாதுபோன
புன்னகையும்
முத்தங்களும்
துயரங்களும்
என்னுடையவைதானென்று
யாருக்குத் தெரியும்

என் வார்த்தைகளின்
அர்த்தம் கூட
எனதாயில்லை
....

....
அழுவதற்கான
வெட்கங்கள் ஏதுமற்று
துளிக்கும்
என் கண்கள்

(சுயம்)

இந்தப்புரிந்துணர்வின்மை என்பது மனிதனின் எல்லா ஆற்றலையும் சிதைக்கும் பெருங்கண்ணியாக இருக்கிறது. அதிகாரத்தைப்போலவே இதுவும் எதிர் அம்சங்கள் நிறைந்தது. எனவே இந்த அடிப்படையைச் சீர்செய்யாதவரையில் மனித முயற்சிகளும் ஆளுமையும் பொருளற்றே போகின்றன.

மனித குலம் திரட்டிய ஆற்றலுக்கு எதிராக புரிந்துணர்வின்மையின் எதிர்மறைவிளைவுகள் பெருகிக்கொண்டேயிருப்பதால்தான் இவ்வளவு இடர்ப்பாடுகளும் பூமியில் நிரம்பிக்கிடக்கின்றன என்று அகிலன் உணர்த்துகிறார். புரிதலை அதன் மெய்ப்பொருளில் சாத்தியப்படுத்தாதவரையில் எந்த உன்னதங்களும் சாத்தியமில்லை என்கிறார் அகிலன்.

அகிலனின் கவிதை மொழி தீவிரமானது. நவீன கவிதை பெற்றுவருகின்ற புதிய தொனியில் அவர் தன்னுடைய உணர்வுகளை பதிவு செய்கிறார். இந்தப்பதிவு ஒரு வகையான உரையாடல்தான். ஆனால் முறையீடற்ற உரையாடல்.

நேரடியாகச் சொல்லும் முறையில் எண்ணற்ற நேர், நேர் மறை அம்சங்களை காண்பிக்கும் நுட்பத்தை தன்னுடைய கவிதை முறையாக்கிருக்கிறார் அகிலன். இது மென்மொழி. துயர்நிறை மொழி. யதார்த்த உலகத்தின் இடர்ப்பாடுகளை சொல்வதற்கான எளிய மொழி.

வாழ்வின் மீதான ஈடுபாடும் இளவயதின் தாபங்களும் எதிர்பார்ப்புகளும் அகிலனை வதைக்கின்றன. இயல்பற்ற சூழல் எல்லாவற்றையும் சிதைக்கிறது என்ற வருத்தம் அவரை அவருக்குத் தெரிந்த வகையில் பேச வைக்கிறது.

இதில் சில கவிதைகள் சொரிந்த தன்மையோடிருக்கின்றன. இவை ஆரம்ப நிலைக்கவிதைகளாகவும் இருக்கலாம். குறிப்பாக சில காதற் கவிதைகள். காதற்துயரைச் சொல்லும் கவிதைகளை விடவும் காதலின் ஏக்கத்தையும் அன்பிழைதலையும் சொல்லும் கவிதைகளில் மொழியின் அமைப்பும் உணர்வாழமும் குறைவாகவேயிருக்கின்றன.

அதேபோல சில அரசியற் கவிதைகள். சுலோகத்தன்மைக்கு கிட்டவாக நிற்கின்றன அவை. அதாவது அகிலனின் கவிதை மொழிக்கு மாறானவையாகவும் விலகியும் தெரிகின்றன.

குரூரமாகப்பிளந்தெறியும் அரசியலை, அதன் அடக்குமுறைப்பயங்கரவாதத்தை அகிலன் வெறுக்கிறார்.

அவர் தன்னுடைய ‘கனவுகளைத் தின்னும் இரவுகள்’ என்ற கவிதையில் சொல்கிறார்

நீள இரவின்
பெரு மூச்சு
துப்பாக்கிகளினின்றும்
புறப்படுகிறது ....
பெரும் ஊழியாய்.

என்று.

இவையெல்லாம் நம் வாழ்வைச் சுற்றிய யதார்த்தங்கள் என்பதை உணர்த்துவதே அகிலனுடைய அக்கறை. இந்த அக்கறைதான் அகிலனின் மீது வாசகருக்கு ஏற்படுகிற கவனம். அவருடைய கவிதைகளின் மீது ஏற்படுகிற கவனமும்.

புதிதளித்தலையும் பகிர்ந்தளித்தலையும் நிகழ்த்தும் ஃபைசலின் கவிதைகள்

போரும் அழிவும் பழியும் பழிசுமத்தலும் குற்றமும் குற்றம் சுமத்தலும் துயருமாக நீடித்த ஈழக்கவிதைப் புலத்திலிருந்து மெல்லியதொரு விலகல் நிகழத் தொடங்கியுள்ளது. தொடர்ந்தும் அழிவுக்குள்ளும் பழிக்குள்ளும் புதையுண்டிருக்க முடியாதென்ற தவிப்பு இந்த விலகலை நிர்ப்பந்திக்கிறது. வாழ்வைச் சூழ்ந்து கொலைகளும் குண்டு வெடிப்புகளும் கண்ணீரும் உண்டாக்கிய நெருக்கடியிலிருந்து மீளத் துடிக்கும் தவிப்பே இதற்குக் காரணம். அந்தளவுக்கு துயரப்பரப்பில் அலைக்கழிக்கப்பட்ட களைப்பு ஒவ்வொருவருக்குமுண்டு. இதற்குமேல் இரத்தத்திற்குள்ளும் வெடிமருந்துக்குள்ளும் கிடந்துழல முடியாது; கண்ணீரில் மூழ்கவியலாது என்ற வெறுப்பாக, பிரகடனமாகவே இந்த விலகலை நோக்க வேண்டும். உண்மையும் அதுதான்.

இதை நுட்பமாக இன்றைய ஈழக்கவிதைகள் வெளிப்படுத்துகின்றன.

வாழ்வின் நெருக்கடிகளையும் அதன் நுண்மையான உணர்வுகளையும் மிக நுட்பமாகவும் அந்தரங்கமாகவும் வெளிப்படுத்துவதில் கவிதைகளே முதலிடத்தில் இருப்பதுண்டு. கவிதையின் விசேச குணமே அதுதான். பிரிவு, ஊடல் கூடல், காதல், அன்பு, ஒடுக்குமுறை, ஒடுக்குமுறைக்கு எதிரான எதிர்ப்பு, விடுதலைத் தாகம் எதுவென்றாலும் கவிதையே முன்னெழுந்து கொள்ளும். ஈழ வாழ்விலும் போராட்டத்திலும் அதுவே நிகழ்ந்தது. சாதி ஒடுக்குமுறை, இன ஒடுக்குமுறை, பால் ஒடுக்குமுறை (பெண்ணொடுக்குமுறை) போன்றவற்றைக் கண்டு கொதித்ததும் கொந்தளித்ததும் கவிதையே. இதை அது உள்ளார்ந்தும் புறநிலையில் வைத்தும் பேசியது. மரணத்துள் வாழ்வோம், சொல்லாத சேதிகள், மீசான் கட்டைப்பாடல்கள், செம்மணி, காலம் எழுதிய வரிகள், யுத்தத்தைத் தின்போம், மறையாத மறுபாதி, ஒலிக்காத இளவேனில் போன்ற கூட்டுக் கவிதை வெளிப்பாட்டைத் தொடர்ந்து சிவரமணி, சேரன், நட்சத்திரன் செவ்விந்தியன், கற்பகம் யசோதர, ஸர்மிலா ஸெய்யித், அஸ்வகோஸ், சந்திரபோஸ் சுதாகர், வ.ஐ.ச ஜெயபாலன், பா. அகிலன், றஸ்மி, நிலாந்தன், சித்தாந்தன், மலர்செல்வன் என

ஏராளம் தனியாள் கவிதைகளும் உண்டு. இதற்கொரு தனியான அடையாளமே உண்டு. இயக்க முரண்பாடுகள், மோதல்கள், ஜனநாயக மறுப்பு, எதேச்சதிகாரம் என்று வந்த போதும் கவிதைக்குரலே இதைத் தீவிரமாக மறுதலித்தது. இயக்க ஒடுக்குமுறைக்குள்ளாகிய முஸ்லிம்களின் குரலை வெளிப்படுத்தியதிலும் கவிதையே முதலிடத்தில் நின்றது. மீசான் கட்டைகளின் பாடல், சேரனின் எலும்புக் கூடுகளின் ஊர்வலம் போன்ற எதிர்ப்புக் கவிதைகள் இதற்குச் சான்று. அரச ஒடுக்குமுறை, பேரினவாத ஒடுக்குமுறை போன்றவற்றை மட்டுமல்ல, விடுதலைக்காகப் போராடிய தரப்புகளுக்குள் நிகழ்ந்த ஒடுக்குமுறையையும் எதிர்த்து நின்றது கற்சுறா, சுகன் கவிதைகள். கவிதையின் தொழிற்பாடு இப்படி அரசியலை முழக்கமிட்டுப் பேசுவதா என்று யாரும் கேட்கலாம். அரசியலைக் கடந்து செல்ல அது எப்போதும் விரும்புவது குறைவு என்பதே இதற்குப் பதில்.

இப்படியாக நீடித்த துயரத்திலிருந்தும் வலியிலிருந்தும் அலைவிலிருந்தும் இன்றைய ஈழக்கவிதைகள் மெல்ல மீண்டு கொண்டிருக்கின்றன. துயரமும் வலியும் அந்தளவுக்குப் புளித்துக் கசந்து விட்டது. இதை வெளிப்படுத்துவதிலும் கவிதையே முன்னிற்கிறது. யுத்தம் முடிந்து பன்னிரண்டு ஆண்டுகள் கடந்து விட்டன. ஆனால், புனைவுப் பிரதிகள் இன்னும் யுத்த இடிபாடுகளுக்குள்ளேதான் சிக்கிக் கிடக்கின்றன. குறிப்பாக இலக்கியத்தின் பிற வடிவங்களான சிறுகதையும் நாவலும் இன்னும் யுத்த அரங்கிற்குள்ளும் கண்ணீர்ப்புதர்களுக்குள்ளும்தான் சுற்றிக் கொண்டிருக்கின்றன. ஆனால், கவிதையோ இதிலிருந்து மீண்டு புதிய திசையில் வெவ்வேறு விதமாகச் செல்லத் தொடங்கியுள்ளது. அதாவது எப்படி நெருக்கடியைப் பாடுவதில் முன்னின்றதோ அதைப்போல அதிலிருந்து மீள்வதிலும் அது முன்னிற்கிறது. இதுதான் கவிதைக்குரலின் சிறப்பு. 2010க்குப் பிந்திய கவிதைகளில் பெரும்பாலானவையும் யுத்த மறப்புக் கவிதைகள் அல்லது யுத்த மறுப்புக் கவிதைகளே. அல்லது அதைக் கடந்த கவிதைகள். அவை எந்தக் கழிவிரக்கத்தைக் கோரவும் இல்லை; புதிய போர்ப்பிரடகனங்களையும் அறைகூவல்களையும் செய்யவுமில்லை. இதையெல்லாம் அவை நேரடியாகச் சொல்லவில்லை; செய்யவுமில்லை. பதிலாக யுத்தத்தையும் அதனோடிணைந்த விசயங்களையும் பேசாமல் விடுவதன் மூலமாக, அதைப் புறக்கணிப்பதன் வழியாக வேறொன்றைச் செய்து கொண்டிருக்கின்றன. இது ஊன்றிக் கவனிக்க வேண்டியதொன்றாகும். 2010க்குப் பின் வந்த அநேகமான கவித்தொகுப்புகளில் இதனைக் காண முடியும்.

இதேவேளை இவற்றைப் பேசாமல் விடுவதென்பது எதையும்

மறைப்புச் செய்வதோ அதன் மூலம் ஒடுக்கும் தரப்புக்கு ஆதரவாக நிற்பதோ என்று அர்த்தமில்லை; உண்மைக்கு மாறாக இருப்பதுமல்ல. கடந்த காலத் துயர்க்குழியில் விழுந்து பின்னலுக்குள் சிக்கிக் கிடக்காமல் அதை நிராகரிப்புச் செய்வதேயாகும். என்னதான் நாம் பேசினாலும் நடைமுறை வாழ்க்கையில் துயரத்திலிருந்தும் இடிபாடுகளிலிருந்தும் மீளவே விரும்புவோம். எத்தகைய மகத்தான துயரத்தையும் தொடர்ந்து கொண்டிருக்க மாட்டோம். ஆனால், இலக்கியத்தில் அல்லது கலையில் துன்பியல் வெளிப்பாட்டை நம்முடைய மனம் ஆழ்ந்து ரசிக்கும் – அதில் லயிக்கும். இது ஒரு முரணியல்பே. இந்த வகையில்தான் இன்றைய ஈழத்துக் கவிதைகள் வந்து கொண்டிருக்கின்றன.

2010 க்குப் பிந்திய அல்லது யுத்த முடிவுக்குப் பிந்திய கவிதைகளைத் தொகுத்து நோக்கும்போது இரண்டு அவதானங்களைப் பெற முடியும். ஒன்று, யுத்த மறுப்புக் கவிதைகள். கூடவே, புதிய பிராந்தியமொன்றில் ஊடாட விரும்பும் தவிப்பைக் கொண்டியங்குபவை. இதனால், இவை வெவ்வேறு அவதானங்களையும் அனுபவங்களையும் தேடிக் கொள்கின்றன. சில சந்தர்ப்பங்களில் முற்றிலும் புதிய அனுபவங்களைத் தாமாகவே சிருஷ்டித்துக் கொள்கின்றன. இதை ஒரு சாரார் பின் பின்நவீனத்துவக் கவிதைகள் அல்லது நவீனத்துவத்திற்குப் பிந்திய கவிதைகள் என அடையாளப்படுத்துகின்றனர். இதற்கான பிரக்ஞை தனியாகத் தொழிற்படுகிறது. இதன் அடியாக ஒலிப்பது புதிய வாழ்வொன்றுக்கான ஏக்கமே. அல்லது அந்த வாழ்வை பல விதமாக உருவாக்கிப் பார்ப்பது. இதன் மூலம் நிராகரிக்கப்பட்ட வாழ்க்கையை அல்லது எட்டமுடியாத வாழ்க்கையின் தவிப்பை உள்ளார்ந்தமாகக் கொண்டு இயங்க முற்படுவது எனலாம். ஆனால், இதை எந்தக் கவிதையும் அறைகூவலாகவோ பிரகடனமாகவோ விடுக்கவில்லை. பதிலாகத் தமக்கான புதிய சுவைகளைப் புதிய திசைகளில் தேடிச் செல்கின்றன. இதற்கு அண்மைய உதாரணங்கள் பலவுண்டு. றஸ்மி, சித்தாந்தன், அனார், றியாஸ் குரானா, அலறி, றியலாஸ், பஃறி, இமாம் அத்னான், ஜமீல், ஆழியாள், தர்மினி, தான்யா, ஜெம்சித் சமான் நஸ்புள்ளாஹ் என இன்று தொடர்ச்சியாக எழுதி வருவோரை இதற்கு உதாரணமாகக் கூறலாம்.

இரண்டாவது, இன்னும் யுத்தப் பிராந்தியத்திலும் அதனையொட்டிய சூழலிலும் உலவிக் கொண்டிருக்கும் கவிதைகள். இவை தீராத் துயரத்தையும் அந்தத் துயரத்துக்குக் காரணம் எனத் தாம் கண்டறிந்த அரசியலையும் அதன் எழுச்சி – வீழ்ச்சி போன்றவற்றையும் குறுகலான வளையத்துள் பிரதிபலிக்கின்றன. அநேகமாக இதை இவை சற்று அழுத்தமாகவோ தூக்கலாகவோதான்

சொல்கின்றன; செய்கின்றன. இதற்கு உதாரணமாக நிலாந்தன், பா. அகிலன், கற்பகம் யசோதர, தில்லை, தீபச்செல்வன் போன்றோரின் கவிதைகளைச் சொல்ல முடியும்.

அகமது ஃபைசல் இதில் முதல் வகையைச் சேர்ந்தவராக நின்று தொழிற்படுகிறார். அவருடைய கவிதைகளில் கடந்த காலத் துயரப்பாடல்களில்லை. அதைப்போல சமகால நெருக்குவாரங்களின் அழுத்தங்களும் புலம்பல்களும் அதிகாரக் குரல்களும் இல்லை. பதிலாக அவர் புதிய திசைகளைத் திறந்து நமக்குப் புதிய பிராந்தியங்களை அறிமுகம் செய்ய விளைகிறார். ஃபைசலின் அக்கறையே இதுதான்; புதிதளித்தல்.

(02)

அகமது ஃபைசலை எப்பொழுது வாசிக்கத் தொடங்கினேன் என்று நினைவில்லை. ஆனால், அவருடைய கவிதைகள் பரிச்சயமாகியுள்ளன. அதைப் போல அவருடைய குறுங்கதைகளும். இந்தப் பரிச்சயம் எனக்கு மட்டுமானதல்ல; பலருக்கும் நேர்ந்துள்ளது என்பதை அவர்கள் சொல்லக் கேட்டிருக்கிறேன். அந்தளவுக்கு ஃபைசல் தன்னடையாளமொன்றை இலக்கியத்தில் உருவாக்கியுள்ளார்.

இந்தப் பரிச்சயம் ஃபைசல் உண்டாக்கும் ரசவித்தையினால் நிகழ்கிறது. ரசவித்தை என்று நான் கூறுவது, ஒன்றிலிருந்து ஒன்றாகவும் மற்றொன்றாகவும் ஃபைசல் தாவிச் செல்வதினால் நிகழ்வது. இந்தத் தாவுதல் பிரக்ஞை பூர்வமாகவும் நிகழ்கிறது. பிரக்ஞைக்கு அப்பால் ஏதேச்சையாகவும் நிகழ்கிறது. இந்த எதேச்சையை ஃபைசலின் ஆற்றல், திறன், இயல்பு எனலாமா? எப்படியோ இது கவிதைகளின் வடிவம், பொருள் மற்றும் கூறுமுறைமை போன்றவற்றில் மாற்றங்களை உண்டாக்குகிறது. இதுவே ஃபைசலின் கவிதைகளில் ஈர்ப்பைத் தந்து கொண்டிருக்கும் அம்சம். இந்த ஈர்ப்பே ஃபைசலைத் தொடர வைக்கிறது.

ஆனால், இந்தப் பரிச்சயத்தை மீறிச் செல்கிறார் ஃபைசல். அப்படி அவர் மீறிச் செல்லும்போது புத்தாக்கமும் புதிதளித்தலும் நிகழ்கின்றன. அதிலே நாம் வேறுபாடுகளை உணர முடிகிறது. முக்கியமாக இலங்கையின் கிழக்குப் பிராந்தியத்தின் கடந்த முப்பது ஆண்டுகாலக் கவிதைகளை நோக்கும்போது நாம் இரண்டு வகையான அடையாளங்களைக் காண முடியும். ஒன்று சோலைக்கிளி உருவாக்கிய கவிதைப் போக்கைத் தொடர்ந்த அலை. இரண்டாவது மஜீத், மிஹாத், றியாஸ் குரானா (பெருவெளியினர்) போன்றோர் உருவாக்கிய அலை. இந்த இரண்டு அலைகளுக்கு வெளியே நிற்கிறார் ஃபைசல். தனியே நின்று தன்னடையாளத்தை உருவாக்க முனைகிறார். அதைத்

தன்னால் இயன்றவரை திறமையாக நிகழ்த்திச் செல்கிறார் ஃபைசல். ஆம், எதிலும் தரித்து நிற்காமல் சென்று கொண்டேயிருக்கும் பயணி அவர். இந்தக் கவிதைகள் இதற்கு மேலும் சாட்சி. சற்று நிதானமாக ஊன்றித் தன்னைப் ஃபைசைல் கவனிப்பாராயின் அவருக்கான இடத்தை எளிதில் வலுவானதாக உருவாக்கிக் கொள்ள முடியும்.

ஏற்கனவே ஃபைசலின் ஐந்து கவிதை நூல்கள் வெளிவந்திருக்கின்றன. இது அவருடைய ஆறாவது – புதிய நூல். புதிய நூல் என்று அழுத்திச் சொல்வதற்குக் காரணம், இதில் ஃபைசல், வழமையையும் விடச் சில புதிய திறப்புகளைச் செய்ய முயற்சித்திருப்பதால். குறிப்பாக

“என்னிடமொரு சாவி உண்டு
அவர்கள் இடித்த உங்கள் வீட்டின்
அப்பாவின் அறையைத் திறந்து
மூக்குக் கண்ணாடியை
எடுத்து வர
அதைக் கொடுத்துவிடுகிறேன்.”

மற்றும்

“என்னிடம் ஒரு சூஃபி நடனம் உண்டு
நள்ளிரவில்
அந்த வயல் நடுவே எரியும்
விளக்கின் ஒளியைப் பார்த்து நிற்கும்
ஒரு
கரு நீல வண்டுக்கு
அதைக் கொடுத்துவிடுகிறேன்.”

என்று தன்னிடமிருப்பவற்றைக் குறித்து அவர் ஒரு தொடரில் பல கவிதைகளை எழுதியிருக்கிறார். ஏறக்குறைய 20 கவிதைகள்.

இந்தக் கவிதைகள் ஃபைசலின் கவிதைகளிலும் அவரொத்த சமகாலத் தமிழ்க்கவிதைகளிலும் சற்றொரு மாறுதலைத் தென்படுத்துவன. ஒன்று, தன்னிடம் என்னவெல்லாம் இருக்கின்றன என்பது. அதொரு பெரிய பட்டியல். எறும்பு, சிட்டுக்குருவி, தபால்காரன், கடிதம், முகம், சூஃபி நடனம் எனப் பலப்பல. இந்தப்

பிரபஞ்சத்தில் உள்ள அனைத்தையும் தன்னிடம் கொண்டிருக்கும் பெரு விரிவின் விளைவிது. இதைக் கடவுள் தன்மைக்கு நிகரானது எனலாம். எதையும் படைத்து எல்லாவற்றையும் தன்னில் கொள்கின்ற அல்லது எல்லாவற்றிலும் தான் கொண்டிருக்கிற ஆற்றலின் வெளிப்பாட்டின் விளைவிது. அதேசமயம் அவ்வளவையும் பகிர்ந்தளித்து விடுவது. துறந்து விடுவது. இந்த மன விரிவே இங்கு முக்கியமானது. இதைச் சிறப்புக் குணவியல்பாக நோக்க வேண்டும். ஏனென்றால், இந்தப் பிரபஞ்சத்தில் உள்ளவற்றையெல்லாம் அவர் தனக்குரியதாக எடுத்துக் கொள்ளவோ வைத்திருக்கவோ இல்லை. அவ்வளவையும் கொடுத்து விடுகிறார்.

யாருக்கு?

தனக்கு வேண்டியவர்களுக்கோ நண்பர்களுக்கோ என்றில்லை. ஏன் மனிதர்களுக்கு மட்டுமென்று கூட இல்லை. பதிலாக எறும்பு, நதி, கடல், வெயில், பகல், குருவி, பாம்பு, பல்லி, இரவு, பகல், நிலா, வானம் என்று எல்லாவற்றுக்கும். ஏனென்றால், ஃபைசலின் கண்களில், பிரக்ஞையில் உயர்திணை, அஃறிணை என்ற எந்தப் பேதமுமில்லை. அவருக்கு எல்லாமும் ஒன்றாகவே தெரிகின்றன. உன்மத்தம் கொள்ளும் கவி மனதிற்கு எந்தப் பேதமும் தெரிவதில்லை. நாய்க் குட்டியும் கல்லும் முள்ளும் தெய்வமும் ஒன்றாகும் கணமும் மனமும் அதுவாகும். இங்கேதான் ஃபைசல் உச்சம் கொள்கிறார். அதன் வழியே உச்ச நிலைக்குச் செல்கிறார். ஃபைசலின் வெற்றிகரமான கவிதைகள் பல இந்த நிலையில் எழுதப்பட்டவையே. மெய்யான கவிமனதின் தொழிற்பாடு இப்படித்தான் எப்போதும் இயங்கும். அது ஒரு வகையான பித்து நிலையைக் கொண்டது. இதில் ஃபைசல் இன்னும் முயன்றால் இன்னும் உயரத்தைத் தொட்டிருக்க முடியும் – தொட முடியும்.

இரண்டாவது, எதையும் தனக்கென்றும் தமக்கென்றும் சேர்த்துக் கொள்வது லௌகீக வாழ்க்கையின் அடிப்படை. அதன் சுவை அது. தன்வயப்படுத்திக் கொள்வது அல்லது உட்சுருங்கிக் கொள்வது எனலாம்.

இருப்பதையெல்லாம் பிறருக்கும் பிறவற்றுக்கும் கொடுத்தே விடுவது துறவுநிலை. இது மலரைப்போல வெளியை நோக்கி விரிவது. உச்சநிலையடையும் கவிமனதும் இந்தத் துறத்தலையே விரும்புகிறது. அதையே செய்கிறது. இதுதான் முன்னர் குறிப்பிட்ட பித்து நிலை என்பது. இந்தப் பித்தில் அது காணும் சுவை பெரிது. கொடுப்பதில் லயிக்கிறது. அதாவது ஒன்று எடுப்பதில் திளைக்கிறது. மற்றது கொடுப்பதில் லயிக்கிறது.

ஃபைசல் தன்னுடைய அத்தனை சேகரங்களையும் கொடுத்து விடுகிறார். இது ஏறக்குறைய கர்ணன் தன்னிலை அறிந்த சூழலிலும் தான் சேகரித்த, தன்னிடமிருந்த அனைத்தையும் கொடுத்ததற்குச் சமம். அல்லது அதற்கும் மேல்.

இது ஃபைசலையும் இந்தக் கவிதைகளையும் உயர்த்தி விடுகிறது.

இந்தக் கவிதைகளை ஃபைசல் சமூக வலைத்தளங்களில் முதலில் பகிர்ந்திருந்தார். அப்பொழுதே இவற்றுக்குத் தனிக் கவனமொன்று கவிதை வாசகர்களிடையே ஏற்பட்டிருந்தது. அதோடு இந்தத் தொடரில் வந்த பல கவிதைகள் பிற மொழிகளில் பெயர்க்கவும் பட்டன. ஃபைசல் எல்லை கடந்து செல்லத் தொடங்கிய, செல்ல முடிந்த இடம் இது.

"என்னிடமொரு பாதணி உண்டு
அதற்கு
எப்போதும் கருணை உள்ளம்
வலதுகாலுக்கும் பொருந்தும்
இடதுகாலுக்கும் பொருந்தும்
தன்
ஒற்றைப் பாதணியைத் தொலைத்துவிட்டு
அம்மாவிடம் அடிவாங்கும் பிள்ளைக்கு
அதைக் கொடுத்துவிடுவேன்."

இதில் உண்டாகும் தித்திப்புக்கு ஈடுண்டா?

என்னிடமொரு மின்மினி உண்டு
அழும் குழந்தையைக்
கையில் வைத்துக்கொண்டு
வாசலில் வந்து நிற்கும் அப்பா
பார்க்கும் இருளில்
அதைப் பறக்க விடுகிறேன்"

தன்னிடமுள்ளதைக் கொடுப்பதில் காணும் இன்பமே எல்லாவற்றுக்கும் மேலானது. அதற்கு நிகரொன்றில்லை.

இலங்கை அரசியலில், அல்லது இலங்கைச் சமூக முரண்களில் அடிப்படையானது கொடுக்கல் வாங்கல் பிரச்சினை – பிணக்குகளே. அதிகாரத்தைப் பகிர்வதில் (கொடுப்பதிலும் வாங்குவதிலும் – கொடுத்தால்தானே வாங்குவதற்கு) உள்ள தயக்கங்களும் தடுமாற்றங்களும் பிடிவாதங்களும் உண்டாக்கிய நெருக்கடியும் அழிவும் சாதாரணமானதல்ல. இரண்டு பெரிய ஆயுதக் கிளர்ச்சிகள்; முப்பதாண்டுகளுக்கும் மேலாக நீடித்த ஒரு போர். இவையெல்லாம் லட்சக்கணக்கான மனிதர்களின் உயிர்களைப் பலியிட்டது மட்டுமல்ல; இன்று இருண்ட இலங்கையே மிஞ்சியிருக்கிறது. ஏறக்குறைய எலும்புக்கூடான ஒரு நாடுதான் மிஞ்சிக் கிடக்கிறது. எல்லாவற்றுக்கும் காரணம் இந்தக் கொடுக்கல் வாங்கலில் உள்ள பிரச்சினையே. இது தனியே அரசுக்கும் சிறுபான்மைச் சமூகங்களுக்கும் இடையிலான விவகாரம் மட்டுமல்ல; தமிழ், முஸ்லிம், மலையக மற்றும் சாதி, பால் ரீதியாக ஒடுக்கப்படும் நிலையிலும் இதுவே சிக்கலடைந்துள்ளது.

இந்தக் கொடுமையான யதார்த்தின் முன் ஃபைசலின் கவிதைகள் காறி உமிழ்கின்றன. ஆனால் இது வெளிப்படையாக இல்லை. ஏன் மறைமுகமாகக் கூட இல்லை. ஆனால், நேரடியாக இவற்றைப் பேசாமல் விடுவதன் மூலம் இவற்றில் ஒரு புறக்கணிப்பை நிர்மாணித்து இதைச்செய்து விடுகிறார். இதேவேளை வேறொன்றைப் பேசுவதாகத் தோற்றம் காட்டுவதன் மூலமும் இதைச் செய்து விடுகிறார். உங்களைப் போல எதையும் கொடுக்கவும் மாட்டேன்;. எடுக்கவும் மாட்டேன் என்று இராமல் எல்லாவற்றையும் எல்லாவற்றுக்கும் கொடுத்து விடுவேன் என்று பகிரங்கமாகவே அறைகூவல் விடுப்பதன் மூலம் தரமறுப்போரைத் தலைகுனிய வைக்கிறார். எவ்வளவைக் கொடுத்த பின்னும் — இருப்பதையெல்லாம் கொடுத்த பிறகும் என்னிடம் கொடுப்பதற்கு ஏராளமுண்டு என்று ஃபைசல் சொல்லும் பெரும்சேதி மிகப் பெரிய ஒளிச் சோதியே.

ஒரு சிறந்த கவி காலத்தைத் திறக்கும் கணம் என்பது முக்கியமான ஒன்று. அப்படிக் காலத்தைத் திறக்கும்போதே யுகமாற்றங்கள் நிகழ்வதுண்டு. அதற்கு ஒரு துளியளவு ஆற்றற் பொறி போதும். அது பற்றிப் பிடித்து எரிந்து ஒளிரும்; ஒளியூட்டும்.

03

ஃபைசல் இந்த நாட்களில் அதிகமாக எழுதிக் கொண்டிருக்கிறார். கவிதைகளாகவும் குறுங்கதைகளாகவும். ஆனால், எல்லாமே மிகச் சிறியதாக. எனினும் இந்தச் சிறியவை உணர்த்துவனவோ பெரியவை; பேருண்மை; பேரதிசயம்.

இதற்கு உதாரணமாக கீழே மூன்று கவிதைகள் –

1. பென்சிலுக்குத் தெரியும்
எல்லா எழுத்துக்களும்.

பிள்ளைக்கு வேடிக்கை காட்டவே
கோணல் மாணலாக
வெளியே வருகின்றன.

2. இளம் வயது
மரணித்துவிட்டான்
கேட்டால்
தம்பி என்கிறார்கள்
நண்பன் என்கிறார்கள்
கடைசி மகன் என்கிறாள்
வயதான புகைப்படம் எதுவும் வீட்டில் இல்லை
யார் மனதிலும் இல்லை
வயதோடு போட்டியிட்டு
வயது ஆகாமலிருக்கத்தான்
இப்படி மரணித்தானோ.

3. "இந்தக் கடல் முழுவதையும் கொள்ளும் ஒரு பாத்திரம்
உலகின்
எங்கோ ஒரு மூலையில்
காத்துக் கிடக்கும் என்றான்
ஊருக்கு வந்த பைத்தியகாரன்"

யாரிந்தப் பைத்தியக்காரன்?

யாருக்கும் இல்லாத பாலை

லதாவின் "யாருக்கும் இல்லாத பாலை"யின் கவிதைகளை "பொருள் மயக்கின் அழகியல் (Aesthetics of ambiguity)" என்று அடையாளப்படுத்துகிறார் எம்.ஏ.நுஃமான். கூடவே, "நேசத்துக்கும் வெறுப்புக்கும் இடையில் பயணிக்கும் கவிதைகள் எனச் சொல்லும் அவர், இதைக் கண்டடைந்ததற்கான வழித்தடங்களையும் இந்தத் தொகுதிக்கான பின்னுரையில் குறிப்பிடுகிறார். லதாவின் உணர்தல் தீவிர நிலை, சாதாரண நிலை, அதி தீவிர நிலை என மூன்று நிலைகளில் வெளிப்பாடு கொள்கிறது. இதற்கான காரணங்களும் நியாயங்களும் லதாவிற்குள்ளிருக்கிறது. இந்த நியாயங்களும் காரணங்களுமே லதாவை இந்த மூன்று நிலைகளிலும் இயங்க வைக்கின்றன. இந்த மூன்று நிலைகளின் பிரதிபலிப்பையே இந்தக் கவிதைகளில் காண்கிறோம்.

லதா, நீண்டகாலமாகச் சிங்கப்பூரில் வாழ்ந்தாலும் அவருடைய மனம் ஈழத்திலேயே, அதன் பாடுகளுக்குள்ளேயே சிக்கியுள்ளது. இது பெரும்பாலான ஈழத்தமிழர்களுக்கு – அதிலும் புலம்பெயர்ந்து வாழ்வோருக்குரிய பொது இயல்பாகியிருக்கிறது. ஒரு சில விலக்குகள் உண்டு. எனவே, பெரும்பாலானோரைப்போல லதாவும் ஈழ நிலைவரங்களின் பாதிப்புகளையிட்ட உணர்வுந்தலுக்குள்ளாகி யிருக்கிறார். இந்தத் தொகுப்பின் முதற் கவிதையான "யாருக்கும் இல்லாத பாலை" யின் "போர் களைத்து நிற்கிறாள்" என்ற முதல் வரியே இதற்கு சாட்சி. இது அதிதீவிர நிலையின் வெளிப்பாடு. இதை ஒத்த பிற கவிதைகள் பலவும் இதிலுண்டு. குருஷேத்திரம், துர்க்கை, விலக்கப்பட முடியாதவள், முகம், எல்லாமே, தனித்த தலைவன் எனத் தொடர்கிறது இந்த வரிசை. அநேகமாக நான்காம் கட்ட ஈழப்போர்க்காலத்தில் எழுதப்பட்டவை இந்த வரிசைக் கவிதைகள். நான்காம் கட்ட ஈழப்போர் என்பது இன்றைய வழக்கில் ஈழப்போராட்டத்தின் இறுதிப்போராகும். அதன் நேரடிப் பிரதிபலிப்புகள் தவிர்க்க முடியாமல் பெரும்பாலான ஈழத்தமிழர்களைப் போல லதாவையும் கொந்தளிக்க வைக்கின்றன. தனித்த தலைவன் என்ற கவிதை இதை நேரடியாகவே காட்டுகிறது. போரின் முடிவில் விடுதலைப்புலிகளின் தலைவர் பிரபாகரன் கொல்லப்பட்ட செய்தியின் பிரதிபலிப்பு,

ஆடையோ காலணியோ கூட
இன்றி
எல்லா அடையாளங்களுடனும்
உயிர் துறந்த
அவனது வெற்றுடல்
………………………
………………………..
திறந்திருந்த விழிகளில்
பதிவாகியிருந்த கடைசிக் காட்சியும்
தெளிவற்று இருந்தது

வெடித்த தலையுடன்
காட்சிப் பொருளான
அவனுக்கென
அச்சமும் அதிர்ச்சியும் மரத்திருந்த மக்களிடம்
ஒரு சொட்டுக் கண்ணீரும்
மீந்திருக்கவில்லை.

ஆண்ட மண்ணில்
எரிவதற்கும் வாய்ப்பில்லை

நினைவுக் கூட்டமும்
மாவீரர் பட்டமும் இன்றி
தனித்துப் போனான்
அப்பெரும் தலைவன்.

என வெளிப்படுத்தப்படுகிறது. இது லதாவின் அரசியற் பார்வையையும் சாய்வையும் சொல்லிவிடுகிறது. ஈழப்போராட்டத்தின் பால் அவருக்குள்ள ஈர்ப்பையும் அதை முன்னெடுத்த தரப்புகளில் ஒன்றான புலிகளின் மீதான கரிசனையையும் உணர்த்துகிறது. இத்தகைய உணர்வானது அவரை தீவிர, அதிதீவிர நிலைக்குத் தள்ளுகிறது. பொதுவாகவே அரசியல் கவிதைகளில் ஒரு தீவிரத்தன்மை இயல்பாகியிருப்பதுண்டு. சில சமயங்களில் அது அதிதீவிர நிலைக்குச் செல்வதுமுண்டு. அதுவும் நெருக்கடி நிலை அல்லது போர் போன்ற

சூழலில் இது நிச்சயமாகவே அதிதீவிர நிலையைச் சென்றடையும். இதனால், இந்த அதிதீவிர நிலைக்கவிதைகளில் சில நேர்ப்பொருளில் பேச முற்படுகின்றன. அதிதீவிர நிலையின் குணாம்சமே அதுதான். அதனுடைய குரல் அநேகமாக உரத்த தொனியிலேயே ஒலிப்பது. ஒரு சில நுஃமான் குறிப்பிடுவதைப் போல பொருள் மயக்கும் அழகியலில் வெளிப்படுகின்றன. அதிலொன்று விலக்கப்பட முடியாதவள் என்ற கவிதையாகும். பாஞ்சாலியின் சபதத்தை மையப்படுத்திப் போரின் நிலையைப் பேச முற்படும் இந்தக்கவிதையின் இறுதிவரிகள் ஆழ்படிமங்களின் வழியே சிக்கலடைந்த போரின் நிலையைச் சுட்டுகிறது.

“ஒருக்களித்த கதவின் வழி
ஒற்றைத் துணியையும் நழுவ விட்டாள்

விடியல் எங்கும்
விரவிக் கிடந்தன மயிர்கள்.

இந்த வரிகளைத் தொட்டுக் கவிதையை விரித்துப் பொருள் விளக்குவதற்கு இங்கே நான் முற்படவில்லை. அத்தகையை அணுகுமுறை தவறானது. கவிதையின் சாத்தியங்களை அது மறுதலிப்பதாகி விடும். ஆனாலும், இங்கே இந்த வரிகளின் கொந்தளிப்பைப் பற்றிச் சொல்லியாக வேண்டியுள்ளது. ஒற்றைத்துணியையும் நழுவ விட்டாள் என்பது கையறு நிலை. இது போரின் இறுதிக் கட்டம் உருவாக்கிய அவலமாகும். தொடர்ந்து வரும் விடியல் எங்கும் / விரவிக் கிடந்தன மயிர்கள் என்பது மிஞ்சியது மயிர்தான் என்றாகிறது. அந்த மயிர் சிக்கலும் சிடுக்கும் மிக்கதாகியது. அதுவும் எதிர்பார்க்கப்பட்ட விடியலில். இன்றைய ஈழப்போராட்டத்தின் நிலையும் இதுவே. சிக்கலடைந்த கையறு நிலை. இதை லதா கழிவிரக்கத்துடன் பார்க்கிறாரா அல்லது ஆற்றாமையுடன் நோக்குகிறாரா? இல்லை, உட்கனலும் கோபத்தில் உள்ளோடும் கேலிப்படுத்தலாக வெளிப்படுத்துகிறாரா என்றால் ஏதொன்றாகவும் எல்லாமாகவும் உள்ளது. இந்த இடத்தில் தவிர்க்க முடியாமல் நினைவுக்கு வருவது ஜெயமோகனின் “பத்மவியூகம்”.

திரௌபதியின் சபதமே (முடிக்கப்படாமல் விரிந்தலையும் கூந்தலே) சுபத்திரையின் மைந்தன் அபிமன்யு உள்பட பலரையும் பலியெடுத்துத் துயரை பேரிருளாகப் பெய்து விடுகிறது என்றுணர்த்துகிறது

பத்மவியூகம். ஆனால், மகாபாரதத்தின் நோக்கு நிலை வேறு. அது பாண்டவரின் வெற்றியில் சென்று சேர்கிறது.

இங்கே இந்தக் கவிதை ஜெயமோகனுடைய பத்மவியூகத்துடன் முழுதாக இணைவதைக் காண முடிகிறது. சபதமொன்று எப்படிப் பேரழிவையும் பெருந்துயரையும் தந்து முடிகிறது என்பதை.

முதுகில் எரிந்தது கூந்தல்
படுகளம் முடியும் வரை
அள்ளி முடிக்கவும் முடியாது என்ற பின் அடுத்து வரும் வரிகள்,

"ஒருக்களித்த கதவின் வழி
ஒற்றைத் துணியையும் நழுவ விட்டாள்

விடியல் எங்கும்
விரவிக் கிடந்தன மயிர்கள்.

என்றால் அள்ளி முடிக்க முடியாத கூந்தலே விடியல் எங்கும் விரவிக்கிடக்கும் படியாயிற்று என. ஈழப்போராட்டமும் அப்படித்தான் பிடிவாதங்களின் கூரினால் அழிந்தவொன்று. அழிந்த பின் மயிர்ச்சிக்கல்களாகி சிக்கெடுக்கக் கடினமாக இருக்கும் ஒன்றாக.

இதை ஒத்ததாகவே குருஷேத்திரம் என்ற கவிதையில் வரும் இறுதி அடிகளான

பிள்ளைகளை
நாடு தின்னக் கொடுத்த
அன்னையரின் பஞ்சடைந்த கண்களிலும்
அவர்களின் கோணிப் பைக்குள்
நிறைந்துள்ள
குழந்தைகளுக்கான கதைகளிலும்
எக்களிக்கிறது
இன்னும் ஏவப்படாத
பிரம்மாஸ்திரம்

என்பது இறுதியில் எல்லா வெறியும் அன்னையரின் துயரை, அவர்களுடைய ஆற்றாமையைத்தான் தந்து முடிகின்றன என்பதை உணர்த்துகிறது. போர் எப்போதும் பெண்களையும் குழந்தைகளையுமே பெருந்துயரில் தள்ளுகிறது. அவர்களே ஆயுதமேந்தாமல் பலி கொள்ளப்படுகிறார்கள் என்பது உலகறிந்த உண்மையும் வரலாற்றுத் துயரமுமாகும்; இது வரலாற்றுத் துயரம் மட்டுமல்ல சமகால நிலவரமும் அதுதான். இந்த இடங்களில் லதா போர் வெறுப்பாளராக உணரப்படுகிறார். அவருள் மேலோங்கியொலிப்பது போரின் விளைவான அவலமும் துயரமுமே. இதை அவர் தீவிர நிலையிலும் அதிதீவிர நிலையிலும் உணர்ந்ததைப் போல நம்மையும் உணர வைக்கிறார். இதற்கு மேலும் ஒன்றாக இரண்டாவது காலனியத்துவத்தின் சில காட்சிகள் என்ற கவிதையைச் சொல்ல முடியும்.

ஏங்கிக் கிடக்கிறது சோதனைச் சாவடி
சிங்களத்துக்குக் கீழே
தமிழ்
வழியெங்கும்...
....
....
பாலையில் முளைத்திருந்த
வெள்ளைப் புத்தர்
கார்த்திகைப் பூ
சூடியிருந்தார்
....
....
முள் குத்தாமல்
கம்பியை லாவகமாகப் பிடித்தபடி
மணிக்கணக்காக முகம் காட்டப்
பழகியிருந்தனர்
மக்கள்

என்பது போரின் முடிவுக்குப் பிறகான இலங்கையின் வடக்குக் கிழக்குப் பகுதிகளை - அதுவும் குறிப்பாக வன்னிப் பகுதியை அப்படியே காண்பிக்கும் ஒன்று. இதேவேளை லதாவினுள் ஒரு தடுமாற்றத்தையும் தத்தளிப்பையும் காணக் கூடியதாக உள்ளது. ஒரு

பக்கம் அவர் ஈழத்தமிழரின் போராட்டத்திலும் விடுதலைப் புலிகளின் மீதும் அபிமானம் கொண்டவராகத் தெரிகிறார். அதேவேளை போரின் விளைவுகளை வெறுத்து மறுதலிக்கிறார். இரண்டும் உண்மை. ஆனால், இந்த இரண்டையும் ஒன்றில் பொருத்திக் கொள்ள முடியாது. இதனால், லதாவின் மெய்யான நிலைப்பாடு என்னவாக இருக்கிறது? அப்படியென்றால் அவர் தனக்குள் முரண்படுகிறாரா? அந்த முரண்பாடு எதனால் எழுகிறது? என்ற கேள்விகள் எழுகின்றன. இந்த மாதிரித் தடுமாற்றங்கள் இன்று ஈழத்தமிழர்களிடம் பொதுவாகவே காணப்படும் ஒன்று. ஒரு பக்கத்தில் இன ஒடுக்குமுறையை எதிர்க்க வேண்டிய, அதற்கெதிரான போராட்டத்தையும் போரையும் ஆதரிக்க வேண்டிய நிலை. மறுபக்கத்தில் போரின் அனர்த்தத்தையும் அழிவையும் துயரத்தையும் ஏற்றுக்கொள்ள முடியாதென்ற சூழல். இந்த இரண்டுக்கும் இடையிலான தடுமாற்றத்தையும் தத்தளிப்பையும் சமனிலைக் குலைவையும் இந்தத் தொகுதியின் கவிதைகள் சொல்கின்றன.

போர் மற்றும் இந்த அரசியல் பற்றிப் பேசும் பெரும்பாலான கவிதைகளும் நேர்ப்பொருளில் எடுத்துரைப்பைக் கொண்டிருக்கின்றன. பொதுவாகவே அரசியற் கவிதைகளில் இத்தகைய தன்மை பலரிடத்திலும் வெளிப்படுவதுண்டு. சிலர் இதைக் கடந்து வேறு பரிமாணங்களில் தம்மை வெளிப்படுத்துவர். ஆனால், லதா தன்னுள் குமுறும் உணர்வுகளை அப்படியே பிரதியீடு செய்து விடுகிறார்; இதுதான் அவருக்கு வாய்க்கிறது; சரியெனப்படுகிறது போலும். இதற்கு அவர் தன்னுடைய முன்னோடிகளை வழியாகக் காண்கிறார். குறிப்பாக சேரனை. சேரனுடைய கவிதைகளில் அரசியலை மையப்படுத்திப் பேசும் கவிதைகளின் சாயலை ஒத்ததாக இந்தக் கவிதைகளும் உள்ளன.

இதேவேளை இதற்குப்பாலான பிற கவிதைகள் வேறு விதமாக அமைகின்றன.

நிறுத்தாமல் அழுத குழந்தையுடன்
நீண்ட பயணம் செய்யும் வரை
எழுதிக் கொண்டுதானிருந்தேன்
வாழ்வின் அற்புதங்களை

என்ற தலைப்பில்லாத இந்தச் சிறிய கவிதை உட்பட மேலும் சில சிறிய கவிதைகள் அழுத்தமாக உள்ளன. கவிதையில் சிறியது பெரியது என்று சொல்லலாமோ என்ற கேள்வியும் உண்டு. அது

கவிதையாக இருப்பது என்பதே முதற் தெரிவாக இருக்கும்போது சிறியது பெரியது என்ற அடையாளப்படுத்தல்கள் சில வேளைகளில் அவசியமற்று விடுகின்றன. ஆனாலும், அதிக சொற்களைக் கொண்டு கட்டமைக்கப்படும் கவிதை உணர்த்தும் - கிளர்த்தும் உணர்வை விட சிலவேளை மிகக் குறைந்த சொற்களின் வழியே ஆழமான — அழுத்தமான உணர்வு தூண்டபடுகிறது. பொருள் செறிவாகிறது. அதிக சொற்கள் களைப்படைய வைத்தும் விடுகின்றன. லதாவின் குறைந்த சொற்களைக் கொண்டு கட்டமைக்கும் கவிதைகள் அழகூட்டுகின்றன. இதற்குதாரணம்,

ஒரு வாழ்வுக்கும் மறுவாழ்வுக்கும்
இடையே நடக்கிறேன்
கனவு காமம் காதல் வாழ்தல்
கால் மாற்றித் தொடர்கிறேன்
அலையில் மிதக்கும் காற்றெனக்
கனக்கிறது காலம்.

என்ற இந்தக் கவிதை. ஆறு வரிகளில் வாழ்வென்ற நெடும்பயண வழியில் நிகழ்வனவற்றைப் பேசிவிடுகிறது; அதன் போதான உணர்வுகளையும். இதைப்போல ஏனைய சிறிய கவிதைகளிலும் அமைதியும் ஆழமும் தொனிக்கின்றன. அன்பையும் காதலையும் சொல்வதற்கு ஒவ்வொருவருக்கும் ஏராளமாக உண்டு. நவீன கவிதை இதை வெவ்வேறு நிலைகளில் உணர முற்படுவதன் மூலம் இந்த உறவையும் அதன் புதிய நிலைகளையும் பேச விளைகிறது. பின் நவீனத்துவக் கவிதைகள் அன்பு, காதல், நேசம், பரிவு என்பவற்றை வெவ்வேறு நிலைகளில் நேராகவும் எதிராகவும் நிறுத்திப் புரிந்து கொள்ள முற்படுகின்றன. உள்ளே காரணத்தோடும் காரணமற்றும் சிதைந்து கொண்டிருக்கும் உறவுகளின் உள்ளேயும் மேலேயும் அது கொடியென ஊடுருவியும் மேவியும் படர்ந்து கொண்டிருக்கிறது.

லதாவின் கவிதைகள் அரசியல் உணர்வில் தீவிரம், அதிதீவிரமாக உணர்வெழுச்சியைப் பிரதியிடுகின்றன. ஏனைய சந்தர்ப்பங்களில் சாதாரணமாக - ஆனால் ஆழத்தை நோக்கி விரிகின்றன. இந்த மூன்று தன்மைகளில் மூன்றாவதே அவருக்கான வழியாகத் தென்படுகிறது. அது காலம், இடம், பொருள் என்ற எல்லைகளுக்குள்ளும் வகைப்படுத்தல்களுக்குள்ளும் சிக்குண்டு முட்டி மோதாமல் அகன்ற பரப்பில் விரிவு கொண்டு நிகழ்கிறது. இந்த நிகழ்வுக்கு நிறுத்தமேயில்லை; அது தொடரி.

பொதுவாகக் கவிதைகளை ஒவ்வொருவரும் கண்டடைகின்ற பாதைகளும் முறைகளும் வேறு வேறாக இருப்பதுண்டு. அதற்கான சாத்தியங்களைக் கொண்டிருப்பது கவிதையின் இயல்பே. கவிதைக்கு மட்டுமல்ல, இலக்கியத்தின் பண்பும் அதுதான். உள்ளீடாகக் கொள்ளும் பொருளும் அதை உணரும் முறையும் உணர்த்தும் முறையும் இந்தச் சாத்தியங்களை உற்பவிக்கின்றன. இதில் முக்கியமானது உணர்தலும் உணர்த்துதலுமே.

எந்தளவுக்கு ஆழமும் விரிவும் கொண்டதாக உணர்தல் உள்ளதோ அந்தளவுக்கு அந்தப் பொருள் ஒளிரும்; துலங்கும். அதை வெளிப்படுத்தும் (உணர்த்தும்) போதும் இந்த அளவுப் பிரமாணமும் பிரமாண்டமும் முக்கியம். இதில்தான் ஒரு கவிஞரின் சிறப்பும் அடையாளமும் நிகழ்கிறது. இந்த உணர்தலும் உணர்த்துதலுமே ஒவ்வொரு கவிஞரினதும் தனித்துவத்தைத் தீர்மானிக்கின்றன. இவையே நம்மைக் கவனிக்கவும் வைக்கின்றன. அதாவது எந்த வகையிலான வேறுபடுதல், என்ன மாதிரியான சிறப்பு என்ற வகையில்.

லதாவின் தெரிவு எப்படியோ? இனி வரும் கவிதைகளின் நிறமும் குணமும் என்னவாக இருக்கும்? அவற்றின் புதிய பயண வெளிகள் எப்படியாக இருக்கும் என யோசிக்கிறேன். அப்படி யோசிப்பதற்கான புள்ளிகளை இங்கே லதா விட்டிருக்கிறார். அதாவது தான் நகர்ந்து கொண்டேயிருக்கும் ஒரு உயிருள்ள கோளென்று.

பூவுலகைக் கற்றலும் கேட்டலும்
(அவுஸ்திரேலிய ஆதிக்குடிகளின் கவிதைகள்)

அவுஸ்திரேலிய ஆதிக்குடிகளின் கவிதைகளைத் தமிழில் மொழி பெயர்த்து, இன்னொரு வாசலைத் திறந்திருக்கிறார் ஆழியாள். இந்த வாசலின் வழியாக நாம் காண நேர்கிற உலகம் கவனித்துப் புரிந்து கொள்ள வேண்டிய ஒன்று. அவுஸ்திரேலியாவைப் பற்றிய பொதுப் புரிதலுக்கு அப்பால், அதன் உள்ளாழத்தில் கொதித்துக்கொண்டிருக்கும் அந்த நிலத்திற்குரிய ஆதிக்குடிகளின் வரலாற்று அவலத்தையும் ஆவேசத்தையும் வெளிப்படுத்திக் காட்ட வேண்டும் என்பது ஆழியாளின் நோக்காகும். இதற்குக் காரணங்களிருக்கலாம். ஆழியாள் ஒடுக்கப்பட்ட சமூகமொன்றின் பிரதிநிதியாக இலங்கையில் இன ரீதியான புறக்கணிப்பு, அடையாள நெருக்கடிகள், ஒடுக்குமுறை போன்றவற்றின் அனுபவங்களைச் சந்தித்தவர். இதனால், புலம்பெயர்ந்த தேசத்திலும் அந்த நிலத்துக்குரிய ஆதிக்குடிகள், ஆளும்தரப்பினால் புறக்கணிப்புக்கும் ஒடுக்குதலுக்கும் உள்ளாவது அவரிடம் இயல்பாகவே முதல் கவனிப்பைப் பெறக் காரணமாகியிருக்கிறது. இது ஒடுக்கப்படுவோரிடையே காணப்படும் அல்லது உருவாகும் ஒருமித்த உணர்வின் வெளிப்பாடாகும். இதை ஆழ்ந்து நோக்கினால், இதற்கு அடியில் ஒரு வகையான கூட்டுணர்வு இழையோடியுள்ளமை புலப்படும்.

ஒடுக்குமுறைக்குள்ளாகியோர் அல்லது விடுதலைக்கான வேட்கையுடனிருப்போர் தமக்கிடையே உணர்வில் ஒன்றாகித் திரள முனைவது பொதுப்பண்பு. தமது உணர்வுகளைப் பகிர்ந்து கொள்வது, தங்களின் நெருக்கடிகளையும் வேட்கையையும் வெளியுலகத்துக்குப் பகிரங்கப்படுத்துவது என்ற செயல்பாடாக இது நீளும்; மறுபக்கத்தில் ஒருவகையான எதிர்ப்புணர்வின் வெளிப்பாடாகவும் இது தொழிற்படும். ஆகவே, அரசியல் அர்த்தத்தில் ஏறக்குறைய இது ஒரு எதிர்ப்பு நடவடிக்கையே. நீதியின்மையை வெளிப்படுத்தி, நீதியைக் கோருதல் அல்லது தமது அடையாளத்துக்கான போராட்டத்தை முன்னெடுத்தல் என இதைக்கொள்ளலாம். கலை வெளிப்பாட்டின் வழியே சுதந்திரத்துக்கானதொரு கூவலாக இதிருக்கிறது.

மொழிபெயர்ப்பாளர் ஒருவரின் தேர்வு பெரும்பாலும் அவருடைய கலை ஈடுபாடு, ரசனை, அரசியல் அல்லது வாழ்நிலை அனுபவங்கள்

இவை கலந்திணைந்த சமகாலத்தேவை போன்ற காரணங்களால் நேர்வதுண்டு. பலஸ்தீனக் கவிதைகளை பேராசிரியர் எம்.ஏ.நுஃமான் மொழிபெயர்ப்புச் செய்தது, அன்றைய காலச்சூழல் அல்லது அந்தக்காலத்தேவையே. இன ஒடுக்குமுறையும் அதற்கெதிரான ஆயுதப்போராட்டமும் இலங்கையில் கூர்மையடையத் தொடங்கிய (1970 களின் பிற்கூறில்) வேளையில், அதற்குப் பொருத்தமாய் அமையக்கூடியவாறு பலஸ்தீனக் கவிதைகளின் தேர்வை நுஃமான் செய்திருந்தார். இதைப்போல ஏராளமான லத்தீன் அமெரிக்கப் படைப்புகளும் சீன, ரஸ்ய, வியட்நாமிய புரட்சிகர அரசியலைப் பேசும் இலக்கியங்களும் தமிழில் அறிமுகம் செய்யப்பட்டன. இங்கே நிகழ்ந்தது ஒடுக்குமுறைக்கு எதிரான சமாந்திர உணர்வு. கூடவே ஒடுக்குதலுக்குள்ளாகி, அடையாள நெருக்கடிகளில் சிக்கித் தவிக்கும் அவலத்தின் ஒத்த நிலை; அதைப்பற்றிய சமாந்தர வெளிப்படுத்துகை. மற்றும் அதன் அவசியம்.

ஏறக்குறைய அத்தகைய பண்பில், இன்னொரு காலத்தேவைக்கேற்றவாறு ஆழியாள் அவுஸ்திரேலிய தொல்குடிகளின் அவலத்தையும் வேட்கையையும் மொழிபெயர்த்து நமக்களித்திருக்கிறார். ஒடுக்குமுறையும் ஆதிக்கமும் “கனவு தேசங்களிலும்” உள்ளோடியிருக்கிறது என்பது இந்த அவுஸ்திரேலிய ஆதிக்குடிகளின் கவிதைகளில் தெளிவாகவே சாட்சியமாக்கப்பட்டுள்ளது. வெளியாட்களுக்கு குறிப்பாக இலங்கை போன்ற நாடுகளிலுள்ளோருக்கு அவுஸ்திரேலியா செல்வச் செழிப்பும் ஆட்சிக் கண்ணியமும் மிக்க நாடு. ஆனால், அவுஸ்திரேலியாவின் தொல்குடிகளுக்கு அப்படியானதல்ல. அவர்களுக்கு அது நீதியற்ற வாழ்க்கையைத் தந்திருக்கும் தேசம். அவர்களுடைய உரித்தும் அடையாளங்களும் வாழ்நிலைகளும் சூழலும் திட்டமிட்டுச் சிதைக்கப்பட்டிருக்கிறது. சொந்த நிலத்துக்குரியவர்களின் விருப்பு, நியாயம் எல்லாம் புறக்கணிக்கப்பட்டு, அவுஸ்திரேலியாவை ஆக்கிரமித்த வெள்ளை ஆதிக்க சக்திகள், தமக்கிசைவான முறையில் அந்த நிலத்தையும் சூழலையும் உருவாக்கியிருக்கிறார்கள். இந்த உருமாற்றத்தில் அங்குள்ள ஆதிக்குடிகளின் அடையாளங்களும் இருப்பும் மட்டும் சிதைக்கப்படவில்லை; அங்குள்ள இயற்கையும் உயிரினங்களும் கூட மாற்றியமைக்கப்பட்டுள்ளன. அந்த மண்ணுக்குச் சொந்தக்காரர்களான ஆதிக்குடிகள் வரலாற்றில் நிர்க்கதியாக்கப்பட்டிருக்கிறார்கள்; தோற்கடிக்கப்பட்டிருக்கிறார்கள். ஒடுக்குமுறைக்கு உள்ளாகியிருக்கிறார்கள். அவர்கள், தங்கள் சொந்த நிலத்தில் வாழ்வதற்கே போராட வேண்டியிருக்கிறது.

இதனால், அவர்களுடைய அடையாளமும் வாழ்க்கைத்

தொடர்ச்சியும் சவாலாக்கப்பட்டுள்ளன. இயற்கையைப் பேணியவாறு தம்மைத் தகவமைத்து வாழும் கலையைக் கொண்டிருந்த ஆதிக்குடிகளின் வாழ்க்கை திகைப்படைந்து திணறுகிறது. அதன் இசைவில் அத்துமீறல்களைச் செய்து, அவர்களுடைய நிலத்தின் மீதும் அந்த நிலத்தில் சிறப்பாக இருக்கும் இயற்கை வளங்களின் மீதும் கைவைத்த வெள்ளையாதிக்கச் சக்திகள், தேசத்தைத் தமக்குரியதாக்கி விட்டனர். ஆனால், இதை வெளித்தெரியாதவாறு ஜனநாயகத் தோற்றத்தைக் கொண்டு உருமறைத்திருக்கின்றனர். ஆனாலும் வரலாற்று ரீதியாகவும் இயற்பண்பிலும் அவுஸ்திரேலிய அடையாளமும் அதன் தன்மைகளும் கெட்டழிந்து போய்விட்டன. அவுஸ்திரேலிய மண்ணுக்குப் பொருத்தமற்ற தாவரங்களையும் பிற உயிரினங்களையும் வெள்ளையாதிக்கர்கள் கொண்டு வந்து சேர்த்தன் மூலம் இயல்பழிப்பு பெருமளவில் நிகழ்ந்திருக்கிறது. இது உலக நீதிக்கு – இயற்கையின் விதிமுறைக்கு எதிரானது. இதையிட்ட கண்டனமும் இந்த அநீதியை எப்படியாவது வெளியுலகின் முன்னே சொல்லியாக வேண்டும் என்ற உத்வேகமும் ஆதிக்குடிகளின் கவிஞர்களைப் போல, ஆழியாளுக்கும் ஏற்பட்டிருக்கிறது. இந்த உணர்வு மானுட விகசிப்பின் வழியான ஒன்று. எந்த மனிதர்கள் எங்கே ஒடுக்கப்பட்டாலும் அவர்களோடு நின்று பேசுவது. அவர்களை முன்னெடுப்பது, அவர்களுடன் சேர்ந்திருப்பது என இது விரியும்.

எதிர்ப்பை வெளிக்காட்ட முடியாதவாறு இந்தத் தொல்குடிகளை மந்த நிலையில் வைத்திருப்பதற்கு வெள்ளை அரசு பல பொறிமுறைகளைக் கையாண்டது. உதாரணமாக மதுசாரத்தையும், புகைத்தலையும் அறிமுகப்படுத்தி, அவற்றை இலவசமாக விநியோகித்து நிரந்தர குடிபோதைக்கும், புகைத்தலுக்கும் தொல்குடிகளை வெள்ளை அரசு அடிமையாக்கியது. இன்று, அடிப்படைத்தேவைகளுக்காக வழங்கப்படும் மாதாந்தக் கொடுப்பனவைக் கூட குடியில் தொலைத்து விடுகிறார்கள் தொல்குடிகள்.

அவர்கள்
தைல மரங்களுக்கு அடியில்
குந்தியிருக்கிறார்கள்
தபால் நிலையம் எப்போது திறக்கும்
என்று காத்திருக்கிறார்கள்
மற்ற நாட்களை விட இன்று கொஞ்சம் சுத்தமாக
....
....
கையில் கிடைக்கப்போகும் காசை

என்ன செய்யப்போகிறார்கள் என்று
எவரும் பேசிக்கொள்ளவில்லை
அதற்குத் தேவையும் இல்லை
கடைசியில் எல்லோரும் போய்
கிளப்பில்தான் கிடப்பார்கள்

சிரிப்பும் குடியும்
அடிதடியும் கலாட்டாவுமாக.
இன்று பென்சன் நாள்

(பென்சன் நாள் – சார்மெயின் பேப்பர் டோக்)

"ஆதிக்குடிகளுக்கான விசேட சலுகை" என்ற பேரில் அரசாங்கத்தினால் வழங்கப்படும் நிதியும் குடிவகை உள்ளிட்டவையும் அந்த மக்களைச் சிந்தனைச் சோம்பேறிகளாகவும் செயற்றிறன் இல்லாதவர்களாகவும் ஆக்கியுள்ளன. இதனால் தீராத வறுமைச் சுழல் (poverty cycle), அடிப்படைக் கல்வியின்மை, அடிப்படைத் தேவைகளின் பூர்த்தியின்மை, தாழ்வுச்சிக்கல் போன்ற பல்வேறு காரணிகளால் மிகப் பின்தங்கிய நிலையிலேயே இந்தப் பூர்வகுடியினர் இருக்க வேண்டியுள்ளது. இவர்களில் மிகக் குறைந்தளவானவர்களே சுய அடையாளம் குறித்த சுய சிந்தனையுடையோராக உள்ளனர். இத்தகைய நிலையே கனடாவிலும் காணப்படுகிறது. அங்கும் அந்த நிலத்துக்குரித்தானவர்கள் பலமிழக்கப்பட்டுள்ளனர். ஆழியாளின் இந்த மொழிபெயர்ப்பு முயற்சியின் வழியாக நமக்குக் கிடைக்கும் கவிதைகள், அவுஸ்திரேலியத் தொல்குடிகளின் இருப்புச் சவால்களையும் அவர்களுடைய வரலாற்றுச் சிறப்பையும் அதன் இன்றைய அவல நிலையையும் தெளிவாகச் சித்திரிக்கின்றன.

"பொன்னிற முடியுடனும் நீல விழிகளுடனும்
கறுப்புக்கும் வெள்ளைக்கும் இடைநடுவில் நிற்கிறேன்
என்னுடைய ஆன்மா கறுப்பால் ஆனது
இரவுகளில் நான் அழுகிறேன்
எங்கு உரித்தாய் சேர்வது என்பது
எனக்குள் நடக்கும் ஒரு பெரும் போராட்டம்

(கறுப்பு மனத்தவன் – ஷேன் ஹென்றி)

ஆதிக்குடிகளுடன் வெள்ளையினத்தவர் ஊடாடிப் பிறந்த பிள்ளைகள் எந்த அடையாளத்தைப் பின்பற்றுவது என்று தெரியாத தடுமாற்றத்தை இந்தக் கவிதை சொல்கிறது. நிறம் இங்கே மீறப்பட்டாலும் மனம் தொல்குடி அடையாளத்திலேயே வேரோடிப்போயிருக்கிறது. "கறுப்பு மனத்தவன்" என்ற கவிதையின் தலைப்பே இதைத் தெளிவாகக் காட்டுகிறது. ஏறக்குறைய இதை ஒத்த நிலை அடுத்து வரும் தசாப்தங்களில் புலம்பெயர்ந்துள்ள ஈழத்தமிழர்களுடைய சந்ததிகளுக்கு நேர்வதற்கான சாத்தியங்கள் அதிகமுண்டு. பாருங்கள், எவ்வளவு ஒற்றுமை ஒவ்வொரு நிலையிலும் என்று.

ஏனென்றால் எந்தவொரு இனச் சமூகத்தினதும் வேரறும்போது அதன் விளைவாக உருவாகும் நெருக்கடிகள் அத்தகைய நிலையைக் கொண்டிருக்கும் அனைத்துச் சமூகங்களுக்கும் பொதுவானவையாகி விடுகின்றன. எனவேதான் உலகெங்கும் ஒடுக்கப்படும் மக்கள் ஒத்த நெருக்கடியைச் சந்திப்பனவாக உள்ளனர். இதனால், இந்த நிலையிலுள்ள எல்லாச் சமூகங்களுக்கும் ஒத்த உணர்வோட்டம் பொதுவானதாகி விடுகிறது.

இந்த தொல்குடி மக்களின் சூழல் சார்ந்த சிறந்த வெளிப்பாடாக உள்ளது இன்னொரு கவிதை. பிறத்தியாரால் உணர முடியாத தமது மண்ணின் குரல் பற்றிய விவரணை, எண்ணற்ற உள்ளாழப்படிமங்களை விரித்துக் காட்டுகிறது. இம்மாபெரும் பூவுலகின் அற்புத வார்த்தைகளை – ஆன்மாவை — செருக்கு மிகுந்தோரால் ஒரு போதுமே அறிந்துணர முடியாது என்று பிரகடனம் செய்கிறது.

கேட்டிருக்கிறாயா?
இப் பூவுலகின் சத்தத்தை
நீ கேட்டிருக்கிறாயா
அது சுவாசிக்கும்போது
உன்னால் அதை உணர முடியும்.
....
....
இங்கே உரத்து இரைவோரும்
செருக்கு மிகுந்தோரும்
இம் மாபெரும் பூவுலகின்
அற்புத வார்த்தைகளை

கேட்க முடியாதவர்கள் என்றென்றும்
கேட்கவே முடியாதவர்கள்

(கேட்டலும் கற்றலும் – யுங்கே)

ஜோன் லூயிஸ் கிளாக்கின் "காக்கைச் சிறகுகள்" என்ற கவிதை ஆதிக்குடிகள் அந்நிய எதிர்பாளர்களை எதிர்த்துப் போரிட்டதைக் கூறுகிறது. எனினும் அந்தப் போரில் அவர்களால் வெற்றியடைய முடியவில்லை. அந்தக் கவிதையின் இறுதி அடிகள்,

"...............
அவர்கள் போராட வேண்டியிருந்தது
ஒன்றாய்,
உயிர் வாழவும்
காதல் செய்யவும்
சாவதற்கும் அவர்கள் போராட வேண்டியிருந்தது
தங்களுக்குச் சொந்தமான
சொந்த மண்ணிலேயே"

ஏறக்குறைய இதே நிலை ஈழத்தமிழர்களுக்கும் உண்டு. இன்னும் இதே நிலையில் பூமியின் பல்வேறு திசைகளில் வாழ்வோருக்கும் உள்ளது. உலகின் பேரிரைச்சலாகியிருக்கும் நீதி முழக்கங்களுக்கும் பிரகடனங்களுக்கும் அடியில் உறைந்திருக்கும் உண்மை நிலை இது. சொந்த நிலத்தில் வாழ்வதற்கே போராட வேண்டிய அவலம் சாதாரணமானதல்ல. ஆனால், அதுதான் யதார்த்தமாக உள்ளது. இவ்வளவுக்கும் ஆக்கிரமித்திருப்போர் தமக்கிசைவான சட்டங்களையும் விதிகளையும் இயற்றிக் கொண்டு உல்லாசமாக – மாண்புடையோராக வாழ்கிறார்கள்.

இப்படி ஒவ்வொரு முக்கிய விடயங்களைப் பற்றியும் பல ஆழமான சேதிகளைச் சொல்லும் அருமையான கவிதைகளைக் கொண்டதாக இந்தத் தொகுதியின் கவிதைகள் (பூவுலகைக் கேட்டலும் கற்றலும்) உள்ளன. இதில் பான்ஸி ரோஸ் நபல்ஜாரியின் "கங்காரு", கெவின் கில்போட்டின் "பால் பெல்போரா நடனம் முடிந்து விட்டது", ரூபி லாங்வோட்டின் "கறுப்புப் பெண்", சார்மெயின் – பேப்பர் டோக்கிறீனின் "பென்சன் நாள்", எலிசபெத் ஹொய்சனின் "கொடுத்து வைத்த குட்டிப் பெண்" போன்ற கவிதைகள் மிகத்

தீவிரமான மனநிலையைப் பிரதிபலிக்கின்றன. இன்னும் இந்தத் தொகுதியில் ஆர்ச்சி வெல்லர், பொப் ரென்டல், ஹைலன் மரீஸ், ரோய் மோரிஸ், போலா அஜூரியா, ஜாக் டேவிஸ், ரெக் மார்ஷல், கொஸ்டேன் ஸ்ரோங், லோரி வெல்ஸ் போன்றோரின் கவிதைகளும் அழுத்தமான தொனியில் எழுதப்பட்டுள்ளன. பொதுவாகவே அனைத்துக் கவிதைகளின் தேர்வும் தீவிர மனநிலையின் வெளிப்பாடுகளாகவே உள்ளன. இதனால் இவற்றைப் படிக்கும்போது ஒடுக்குமுறைக்குள்ளான அனுபவத்தைக் கொண்டிருக்கும் நமக்கும் பதற்றம் ஏற்படுகிறது. உருக்கம் கூடுகிறது. இது இந்தக் கவிதைகளை மேலும் நெருக்கமுற வைக்கிறது.

இதில் என் தேர்வில் ஜூன் மில்ஸின் "நான் இறக்கும்போது" என்ற கவிதை சிறப்பானதாக உள்ளது.

நான் இறக்கும்போது
வேறு எதைச் செய்தாலும்
என்னைத் தேவாலயத்துக்கு எடுத்துச் செல்லாதீர்கள்

....

நான் இறக்கும்போது
வெள்ளையர்களின் சாபப் பிரார்த்தனைகளைச் சொல்லி
என் பெயரில் செபிக்காதீர்கள்

நான் இறக்கும்போது
என் பிள்ளைகள் அனைவரையும்
அன்போடு பராமரியுங்கள்

....

நான் இறக்கும்போது
என் உடலின் நிர்வாணத்தை
மரப்பட்டை கொண்டு உடுத்தி விடுங்கள்

நான் இறக்கும்போது
ஏழிலைப்பாலை மரத்தின் மேலே
என்னை அடக்கம் செய்யுங்கள்
நான் இறக்கும்போது

என் பிள்ளைகளுக்கு
வாழ்தலைக் கற்றுக் கொடுங்கள்

இந்தக் கவிதை ஒன்றே ஒட்டுமொத்த ஆதிக்குடிகளின் மனநிலையையும் வெள்ளை ஆதிக்கத்தின் இருளையும் தெளிவாக்கி விடுகிறது. வெள்ளைப் பண்பாட்டாதிக்கத்தையும் அதனுடைய மதப்பிடிமானத்தையும் மிகத் தீவிரமாக எதிர்க்கும் வரலாற்று மூலமாக உள்ளது.

இந்தக் கவிதைகள் ஒவ்வொன்றைப்பற்றியும் அவற்றில் கலந்திருக்கும் வரலாற்றுத் துயரம் பற்றியும் ஏராளமாகப் பேச வேண்டியிருக்கிறது. அதற்குத் தூண்டுகின்றன ஒவ்வொரு கவிதையும். இந்தக் கவிதைகள் வெற்றியடையும் இடமே இதுதான். தம்மைப்பற்றிப் பேசத் தூண்டும் குணத்தினால். தாம் கொண்டுள்ள வரலாற்று நிலையைப் பற்றி உரையாடல் செய்ய விளைவதினால். இத்தகைய புரிதலுக்குரிய மாதிரி ஆழியாளின் கவிதைத் தேர்வும் மொழிபெயர்ப்புகளும் உள்ளன. இது சிறப்பே.

இங்கே உள்ள சோகம் என்னவென்றால், இந்தத் தொல்குடிகள் தங்களுடைய கவிதைகளை – வெளிப்பாடுகளை தங்கள் சொந்த மொழியில் வெளிப்படுத்த முடியாதிருக்கின்றனர் என்பது. நூற்றுக்கணக்கான இனக்குழுக்களாகவும் பன்மொழிகளைப் பேசுவோராக இருந்தாலும் சொந்த மொழியில் தங்கள் கவிதையை எழுத முடியாதவர்களாக உள்ளனர். இதனால், இவர்களுடைய தொல்மரபுசார் வெளிப்பாடுகளைப்பற்றி – நமக்கிருக்கும் இலக்கியத் தொடர்ச்சியைப் போல இவர்களுடைய தொல்கவிதைகளைச் சரியாக அறிய முடியவில்லை. ஆழியாளின் மொழிபெயர்ப்பிலிருக்கும் இந்தக் கவிதைகள் பெரும்பாலும் சமகாலம் அல்லது அண்மைச் சமகாலத்தவை. வெள்ளை ஆதிக்கத்திற்குப் பிந்தியவை. அத்தனை கவிதைகளும் இவர்கள் ஆங்கிலம் வழியாக எழுதிய கவிதைகளில் இருந்தே தமிழில் பெயர்க்கப்பட்டுள்ளன. இந்த ஆதிக்குடிகளில் மிகச் சிறிய எண்ணிக்கையானவர்களே கல்வி கற்று ஓரளவு சிந்திக்கத் தெரிந்தவர்களாக, தங்களுடைய அடையாளங்களைக் குறித்து அக்கறைப்படுவோராக இருக்கின்றனர். அதனால் தவிர்க்க முடியாமல் ஆங்கிலம் வழியாகவே எழுதுகின்றனர். பல நூற்றுக்கணக்கான மொழிகளைப் பேசும் பல இனத்தவர்கள் அங்கே வாழ்ந்தாலும் அவர்களிடையே எழுத்து மொழி விருத்தியடையவில்லை. மட்டுமல்ல, இந்தக் கவிஞர்களில் பெரும்பாலானவர்களுடைய பெயர்களைக் கவனித்தாலே தெரியும், அத்தனையும் ஆங்கில — கிறிஸ்தவப் பெயர்கள் என்பதை. உருமாற்றம் எப்படியெல்லாம் நிகழ்ந்திருக்கிறது,

நிகழ்த்தப்பட்டிருக்கிறது. சிதைவுகளுக்கு இதை விட வேறு என்ன சாட்சியம் வேண்டிக் கிடக்கின்றது?

ஆழியாளின் இந்த மொழிபெயர்ப்புக் கவிதைளை ஈழ நோக்கு நிலை நின்று இன்னொரு விதமாகவும் நோக்க வேண்டும். அப்படிப் பார்த்தால் வரலாற்றுத் துயரங்களோடு மட்டுமல்ல, சமகால வாழ்க்கையோடும் இவை அப்படியே பொருந்தியிருக்கின்றன. முன்னே குறிப்பிட்டுள்ளதைப் போல, சொந்த நிலத்திலேயே அந்த நிலத்துக்குரியவர்கள் அந்நியமாக்கப்படுவது, ஒடுக்கப்படுவது, அடையாளங்களை இழக்க வைப்பது போன்ற மாபெரும் அநீதியை மட்டும் இவை பேசவில்லை. அதற்கு அப்பால், அவுஸ்திரேலியாவை நோக்கிய ஈழத்தமிழர்களின் கனவுலகை நோக்கிய பெயர்வை, அவலப் பெயர்வாகவே உணர்த்தவும் முற்படுகின்றன.

"எப்படியாவது அவுஸ்திரேலியாவுக்குச் சென்று அங்கே குடியுரிமை பெற்று விட வேணும். அதன் மூலம் உத்தரவாதம் நிறைந்த செழிப்பான வாழ்க்கையைப் பெற வேணும்" என்ற பெருங்கனவுகளோடு அவுஸ்திரேலியாவை நோக்கி, ஆபத்தான நீண்ட கடல் பயணங்களைச் செய்ய முயற்சித்துச் சீரழியும் ஏராளம் ஈழத்தமிழர்கள் அறிந்திருக்க வேண்டிய "அறியாப் பொருளை" இந்தக் கவிதைகளின் வழியே ஆழியாள் காண்பிக்கிறார். இவர்களுக்கு அங்கே அந்த நிலத்தின் சொந்தக்காரர்கள் இரண்டாம், மூன்றாம் தரப்பினராக நடத்தப்படுகிறார்கள் என்பதோ அவர்களுடைய இருப்பும் அடையாளங்களும் சிதைக்கப்பட்டுள்ளது என்றோ தெரியாது. அதைத் தெரிந்து கொள்ளும் அக்கறையும் இல்லை. அந்த மண்ணில் நிகழ்ந்த, நிகழ்ந்து கொண்டிருக்கும் வெளித்தெரியா ஒடுக்குமுறையைப் பற்றி இவர்கள் அறிய முற்படுவதுமில்லை. இவர்களுடைய மனதில் நிறைந்திருக்கும் அவுஸ்திரேலியா பற்றிய சித்திரமே வேறானது. அது ஒரு பொற்கனவு. இந்தப் பொற்கனவில் அவுஸ்திரேலியா என்பது, எல்லோரையும் வரவேற்று எல்லோருக்கும் இடமளித்துச் சமத்துவத்தை வழங்கி மகிழ்ச்சியாக வாழ வைக்கின்ற "சொர்க்க நிலமாக" இருக்கிறது என்ற சித்திரமே உள்ளது. இதனால்தான் உயிரைக் கையில் பிடித்துக் கொண்டு, ஆபத்தான நீண்ட கடல் பயணத்தைச் செய்து "கங்காரு தேசம்" நோக்கிப் பெயர்கிறார்கள்.

இலங்கையில் நிலவும் இன ஒடுக்குமுறையிலிருந்து விடுபடுவதற்கான தப்பித்தலாக, இன்னொரு பாதுகாப்பான "நன்நிலத்துக்கு"ப் பெயர்வதே இவர்களுடைய முனைப்பு. ஆனால், அங்கே அவுஸ்திரேலியாவில் அதிகாரத்திலிருக்கும் ஆங்கிலேய வெள்ளையர்கள் இந்தப் புதிய வருகையாளர்களை ஏற்கத் தயாரில்லை. முன்னர் ஓரளவுக்கு அங்கீகரித்தனர். இன்றைய

நிலை அப்படியானதல்ல. இப்பொழுது புதிய வருகையாளர்களை இடைமறித்துத் திருப்பி அனுப்புகின்றனர். கரையிறங்கியோரைத் தயவு தாட்சண்யமில்லாமல் நாடு கடத்துகிறார்கள். இதுபற்றிய எழுத்துகள் மெல்ல மெல்ல தமிழிலும் வெளியாகத் தொடங்கியுள்ளன. அண்மைய உதாரணம், தெய்வீகனின் "உமையாள்" என்ற கதை. "சட்டவிரோதக் குடியேறி" என்ற அடிப்படையில் நாடு கடத்துவதற்கு முயற்சிக்கும் அவுஸ்திரேலியக் காவல்துறை கலைக்கும்போது அதிலிருந்து தப்ப முயற்சிக்கும் ஈழத்தமிழரைப் பற்றிய கதை அது.

எனவே இத்தகைய அவல நிலைக்கு ஆளாக வேண்டாம் என்ற உணர்த்துதலையும் இந்தக் கவிதைகள் தம்முள் கொண்டுள்ளன. சொந்த நிலத்துக்குரியவர்களே மோசமாக நடத்தப்படும்போது அத்துமீறி வந்திறங்குவோருக்கு எத்தகைய இடமிருக்கும் என்ற கேள்வி இங்கே எழுப்பப்படுகிறது. எதிர்பாராத விதமாகவோ அல்லது திட்டமிட்டுத்தானோ இந்தக் கவிதைகளின் தேர்வை ஆழியாள் இவ்வளவு பொருளாழத்தோடு செய்திருக்கிறார் என்று தெரியவில்லை. ஆனால், வரலாற்றுத் துயருக்கு மட்டுமல்ல, நமது சமகாலச் சூழலுக்கும் அப்படியே பொருந்திப்போகின்றன இந்தக் கவிதைகள்.

மொத்தத்தில் கீழ்வரும் வகையில் இந்தத் தொகுதியின் பெறுமானத்தைச் சுருக்கமாகத் தொகுத்துக் கொள்ளலாம்.

1. ஆதிக்குடிகளின் பூர்வீகக் கவிதைகள் மட்டுமல்ல இவை. உலகெங்கும் உள்ளோடியிருக்கும் சமகால வாழ்வின் நெருக்கடிகளுமாகும்.

2. ஆதிக்குடிகளுக்கான நியாயத்தை உலக அரங்கில் கோருவது? அவர்களுடைய பிரச்சினையை, வரலாற்றுத் துயரை உலகறியச் செய்வது. குறிப்பாகத் தமிழ்ப்பரப்புக்குத் தெரியப்படுத்துவது.

3. சொந்த நிலத்திலேயே அந்நியராக்கப்படுவதை எதிர்ப்பது, அடிமைகளாக்கப்பட்டிருப்பதை உரத்துப் பேசுவது.

4. வெள்ளை ஆதிக்கர்களின் நாகரீக முகமூடிகளை அம்பலப்படுத்துவது.

("பூவுலகைக் கற்றலும் கேட்டலும்" - அவுஸ்திரேலிய ஆதிக்குடிகளின் கவிதைகள், தமிழில் ஆழியாள் (மதுபாஷினி) வெளியீடு – அணங்கு (பெண்ணியப் பதிப்பகம்) 3, முருகன் கோயில் தெரு, கணுவாப்பேட்டை, வில்லியனூர், புதுச்சேரி 605110).

சுமதியின் கவிதை வழி

மீறல்களை நிகழ்த்துவதும் எதையும் (துணிச்சலோடு) வெளிப்படையாகப் பேசுவதும் (கறுப்பி) சுமதிக்கு விருப்பமான விசயம். அதுவே சுமதியின் அடையாளமும். சுமதியின் சினிமா (நியோகா, You 2, இனி, மனமுள், பிள்ளை, சப்பாத்து) கதைகள், கவிதைகள், நாடகங்கள் எல்லாவற்றிலும் இதைக் காணமுடியும்.

ஆனால், இவை இரண்டும் தமிழ்ச் சூழலில் அதிகம் விருப்பப்படுவதோ ஏற்றுக் கொள்ளப்படுவதோ இல்லை. அதிலும் பெண்கள் இப்படியான இயல்புடன் (மீறலாகவும் வெளிப்படைத்தன்மையுடனும்) நிலைப்பாட்டுடன் இயங்குவதை அது அதிகம் விரும்புவதில்லை. தனக்குப் பிடிக்காதவையென எரிச்சறபடும். தவிர்க்க முடியாமல் இவற்றை ஏற்றுக் கொள்ள வேண்டும் என்ற நிர்ப்பந்தச் சூழலில் அனுசரித்துத் தந்திரப் பாவனை செய்யுமே தவிர, மனப்பூர்வமாக ஏற்று அங்கீகரிக்காது. அப்படி அது இவற்றைத் தாராள மனதோடு ஏற்று அங்கீகரிப்பதாக இருந்தால் இந்த மாதிரியான குரல்களையும் செயல்களையும் முன்னிலைப்படுத்தி, வரவேற்றுக் கொண்டாடியிருக்கும். அதன் விளைவாக தமிழ்ப்பரப்பில் இன்று சுயாதீனமுடைய பல்லாயிரக்கணக்கான ஆளுமைகளையும் குரல்களையும் நாம் கண்டிருப்போம். மாற்றத்தின் கொடிகள் எங்கும் மகிழ்ச்சியாக அசைந்திருக்கும். தமிழ்ப் பெண்கள் மிகச் சுதந்திரமாகவும் இயல்பாகவும் பூரித்திருந்திருப்பர். அவர்களுடைய முன்னிலைப் பாத்திரம் மேலோங்கியிருக்கும்.

இங்கே “இயல்பாக” என்று கூறப்படும் சொல் உணர்த்த முற்படுவதைச் சற்று அழுத்தமாகக் கவனிக்க வேண்டும். ‘இயல்பாக’ இருப்பதென்பதே முதல்முழுச் சுதந்திரமாகும். எவர் ஒருவர் தன்னால் எந்த நிலையிலும் இயல்பாக இருக்க முடிகிறது என்றுணர முடியுமாக இருக்கிறாரோ அவரால் மகிழ்ச்சியின் விரிந்த எல்லைகளில் மலர முடியும். அது ஆயிரமாயிரம் மடங்கு ஆற்றலை உண்டாக்கும். ஏராளம் புதியவைகளை உருவாக்கும். பதிலாக அதற்கான வெளி இல்லை, அதைச் சமூகம் அனுமதிக்கவில்லை என்று உணருவாரானால் அங்கே சுதந்திரம் மறுதலிக்கப்படுகிறது. ஒடுக்குமுறை மேலெழுகிறது. பதற்றம் உருவாகிறது. வெளிப்படுத்தல் மட்டிறுத்தப்படுகிறது அல்லது இல்லாதொழிக்கப்படுகிறது. அல்லது தன்னுள் ஒடுங்குதல் நிகழ்கிறது. பதிலாக எதிர்நிலையில் பிறருக்கென —சமூகத்துக்கென

நடிக்கும் பாவனையே நிகழத் தொடங்குகிறது. அந்தப் பாவனையை இயல்பென உருமாற்றம் செய்து நாடகீயமாக நடந்து கொள்கிறது அதிகாரத் தரப்பு. இங்கே அதிகாரத் தரப்பு என்று குறிப்பிடப்படுவது பண்பாடு, சமூக விழுமியம் (அல்லது சமூக ஒழுக்கம்) என்று புனைவுருவாக்கம் செய்து தன்னைக் கட்டமைத்து வைத்திருக்கும் சமூகத்தையும் அதன் பண்பாட்டுத் தன்மையையுமாகும்.

இதை மறுத்து, "முன்னர் அப்படியான நிலை இருந்திருக்கலாம். இன்று அவ்வாறில்லை. இப்பொழுது பெண்களின் உணர்கையில் பல முன்னேற்றகரமான மாற்றங்கள் நிகழ்ந்துள்ளன. அவர்களுக்கான வெளி அதிகரித்திருக்கிறது. அவர்களிடமிருந்து புதிய குரல்களையும் மீறல்களையும் நாம் பல திசைகளிலும் காண்கிறோம்..." என்று யாரும் கூற முற்படலாம். இதற்கு ஏற்கனவே சொல்லப்பட்டதே பதிலாகும். மேலும் கூற வேண்டுமானால் "அப்படியில்லையே. இறுகிய முகத்தோடும் மனத்தோடும்தான் இவற்றை அது அவற்றை Adjestment செய்து கொள்கிறது. என்னதான் ஜனநாயகத்தைப் பற்றியும் உரிமைகளைப் பற்றியும் முழங்கும் குரலில் உரத்துப் பேசினாலும் நடைமுறையில் இவற்றுக்கான இடமும் வெளியும் குறைவாகவே உள்ளது. இருக்கின்ற இடமும் வெளியும் கூட தவிர்க்க முடியாத நிர்ப்பந்தத்தின் விளைவாக எடுக்கப்பட்டதே தவிர, மாண்புடன் ஏற்றுக் கொள்ளப்பட்டதல்ல. அளிக்கப்படும் இடமும் கூட இயல்பாகவோ, விருப்புடனோ வழங்கப்படுவதில்லை. மீறி மேலெழும் பெண்கள் மிகுந்த சிரமத்தின் மத்தியிலேயே தம்மை முன்னிறுத்த வேண்டியுள்ளது. இது அனைத்துத்துறைகளிலும் உண்டு. குடும்பம் தொடக்கம் சூழ உள்ளும் புறமுமாக அமைந்த உறவு நிலைகள், வாழும் திசைகள் என அனைத்திடத்திலும் உள்ளது. இதுவே உண்மை என மீளவும் அழுத்திச் சொல்லவே முடியும். இதற்கு இங்கே உள்ள சுமதியின் கவிதைகளும் சாட்சி. மீறத் துடிக்கும் தவிப்பின் வெளிப்பாடுகளாகவே இன்னும் பெண் குரல்கள் ஒலிக்கின்றன. அத்தனை பெண் எழுத்திலும் இந்தச் சாட்சியத்தைக் காணலாம். பெண்ணுலகம் சந்தித்துக் கொண்டிருக்கும் இந்த நெருக்கடியை உணர முடியும். அதை மீறுவதையும் மீறத் துடிப்பதையும் கூட. இன்னும் இது எவ்வளவு காலம் நீடிக்கப்போகிறது ? நீடிக்க வேண்டும் ?

சுமதி, இந்தக் கவிதைகளின் வழியே விரும்புவதைப் போல, வெளிப்படுத்துவதைப் போல இயல்பாக இருப்பதற்குத் துணிவு வேண்டும். அதை மறுக்கும் தரப்பின் அதிகாரம், சூழ்ச்சி, ஒதுக்குதல் அல்லது புறக்கணித்தல் என்ற எதையும் எதிர்கொள்ளத் தக்க சவால் ஏற்கும் மனம் வேண்டும். ஏன் வாழ்க்கையைப் பலியிடவும் தயாராக இருக்க வேண்டும். ஏறக்குறைய சுமதி அத்தகைய சவால்களை ஏற்ற மனதையும் வாழ்க்கையையும் கொண்டவர். அதனால்தான்

சிரமங்களின் மத்தியிலும் அவரால் இந்த நெடுவழியில் தளராமல் பயணிக்க முடிகிறது. அடிமைத்தனத்தை ஒழித்துப் புதியனவற்றை உணர்வதற்கான அவருள் இயங்கிக் கொண்டிருக்கும் அவாவுதலின் நாவு வெளி தேடி அலைகிறது. மனித உயிரியின் அடிப்படைக் குணாம்சமே இதுதான். மனித உயிரி மட்டுமல்ல, இயற்கையின் அனைத்து உயிரிகளுக்கும் இந்தத் துடிப்பிருக்கும். தன்னை நிலைப்படுத்தத் துடிப்பது. மேலும் புதிதாய் விரிய முனைவது. அதற்காகப் பிரயத்தனங்களைச் சலிப்பின்றி மேற்கொள்வது.

இத்தகைய ஆற்றற் சிறப்பை சிலர் ஆதரித்துப் பெருமையாகவும் சிறப்பாகவும் கருதுவர். அதொரு சிறிய வட்டமே. ஆனால், தமிழ்ப் பெருந்திரள் அப்படியானதல்ல. அது தன்னுள் குறுகிக் குறுகி மறுகிக் கிடப்பது. தன்னை விரித்து, முன்னோக்கிப் பயணிப்பதற்கு அதனால் எளிதில் முடிவதில்லை. ஆகவேதான் மிகத் தொன்மையான வேர்களைக் கொண்டிருந்தாலும் அதனால் இன்றைய பொதுப்பரப்பில் முன்னகர்ந்து சமனிலை அடைவதற்கு முடியாமலுள்ளது. அதை எட்ட வேண்டும் என்றால் நீண்ட பயணம் செய்ய வேண்டியுள்ளது. இன்னும் பல நூற்றாண்டுகள் பயணித்தே இன்றைய இடத்துக்கு வர முடியும்.

தமிழில் கடந்த நூற்றாண்டில்தான் பெண் குரலின் மீறல்கள் உச்சநிலையில் வெளிப்பாடடையத் தொடங்கின எனலாம். அரசியல், இலக்கியம், சமூகச் செயற்பாட்டுப் பரப்பு என பெண்கள் வீடு, குடும்பம், கிராமம் என்ற எல்லைகளைக் கடந்து பெருவெளியொன்றைத் திறந்தனர். அதற்கு முன்பு, அரசியலிலும் இலக்கியத்திலும் பெண்களுடைய இடம் – அடையாளம் மிகச் சிறியது. புள்ளியளவிலானது. இலக்கியத்தில் ஔவையார், காக்கைபாடினியார், வெள்ளி வீதியார், ஆண்டாள் போன்ற ஆளுமைகள் இருந்தாலும் அவர்களுடைய வெளிப்பாடுகளில் துருத்துமளவிலான சவாலேற்பைக் காண முடியாது. இவர்களெல்லாம் அன்றைய சூழமைவிற்குள் தங்களைப் பொருத்திக் கொண்டவர்களாகவே உள்ளனர். இதில் ஆண்டாளின் நிலை இன்னும் பரிதாபத்திற்குரியது. தன்னுடைய காதலை, அதன் தவிப்பை, தத்தளிப்பைச் சுயாதீனமாக வெளிப்படுத்த முடியாத நிலையில் கடவுளுடன் பகிர்வதாகக் காண்பிக்க முற்படுகிறார். கடவுளுடன் தொடர்புறுத்துவதன் மூலம் தன்னைப் பாதுகாத்துக் கொள்வதுடன் ஒரு விதமான புனிதப்படுத்தலையும் செய்து கொள்கிறார். இது அவர் மேற்கொண்ட உபாயமாகும். இத்தகையை போக்கைத் தவிர்த்து, அன்றைய சமூக நெருக்குவாரங்கள், பண்பாட்டுச் சிறைகளை மீறி ஔவையாரோ பிற பெண் கவிகளோ, ஆளுமைகளோ தங்களை வெளிப்படுத்தியதோ நிலை நிறுத்தியதோ

இல்லை. இதனால்தான் நீண்ட நெடும் தமிழ்ப்பரப்பின் வெளியானது ஆண்களால் நிரம்பிக்கிடக்கிறது. பெண்களின் இயல்புச் சுவடுகளை, சுயாதீனத் தடங்களைக் காண்பது அதில் அரிதாகியுள்ளது.

இதனை கடந்த நூற்றாண்டு மாற்றியது. 1960, 70 களிலிருந்தே ஈழத்திலும் அதற்கு முன்பு இந்திய சுதந்திரப் போராட்டம், திராவிட எழுச்சி போன்றவற்றின்போது தமிழ் நாட்டிலும் இதைக் காண முடியும். இந்தப் புலங்களில் இந்தக் காலகட்டங்களில் நிகழ்ந்த – ஊடாடிய — அரசியல் மற்றும் கருத்துநிலை உரையாடல்களும் செயற்பாட்டு எழுச்சியும் பெண்களுக்கான வெளியை மெல்ல ஏற்படுத்திக் கொடுத்தன. நீண்டகாலமாகப் பெருந்தவிப்போடும் உளக் குமுறல்களோடும் அடங்கிக் கிடந்த பெண்கள் மிக ஆக்ரோசமாக எழுச்சிகொள்ளத் தொடங்கினர். தங்களை சுயாதீனமாக வெளிப்படுத்த ஆரம்பித்தனர். ஆண்களுக்கு வழங்கப்பட்ட வெளியைப் போல பெண்களுக்கும் அவர்களுக்குரித்தான வெளி வேண்டும். அந்த வெளியில் அவர்கள் அக – புற ரீதியான எத்தகைய நெருக்குவாரங்களும் இன்றி, தம்மியல்பில் திளைத்திருக்க வேண்டும். அதற்கான சுதந்திரத்தை தாமாகவே பெற்றுக் கொள்வோம். அதை யாரும் பிச்சையிட வேண்டாம் என. ஈழத்தில் 1980 களில் வெளியாகிய "சொல்லாத சேதிகள்" என்ற பெண்களின் கூட்டுக் கவிதைத் தொகுதி இதற்கு நல்ல உதாரணம். ஏன் அதற்குப் பிறகு வெளிவந்த மறையாத மறுபாதி' (1992), 'கனல்' (1997), 'உயிர்வெளி' (1999), 'எழுதாத உன் கவிதை' (2001), 'வெளிப்படுத்தல்' (2001), 'பெயல் மணக்கும் பொழுது' (2007), 'மை' (2007), 'இசை பிழியப்பட்ட வீணை' (2007), 'ஒலிக்காத இளவேனில்' (2009), பெயரிடாத நட்சத்திரங்கள் (2011) போன்ற கூட்டுத் தொகுப்புகளும் இதையே வெளிப்படுத்தின. அவற்றில் வெளிப்பட்ட குரல்களைச் சரியாகப் புரிந்து கொண்டால், தமிழ்ச்சமூகத்தின் நிலை என்ன, போக்கு என்ன என்பதும் அதில் பெண்களுக்கான இடம் என்னவாக இருந்தது; இருக்கிறது என்பதும் தெரியும்.

'சொல்லாத சேதிகள்' உண்டாக்கிய அதிர்வு தமிழ்ப்பரப்பில் பெரியது. அதன் தொடர்ச்சியும் அதை மீறிச் செல்வதுமாக பின்னர் தமிழ்ப்பரப்பின் நிகழ்நிலை மாற்றமடைந்திருக்கிறது. இன்று உலகமெங்கும் தமிழில் இயங்கிக் கொண்டிருக்கும் பெண் ஆளுமைகளிடம் இதன் பிரதிபலிப்பைச் செழுமையாகக் காணமுடியும். சுகிர்தராணி, குட்டிரேவதி, மாலதி மைத்ரி, சல்மா, லீனா மணிமேகலை, ஔவை, பிரதீபா (கற்பகம் யசோதர), அனார், அம்புலி, ஃபஹீமா ஜஹான், கொற்றவை, தில்லை, புதிய மாதவி, தேன்மொழிதாஸ், தீபுஹரி, கலா, ரஞ்சனி, மலரா, தர்மினி, ஆழியள்

என நீளும் அத்தனை பெண் கவிஞர்களிலும் இதை உணரலாம். அம்பை தொடக்கம் தாட்சாயினி வரையான எழுத்தாளர்களிலும் இதுவே நிறைந்துள்ளது.

சுமதியின் இந்தத் தொகுதிக் கவிதைகளிலும் இது உண்டு. காணுகை அல்லது உணர்கை, தெரிவு, பொருள் கொள்ளல், வெளிப்படுத்தல், தொனி என்றவாறாக. இதில் லீனா மணிமேகலை, சுமதி போன்றோர் முன்வைக்கும் பால் உறவு பற்றிய பார்வையும் வெளிப்பாடும் (செக்ஸ் சார்ந்த வெளிப்படுத்தல்கள்) முக்கியமானவை. இதைப் பேசும்போது மிக இயல்பாக —

உன்னைத் தவிர
வேறொருடல்
கிளர்ச்சியைத் தருகிறதாவென
சோதனை செய்தும் பார்த்தாயிற்று

என்று வெளிப்படையாகச் சொல்வதற்கு எத்தனை துணிச்சல் வேண்டும்!

பெண்களின் தற்கொலைக்கு ஆயிரம் காரணமுண்டு
என்னுடையதற்கானதை
உங்களுக்குத் தகுந்தபடி
நீங்களே பொருத்திக் கொள்ளுங்கள்.

என ஒரு கவிதையிலும்

ஒருநாள் எழுதுவேன்
நீ எதிர் பார்த்தவற்றையும்
எதிர்பாராதவற்றையும்

என்று கூறுவதிலும் உள்ள மெய்ப்பாடுகள் அசாதாரணமானவை.

சுமதியின் கவிதை வெளி அவருடைய பிற கலைப் பரப்பைப் போன்று, சுயாதீனத்தைக் கோருவது, அதைப் பிரகடனப்படுத்துவது என இருவகையில் உள்ளது. இந்தச் சுயாதீனத்துக்கு இடைஞ்சலாக இருக்கும் அதிகாரத்தை – அது எதுவாக இருந்தாலும் அதை –

எதிர்ப்பது, அதற்குச் சவாலாக இருப்பதாகும். அப்படிப் பார்த்தால் இவை ஒரு வகையில் சுயவெளிப்பாட்டுக் கவிதைகள். இன்னொரு நிலையில் சுயவெளிப்பாடு போன்றதொரு தோற்றத்தின் வழியாக அதைக் கடந்து நிற்கும் பொதுமுழக்கக் கவிதைகள். தொகுத்துச் சொன்னால் இவற்றை அரசியற் கவிதைகள் என்றும் கூற முடியும். அது எத்தகைய அரசியலை முன்வைக்கிறது என்பதைப் படிப்போரால் புரிந்து கொள்ளவும் இனங்காணவும் முடியும். வேண்டுமானால் பெண்ணரசியல் என்று வசதிக்காக அடையாளப்படுத்தலாம். அப்படியென்றால் முன்வைக்கப்படும் பெண்ணரசியல் – பெண் வெளிப்பாட்டு — கவிதைகளில் இந்தக் கவிதைகளுக்குரிய இடம் என்ன? சுமதியின் தனித்துவம் என்ன? என்று நாம் பார்க்க வேண்டியுள்ளது. அதுவே இன்னொரு அறிதலையும் அனுபவத்தையும் புதிய சிந்தனையையும் நாம் பெறுவதற்கான வாய்ப்பாகும். இதற்குச் சில அடையாளங்கள் —

புனலூதிய புகையினுள்
அசைந்து மறைந்தது
உருவமொன்று
சட்டையை இழுத்து
விட்டுக்கொண்டேன்.

கழுத்து வியர்வையில்
தோய்ந்த மார்பகங்கள்
போர்வைக்குள் அவிந்து அரித்தன
துருதுருக்கும்
கைகளையடக்கி
சுவரின் கண்களுக்கு
தீனிபோட மறுத்து
சிலையானேன்.

படுக்கையறை
குளியலறை
குசினி
கிணற்றடி
சிவந்த கண்களுடன்
என்னை விழுங்க

தொடரும் அமானுஷ்யம்.
(அமானுஷ்யம்)

அநேகமாகப் பெரும்பாலான பெண்களும் சந்திக்கின்ற உடல், உள ரீதியான உபத்திரவம் இது. ஆனால், எல்லோரும் இதைச் சொல்வதில்லை. சொல்வதன் மூலம் உண்டாகும் சமூகத்தின் அதிர்வலைகள் தம்மையே அதிகமாகத் தாக்கும் என்ற அச்சமே இதற்குக் காரணம். என்றாலும் அவர்கள் இதனைத் தம்முள் உத்தரித்துக் கொண்டேயிருக்கின்றனர். பெண்ணுடலை போகப் பொருளாக ஆண்கள் நோக்கும் நிலையிலிருந்தே இந்த நெருக்கடி பிறக்கிறது. உங்கள் மடியில் பெண் குழந்தையொன்று பிறக்கும்போது அது இந்த மாதிரியான உத்தரிப்புகளையெல்லாம் எதிர்கொண்டே வாழ வேண்டியுள்ளது என்பதை ஒரு கணம் சிந்தித்துப் பாருங்கள். உங்கள் மகள் அல்லது சகோதரி அல்லது தாயைப் பிற ஆண் மனமும் கண்களும் எப்படிப் போகிக்க முனைகின்றன என்பதை ஒரு தடவை மனங்கொண்டு பாருங்கள். ஆகவே, இதன் மறுபக்கமாக இருக்கும் ஆண்கள் இதைக்குறித்து (தம்முடைய இத்தகைய செயலைக்குறித்து) எங்காவது எழுதியிருக்கிறார்களா? பேசியிருக்கிறார்களா? என்றால் என் வாசிப்புப்பரப்பிலும் அறிதற் பரப்பிலும் அப்படியொன்று நிகழ்ந்திருப்பதாக அறிய முடியவில்லை. இதற்கு நிகரான போக்குப் பிற இடங்களிலும் நிலவுகின்றதை நாம் காண முடியும். சாதிய ஒடுக்குமுறையினால் அல்லது இன ஒடுக்குமுறையினால் நெருக்கடிக்குள்ளாகின்றோர் தங்கள் நெருக்கடியையும் அதற்கெதிரான உணர்வையும் வெளிப்படுத்தி வருகின்றனர். ஆனால் ஒரு போதும் ஒடுக்குவோரின் தரப்பிலிருந்து தமது ஒடுக்குமுறையைப் பற்றி, அதற்கான தமது தரப்பின் நியாயத்தைப்பற்றி யாரும் பேச முற்படுவதே இல்லை. மனச்சாட்சியை, அறத்தை இவர்கள் எங்கோ புதைத்து விட்டு அதிகாரம் செலுத்துவதில் கண்ணாயிருக்கின்றனர். அதாவது, தம்மிடமுள்ள அதிகாரத்தை வைத்துக் கொண்டு சட்டம், சமூக ஆதிக்கம் (நிலம், மதம், பண்பாடு, இன்ன பிற) போன்ற ஆதிக்கக் கருவிகளைப் பயன்படுத்தி மேலும் நுட்பமாக ஒடுக்கவே முற்படுகின்றனர். இங்கும் அதுவே நிகழ்கிறது. ஆக நியாயத்தை முன்வைக்க முடியாத இயலாமை மறுபக்கத்தில் தொடர்கிறது. கள்ள மௌனத்தினால் எதையும் கடந்து செல்லும் அயோக்கியத்தனம் இது.

சுமதி இத்தகைய அயோக்கியத்தனத்தின் மீது தன்னுடைய வெடி குண்டுகளைத் தொடர்ந்து வீசுகிறார்.

கைநிறைய சில்லறையத் திணித்தார் மாமா.

மூலைக்கடைக்கு
ஓடிச்சென்று வாங்கிவரும் வழியிலேயே
ஒரு புலூட்டோசை வாயுக்குள் திணித்துக்கொண்டேன்.

என்னைத்தூக்கித் தன் மடியில் வைத்தார் மாமா.

வாயோரம் ஒழுகிய கறுப்புக்களியை
புறங்கையால் துடைத்தபடி
அடுத்த புலூட்டோசின்
மெல்லிய வெள்ளை உறையைக்
கிழிந்துவிடாமல் உரித்தெடுத்தேன்.

சாரத்தை நகர்த்தி
தன் ஆண்குறியில் என்னை
இருத்திக் கொண்டார் மாமா.

சௌகர்யமற்ற இருப்பினால் நான் நெளிய
அடுத்த புலூட்டோசை உறையிலிருந்து பிரித்தெடுத்து
என் வாயினுள் திணித்துவிட்டார் மாமா.

(புலூட்டோஸ்)

கவிதை முடியவில்லை. ஆனால் தொடர்ந்து அதைப் படிக்கவும் நம்மால் முடியவில்லை. பெரும் பதற்றம் தொற்றிக் கொள்கிறது. சிறுவர் துஸ்பிரயோகம் எப்படியெல்லாம் நிகழ்கிறது? அதுவும் வெளியே தெரியாமல் நமது குடும்பச் சூழலுக்குள்ளேயே எப்படி இந்தப் பயங்கரச் சுரண்டல், அநீதி, கொடுமை நிகழ்ந்து கொண்டிருக்கிறது? என்பதை மிக எளிமையாக – நுட்பமாக வெளிப்படுத்தி விடுகிறார். (இதையொத்த அனுபவத்தைச் சொல்லும் கதையொன்றையும் சுமதி எழுதியிருக்கிறார்). இத்தகைய பாலியற் சுரண்டலில், சிறுவர் துஸ்பிரயோகங்களில் ஆண்களும் விலக்கல்ல. ஆண்களால் ஆண் பிள்ளைகளும் இவ்வாறு சிதைக்கப்படுகிறார்கள். பெண்களால் ஆண்பிள்ளைகளுக்கும் இது நேர்கிறது. ஆனாலும் ஆண்களுக்கு

இது ஒரு எல்லையுடன் மட்டுறுத்தப்பட்டு விடும். வளர்ந்து பெரியவர்களான பின் அவர்களின் உடல் சுரண்டலுக்குள்ளாவது குறைவு. ஏன் இல்லை என்றே சொல்ல முடியும். ஆனால், பெண்களின் நிலை அப்படியல்ல. அது தொடர்ந்தும் சுரண்டலுக்கும் உபத்திரவத்துக்கும் உள்ளாக்கப்படுகிறது. கண்கள், கதையாடல்கள் தொடக்கம் சினிமா, இலக்கியம் என எல்லாவற்றின் வழியாகவும் சுற்றி வளைக்கப்பட்டு போகிக்கப்படுகிறது. அத்தோடு பெண்ணிற்கு ஏற்படும் பாதிப்பு வேறு. ஆணுக்கு உண்டாகும் பாதிப்பு வேறு என்பதையும் நாம் புரிந்து கொள்ள வேண்டும்.

சுமதியின் கவிதைகளை அல்லது கதைகளைப் படிக்கும்போது அவர் தனியே பெண்களின் பிரத்தியேக எல்லைகளுக்குள் தன்னை மட்டுப்படுத்திக் கொள்ளவில்லை என்று தெரியும். அவற்றைத்தீவிரமாகப் பேசுவாரே தவிர, பிறவற்றிலும் தன்னை இணைத்துக் கொண்டிருப்பார். அதாவது அவருடைய பிரக்ஞைப் பரப்பு ஒன்றுள் சிக்குண்டு அடங்கிக் கொள்ளாமல் விரிந்தது. பெண்கள் சந்திக்கும் ஒடுக்குமுறையைப் போல, பெண்களை ஆணதிகாரம் ஒடுக்குவதைப்போல சாதிய அதிகாரம் எப்படித் தொழிற்படுகிறது என்பதை இந்தக் கவிதையில் புலனாக்குகிறார்.

செத்தாலும்
அவையளை,
வீட்டுக்க அடுக்கன்
மசிர, என்னை
யாரெண்டு தெரியுமோ?

பக்கத்து வீட்டிற்கும்
வந்திட்டாங்களாம் ஊரில
வெளிநாட்டிலையும்
அவைக்கு,
சொந்தங்களிருக்காம்.

பாழாய்போன லண்டன்காறர்
விசாரிக்காமல் வித்ததால
நம்மூரினி
நாறத்தான் போகுது.

போருக்குப்பிறகு
யாரெண்டும் தெரியேல்லை
புதுசு புதுசா
ஊருக்க அலையினம்.

மேல் வீடும் கட்டி
கமுசானும் போட்டு
புறியத்தோட ஊரெல்லாம்
சுத்தி திரியினம்.
கையிலும் மின்னுது
கழுத்திலும் மின்னுது
பெட்டைகளும் பத்தாததுக்கு
ரூவீலர் ஓடுது.
……………
(அவையள்)

சாதிய ஒடுக்குமுறையின் நவீன நிலையை – மனதையும் சுமதி கவனப்படுத்துகிறார். இன்னொரு கோணத்தில் அகதியாக புலம்பெயர்ந்து போய் வேறு நாடொன்றில் வாழ்கின்ற போது எழுகின்ற ஊர் நினைவையும் ஊருக்குப் போய்த்தான் என்ன செய்கிறது? ஊரில் தனக்கு என்னதான் உண்டு என்ற வேரறுந்த நிலையில் எழும் கேள்விகளின் தத்தளிப்பையும் இங்கே பதிகிறார்.

நான் திரும்பிப் போவதற்கு
என்ன இருக்கின்றது ஊரில்?
முட்டி வழியும் மாரிக் கிணற்றை
எட்டிப் பார்க்க அஞ்சுவது போல்
என் இரவுகள் அச்சங்களால்
நிறைந்து போயின.

மாரிக் கிணற்றில் நான்
ஒருபோதும் தண்ணி அள்ளுவதில்லை

புலுனிகள் இருந்த மதில்கள்
ரத்தம் காய்ந்த சுவர்களாய்
சரிந்து கிடந்தன.

மா பிலா தென்னை விளா
உங்களைக் கூட விட்டு வைக்கவில்லை
இந்த துப்பாக்கி ரவைகள்.

விற்று விட்டு வருவதற்கு
வீடோ காணியோ எனக்கில்லை.

காதலைனைக் காணவோ?
கல்யாணம் செய்யவோ?
அதற்கும் வாய்ப்பில்லை.

பேசாமல் இருக்கலாம் என்றால்
துரத்தும் கனவுகளுக்கு
யார் பதில் சொல்வது?

(துரத்தும் கனவுகள்)

இன்னொன்று, எங்கே சென்றாலும் தீராத பொருளாதார நெருக்கடியைப் பற்றியது.

நூறில் பத்துப் போனால் தொண்ணூறு
இந்தக் கிழமை சாப்பாட்டுக்கு
பத்துக்கு பருப்பும் அரிசியும் வாங்கியிருக்கலாம்.

ஷம்பூ என்றாள்
எட்டுக்குள் அடக்கமா என்றேன்
சம்மதித்தாள்
சந்தோஷமாக ஒத்துக் கொண்டேன்.

ஈப்ளோ ரை என்றாள்
கேள்வி கேட்கச் சங்கடமாயிருந்தது
ஓம் இல்லை என்பதாய்
அரைகுறையாய் ஆட்டி வைத்தேன்.

பத்தை விடக் கூடிவிடுமோவென
மனம் அல்லாடத் தொடங்கியது.
கூடினால் பாலை வெட்டலாம்
சமாதானமும் செய்து கொண்டேன்.

ஐயோவெனச் சிலவேளைகளில்
கத்தத் தோன்றும்
எத்தனை வருடங்கள்
எத்தனையெத்தனை வருடங்கள்
அஞ்சியக் காசு பெறா
இலக்கியமும் அரசியலும்
செய்துகொண்டிருக்கிறேன்.

(ஆதங்கம்)

இப்படிப் பன்முகத் தன்மையில் அனைத்தின் மீதும் தன் கவனத்தைக் கொண்டிருக்கிறார் சுமதி. நியாயமான சிந்தனை என்பது ஏதொன்றையும் விலக்காது. அனைத்தின்மீதும் தன் கரிசனையைக் கொண்டே தீரும். சுமதியில் இது செறிவடைந்துள்ளது. இது ஊன்றிக் கவனிக்க வேண்டிய ஒன்றாகும்.

சுமதியின் கவிதை மொழியைக் குறித்து சில வார்த்தைகள். சில கவிதைகளில் இயல்புக்கு மீறிய உரத்த தொனி மேலெழுந்துள்ளது. இது சொல்லாத சேதிகளின் தொடர்ச்சியை நினைவூட்டுகின்றது. ஆனால், பல கவிதைகள் இதை விட்டு மீறி வேறு திசை பெயர்ந்துள்ளன. பொருள், சொல்முறை, மொழி என எல்லாவற்றிலும் வேறாகி, 'சுமதியின் கவிதைகள்' என்ற தனி அடையாளத்தை இவையே தருகின்றன. மாதிரிக்கு இங்கே சிலவற்றைச் சுட்டலாம். கார்டினல், நீலச்சட்டைச் சிறுமியின் நடனம், நீர்மகள், வேலைக்காரி, தோழிக்குப் பரிசு, நான், வாழ்க்கை, புரிஞ்சுக்கோ போன்றவை இத்தகையன. இதில் எவற்றின் தொடர்ச்சியாகவும் தானிருப்பதைக் காட்டிலும் தன் கவிதைகள் அமைவதை விடவும் அவை புதியனவாக இருக்க வேண்டும் என்ற உணர்வே மேலிடுகிறது. அப்படியான உணர்வில் எழுதப்படும் கவிதைகள் நாம் இதுவரை காணாத புதிய வெளிகளை நோக்கித் தாவிச் செல்ல வைக்கும். அதனால் அவை எதன் தொடர்ச்சியாகவும் இல்லாமல் புதியதாகவே இருக்கும். உண்மையில்

இத்தகைய எழுத்தே – வெளிப்பாடே அவசியமானது. சுமதி இன்னும் சில அடிகளை முன்வைத்தால் இதற்கான சாத்தியங்களை உண்டாக்க முடியும். எவரையும் விட வேறான ஒன்றை அளிப்பதாக அது அமையும்.

சுமதியின் எல்லைகளில் பயணிப்பது எப்போதும் புதிய அனுபவமே. நாம் அறிந்தும் அறியாத இன்னோருலகத்தைக் காண்பதற்கு நிகரானது. அதில் பங்கேற்குமாறு அவர் அழைப்பை முன்வைக்கிறார். சொல்லாமற் சொல்லும் சொல்லிச் செல்லும் இந்தக் கவிதைகளின் வழியே.

தேடிச் செல்லும் வழியில் கண்ட திசை

(காவு கொள்ளப்பட்ட வாழ்வு முதலாய கவிதைகள் — 2002, ஆயிரம் கிராமங்களைத் தின்ற ஆடு – 2005, ஈதேனின் பாம்புகள் — 2010, ஈ தனது பெயரை மறந்து போனது – 2012 ஆகியவற்றை முன்வைத்து)

ஒரு கவியின் கவிதைகளை எவ்வாறு அணுகுவது? இது ஒரு சிக்கலான விசயம். அந்தக் கவியுடைய அரசியல் மற்றும் கோட்பாட்டுத்தளங்களினூடாக அணுகுவதா? அல்லது அவருடைய மொழிதல் முறைமை, அழகியல் உணர்வுகளினூடாக அணுகுவதா? அல்லது அவருடைய ஈடுபாடுகளின் வழி, அனுபவங்களின் வழி, அறிதலின் வழி, அக்கறைகளின் வழியே அணுகுவதா? அல்லது அவருடைய பிரச்சினைகள், சூழல், வாழ்நிலை இவற்றிற்கூடாக அணுகுவதா? அல்லது இவை எதுவுற்ற முறையில் பொதுநிலையில் நின்று கவிதைளைப் படிப்பதா? ஆனால், அப்படிப் படிக்கும்போதுகூட அந்தக் கவிதைகள் நம்மை அறியாமலும் உரிய கவியை அறியாமலும் அவை எம்மை ஏதோ ஒரு மையத்தில் கொண்டுபோய்ச் சேர்க்கும். இதை நாம் எம்முடைய வாசிப்பில் உணரலாம். ஆனாலவை, வெளிப்படையாகத் தம்மை ஏதோ ஒன்றின் வழியாகப் பிரகடனம் செய்து நிறந்தீட்டிக் கொள்வனவல்ல. பதிலாக 'மறைந்தும் தெரிந்தும்' கொள்ளும் ஒரு வகையான கண்ணாமூச்சித்தனத்தைக் கொண்டவை. அவற்றின் வல்லமையும் ஈர்ப்பும் இத்தகைய 'மறைந்தும் தெரிந்தும்' கொள்ளும் இயல்பிற்தான் உள்ளது. இந்தக் கவிதைகளும் வாழ்வையும் அது மையங்கொள்ளும் இப்பிரபஞ்சத்தையும் அதன்புதிர்களையும் பேசுவனதான். என்றாலும் இவை குறித்து கடுமையான விமர்சனங்களும் ஈவிரக்கமற்ற நிராகரிப்பும் உண்டு. இதில் விலக்குகளும் உண்டு. தவிர்க்கவே முடியாமல் இந்த வகைக் கவிதைகளும் இலக்கிய வரலாற்றில் இடம் பிடித்துள்ளன. பிரமிள், தேவதேவன் போன்றோருடைய பல கவிதைகள் இதற்குதாரணம்.

சிலருடைய கவிதைகள் வெளிப்படையாகவே 'பிராண்ட்' (Brand) தன்மையுடையவை. நாம் மேலே பார்த்தவாறு ஒரு பொருட்பரப்பை – ஒரு கோட்பாட்டுத்தளத்தை மையப்படுத்தி, அல்லது அந்தக் கோட்பாட்டை இழையாகக் கொண்டு எழுதப்படும் கவிதைகள், பெரும்பாலும் இத்தகைய பிராண்ட் (Brand) தன்மையைப் பெறுகின்றன. இவற்றை அதிக சிக்கலின்றி அணுகலாம். இதற்கு பழமலய், புதுவை

இரத்தினதுரை, சுபத்திரன் தற்போது தீபச்செல்வன் போன்றோரின் கவிதைகள் உதாரணம். தாங்கள் வரித்துக் கொண்ட அரசியல் ஈடுபாட்டின், நிலைப்பாட்டின் வழியாகத் தங்களுடைய கவிதைகளை இவர்கள் உற்பத்தி செய்கிறார்கள்.

அதைப்போல மொழிதல் முறையிலும் மொழியைக் கையாளும் விதத்திலும் சிலர் தமக்கெனப் பிரத்தியேகமான முறைகளை அல்லது அடையாளங்களைக் கொண்டிருப்பர். இதற்குத் தமிழில் விக்கிரமாதித்யன், வ.ஐ.ச. ஜெயபாலன், சோலைக்கிளி, சு.வி போன்றவர்கள் உதாரணம். ஒரு கவிதையிலுள்ள இரண்டு மூன்று வரிகளிலேயே இவர்களை அடையாளம் காண முடியும். மொழியமைப்பிலும் மொழிதலின் முறையிலும் தனித்துத் துலங்கும் இயல்பு இவர்களுடையது.

ஆனால், இவற்றுக்கு அப்பால், பொது நிலையில் இயங்கும் பல கவிஞர்களின் கவிதைகளை எளிதில் அடையாளங்காண முடியாது. அவை, வெவ்வேறு பிராந்தியங்களைத் தளமாகக் கொண்டனவாகவும் வெவ்வேறு நிறங்களைக் கலவையாகக் கொண்டவையாகவும் அமைந்திருக்கும்.

சில கவிஞர்கள் நகர்ந்து கொண்டேயிருப்பர். மொழியை எடுத்தாள்வதில், வெளிப்படுத்தலில், பொருட்தேர்வில், வடிவத்தில் எல்லாம் இவர்கள் நகர்ந்து கொண்டேயிருப்பர். தன்னுடைய முதற்கவிதைக்கும் அடுத்த கவிதைக்கும் இடையிலான வெளிகளையும் நிறங்களையும் குணங்களையும் மணத்தையும் வேறுபடுத்தும் கவிகளிடத்தில் புதுமை துளிர்க்கிறது. தன்வாழ்வின் கணந்தோறும் உணர்கின்ற எண்ணற்ற விதங்களையும் எல்லையற்ற சாத்தியங்களையும் இவர்கள் வேறுபடுத்தி, வெளிப்படுத்தியவாறே செல்வர். இப்படிச் சொல்லும்போது மனுஷ்யபுத்திரன், ஸ்ரீநேசன், அனார், யவனிகா ஸ்ரீராம் போன்றோர் உடனடியாக நினைவுக்கு வருகின்றனர்.

மிக எளிய வார்த்தைகளின் மூலம் நாம் பழகிய - அறிந்த இடங்களின் அறிந்த விசயங்களின் உள்ளேயிருக்கும் ஆழத்தையும் மணங்களையும் நிறத்தையும் சட்டென ஒளியூட்டிக் கவனப்படுத்தும் ஒரு முறையை இவர்கள் கையாள்கின்றனர். ஆனால், தங்களின் வழியே நகர்ந்து கொண்டிருக்கின்றனர்; புதிய பிராந்தியங்களை நோக்கி. புதிய சாத்தியங்களை நோக்கி; புதிய வகைப்பாடுகளை நோக்கி. ஒரு பரப்பில் நின்று நீண்ட நேரம் இவர்கள் உரையாற்றுவதில்லை. சில வேளை இவற்றையும் கடந்து இவர்களிடத்தில் ஒரு வகையான அடையாளத்தன்மை வலுத்து வருவதையும் அவதானிக்க முடிகிறது.

தொடர்ந்து எழுதும்போது அல்லது தொடர்ந்து அவதானிக்கும்போது இத்தகைய ஒரு அடையாளத்தன்மையைக் காண முடிகிறது போலும்).

நகரும் கவிகள் தங்களின் கவிதைகளை விதவிதமாகவே எழுதுவர். புதிய உணர்தல்கள், புதிய உணர்த்தல்கள் எல்லாம் அவர்களுடைய கவிதைகளில் நிகழ்ந்து கொண்டேயிருக்கும். இதில் வாசகரின் முன்னனுமானங்கள் தகர்ந்து கொண்டேயிருக்கும். பதிலாகப் புதிய அனுபவங்களும் புதிய சிந்தனைகளும் சித்தித்திக்கும். நகர மறுப்போர் திரும்பத்திரும்ப ஒரே கவிதைகளையே எழுதிக்குவிக்கின்றனர். அவர்கள் ஒரு பரப்பிலே தொடர்ந்து நின்று கொண்டு பிரசங்கிக்கின்றனர்.

றஷ்மி ஒரு நகரும் கவி. அவருடைய முதற் தொகுதியின் கவிதைகளுக்கும் மூன்றாவது தொகுதியின் கவிதைகளுக்குமிடையில் அவர் எவ்வளவு தூரம் நகர்ந்திருக்கிறார்? எப்படியெல்லாம் பயணித்திருக்கிறார்? எங்கெங்கேயெல்லாம் சென்றும் திரும்பியும் உள்ளார்? இவையே இப்போது நான்காவது தொகுதியை வெளியிட்டிருக்கும் றஷ்மியைப் பற்றி நாங்கள் அறிய வேண்டியவையாக இருக்கின்றன.

*

1990 களின் நடுப்பகுதியில் கவிதைகளை எழுதத் தொடங்கியவர் றஷ்மி. சமகாலத்திலேயே அவர் ஓவியத்துறையிலும் இயங்கினார். கலையின் இரண்டு வகைச் சாத்தியங்களிலும் தொடர்ந்து இயங்கும் அவர் கடந்த பதினைந்து ஆண்டுகளுக்குள் இரண்டிலும் தன்னைத் தனித்து அடையாளப்படுத்தியிருக்கிறார்.

கூடவே இரண்டு சாத்தியங்களிலும் தன்னை நகர்த்திக்கொண்டேயிருக்கிறார். நகர்ந்து கொண்டிருக்கும் கலைஞனால் ஒரே விதமாக இருக்கமுடியாது. ஒரே புள்ளியிலும் நிற்க முடியாது. றஷ்மியின் முன்னைய ஓவியங்களுக்கும் பிந்திய ஓவியங்களுக்கும் இடையில் உள்ள வேறுபடும் தன்மைகளை வைத்து இதைப் புரிந்து கொள்ள முடியும். கவிதையின் வேறுபாடுகளையும் மாற்றங்களையும் அடையாளம் காண்பதையும் விட ஓவியத்தில் இதை எளிதிற் காணலாம். ஓவியத்தில் பட்டெனத் தெரியும் வேறுபடுதல்கள். முதிர்ச்சியடைந்திருக்கும் வெளிப்பாடுகளை அவருடைய அண்மைய ஓவியங்கள் கொண்டுள்ளன.

அவ்வாறே அவருடைய கவிதைகளுமிருக்கின்றன. றஷ்மி எழுதத் தொடங்கியது அவருடைய முதிரா இளம்பிராயக்காலத்தில். அதுவே ஈழ அரசியலில் உச்ச வன்முறைகளும் பாதிப்புகளும் நிகழ்ந்த

காலம். 1990 களின் பின்னான சூழல் என்பது, இலங்கைத் தீவின் அரசியற் கொந்தளிப்புகள் உச்சகட்டத்தை எட்டிய காலமாகும். அது ஈழப்போராட்டம் பெரும் யுத்தமாக விரிந்த காலம். இரண்டு அதிகாரத்தரப்புகளுக்கிடையில் யுத்தம் நடந்த காலம். இந்த யுத்தம் அனர்த்தங்களின் பெருவிரிவை நோக்கி வளர்ந்தது. வன்முறையின் உச்ச வெளிப்பாடுகளின் காரணமாகவும் அதிகாரத் தரப்புகளின் ஈவிரக்கமற்ற தீர்மானங்களினாலும் அகதிப் பெருக்கமும் உயிர்ப்பலிகளும் உச்ச அடக்குமுறையும் தலைவிரித்தாடின. தமிழ், முஸ்லிம், சிங்களச் சமூகங்கள் வரலாற்றில் இல்லாத அளவுக்குப் பிளவுண்டன, அழிவுகளைச் சந்தித்தன. அவ்வாறு அவை பிளவுண்டு கொள்வதற்கான அரசியற் சூழலையும் சூழ்ச்சியையும் அரசியல் அதிகாரத்தைப் பெற்றிருந்த தரப்புகள் உருவாக்கியிருந்தன. அதிலும் தமிழ் பேசும் சமூகங்களுக்கிடையில் அந்நியத்தன்மையும் இடைவெளியும் அதிகரிக்கும் நிகழ்ச்சிகள் இந்தக் காலப்பகுதியிலேயே நடந்தன. இதற்குச் சிங்களத் தரப்பிலும் பொறுப்புகள் உண்டு. தமிழ்த் தரப்பிலும் பொறுப்புகள் உண்டு. அதிகார வலுவை இந்தச் சமூகங்களின் சக்திகளே அக்காலத்தில் கொண்டிருந்ததால், இவற்றுக்கே பெரும்பொறுப்புண்டு. இந்த நிலையில் பொதுவாகச் சனங்கள் பாதுகாப்பற்ற வெளியில், அபாய வலைகளால் சிறைப்பிடிக்கப்பட்டிருந்த சூழலில், வாழ நிர்ப்பந்திக்கப்பட்டனர். அந்தச் சனங்களில் ஒருவர் றஷ்மி. அவர் சனங்களின் பிரதிநிதி. ஆகவே, சனங்களின் நிலைநின்று தன்னுடைய கவிதைகளை எழுதவேண்டிய நிலை றஷ்மிக்கு ஏற்பட்டுள்ளது. என்பதால் றஷ்மியின் கவிதைகள் நீதியைக் கோரும் சாதாரணன் ஒருவனின் அறத்தையும் இலங்கையின் சீரழிந்த அரசியற் சூழலாற் பாதிக்கப்பட்ட ஒரு சாதாரணனின் துயரத்தையும் அடியொலிப்பாகக் கொண்டுள்ளன. ஆனால் இந்தச் சாதாரணன் எந்த அதிகாரத்தரப்பின் விசைப் புலத்தினுள்ளும் இழுபடவில்லை என்பது அவதானத்திற்குரியது. இது இலங்கையின் இலக்கியச் சூழலில் மிகச் சவாலான ஒரு விசயம். அத்துடன் 2004 இல் சுனாமியினால் ஏற்பட்ட மிகப் பயங்கரமான மானுடப் பலியும் றஷ்மியைப் பாதித்துள்ளது. சுனாமியினால் சனங்களும் அவர்களுடைய வாழ்க்கையும் சிதைந்தமை சனங்களில் ஒருவனாகிய றஷ்மிக்கும் துக்கம் தருவதாகவே இருக்கிறது. எனவே, இந்த இயற்கையின் வஞ்சனையையும் மனிதச் சிதைவையும் கூட றஷ்மியின் கவிதைகள் தம்மகத்திற் கொண்டிருக்கின்றன. தான் வாழும் காலத்தினதும் சூழலினதும் தாக்கங்களை மையப்படுத்துவதில் றஷ்மி கொண்டிருக்கும் கவனத்தின் வெளிப்பாடுகளே இவ்வாறு அமையக் காரணம்.

ஆகவே, கொந்தளிப்புகளினூடே எழுத வந்தவர் றஷ்மி. இந்தக் கொந்தளிப்புகளே றஷ்மியை எழுத வைத்தன; அவையே அவரை இயங்க வைத்தன, இன்னும் அவையே றஷ்மியை இயக்குகின்றன என்றும் சொல்லலாம். என்றபடியாற்தான் அவருடைய பெரும்பாலான கவிதைகளும் அரசியற் கவிதைகளாக உள்ளன. றஷ்மியின் கவிதைகளைப் பற்றி எழுதும்போதும் பேசும்போதும் அவற்றை அவை பேசுகின்ற அரசியலுடன் தொடர்புறுத்த வேண்டிய அவசியம் இதனால் ஏற்படுகிறது. 80 களுக்குப் பின்னான ஈழக்கவிதைகளின் பொதுவிதியென்பது ஏறக்குறைய இத்தகைய அரசியல் மயப்படுத்தலையே கொண்டுள்ளதையும் இந்த அரசியலற்ற கவிதைகளுக்கு முக்கியத்துவம் வழங்கப்படா வருந்தத்தக்க நிலையையும் இந்த இடத்தில் நாம் கவனத்திற் கொள்ள வேண்டும்.

இந்தப் பின்னணியில், றஷ்மியினுடைய 'காவுகொள்ளப்பட்ட வாழ்வு முதலாய கவிதைகள்' என்ற முதற் தொகுதியிலுள்ள மூன்றாவது கவிதையே (சார்ஜன் தனசிங்ஹவுக்கு) அரசியற் கவிதையாகத் தொடங்குகிறது. அதற்கடுத்த கவிதையில் (ஆண்டவ)

'இனிக் கனவுகள் மெய்ப்பட
நானுன்னிடம் இறைஞ்சப்போவதில்லை' என்றும்

அடுத்த கவிதையில் —
'உங்கள் கனவெல்லாங் கைகூட
நானாக நலமடித்து என் உள்ளை
உங்கள் முன்
உங்களில் ஒருத்தனாய்ச் சமைத்துள்ளேன் காண்க'
(இந்தக் கவிதைக்குத் தலைப்பில்லை)

என்றும் எழுதுகிறார்.

மிக மோசமான அளவுக்குச் சுதந்திரவெளி சுருங்கியுள்ளது என்பதை வெளிப்படுத்துவதன் மூலம் இலங்கையின் நிலைவரத்தை – ஜனநாயக நெருக்கடிச் சூழலைப் பகிரங்கமாக்கியுள்ளார். அதேவேளை இந்த நிலையை வரலாற்றில் பதிந்தும் விடுகிறார். ஒரு கவியின் அல்லது படைப்பாளியின் ஆற்றலும் முக்கியத்துவமும் எதையும் பகிரங்கப்படுத்துவதிலும் வரலாற்றிற் பதிவாக்குவதிலும் பெரும்பங்களிப்பை வழங்குகின்றன. இதனாற்தான் படைப்பாளிகள் அரசியல் ரீதியாகப் பல இடங்களிலும் நெருக்கடிகளைச் சந்திக்க வேண்டியேற்படுகிறது.

அரசியல் வன்முறை, அதன்விளைவாகத் 'தன்னைத்தானே காயடித்தல்' (சுயதணிக்கை) போன்றவை எல்லாம் ஈழப்போராட்டமும் இனவாத அரசியலும் உருவாக்கிய ஒரு பகிரங்க நிலையாகும். இந்தக் 'காயடித்தல்' என்பது சுயதணிக்கைப் பாரம்பரியமொன்றை அரசியலிலும் வாழ்க்கையிலும் உருவாக்கியது. தமிழ்பேசும் மக்களின் பொதுவெளி என்பது அநேகமாக காயடித்தலுக்குட்பட்டது – சுயதணிக்கைக்கு உட்பட்டது. இது மிகப்பெரும் அரசியல் வீழ்ச்சியாகும். இந்த வீழ்ச்சியான நிலைமையே இன்றைய இலங்கையின் பொதுநிலை. இதை றஷ்மி மிகத் துல்லியமாக வெளிப்படுத்துகிறார். சுயதணிக்கை நிலை அபாயகரமான ஆயுதமாக இருக்கிறது என்று வெளிப்படுத்துவதினூடாக அந்த நெருக்கடி நிலையை உணரவைத்து விடுகிறார். செய்தித் தணிக்கை அமுலிலிருக்கும் ஒரு சூழலில் தணிக்கை செய்யப்பட்ட வெற்றிடத்தை அவ்வாறே விடுவதன்மூலம் அல்லது அந்த இடம் தணிக்கை செய்யப்பட்ட பகுதி என்று குறிப்பிடுவதன் மூலம் தணிக்கையின் தீவிர அழுத்தத்தைப் பகிரங்கமாக்கும் உபாயத்தை ஒத்தது றஷ்மியின் உத்தியும்.

அவருடைய பின்னைய கவிதைகள் ஒவ்வொன்றிலும் இந்த விசயங்கள் மிக ஆழமாக விவரிக்கப்பட்டுள்ளன. இப்படி எழுத நேர்ந்தமையே இந்தக் கவியின் விதி. இதற்கு நல்ல உதாரணங்களாக அவருடைய பெரும்பாலான கவிதைகள் உள்ளன. குறிப்பாக இலங்கை நிலவரத்துக்கான ஒரு நல்ல குறிகாட்டியாகவும் பிற கவிதைகளுக்கான தாய்க்கவிதையாகவும் 'சிங்களத்தீவு' என்ற கவிதை உள்ளது.

'பஞ்சுப் பொதி இறுகிப்
பாறையென்றாகுக – மனமும்
பாறை என்று ஆகுக.

தசையின் நார்கள் எல்லாம் விறைத்தே
கல்லென்றாகி வன்மம் கொள்க.

....

....

அச்சத்தில் உறைகின்ற ஆத்மாவும்
பயத்தில்
வெலவெலத்தே – நடுங்கி
உதறுங்
காலுங் கையும் யார்க்கும் வேண்டாமினி

....

....

முறுக்கான முட்கம்பி உள்ளிறங்கிப் புண்ணாக்கும்,
நோவெடுக்கா குதவழியே
எல்லோர்க்கும் வாய்க்கட்டும்

....

....

வெட்ட வெட்டத் தளைக்கின்ற குறியோடு
ஆண்களும்
பெண்மகவெல்லாம் — ஒரே போதில்
நாலைந்து பேர் புணர
வன் புணர்ச்சிக்கிக் கிசைபான யோனியோடே
இனியெழுக.........

இந்தக் கவிதையை முழுதாக நாம் வாசித்தால் இலங்கையில் சிறுபான்மையின மக்கள் வாழ வேண்டிய அவல யதார்த்தம் புரியும். இலங்கை என்பது சிங்களத் தீவாகவே நடைமுறையில் உள்ளதையும் அதையும் மீறிச் சிறுபான்மைச் சமூகங்கள் வாழவேண்டுமாயின் அவர்களுடைய மனித உடற்கூறே வேறுவிதமாக உருமாற்றம் பெறவேண்டும் எனச் சொல்கிறார் றஷ்மி. மனிதர்கள் தங்களின் இயல்பை இழந்து கல்லாகிச் சமைந்து விட்டால், அவர்களுடைய உணர்வுகளும் புலன்களும் தமது இயல்பான விதியை மாற்றிச் சடநிலையை அடைந்தாற்தான் அல்லது வன்முறையைத் தாங்கக்கூடிய இசைவைப் பெற்றாற்தான் வாழ்வை ஓட்டமுடியும் என்று கூறுவதன்மூலம் வன்முறையின் மீதான, அதனை மேற்கொள்ளும் தரப்பின் மீதான உச்ச விமர்சனத்தை எழுப்புகிறார் றஷ்மி. இந்த உணர்கையின் தீவிரம் சாதாரணமானதல்ல. மன அழுத்தங்களின் உச்சமே இத்தகையதோர் உணர்கையை ஏற்படுத்தும் என்பது உளவியலாளரின் கருத்து. அதுவே என்னுடைய இலக்கிய வாசிப்பின் அனுபவமும். ஆகவே, அந்த அளவுக்கு இலங்கைத் தீவு சிங்களத்தீவு என்று குறுக்கப்பட்டுள்ளதையும் அதனுடைய பல்லினத்தன்மையும் பன்முகத்தன்மையும் சிதைக்கப்பட்டுள்ளதையும் அதன் விளைவாக ஒற்றைத் தரப்பின் அதிகாரம் என்பது ஏனைய

தரப்பினருக்கு அபாயமாக மாறியிருப்பதையும் வெளிப்படுத்துகிறார் றஷ்மி.

இவ்வாறு மக்களின் துயரநிலைகளைக் குறித்த தன்னுடைய அக்கறைகளை தனது படைப்பின் தளமாகக் கொள்கிறார் அவர். இதற்குப் பிறகு வரும் றஷ்மியின் ஏனைய கவிதைகள் எல்லாம் இதை, இந்த நிலையை மேலும் ஆழப்படுத்துவதை உணரலாம்.

இந்தக் கவிதைகளை எழுதியபோது றஷ்மிக்கு வயது அநேகமாக இருபதுகளுக்கும் முப்பதுகளுக்கும் இடையில் இருக்கலாம். பெரும்பாலும் காதற்கவிதைகளை எழுதும் வயதிது. அல்லது வாழ்வின் பிற ரசனைகள் குறித்தும் அக்கறைகள் குறித்தும் எழுதும் வயதிது. ஆனால், றஷ்மி அதையுங்கடந்து தன்னைத் தானே 'நலமடிக்கும்' ஒரு நிலைக்குள்ளாக வேண்டிய துயர்மிகு நிலையைச் சொல்லுகிறார். அதற்கப்பால், சமூகமே காயடிக்கப்பட்ட நிலையிற்தான் மாற்றப்பட்டிருக்கிறது என்பதையும் உணர்த்துகிறார். ஆகவே, றஷ்மியின் வயதையொத்தவர்களும் ஏனைய கவிஞர்களும் இப்படித்தான் 80 களுக்குப் பின்னர் எழுதிவருகிறார்கள். ஆனால், ஒவ்வொருவரும் தங்களைச் சூழ்ந்துள்ள நிலைமையை உணரும் விதத்தையும் அதை இலக்கிய வெளிப்பாடாக்கும் விதத்தையும் பொறுத்தே அவரவர்க்கான இடம் உருவாகிறது. ஆற்றல் வெளிப்படுகிறது.

90 களில் எழுதத்தொடங்கிய அஸ்வகோஸ், நட்சத்திரன் செவ்விந்தியன், த. மலர்ச்செல்வன், திருமாவளவன், அமத்தாஸ், கலா, தேவ அபிரா, ஆழியாள், பானுபாரதி, எஸ்போஸ், பா.அகிலன், சித்தாந்தன், அலறி, தானா விஷ்ணு, பிரதீபா, மஜீத், என். ஆத்மா, அனார், மைதிலி, நாமகள் போன்றோரிடமிருந்து றஷ்மி வேறுபடும் இடமும் விதமும்தான் அவரைக் குறித்து நாம் சிந்திப்பதாகும். அதேவேளை, 80களிலிருந்து கவிதைப் புலத்தில் இயங்கி வரும் பிற ஈழக்கவிஞர்களிடத்தில் றஷ்மியின் இடம் மற்றும் விதம் என்ன என்பதையும் நாம் பார்க்க வேண்டும். இதைக் குறித்து நாம் சிந்திப்பதற்கு முன்னர் அந்தக் காலகட்டத்தில் நிகழ்ந்த இன்னொரு முக்கியமான தாக்கவிசையுள்ள நிகழ்ச்சித் தொடரைப் பற்றிப் பார்ப்பது அவசியம்.

இந்தக் காலகட்டத்தில்தான் தமிழ் முஸ்லிம் சமூகங்களிடையேயான அரசியலில் தேசியவாதத்தின் எழுச்சிக் கூறுகள் வலுவடையத்தொடங்கின. புலிகளின் தலைமையில் தமிழ்த் தேசியவாதம் எழுச்சிகரமான ஒரு தோற்றத்தை எட்ட முற்பட்டபோது, அதனால் பாதிக்கப்பட்ட அல்லது அச்சமடைந்த

முஸ்லிம்களிடத்தில் முஸ்லிம் தேசியவாதத்தின் எழுச்சி தவிர்க்க முடியாமல் மேற்கிளம்பியது. சிங்களத் தேசியவாதத்தின் அச்சுறுத்தலுக்கெதிராகத் தமிழ்த் தேசியவாதம் மேற்கிளம்பியதைப் போலவே தமிழ்த் தேசியவாதத்தின் அச்சுறுத்தலுக்கெதிராக முஸ்லிம் தேசியவாதம் தோற்றம்பெற்றது.

இந்த நிலையின்போது அந்தந்தச் சமூகத்தைச் சேர்ந்த பெரும்பான்மையான எழுத்தாளர்களும் கவிஞர்களும் கலைஞர்களும் தத்தம் சமூகத்தைப் பிரதிநிதித்துவப்படுத்தும் விதமாக தங்களின் நிலைப்பாட்டை எடுத்தனர்; அதன்படி அவர்கள் இயங்கினர்; அதன்படியே அவர்களுடைய அறமும் அமைந்தது; அல்லது நியாயங்கள் இருந்தன. சார்புகள் அல்லது கறுப்பு - வெள்ளை அணுகுமுறைகள் வலுவுற்ற காலம் இது. இது படைப்பின் இயல்பையும் அதனுடைய வெளியையும் ஒடுக்கியது.

ஆனால், இதைக் கடந்து அல்லது இதிலிருந்து விலகிப் பொதுமைப்பட்டவொரு நிலைப்பாட்டில் 'மாற்றாக' இயங்கிய படைப்பாளிகள், ஜனநாயகத்தைத் தமது அடிப்படையாகக் கொண்டனர். இவர்கள் அனைத்து வகையான ஒடுக்குமுறைகளுக்கும் எதிராகத் தம்மை நிலைப்படுத்தினர். சார்புகளை விட்டு விலகினர். இதன்காரணமாக இவர்கள் சந்தித்த நெருக்கடிகள் அதிகமாகியது. 'கூடாரங்களும் கவசமும் இல்லாதவனுக்குப் பாதுகாப்பில்லை' என்ற நிலை. எல்லாத்திசைகளில் இருந்தும் அபாயக் கண்ணிகள் இவர்களை மையப்படுத்தப்பட்டன. இதனால், இவர்களிற் பலர் எப்பொழுதும் தூங்கா இதயத்துடன் வாழநிர்ப்பந்திக்கப்பட்டனர். 'தூக்குக் கயிறு மேலே தொங்கிக் கொண்டிருக்கும்போது, துப்பாக்கிகள் முன்னுக்கும் பின்னுக்கும் குறிபார்த்துக் கொண்டிருக்கையில் எப்படி ஒரு மனிதன் ஆறுதலாக, அமைதியாக இருக்க முடியும்?' என்று வ.ஐ.ச. ஜெயபாலன் அந்த நாட்களில் ஒருதடவை என்னிடம் ஆற்றாமையோடு கூறியதே இப்பொழுது நினைவுக்கு வருகிறது. இத்தகைய ஒரு சந்தர்ப்பத்திற்தான் 'சேரனின் எலும்புக்கூடுகளின் ஊர்வலம் என்ற கவிதைத் தொகுதி'யும் வெளிவந்தது. அந்த அளவுக்கு ஜனநாயக மறுப்பும் நெருக்கடியும் தீவிரமடைந்திருந்தன. இத்தகைய அபாய நிலைமைகளின் காரணமாகப் பலர் நாட்டை விட்டுப் பெயர்ந்தனர். (அப்படிப் பெயரவேண்டிய நிலை பின்னர் றஷ்மிக்கும் வந்திருக்கிறது. தற்பொழுது றஷ்மி இலங்கையை விட்டு வெளியேறி லண்டனில் வசித்துக் கொண்டிருக்கிறார்).

இதேவேளை தொண்ணூறுகளில் பெரும்போக்காக இருந்த தேசியவாத அலைகளுக்குள் சிக்கிக் கொள்ளாமல், அந்த இளம்பிராயத்திலேயே, தன்னுடைய எழுத்து முயற்சியின் தொடக்க

காலத்திலேயே றஷ்மி, தன்னை நிதானப்படுத்திக் கொண்டார் என்பதன் விளைவே அவருடைய இன்றைய நிலைக்கான – சமனிலைக்கான அடித்தளமாகும். தொண்ணூறுகளில் அவர் எழுதுகிறார்,

'யாருடைய வெற்றியின் ஆர்ப்பரிப்பிலிருந்தும்
தோல்விகளுக்கான சாக்குகளிலிருந்தும்
நான் ஒதுங்கியிருக்க விரும்புகிறேன்
எதிரியென்று – எவருடைய சாவைத் தொட்டும்
உள்ளூரக் களிகூரும் ஒருத்தன் நானில்லை.
'கொலைகளுக்காய்ச் சொல்லப்படுகின்ற
யார்தரப்பு நியாயங்களும் வேண்டாம்
குடித்து வெறிதீர்த்த உங்கள் சத்ருக்களின் குருதியை
என்மீது கொப்பளிக்காதீர்கள்' (கைசேதம்) என்று.

இவ்வாறு எழுதுவதன் மூலம் தன்னுடைய தளம் எதுவென்று றஷ்மி தெளிவாகவே காட்டிவிட்டார். அது சந்தேகமேயில்லை. அணிகள், கட்சிகள், கோஷங்கள் என்ற சிறுவட்டங்களுக்குள் சிக்கிக் கொள்ளாது விரிந்த மனிதாபிமானத் தளம், ஜனநாயகத் தளம். அவருடைய அடையாளம் மானுடப்பொதுமையே. அது சார்ந்த அறமே அவருடைய அடிப்படை. ஏறக்குறைய ஒரு சாட்சியின் நிலை.

றஷ்மி மேலும் தொடர்ந்து எழுதுகிறார்,

'உங்களில் யாருடைய செய்திகளிலும்
இழந்த வாழ்வு பற்றிய
நம்பிக்கையூட்டும் தகவல்கள் இல்லை'

என்றும்

'உங்கள் எவருடைய செய்திகள் குறித்தும் எனக்கு
ஈடுபாடில்லை.
நான் எதையும் கேட்க விரும்பவில்லை.
இல்லை, இல்லை
விரும்பவில்லை, விரும்பவேயில்லை'

என்றும்.

பெருந்திரள் ஊடகங்களும் அதிகார மையங்களும் உண்மைக்கு மாறான ஒற்றைப்படையான உலகத்தைச் சிருஷ்டித்து ஆட்சி நடத்தும்போது, அதிகாரம் செலுத்தும்போது மக்களுக்கான – மக்களில் ஒருவனாகிய தனக்கான – செய்திகள் ஒருபோதுமே வரப்போவதில்லை என்று சொல்லித் தனக்கான இன்னொரு தளத்தை – உண்மைத் தளத்தை – எதிர்த்தளத்தை உருவாக்க முனைகிறார். இதுவே அந்த மாற்று. இத்தகைய மாற்றுத் தளத்தைப் பலவகையிலும் நிர்மாணிப்பதே றஷ்மியின் நோக்கும் வேலையும்.

ஆகவே, இதுதான் றஷ்மி இயங்கிய தளமும் இப்பொழுதும் அவர் இயங்குகின்ற தளமும். அச்சத்தை எதிர்த்து எழுவது. வெளிப்படையாக எதிர்ப்பது. தொடர்ச்சியாக எதிர்ப்பது. மக்களின் நிலை நின்று, ஜனநாயக வழிநின்று எதிர்ப்பது. இதுவே அவருடைய இடமும் விதமும். இத்தகைய நிலைப்பாட்டுடன் சில பிற கவிஞர்களும் இயங்கியிருக்கிறார்கள். அப்படியானால், அவர்களிடமிருந்து றஷ்மி எப்படி வேறுபடுகிறார்? எவ்விதம் தனித்துத் தெரிகிறார்?

1. துயரமும் துயரத்துக்குக் காரணமான நிலைமைகளுமே கூடுதலாக றஷ்மியைக் கவனத்திற்குட்படுத்துகின்றன. தன்னுடைய காலச்சூழலில் வாழும் மனிதர்கள் அரசியல் ரீதியாகவோ இயற்கையின் சீற்றத்தாலோ துயருற நேர்கையில் அந்தத் துக்கத்தைத் தன்னுடைய துக்கமாக எடுத்துக் கொள்கிறார். எந்த நிலையிலும் இயல்பைச் சிதைப்பதை அவரால் ஏற்றுக்கொள்ளவே முடியவில்லை.

2. சார்பற்ற நிலையைப் பேணுவதே அவருடைய அக்கறை. இங்கே சார்பெனப்படுவது, துருவங்களைச் சார்ந்திருப்பது – தரப்புகளைச் சார்ந்திருப்பது என்ற பொருளில் விளக்கப்படுகிறது.

3. பொது அபிப்பிராயமாக உருவாக்கப்பட்டிருக்கும் அதிகார மையங்களின் சார்பு நிலைகளை உடைப்பது.

4. தான் சார்ந்த சமூகங்களின் பொதுப்போக்கை அனுசரிக்க வேண்டும் என்ற கடப்பாட்டைக் கடந்து, தனித்து நின்றேனும் தன்னுடைய அறநிலைப்பாட்டைப்பேண முற்படுவது.

5. வன்முறை வடிவங்கள் மாற மாற சலியாது அவற்றைப் பின்தொடர்ந்து அடையாளப்படுத்துவது. இந்த இடத்தில் வன்முறைக்கு எதிரான போராளியாகவே றஷ்மி தொழிற்படுகிறார்.

6. தன்னுடைய கவிதைகளின் மூலம் எதிர்ப்பியக்கமொன்றை நிர்மாணிப்பது. இது உணர்நிலையிலானது.

7. தன்னுடைய அனுபவங்களையும் சனங்களின் அனுபவங்களையும் ஒருங்கிணைத்துப் பொதுமைப்படுத்துவது. அல்லது அதற்குள் ஒரு பொது நிலையைக் காண்பது. அதைப் புதிய புதிய சொல்முறைகளினூடாகச் சொல்ல முயற்சிப்பது. மொழியை வெவ்வேறு சாத்தியப்பாடுகளை நோக்கி நகர்த்துவது. அதன் இலக்கண விதிமுறைகளையே சிலவேளை மீறியோ தகர்த்தோ தான் சென்று சேரவேண்டிய இடத்தைச் சேர்வது.

8. மேலும் சேரன் சொல்வதைப் போல, 'மொழியை உடைத்தும் நொருக்கியும் புதுப்பித்துத் தருவது றஷ்மியின் கவிதையியலின் ஒரு கூறாக இருக்கிறது. புணர்ச்சியில் ஈடுபாடும் பிரிவின் — பிரிப்பின் தேவையும் வாழ்க்கையைப்போலவே கவிதை மொழிக்கும் அவருக்கு முக்கியமாக இருக்கிறது. எழுவாயைத் தலைகீழாக்குவதன் மூலமும் புதிய ஒத்திசைவொன்றைக் கவிதையில் ஏற்படுத்த முயல்கிறார் றஷ்மி' என்பதும்.

இப்படிப்பல. இவ்வாறு நோக்கும்போது றஷ்மி இன்று ஈழக்கவிஞர்களில் தவிர்க்க முடியாத ஒருவராக மாறியுள்ளார். பொதுவாகத் தமிழ்க்கவிதைகளிற்கூட றஷ்மிக்கான இடம் ஒன்று உருவாகியுள்ளது. இது அவர் ஒவ்வொன்றையும் உன்னிப்பாக உணர்ந்துள்ள முறைமையினாலும் அவற்றைச் செம்மையடர்த்தியாக வெளிப்படுத்துவதனூடாகவும் ஏற்பட்டது. முக்கியமாக காவியப் பண்புடைய நெடுங்கவிதைகளின் மூலம் அவர் கவனிப்புக்குரிய ஒருவராகியுள்ளார்.

*

ஈழம் என்றால் வன்முறையைத் தன்னுடைய அகத்திலே கொண்டது. துயரத்தைத் தன்னுடைய மடியிலே வைத்திருப்பது என்ற பதிவு இன்று வலுவாகிவிட்டது. 'கூகிளி'ல் ஈழத்தமிழரைப் பற்றிய தேடல்களை அல்லது இலங்கையின் தமிழ் பேசும் மக்களைப் பற்றிய தேடல்களைச் செய்தால், துயரத்தின் பெரும்பரப்பொன்றையே அதிற் காணமுடியும். அந்த அளவுக்கு, இலங்கையிலுள்ள தமிழ் பேசும் மக்களின் வாழ்க்கை அனர்த்தமயமாகியுள்ளது. அவ்வாறே ஈழக்கவிதைகளும் துக்கத்தின் நிழலையும் எரியும் நெருப்பையும் காயாத கண்ணீரையும் குருதியையும் கலவையாகக் கொண்டவை என்பது பகிரங்கமானது. ஆனால், அவற்றை றஷ்மியிடமிருந்து அறியும் விதம் வேறானது. அவர் தன்னுடைய இடையறாத இயக்கத்தின் மூலமும் ஒழுங்குபடுத்தப்பட்ட பிரக்ஞையின் வழியாகவும் சமகால ஈழநிலைவரத்தைப் பற்றிய ஒரு வரலாற்றுக் கண்ணோட்டத்தை உருவாக்கியுள்ளார். இதன்மூலம் றஷ்மியின் கவிதைகளைத் தொடர்ந்து வாசிக்கும்போது அதில் ஒரு நெடிய கவிதைக்கான அடிப்படைகளைக் காணக்கூடியதாக இருக்கிறது.

இதில் ‘ஆயிரம் கிராமங்களைத் தின்ற ஆடு’ விதிவிலக்கு. அது தனியே ஒரு நெடுங்கவிதையாக அமைந்துள்ளது.

சுனாமியைப் பற்றிய, சுனாமியினால் ஏற்பட்ட மனிதச் சிதைவுகளைப் பற்றிய மாறுபட்ட நீள் விவரிப்பு இது. என்னுடைய அறிதலின்படி சுனாமியின் தாக்கத்தை இந்த அளவுக்குக் கூர்மைப்படுத்தி, மையப்படுத்தி எழுதிய முக்கியமான கவி றஷ்மியே. அதை றஷ்மி ஒரு அவல நாடக நிகழ்வாக்கியிருக்கும் விதம் ஆச்சரியம் தருவது. முதற்காதை, இடைக்காதை, கடைக்காதை என்று மூன்று பிரிவுகளில் சுனாமிக்கு முந்திய நிலை, சுனாமியின் போதான நிலை, சுனாமிக்குப் பிந்திய நிலை என்ற மூன்று நிலைகளில் இயற்கைக்கும் மனிதர்களுக்கும் இடையிலான போராட்டத்தையும் அதன் விளைவுகளையும் மனித வாழ்வின் அபத்தத்தையும் சொல்லி விடுகிறார் றஷ்மி. இதை அவர், 230 வரிகளுக்குள் 13 தலைப்புகளிலான கவிதைகளில் சொல்கிறார். உண்மையிலேயே இது ஆச்சரியமான ஒன்றே. இதை ஒரு காவியம் என்றே கூறுவேன். இதை றஷ்மி தொடங்கும் விதமே ஈர்ப்புக்குரியது. கூடவே றஷ்மி என்ற கவிஞனின் அடையாளத்தைக் குறிப்பதுமாகும்.

சுனாமி அனர்த்தம் நிகழப்போகும் அன்றைய நாளை அவர் அறிமுகப்படுத்துகிறார் — ‘முதற்காதை’யில் வருகிறது இந்தப் பகுதி – ‘இயேசு பாலனுக்கு ஒரு நாள் வயதாயிருந்த காலை’. ஒரேயொரு வரியில் வியப்பூட்டும் விதமாக அப்படியே அந்த நாள் சித்திரமாக்கப்படுகிறது.

இந்த நாளில் — ‘இயேசு பாலனுக்கு ஒரு நாள் வயதாயிருந்த காலை’ யில், றஷ்மி தன்னுடைய கவிதைகளில் குறிப்பிடும் அதே பிரதேசத்தில் அதே நேரத்தில் நானும் நின்றேன். சுனாமியின் அலைகள்,

‘எக்கி மூச்சிழுத்து உள்வாங்கி நீரை – தன்
மேனி திறந்து காட்டி மயக்கி வானளவு
மேலெழுந்து கரும் நிறத்தில் காறி
உமிழ்ந்து சூழ்கின்றது கடல்

....

தென்னை மலைத்துக்
குலைகளைத் தவறுகிறது
நீராலான ராட்சதப் பாம்புகள்
நுழைந்து துரத்துகின்ற ஊருக்குள்

போட்டது போட்டதாய்க் கிடக்க
உயிரை மட்டும் காவிக்கொண்டு ஓடுகிறோம்.....

என அலறியடித்துக்கொண்டோடும் ஒருவனாக நானும் நின்றேன். அன்று காலை (இலங்கையின் கிழக்கேயுள்ள) கல்முனை நகரில் (முதல் நாளிரவு அக்கரைப்பற்றுக்குச் செல்லும்போது படையினர் தடுத்திருக்காது விட்டிருப்பின் றஷ்மி குறிப்பிடும் அதே இடத்தில் நானும் சுனாமியிற் சிக்கியிருக்கக்கூடும்) நண்பர் உமா வரதராஜனோடு கதைத்தபடி, இன்னொரு நண்பரான நற்பிட்டிமுனை பளீலுடைய வருகைக்காகக் காத்துக்கொண்டிருந்த போதே கடற்கரையிலிருந்து அலறியடித்துக்கொண்டு சனங்கள் ஓடினர். அந்தக் கணத்தில் நானும் வரதனும் சொல்லிக் கொள்ளாமலே பிரிந்தோம். சொல்லிக் கொள்வதற்கான அவகாசம் இருக்கவில்லை.

'ஓடுகிறோம் ஓடுகிறோம்....
நிர்ணயிக்கப்படாத இலக்கு
ஓடுகிறோம்....'

விதி யாரைத்தான் விட்டது.

சற்று நேரத்துக்குப் பிறகு பார்த்தால், றஷ்மி சொல்வதைப்போலவே,
'ஒரு நொடிதான்
எல்லாம் இருந்தது – பிறகு
எதுவும் இருக்கவில்லை'

இப்போது 'ஆயிரம் கிராமங்களைத் தின்ற ஆடு' என்ற றஷ்மியின் கவிதைகளைப் படிக்கும்போது அன்று கிழக்கின் கடலோரக் கிராமங்களிருந்த அந்தக் காட்சியும் அந்த நிலையுமே மனதில் கொடுந்தீயாக எழுகின்றன.

றஷ்மி சொல்வதைப்போல,

'நான் மனிதர்களைக் கண்டேன்
உயிரை ஒரு கையிலும்
மாதக் கணக்கேயான சிசுவை மற்றதிலுமாய்

இளம் தாயொருத்தியைக் கண்டேன்
கடலை வெறித்திருந்த முதியவரைக் கண்டேன்
கவனிக்க ஆளின்றி அழும் குழந்தையைக் கண்டேன்
பெயர்களை அழைத்துக் கொண்டே
அரற்றி ஓடுகிறவர்களைக் கண்டேன்
அழ யாரும் எஞ்சியிராத குடும்பங்களைக் கண்டேன்
இனி
அழவே முடியாதவர்களைக் கண்டேன்....'

சுனாமியினாலும் போரினாலும் சிதைந்த மனிதர்களை நானும் கண்டேன். இரண்டும் ஒரே நிலையிலான அழிவுகளையே தந்தன. ஒரு விதமான துயரத்தை, ஒரே மாதிரியான அவலத்தை....

ஆகவே, அரசியற் கவிதைகளுக்கு நிகரான அல்லது பிற கவிதைகளுக்கு நிகரான இடத்தால் றஷ்மியின் சுனாமியைப் பற்றிய கவிதைகளும் தாக்க விசையுடனேயே உள்ளன.

அதேவேளை றஷ்மியின் ஏனைய பெரும்பாலான கவிதைகளும் ஒரு நெடுங்கவிதையின் பகுதிகளே. அல்லது நெடுங்கவிதை ஒன்றை உருவாக்கும் எத்தனங்களே. 'ஈ' தனது பெயரை மறந்து போனது என்ற நான்காவது தொகுதிக் கவிதைகள் இதை இன்னும் வலுவாக்குகின்றன.

*

பெரும் அதிகார மையங்களை எதிர்கொள்கிற சாதாரண கவி, தன்னுடைய ஆன்மத் தளத்தைத் பலமாக்கிக் கொண்டு, அதையே ஆயுதமாக்கி முன்னகர்ந்து பகிரங்க வெளியில் விரிவது இயல்பு. ஆனால், இது இலகுவானதல்ல. அபாயங்கள் நிறைந்தது. எனவேதான் இது முக்கியமாகிறது. இத்தகைய காரியவழியைத் தமதெனக் கொண்டவர்கள் மட்டுமே காலவெளியில் நீக்கமற நிற்கக்கூடிய வேரினைக் கொள்கின்றனர். றஷ்மியின் வேர் அப்படித்தான் காலவெளியில் நீக்கமறும் விதமாக நிலைகொள்கிறது.

இதேவேளை றஷ்மி தான் எழுதத் தொடங்கிய காலத்திலிருந்து இதுவரையில் ஏதோ காரணங்களின் நிமித்தமாக மௌனமாகவோ, உறங்குநிலையிலோ, மறைவு நிலையிலோ இருக்கவில்லை. இதுவும் முக்கியமானது. முன்னர் எழுதிய பலர், பிரகடனங்களைச் செய்த பலர் பின்னர் உறங்கு நிலைக்குச் சென்று விட்டனர், அல்லது உடைந்து சிதறி விட்டனர்; அல்லது மறைந்து நிற்கின்றனர்; அல்லது மௌனமாகிவிட்டனர், அல்லது திசைமாறிவிட்டனர். ஆனால், றஷ்மி இன்னும் கலகக்காரனாகவே இருக்கிறார். தொடர்ந்து

எழுதுகிறார். என்றபடியாற்தான் அவருடைய 'ஈ' தனது பெயரை மறந்து போனது என்ற புதிய தொகுதியை ஈழப்போராட்டம் அதனுடைய யுத்தமுன்னெடுப்பில் வீழ்ச்சியடைந்திருக்கும் இந்தத் தருணத்தில், அரசியல் மீள் பார்வைக்குரிய ஒரு ஆவணமாக வெளிப்படுத்தியுள்ளார். குறிப்பாக இலங்கையிலுள்ள சிறுபான்மைச் சமூகங்களின் இருப்புக்கான செயற்பாடுகளைப் பற்றிய விவாதங்களுக்குரிய அடிப்படைகளைச் சுட்டும் வரலாற்றுப் பார்வையொன்றை றஷ்மி இப்போது முன்வைத்துள்ளார்.

ஆகவே, அவருடைய இதுவரையான கவிதைகளை வைத்துப் பார்த்தாலும் சரி, அவருடைய தொகுதிகளின் பெயர்களை அடிப்படையாக வைத்துப் பார்த்தாலும் சரி, அவருடைய முதற் தொகுதிக் கவிதைகளில் இருந்து இறுதித் தொகுதிக் கவிதைகள் வரை (காவு கொள்ளப்பட்ட வாழ்வு முதலாய கவிதைகள் — 2002, ஆயிரம் கிராமங்களைத் தின்ற ஆடு – 2005, ஈதேனின் பாம்புகள் — 2010, ஈ தனது பெயரை மறந்து போனது – 2012) இதனைத் தெளிவாக எவரும் பார்க்க முடியும்.

முக்கியமாக றஷ்மி தன்னுடைய தொகுதிகளுக்கான தலைப்பையிடுவது விசேச கவனத்திற்குரிய ஒன்று. முதற்தொகுதியின் தலைப்பு — காவு கொள்ளப்பட்ட வாழ்வு முதலாய கவிதைகள். மரணம் சுவீகரித்துக் கொண்ட வாழ்வை உள்ளடக்கி இந்தத் தொகுதி உருவாக்கப்பட்டிருக்கிறது என்பதை மிக அருமையாக வெளிப்படுத்தியுள்ளார் றஷ்மி. கூர்மை, செறிவு, நுண்மை ஆகிய மூன்று அம்சங்கள் ஒன்றிணைந்து இத்தகைய ஒரு வெளிப்பாட்டைப் பெற்றுள்ளன.

அடுத்த தொகுதியின் தலைப்பு — ஆயிரம் கிராமங்களைத் தின்ற ஆடு. 2004 இல் இலங்கையில் நிகழ்ந்த சுனாமி அனர்த்தம் பல்லாயிரக்கணக்கான மனிதர்களையும் பல நூறு கிராமங்களையும் தின்றதை வெளிப்படுத்தும் விதமாகச் செறிவூட்டப்பட்டுள்ளது. சுனாமி பற்றிய செறிவான படிமத்தை இதைவிட வேறெவரும் இதுவரை வெளிப்படுத்ததாகத் தெரியவில்லை. குறிப்பால் உணர்ந்துவதில் தன்னுடைய திறனை வெளிப்படுத்துவதில் அக்கறையுள்ளவர் தானென்பதை இதன்மூலம் நிரூபிக்கிறார் றஷ்மி. இதன்மூலம் அவர் தன்னைத் தனித்துக் காண்பிக்கிறார்.

மூன்றாவது தொகுதி— ஈதேனின் பாம்புகள். ஈதேன் தோட்டத்தின் பாம்பு வகித்த பாத்திரமே இன்றைய உலகின் துயரம் என்பது ஐதீகம். அந்த ஐதீகக் கருவைத் தன்காலத்திய நிலைமைகளிற் கையாண்டு மனித வரலாற்று விதியின் துயரமுகத்தைப் புலப்படுத்துகிறார்.

சாத்தானின் வலையில் வீழ்ந்த உலகத்தின் துயரம். பாவத்தைத் தின்ற உலகத்தின் நிலைபற்றிய – விதிபற்றிய விவரிப்பு.

இப்போது வந்திருப்பது, ஈ தனது பெயரை மறந்து போனது. இந்த 'ஈ' நாம் படித்த கதையொன்றில் வரும் ஈ அல்ல. ஈழம் என்ற ஈ. ஆனால், 'ஒரு ஈ தனது பெயரை மறந்து போனது' என்ற கதையொன்றின் உட்சாரத்தைத் தனக்கிசைவாக எடுத்துக் கொண்டு, தன்முன்னேயிருக்கும் நெருக்கடியைப் பேசுகிறார் றஷ்மி. இதைப்பற்றி இந்தத் தொகுதிக்கு முன்னுரை எழுதியிருக்கும் எஸ்.கே. விக்கினேஸ்வரன் தெரிவிப்பதைப் பின்னர் பார்க்கலாம். ஆனால், இவ்வாறு றஷ்மி தன்னுடைய தொகுதிகளுக்குத் தலைப்பிடுவதைப் போலவே, கவிதைகளை ஒழுங்கமைத்திருப்பதும் பிரக்ஞை பூர்வமானது.

முக்கியமாக நான்காவது தொகுதியின் கவிதைகள் தமக்கிடையில் ஒருங்கிணைந்து ஒரு காவியத்தன்மையைக் கொண்டுள்ளன. இந்தக் காவியத்தின் மையத்தில் ஈழப்போராட்டத்தின் போக்கைப்பற்றிய அறிக்கையிடலும் விமர்சனமும் இந்தக் காலத்தில் சனங்கள் பட்ட துயரங்களின் சாட்சியங்களும் பதிவாக்கப்பட்டுள்ளன. இந்தத் தொகுதியில் நான்கு பிரிவுகள் உண்டு. இந்த நான்கு பிரிவுகளிலும் உள்ள கவிதைகளின் தலைப்புகளே மேற்சொன்ன விசயங்களை இலகுவிற் புலப்படுத்துகின்றன.

*

கொந்தளிப்புகள் றஷ்மியை அலைக்கழிக்கின்றன என்று கண்டோம். இலங்கையின் கிழக்கே உள்ள (முஸ்லிம்) கிராமமொன்றில் பிறந்து வளர்ந்த றஷ்மி, தன்னுடைய கிராமமும் அங்கிருந்த மனிதர்களும் சூழலும் வாழ்க்கையும் சிதைக்கப்பட்டதை நேரிடையாகப் பார்த்தவர். இவையெல்லாம் றஷ்மியின் நினைவுப் பரப்பையும் அனுபவப் பரப்பையும் நிரப்பி விடுகின்றன. சிலசமயம் அந்த நினைவுப்பரப்பைச் சிதைத்தும் விடுகின்றன. புற நெருக்கடிப் பிராந்தியத்தை விட்டு அவர் விலகியிருந்தாலும் அகநெருக்கடிகளின் தீவிரத்திலிருந்து அவரால் விலக முடியவில்லை. ஆகவே யுத்தத்திற்குப் பிறகும் நிலைமைகளின் குலைவை – அவை இன்னும் சீரடையா நிலையை அவர் உணர்கிறார். எனவே, இதற்குக் காரணமான இனவாத அரசியலை, அந்த இனவாதப் பொறிக்குள் சிக்கிக்கொண்ட ஈழப்போராட்டத்தை அவர் இப்போது எடுத்தாள்கிறார்.

'ஈ தனது பெயரை மறந்து போனது' என்று இறுதியாக வந்திருக்கும் தொகுதிக்குப் பெயரிட்டதிலேயே றஷ்மியின் இந்தப் பிரக்ஞை வெளிப்படுகிறது. இதைப் பற்றி மிக அழகாக இந்தத் தொகுதிக்கு

முன்னுரை எழுதிருக்கும் எஸ்.கே.விக்னேஸ்வரன் சொல்வதைப் பார்க்கலாம்.

'ஈழப்போராட்டத்தின் இன்றைய நிலைபற்றிய அவரது உணர்வு அல்லது கருத்து மிகவும் எளிமையான வார்த்தைகளின் மூலம் வெளிப்படுத்தப்பட்டிருக்கிறது. அதுவும் அவரது (றஷ்மியின்) சொந்த வார்த்தைகளில் அல்ல. ஆரம்பப் பள்ளியில் படித்த ஒரு கதையின் தலைப்பின் மூலமாக வெளிப்படுத்தப்பட்டிருக்கிறது அது.

'ஈ தனது பெயரை மறந்து போனது'.

ஒரு ஈ தனது பெயரை மறந்து போனது என்ற அந்தக் கதையில் உள்ள 'ஒரு' வை எடுத்துவிட்டு, 'ஈ' யை மேற்கோள் குறிக்குள் இட்டது மாத்திரமே அவர் செய்திருக்கும் மாற்றம். மேலோட்டமாகப் பார்க்கும் ஒருவருக்கு, இந்தத் தலைப்பு அத்தனை முக்கியமான ஒன்றாகப் படாமற் போகலாம். ஆனால், ஆழ்ந்து சிந்திக்கையில் பெயரை மறந்து போதல் என்பது, மிகவும் ஆபத்தான ஒரு விடயம் என்பது தெரியவரும்.

ஆம், அந்த 'ஈ' வெறும் ஈ அல்ல. அது ஈழப்போராட்டம். உண்மையில் அது தனது பெயரை மறந்து விட்டது. தான் யார் என்பதை மறந்து விட்டது. தான் என்ன செய்யவென உருவானேன் என்பதை மறந்தது. தான் என்ன செய்து கொண்டிருக்கிறேன் என்பதை மறந்தது. தான் தன் பெயரை மறந்ததால் தன்னை மறந்தது. இதனால், தான் யார் யாராலோவெல்லாம், எவையெவையாலோ எல்லாம் வழிநடத்தப்படுகிறோம் என்பதை அறியாதிருந்தது. தனது போக்கு, திசை, தரிப்பிடம் எதையும் அறியாதிருந்தது. தனது பெயரை தான் மறந்து விட்டேன் என்தையும் கூட அது அறியாதிருந்தது. இதனால், அது தன் பெயர் என்ன என்று கேட்டு யாரிடமும் போகவில்லை. அதனால்தான் அதன் பெயரை ஞாபகப்படுத்த நினைத்தவர்களை எல்லாம் கூட அது ஒதுக்கித் தள்ளியது. இற்றைவரை அது தான் யார் என்பதை நினைவுக்குக் கொண்டு வந்ததாகவும் தெரியவில்லை.

எவ்வளவு அற்புதமான மதிப்பீடு இது.

மக்களின் வாழ்வை நேசிக்கின்ற கவிஞனின் பெருமூச்சமாக வெளிப்படுகிற மதிப்பீடு இது.

'விக்கி'யின் இந்த அறியப்படுத்துகை, றஷ்மியை, அவருடைய இந்தக் கவிதைகளை மேலும் புரிந்து கொள்வதற்கு உதவுகின்றன. மிக எளிமையான முறையில் விவரிக்கப்பட்டிருக்கும் மையப் பொருள் இது. பொதுவாக படைப்பொன்றை அணுகுவதற்கு முன்னான அனுமானங்களும் அறிமுகங்களும் அந்தப் படைப்பைச்

சில எல்லைக்குள் சுருக்கி விடுவன என்ற அபிப்பிராயம் இன்று வலுவானது. அதிலுள்ள உண்மையும் ஆழமாக உணரப்படுவது. ஆனால், இங்கே அந்த நிலை மாறியிருக்கிறது. இங்கே விக்கியின் காணுகையானது றஷ்மியை அறிவதற்கும் அணுகுவதற்கும் உதவுகின்றன. பறக்கும் சிறகுக்கு இசையும் காற்றைப்போல.

ஆகவே, 'ஈ' தனது பெயரை மறந்து போனது என்ற குறிப்புணர்த்தலின் மூலமாக, ஈழப்போராட்டத்தின் திசைமாற்றத்தை, திசைதவறுதலைத் தன்னுடைய கவிதையாக்கத்தின் மையப் பொருளாக்கி, முற்றிலும் விமர்சனமாகவும் சுயவிமர்சனமாகவும் படைத்திருக்கிறார் றஷ்மி. ஆனால், இந்தக் கவிதைகளை அவர் போர் முடிந்த பின்னரான இந்தக் குறுகிய காலப்பகுதியில் அவசர அவசரமாக எழுதி, போருக்குப் பிந்திய சூழலில் வலுவான குரலாக மேற்கிளம்பும் சுயவிமர்சனம், விமர்சனம், மீளாய்வு என்ற அடிப்படைகளுக்கு ஏற்றவாறு தயாரிக்கவில்லை. ஏற்கனவே நடந்து கொண்டிருந்த வரலாற்று நிகழ்ச்சிகளின் போது அந்த நிகழ்ச்சிகளில் சிக்கியும் சிதம்பியும் வாழமுடியாமல் வாழ்ந்து கொண்டிருந்த சனங்களை மையப்படுத்தி, அவர்களோடு ஒருவராக இருந்து, உணர்ந்து கொண்ட விசயங்களை அவ்வக் காலப்பகுதியில் எழுதியிருக்கிறார். இப்பொழுது அவற்றை ஒழுங்கு முறைப்படுத்தித் தொகுத்திருக்கிறார். அப்படித் தொகுக்கும்போது அது ஒரு வரலாற்று ஆவணமாகவும் ஈழப்போராட்டத்தின் தொடர் நிகழ்ச்சிகளின் ஒழுங்கைக் காட்டுவதாகவும் அதன் மீதான விமர்சனமாகவும் இது அமைகிறது. இதை அவர் சாத்தியப்படுத்திய முறைமை முக்கியமானது. குறிப்பாக மரணத்தை முன்மொழிந்த அரசியல் மரணக்குழியிலேயே வீழ்ந்திருக்கிறது என்ற உலகறிந்த உண்மையை மேலும் சாட்சிபூர்வமாக வலுவாக்கியுள்ளார்.

> '...இறுதிக் கிரிஜைகளுக்காக எதையும் எஞ்ச விடாத யுத்தம்
> வெற்றுச் சவப்பெட்டிகளை வீட்டுக்கு அனுப்பி வைத்தது....'

இந்த நிலை தமிழ்த்தரப்புக்கும் சிங்களத்தரப்புக்கும் ஒன்றுதான். ஏன் முஸ்லிம்களும் இத்தகைய ஒரு நிலையைத்தான் யுத்தத்தின் போது சந்தித்தனர்.

> 'காரைதீவு என்றால் வாளையன் தைலம்
> கழுதாவளையில் நீர் வெற்றிலை

மருதமுனையில் கைத்தறிச் சாறம்
களுவாஞ்சிக்குடியில் முறிவுக்குப் பத்து
நாற்பதாம் கட்டையில் முறிவுக்குப் பத்து
....
எல்லா இடங்களிலும் வதை முகாம்கள்
ஒரு ஊர் தவறாமல் சவக்கிடங்கு
ஒரு தெரு விடாமல் சாவோலம்....

எல்லா இடங்களிலும்
எல்லோரும் கொன்றனர்
எல்லாவற்றையும்....'

விடுதலை தேடி ஆரம்பிக்கப்பட்ட போராட்டம் சமூகங்களின் சிதைவுடன் மரணக்குழியில் வந்து வீழ்ந்திருப்பதை பல்வேறு நிகழ்ச்சிகளுக்கூடாக வெளிப்படுத்தப்படுகின்றன — இந்தக் கவிதைகளில்.

போருக்கஞ்சிப் புலம் பெயர்ந்தோரின் உளவியற் தொழிற்பாடுகள் ஈழப்போராட்டத்தில் ஏற்படுத்திய – ஏற்படுத்தி வரும் தவறான விளைவுகளை றஷ்மி காணும் விதம் கவனத்திற்குரியது.

'குற்றவுணர்வும் குருட்டு விசுவாசமும்
இரத்தத்தை விற்றுப் (பணத்தை)
போருக்கு அனுப்பிவைத்தது...'

புலம்பெயர் தேசத்தில் இந்த நிலை என்றால், இங்கே களத்தில் —

'இறுதியில்
பிடியைத் தளர்த்தாத ஒரு தாய் வயிற்றில்
எட்டி உதைத்துக் குழந்தைகளைப் பிடுங்கிச் செல்கின்றனர்

முறத்தால் அடித்து விரட்ட முடியாக் கையறு நிலை.

சாவின் கையில் பிடித்துக் கொடுக்கவா என
முலை நோக அடித்துக் கதறும் தாயிடம் ஒரு கேள்வியிருந்தது

அழுகையின்போது வறண்ட தொண்டையில் தொக்கி
கண்ணீருடன் விழுங்கப்பட்ட ஒரு கேள்வி

குருதி ஆற்றின் இடை தன் குழந்தையின் பிரேதத்தில்
அரற்றியவாறு ஒருநாள் அவள் அதைக் கேட்டாள்'

இந்த நிலை. இந்த யதார்த்தம். இதில் றஷ்மி ஒரு முக்கியமான படிமத்தை – ஒரு விசயத்தை நமக்குக் காண்பிக்கிறார். புறநானூற்றுக்காலத்தில் முறத்தால் புலியை விரட்டினாள் பெண்ணொருத்தி. அன்று போருக்குப் போவதற்காக வீரத்திலகமிட்டுத் தங்களின் பிள்ளைகளை அனுப்பி வைத்தனர் தாய்மார்.

ஆனால், இன்றோ எல்லாம் வேறாகி விட்டன. இன்று இன்னொரு புலி அவளுக்கு முன்னே வந்து நிற்கிறது. முறத்தினால் இந்தப் புலியை விரட்டி விட முடியாது. அவளால் இதை எளிதில் விரட்டி விடவும் முடியவில்லை.

மட்டுமல்ல, இப்போதோ அவள் தன்னுடைய பிள்ளையைப் போருக்கு அனுப்பத் தயாராக இல்லை. ஆனால், அவள் மறுத்தாலும் அவளுடைய பிள்ளை அவளிடமிருந்து பிடுங்கிப்பட்டுச் செல்லப்படும்.

வரலாற்றின் தடங்களில் இருந்தே வரலாற்று முரண்களை மிக நுட்பமாகக் கண்டு வெளிப்படுத்தும் இந்த அசாத்தியம் றஷ்மியின் திறன். தமிழ்த் தேசியத்தை முதன்மைப்படுத்தும் தீவிர நிலையாளர்கள் தங்களின் கீர்த்தி மிகு பொற்காலங்களை – வீர யுகங்களை — ப் பற்றிக் கொண்டிருக்கும் கற்பிதற்களைச் சிதறடிக்கிறார் றஷ்மி.

இதைப்போல இன்னொரு இடத்தில்

'நான் பிறன் ஆன காலம்' என்று முஸ்லிம் மக்களின் வெளியேற்றத்தையும் அந்நியப்படுத்தலையும் அவர் உணர்ந்துள்ள விதம் நம்மைத் துணுக்குற வைப்பது. தலைகளைக் குனியவைப்பது.

'ஒரு சிறு பொதி அளவு பாரம்பரியம்
ஒரு சில பணத்தாள் முதுசொம்
ஒரு பகல் ஒரு இரா அவகாசம்...
அவ்வளவுதான் —
வருடா வருடம் அந்த நாளைக்
கண்ணீரினால் நினைவு கொள்ளும்படி செய்தனர்

விடுதலை வீரர்கள்...'

மேலும் இன்னோரிடத்தில் றஷ்மி குறிப்பிடுகிறார் —

'எப்படி உங்களின் போர்
எங்களுக்குமுரியதாகவில்லையோ
அப்படியே
உங்களின் சமாதானமும்...'

என்று. இவ்வாறு நாம் தாக்கமுற்ற இடங்கள் நிறைய உண்டு, ஈ தனது பெயரை மறந்து போனது என்ற தொகுதியில். வழிமாறிய பயணத்தில் துயரங்களும் அலைக்கழிவுகளும் ஏராளம் என்பது உண்மையே.

போராட்டத்தின் வெற்றியை, அதில் ஏற்பட்டிருக்க வேண்டிய சமூகங்களின் மலர்ச்சியைக் கண்டு மகிழ்ச்சிப் பட்டிருக்க வேண்டிய கவி, இவ்வாறு புலம்பும் விதியும் வதையும் நிலையும் கொடுமையானதே. அவலத்தைப் பாடும் கொடுமை ஒரு கவிக்கு ஏற்புடையதேயல்ல. ஆனால், அதுதான் உலகவிதியாக இருக்கிறது பெரும்பாலும். ஈழப்போராட்டத்தின் விதியும் எங்களுடைய கதியும் இதுவாகத்தான் உள்ளது.

*

ஈழப்போராட்டத்தின் எழுச்சியிலும் வீழ்ச்சியிலும் வீழ்ச்சிக்குப் பின்னரும் பலவிதமான கவிதைகள் உள்ளன. அவற்றைப் பலர் பல தசாப்பங்களாக எழுதி வருகின்றனர். அரச பயங்கரவாதத்தின் கோரத்தை, அவற்றை எதிர்க்கும் மனவுணர்வை, விடுதலைக்கான வேட்கையை, அந்த வேட்கையின் வழியான எழுச்சியை, எழுச்சியின் விளைவான செயல்களை, தேசியவாதத்தினை, அந்தத் தேசியவாதங்கள் சுருங்கிக் குறுந்தேசியவாதங்களாக உருச்சிதைந்தமையை, அதனால் ஏற்பட்ட அனர்த்தங்களை, சமூகங்களின் சிதைவை, ஜனநாயக மறுப்புகளை, ஜனநாயக மறுப்புகளுக்கெதிரான குரல்களை எனப் பலவகையில் இந்தக் கவிதைகள் அமைந்துள்ளன.

1980 களுக்கும் 1990 களுக்கும் இடையில் ஈழக்கவிதைகள் நிறையப் பண்பு மாற்றத்தைப் பெற்றன. 80களில் அரச பயங்கரவாதமும் அதற்கெதிரான உணர்வுகளும் விடுதலை வேட்கையும் முக்கியம் பெற்றிருந்தன என்றால், 90களில் அவை விடுதலை இயக்கங்களின்

ஜனநாயக மறுப்புகளையும் எதேச்சாதிகாரப் போக்குகளையும் கண்டிக்கும் நிலைக்கு வந்திருந்தன. 2010 இல் அவை யுத்தத்தினால் ஏற்பட்ட பேரிழிவையும் போராட்டத்தின் சீரழிவையும் தேசியவாதமானது அபாயகரமான நிலையை நோக்கித்தன்னை உருவாக்கியிருப்பதையும் பேசத் தொடங்கியிருக்கின்றன. இவை எல்லாமே அந்தந்தச் சமகால நிகழ்ச்சிகளின், நிலைமைகளின், அனுபவங்களின் வழியான வெளிப்பாடுகளே. ஆகவேதான் ஈழக்கவிதைகள் பெரும்பாலும் நேரடியான அரசியற் தன்மையைக் கொண்டனவாக அமைகின்றன. அப்படி அமைய வேண்டிய நிலைக்குள்ளாகின்றன. கவிதைகள் மட்டுமல்ல எழுத்தின் பிற வடிவங்களுக்கும் இதுதான் நிலைமை. அண்மையில் தொடர்ச்சியாக வெளிவந்து கொண்டிருக்கும் கதைகளும் நாவல்களும் இந்த அடிப்படையிலேயே அமைந்துள்ளன.

நாம் இதுவரை பேசியமாதிரி, றஷ்மியின் அரசியல் ஈடுபாட்டெல்லைக்கு அப்பால், அவருடைய கவனம் பொதுவாகவே மானுட அழிவுகளுக்கு எதிராக இருக்கிறது. அரசியற் தவறுகளையும் அவற்றின் விளைவுகளையும் கடுமையாக எதிர்க்கும், விமர்சிக்கும் றஷ்மி இயற்கையின் வஞ்சனையைக் குறித்தும், அதனால் ஏற்பட்ட சீரழிவைக் குறித்தும் அக்கறைப்படுகிறார். அதே சீற்றமும் துக்கமும் அவருக்கு எல்லா இடத்திலும் ஏற்படுகிறது. நம்பிய அரசியல் எவ்வாறு அந்த மக்களைப் பலியெடுக்கிறதோ அவ்வாறே நம்பிய கடல், தாய்மடியாக இருந்த கடல் அந்த மக்களைப் பலியெடுக்கிறது. இந்த நிலையை றஷ்மியால் தாங்கிக் கொள்ள முடியவில்லை. மேலும் றஷ்மி, ஒரு சுருங்கிய பரப்பிற்குள் நிற்காமல் காதல் தொடக்கம், இயற்கை மீதான ஈடுபாடு, அவர் பிறந்து வளர்ந்து, வாழ்ந்த களம் வரையான லயிப்பு வரையில் பலவற்றைப் பற்றியும் எழுதியிருக்கிறார். ஆனால், எல்லாவற்றிலும் ஒரு துயரம் இழையோடுகிறது. ஒரு மெல்லிய அமுக்கம், ஒரு மெல்லிய இருள் றஷ்மியின் கவிதைகளில் படிந்திருப்பதைப் பெரும்பாலும் காணமுடியும். வாழ்வு சிதைந்து, சூழல் பாழடைந்து, இயல்புநிலை அழிந்த துயரத்தைப் பகிர்ந்து செல்கிறார் றஷ்மி.

இங்கே றஷ்மியின் இதயம் எவ்வாறு தொழிற்படுகிறது என்பதை நாம் தெளிவாக விளங்கிக் கொள்ள முடியும். ஒரு மகத்தான கலைஞனின் ஆன்மா தொழிற்படும் விதம் நிச்சயமாக மனிதாபிமானத்தில் அடிப்படையிற்தான். அந்த மனிதாபிமானத்துக்கு இனம், மதம், மொழி, பிரதேசம் என்ற பேதங்கள் கிடையாது. ஆகவே, நாம் றஷ்மியை முக்கியமான ஒரு கவியாக அடையாளம் காணுமிடம் இங்கேதான் முதன்மையடைகிறது. இந்த முதன்மையைப் பெறாமல் ஒரு கவிஞரால் ஏனைய அம்சங்களில் கவனத்தைப் பெற முடியாது.

அறம் பிழைத்தவர்க்கு எல்லாமே கூற்று என்பது அறிதலுண்மையாகும். அடிப்படையில் சிதைவுண்டானால், அலங்காரம் பாழ் என்பது இதை மேலுமுணர்த்தும். றஷ்மி தன்னுடைய அடிப்படையை வலுவாகவே நிர்மாணித்துள்ளார்.

*

றஷ்மியின் இடம் இந்த அடிப்படையின் மூலமாக வலுவாக்கப்பட்டுள்ளது. ஆனால், இந்த அடிப்படையுடன் மட்டும் ஒரு கவிஞர் தன்னை மட்டுப்படுத்தி விடவும் கூடாது; அதிலேயே தன்னைத் தேக்கிவிடவும் கூடாது. அதற்கப்பால் நகரவேண்டும்; அதையே றஷ்மி செய்கிறார்.

தொடக்ககாலக் கவிதைகளிலேயே (சரிநிகர்க்காலம்) தன்னுடைய அடையாளத்தைத் தனித்துக் காட்டத் தொடங்கிய றஷ்மியிடத்து பிற கவியாளுமைகளின் தாக்கங்களையும் அங்கங்கே காணமுடிகிறது. குறிப்பாக சோலைக்கிளியின் தாக்கத்தையும் சேரனின் தாக்கத்தையும் இடையிடை காணமுடியும். (இதைக்குறித்து றஷ்மியின் இன்றைய பதில்கள் எப்படி அமையுமோ!) ஆனால், றஷ்மி விரைவில் அவற்றிலிருந்து நீங்கித் தன்வழியொன்றைக் காணத்தொடங்கினார். அந்த வழியைத் தனியே ஒற்றை வழியாக வைத்துக் கொள்ளாமல் வெவ்வேறு விதமான முறையில் சற்றேயான பரிசோதனை அம்சத்தையும் உள்ளடக்கித் தன்னுடைய புதுமைகளை நிகழ்த்திக் காட்டுகின்றார். அதாவது, ஒவ்வொன்றைப் பற்றியும் ஆழமாகப் பார்க்கும் ஒரு தன்மை றஷ்மியிடத்திலே உண்டு. என்றபடியாற்தான் அவர் தன்னுடைய கவிதைகளை எழுதும்போதும் அவற்றைத் தொகுக்கும்போதும் ஒழுங்கொன்றைக் கொண்டு அவற்றின் பரிமாணங்களை மேலும் உருவாக்குகிறார்.

றஷ்மியின் இத்தகைய உருவாக்கத்துக்கு முக்கிய காரணமாக நான் காண்பது, அவருக்கு ஏற்பட்ட ‘சரிநிகரு’டனான உறவு. சரிநிகர், றஷ்மி என்ற கவிஞனை, றஷ்மி என்ற ஓவியனை, றஷ்மி என்ற இளைஞனை நெறிப்படுத்தியிருக்கிறது. அதிலும் சரிநிகர் ஆசிரியபீடத்துடனான உறவும் சரிநிகர் நண்பர்களுடனான நட்பும் தொடர்ச்சியாக ‘மூன்றாவது மனிதன்’ ஏட்டுடன் ஏற்பட்ட எம். பௌசருடனான இணைவும் றஷ்மியை வளப்படுத்தியுள்ளன; அவரைச் செதுக்கியுள்ளன; அல்லது இவற்றைப் பயன்படுத்தி றஷ்மி தன்னைச் செதுக்கிச் செம்மையாக்கிக் கொண்டாரா தெரியவில்லை. ஆளுமையுள்ள கலைஞர்கள், எப்பொழுதும் சூழலிலேயே தம்மைச் செதுக்கிக் கொள்கிறார்கள்.

பரதேசிகளின் பாடல்கள்: முகமற்ற கவிஞர்களின் கவிதைகள்

01

பழமொழிகளுக்கு யாரும் உரிமை கோருவதில்லை. பழமொழிகளை யார் தந்தார்கள்? என்று யாருக்கும் தெரியாது. ஆனால், அவற்றின் பொருளும், அழகும் கவிதைக்கு நிகரானது. இதேபோல, நாடோடிப்பாடல்களுக்கு உரித்தாளர்கள் என்று எந்த தனி அடையாளமும் கிடையாது. ஆனால், அவற்றின் கவித்துவம் அசாதாரணமானது. வாழ்வை அதன் மெய்யான அனுபவத்தளத்தில் வைத்து அவை வெளிப்படுத்துகின்றன. அதனால் அவை மண்ணினதும், மக்களினதும் அடையாளமாக இனங்கானப்படுகின்றன. இன்றைய சமூகவியல் ஆய்வுகளில் பழமொழிகளுக்கும், நாடோடிப்பாடல்களுக்கும் இருக்கும் முக்கியத்துவம் பெரியது.

நாடோடிப் பாடல்களை நவீன மொழியில் சொல்வதனால் முகமற்றவர்களின் குரல் எனலாம். முகமற்றவர்கள் உலகெங்கும் இருக்கின்றார்கள். முகமற்றவர்களின் வரலாறு நீண்டது. இந்த வணிக உலகத்தில் மட்டும் மனிதன் முகமற்று போகவில்லை. இதற்கு முன் மிக முன்னரே மனிதன் முகமற்றுவிட்டான். மனித நாகரிகத்தின் வளர்ச்சியின் மறுபக்கம் என்பது முகமற்றுப்போன மனிதர்களின் வாழ்க்கையே.

ஜிப்ஸிகள் இதற்கு நல்ல உதாரணம். ஜிப்ஸிகளின் வரலாறு நீண்டது. முகமற்று போனவர்களுக்கும் வரலாறு உண்டா? அவர்களுக்கு எப்படி வரலாறும் சுவடும் இருக்க முடியும்? சுவடுகள் உள்ள மனிதர்களை எப்படி முகமற்றுபோனவர்கள் என்று சொல்ல முடியும்? என்ற கேள்விகள் மேலோட்டமாக பார்த்தால் நியாயமானவை. ஆனால் அவர்களுக்கு எந்த சுவடுகளும் இல்லை என்பதை கவனிக்க வேண்டும். அவர்களின் எச்சங்கள் மட்டுமே எமக்கு கிடைக்கின்றன. இந்த எச்சங்களை நாம் சேர்த்துப் பார்க்கும்போதும், தொகுத்து பார்க்கும்போதும் அதற்குள் ஒரு தொடர் ஓட்டத்தைப் புரிந்து கொள்ளலாம். இந்த தொடர் ஓட்டம் என்பது தீர்மானிக்கப்பட்டதல்ல. ஆனால், அனுபவ வாழ்வின் சாரத்தை அதன் மெய்த்தளத்தில் — அனுபவ தளத்தில் பதிவு செய்தவை என்பதால் அவற்றுக்கு

வரலாற்று அடையாளம் கிடைத்துவிடுகின்றது. இங்கே துயரம் என்னவெனில் இந்த வரலாற்றில் அவர்களுடைய மனம் இருக்கும். ஆனால், முகம் இருக்காது.

முகமற்ற படைப்பாளிகள் எப்போதும் மனதை தருகிறார்கள் காலத்திற்கும் சமுகத்திற்குமாக. ஆனால், அவர்களுக்கு தங்களுடைய முகம் அவசியமில்லை. முகத்திற்கான போராட்டம் அவர்களுக்கு இல்லை. இங்கே ஒரு முரண் உண்டு. உண்மையில் அவர்களுடைய முகம் சிதைக்கப்பட்டதன் வலிதான் அவர்களின் படைப்புலகம். முகத்தை இழந்ததின் வலி என்பது மறு நிலையில் என்ன? முகத்துக்கான எத்தனமல்லவா.... காலத்தின் எல்லா இடுக்குகளிலும், பரப்புகளிலும் முகமற்ற மனிதர்களின் வலி நிரம்பிக்கிடக்கின்றது. உலகம் இந்த வலியையும் கொண்டுதான் சுழல்கிறது.

மேற்கில் ஜிப்பிகளின் படைப்புலகம் துலக்கமாக நீண்ட காலமாக அடையாளம் காணப்பட்டிருக்கிறது. இந்தவகைப் படைப்புக்கள் ஆபிரிக்கச் சமூகங்களிலும் நிறையவுண்டு. ஜப்பானில் இன்னும் இது அதிகம். முகத்தை தீர்மானமாக இழக்கும் வாழ்முறையைக் கொண்டிருக்கும் கவிதைகளிலும் இந்தப் பண்பைக் காணமுடியும். தமிழில் நாடோடிப்பாடல்கள் நிறையவுண்டு. அவற்றுக்குச் செழுமையான மரபொன்றுமுண்டு.

இப்போது இந்த நாடோடி மரபின் தொடர்ச்சியாக பரதேசிகளின் பாடல்கள் என்றொரு நவீன கவிதைத்தொகுப்பு வந்துள்ளது. அப்பால் தமிழ் என்ற வெளியீட்டகம்; இந்தத் தொகுப்பை வெளியிட்டுள்ளது.

பரதேசிகளின் பாடல்கள் தொகுப்பில் இருபது கவிதைகள் இருக்கின்றன. எழுதியவர்களின் பெயர்கள் என பரதேசிகளுக்கு கிடையாது. இதனால் இவை எத்தனை பேருடைய கவிதைகள் என்று தெரியாது. அப்படிப்பார்க்கும் போது நமது மனம் அந்தரிக்கின்றது.

நாடோடிப்பாடல்கள் அல்லது ஜிப்பிகளின் பாடல்கள் எல்லாம் அவர்கள் இல்லாத காலத்தில் பின்னர் வேறு யாரோவால் தொகுக்கப்பட்டன. அல்லது சமூகம் தொடர்ந்து அவற்றை வாய்மொழியாக பராமரித்து வந்து பின்னர் அவை தொகுக்கப்பட்டிருக்கின்றன.

ஆனால், இங்கே பரதேசிகளின் பாடல்கள் எழுதிய காலத்திலேயே எழுதியவர்கள் இருக்கும் போதே தொகுக்கப்பட்டுள்ளன. இன்னும் சொல்லப் போனால் இவற்றைத் தொகுக்கும் போது எழுதிய படைப்பாளிகள் அல்லது பரதேசிகள் தொகுப்புக்கு அனுசரணையளித்திருக்கிறார்கள். தங்களின் கவிதைகளைக் கொடுத்திருக்கிறார்கள்.

தொகுப்பின் பதிப்புரையில் பதிப்பாளரே இதனை வேறு விதமாக வெளிப்படுத்துகிறார். பரதேசிகளின் பாடல்கள் என்ற இந்த வகையான தொகுப்பினை ஆண்டுதோறும் கொண்டுவரும் எண்ணம் உண்டு. இம்முயற்சியில் ஆர்வம்கொண்டவர்கள் தங்கள் படைப்புக்களை இவ்வாறான தொகுப்பில் இணைத்துக்கொள்ளலாம். படைப்புக்களை அனுப்புவோர் பரதேசிகளின் பாடல்கள் தொகுப்புக்களது என்று தலைப்பிட்டு அனுப்பவேண்டும் என்கிறார்.

நாடோடி மரபினடிப்படையில் இந்தத் தொகுப்பை அணுகும் போது இந்த அறிவிப்பு சுற்றுச் சங்கடத்தை ஏற்படுத்துகிறது. அத்துடன் இந்த தொகுப்பில் வெளிப்படையில் ஒரு புதுமைத்தன்மையும் அதனடியில் மெல்லிய போலித்தனமும் தெரிகிறது. செயற்கையாகவே பரதேசிகள் என்று பிரகடனப்படுத்திக்கொள்வது போன்ற தோற்றம் இது. இது ஒரு வகையான பச்சை குத்துதலே. ஆனால், இந்த முயற்சி தமிழில் புதியது; மாறுதலானது; முயற்சியின் பெறுபேறும் அதிகமானது. அதே வேளையில் இந்தக் கவிதைகளின் பொருள் குறித்து நாடோடி மரபுசார்ந்த கேள்விகள் இல்லை. இவை மெய்யாகவே நாடோடிக்கவிதைகள் தான். அதேவேளை அதற்கு எதிர்மாறானவையும்கூட.

கவிதைத் தொகுப்பின் புறம் குறித்த விமர்சனங்களுக்கப்பால் அதன் அகம் தீவிர கவனத்திற்குரியது.

02

நாடோடிகளின் குறிப்புகள் வரலாற்றில் முக்கியமானவை. நாடோடிகள் இரண்டுவகையில் இனங்காணப்படுகின்றனர். ஒரு வகையினர் பயணிகள். மற்ற வகையினர் சராசரியான வாழ்க்கைக்கு கீழும் மேலுமாக அலைந்து திரிபவர்கள்.

பயணிகளான நாடோடிகள் தங்களின் பயண நூல்களிலும், குறிப்புக்களிலும் வரலாற்றை ஆழமாகப் பதிவு செய்துள்ளார்கள். அல்லது அவர்களுடைய குறிப்புகளில் இருந்து பின்னர் வரலாறு ஆதாரபூர்வமாக்கப்படுகிறது. சீன, அரேபிய வணிகர்களும், யாத்திரீகர்களும்கூட ஒருவகையான நாடோடிகள் தான். அவர்கள் நாடோடிகளாகவும் அது சார்ந்த பயணிகளாகவும் இருந்துள்ளனர். இலங்கை, இந்திய வரலாற்றில் இத்தகைய நாடோடிகளின் அல்லது பயணிகளின் குறிப்புகள் வரலாற்றியலில் ஆழமாகச் செல்வாக்குச் செலுத்துகின்றன.

மேற்கே நாடுகாண் பயணங்களுக்கு முன்னும் நாடுகாண் பயணங்களின் போதும் பின்னும் இது நிகழ்ந்திருக்கின்றது. இங்கே

ஆக்கிரமிப்புவாதிகளையும் கொலனியாதிக்கவாதிகளையும் குறிக்கவில்லை. சில நாடோடிகள் முகங்களோடுள்ளனர். பலருக்கு முகமில்லை. ஆனால், பொதுவாகவே நாடோடி என்னும் போது மனதில் விழும் சித்திரம் அவன் முகமற்றவன் — வேரற்றவன் பரதேசி என்பதே. அது ஆணோ, பெண்ணோ இதுதான் அடையாளம்.

தமிழில் நாடோடி என்ற சொல் எப்படி வந்ததென்றும் எப்படி பொருள்கொள்ளப்பட்டு வந்ததென்றும் புரியவில்லை. தமிழர்கள் அநேகமாக மிகப்பிந்தியே நாடோடி என்ற விதத்தில் வெவ்வேறு நாடுகளுக்கான பெயர்வைக்கொண்டிருக்கிறார்கள். மற்றும்படி உள்நாட்டில் ஊரோடிகளாகவே இருந்தனர். ஊரோடிகளின் பாடல்கள் நாடோடிகளின் பாடல்களாக எவ்விதம் கொள்ளப்பட்டு வந்தன என்று தெரியவில்லை.

பாடல்களின் பொருளில் நாட்டுக்கு நாடு மாறியதன் அடையாளங்களைக் காணமுடியவில்லை. ஊரோடிய சுவடுகளே பாடல்களில் தெரிகின்றன. ஆனால், அவை பரதேசிகளின் மனநிலையைப் பிரதிபலிக்கின்றன.

பரதேசி சமூக வாழ்வில் மிகத்தாக்கத்தையும் அதிர்வலைகளையும் ஏற்படுத்தும் பாத்திரம். விளிம்பு நிலைமனிதர்களின் நிழல் பரதேசிகளில் அல்லது பரதேசிகளின் நிழல் விளிம்புநிலை மனிதர்களில் படிகின்றது.

பரதேசி வேரில்லாத மனிதர். அடையாளங்கள் அற்றவர். சமூக, பண்பாட்டு, வரலாற்று அடையாளங்கள் தீர்மானிக்கின்ற வாழ்வின் ஒழுங்கமைவுகள் பரதேசிகளைக் கட்டுப்படுத்துவதுமில்லை, அச்சுறுத்துவதுமில்லை. அடிப்படையில் கட்டற்ற சுதந்திரத்தின் குரல்களாக பரதேசிகளின் குரல்களை அடையாளம் காணலாம். விருப்பு வெறுப்புக்கள் தகர்ந்த வெளியிலேயே பரதேசிகளின் தளம் இயங்குகிறது. தீர்மானங்களில்லாத வெளி அவர்களுடடையது.

பரதேசிகளின் பாடல்கள் அல்லது நாடோடிகளின் பாடல்கள் சமூக அரசியல் பண்பாட்டுத்தளத்தில் கலகக்குரல்களாகவே எப்போதுமிருக்கின்றன. கட்டற்ற சுதந்திரம் என்பது கலகத்துக்கான வெளியை பரதேசிகளுக்கு அளிக்கிறது தவிர சமூக, பண்பாட்டுத்தளங்களின் பிணைப்பு இல்லை. எனவே, அவற்றின் நெருக்குவாரங்களும் அச்சுறுத்தல்களும் அவர்களுக்கு இல்லாமற் போகிறது. நாடோடி பண்பாட்டின் மீது எதிர்க்குரலை கண்டனக்குரலாக வைக்கிறார்.

தமிழல்கூட பாலியலை இயல்போடும், வெளிப்படையாகவும், கூச்சமில்லாமல், தயக்கமில்லாமல், நாடோடிப்பாடல்கள்

சொல்கின்றன. காதல் மற்றும், பால்விவகாரங்களை பேசுவதற்கு தமிழ்ப்பண்பாட்டுச் சூழல் அதிகளவு வெளியை ஒருபோதும் தருவதில்லை. அதனால், அது மொழியில்கூட அதற்கமைவான புலனையும், முறைமையையும் உருவாக்கியுள்ளது.

நவீன படைப்புத்தளத்தில் இன்று ஏற்பட்டிருக்கின்ற மாறுதல்களும் விலகல்களும் இங்கே கவனிக்கப்படுகின்றன. ஆனால், அவை மிகப்பிந்திய வரவுகள்.

03

பரதேசிகளின் பாடல்கள் காயங்களின் வலியாகவே இருக்கின்றன. பரதேசி துயரத்தின் அடையாளமாக மட்டும் இருக்கமுடியாது. பரதேசி தன்னளவில் முழுமைகொண்ட ஒரு உயிரி. சலிப்பு, துயரம், மகிழ்ச்சி, ஏக்கம், தவிப்பு, கனவு, நிறைவு, நிறைவின்மை, அலட்சியம், அக்கறை எனச்சகலமும் கொண்ட ஒரு யதார்த்தவாதி. நாடோடிப்பாடல்களில் இதனை நாம் தெளிவுறக் காணமுடியும். சித்தர்களின் கோணம்கூட பரதேசித்தன்மையுடையதே. சித்தர்களிடத்தில் அனுபவ முதிர்ச்சியின் திரட்சியுண்டு. நாடோடிப்பாடல்களில் இது இன்னும் ஆழமாகவும் விரிவாகவும், முழுமையை நோக்கியிருக்கிறது. துயரத்தைக்கடப்பதற்கு நாடோடிப்பாடல்கள் அநேகமாக எள்ளலைக் கையாள்கின்றன. அந்த எள்ளல் நமக்கு அதிர்ச்சியளிப்பது . அது ஒருவகையிலான ஆற்றுப்படுத்தும் உளவியலே. அது ஒருவகையில் மேன்மையான இலக்கியமாகிறது. அதன் விரிவானதும் ஆழமானதும், யாதார்த்தமானதும் அடிப்படையில்.

தீரமுடியாத தவிப்பையும் அந்தரிப்பையும் காயத்தையும் வலியையும் கடப்பதற்கு எள்ளலை ஒரு உபாயமாகவும் மார்க்கமாகவும் கொள்கின்றன நாடோடிப்பாடல்கள். நாடோடிப்பாடல்களின் செல்வாக்கு மண்டலம் அநேகமாக இத்தன்மையினால் நிர்மாணிக்கப்பட்டதாகவே தெரிகிறது.

இங்கே பரதேசிகளின் பாடல்கள் தீராச்சுமையை நம்மீது இறக்கிவிட முனைகின்றன. வலியை நம்முகத்தில் அறைகிறமாதிரி பரிமாற இநதப் பரதேசிகள் முனைகின்றனர். இந்தப் பரதேசிகளுக்கு எல்லாமே உறுத்தலாக இருக்கிறது; எல்லாமே காயமாகவே படுகின்றன. எல்லாவற்றிலிருந்தும் வலிதெரிகிறது. பரதேதசி காணாமற் போவது இங்கேதான். அதாவது சமநிலை காணமுடியாது தத்தளிக்கின்றபோது பரதேசியால் மெய்யான ஒரு பரதேசி நிலையை எட்டமுடியாது. என்பதால்தான் இங்கேயுள்ள பரதேசிக்கு சாதி தீராமுடியாத வலியாகிறது. தொடரும் அவமானமாகவும் குருட்டுத்தனத்தின் சாபமாகவும் நீடிக்கின்றது.

தரி என்ற கவிதையின் பரிமாற்றம் இந்தவலியைப் பகிர்வதாகவே உள்ளது. ஊரைப்பிரிதலே இந்தக்கவிதைகளின் ஆகப்பெரிய அம்சம். ஊரில் வேர்விட்ட விருட்சங்கள் (இப்படித்தான் பல கவிதைகளின் குரல்கள் தொனிக்கின்றன) பிடுங்கி எறியப்பட்டு வெவ்வேறு திசைகளில் பெயர்க்கப்பட்டுவிட்டன. அந்நியம், அந்தரிப்பு என தீராத்தவிப்பின் நிழலாகவும், நிஜமாகவும் அச்சமூட்டுகிற வகையில் பொங்குகின்றது.

நாடோடியினது அல்லது பரதேசியின் உலகம் ஒருகட்டத்தில் எல்லாச்சலனங்களையும் கடந்த விடுகிறது. வாழ்வின் அனுபவங்கள் சாதாரண மனிதர்களுக்கு கிடைப்பதைப் போல இவர்களுக்கு இருப்பதில்லை. இவர்களின் வாழ்தளம் முற்றிலும் வேறானது. ஏறக்குறைய ஒரு கட்டத்தில் அது யாதும் ஊரே யாவரும் கேளீர் என்ற நிலைக்கு வந்துவிடும்.

இவ்வாறு திரட்சிபெற்றுவரும் பரதேசிகளின் பாடல்கள் முழுமை கொண்டு விடுகின்றன. இது சமரசமல்ல. தோல்வியும் அல்ல; எல்லை கடத்தல். வாழ்வின் அனுபவச்சாரத்தை உறிஞ்சும் பரதேசி அதனை நமக்கே மீண்டும் பரிசளித்துவிட்டுப் போகிறார். நமது மதிப்பீடுகளையும் எண்ணவுலகையும் தகர்த்துவிட்டு எளிமையாகக்கடந்து போகிறார் அவர். எதனைப்பற்றியும், யாரைப்பற்றியும் பொருட்டில்லாத உலகம் அவருடையது. ஒருவகையில் இந்தச் சமுகத்தால் புறக்கணிக்கப்பட்ட வாழ்க்கையும்கூட. இந்தப் புறக்கணிப்பு முதலில் காயத்தையும் தீராக்கோபத்தையும் ஏற்படுத்தினாலும் தொடர்ந்தும் அது மனதில் அவ்வாறு தங்கி விடுவதில்லை. அது பரதேசிகளுக்கு வாய்த்த வாழ்க்கை அமைப்பின்படி உரு சமனிலைக்கு வந்துவிடுகிறது. இதனால், முழுமையான பரதேசி அல்லது நாடோடியிடம் வன்மம் இருப்பதில்லை. இந்த வன்மத்தைக் கடக்கவே பரதேசி எள்ளலை முன்னிலைப்படுத்துகிறார். வன்மம் ஒன்றைப் பெயர்ப்படுத்துவதால் வருவது. ஒருவரை ஒருதரப்பை பொருட்டெனக்கருதுவதால் ஏற்படுவது. இதனால், இந்தப் புதிய பரதேசிகளின் பாடல்களில் வன்மம் கொப்பளிக்கிறது. இந்த வன்மம் அடிப்படையில் அவர்களைப் பரதேசிகளாக்காது மீண்டும் மீண்டும் மரபுகள் மற்றும் சமுக மதிப்பீடுகளின் எல்லையினுள் நின்று தத்தளிக்கும் மனிதர்களின் இயலாமைக்குள்ளேயே முழக்கமிடுவன. இந்தக்கவிதைகள் குறித்து தொடர்ந்து விவாதிக்கவேண்டியுள்ளது.

04

பரதேசிகள் எனப்படுவோரின் இந்தக்கவிதைகளைப் பற்றிச் சிந்திக்கும் போது புலம்பெயர் இலக்கியம் குறித்த நமது பதிவுகள்

மீள்நிலையடைகின்றன. அந்த மீள்நிலை சில கேள்விகளை உருவாக்குகின்றது. அதிகபட்சம் சில கேள்விகள்.

புலம்பெயர் இலக்கியம் இன்னும் ஊர்நினைவில்தான் ஊறிவரப்போகிறதா?.

கடந்த காலத்தின் நிழலை உருமாற்றம் செய்யாமலே தொடர்ந்தும் அந்த நிழலைப்பிரதிபண்ணும் எத்தனிப்பிலேயே அது இனியும் கழியப் போகின்றதா?

புலம்பெயர் தளத்தின் — வாழ்களத்தின் அனுபவங்களை அது சாட்சிபூர்வமாக்க இன்னும் தயங்குவதேன்.?

யதார்த்த வாழ்க்கையில், புலம்பெயர்ந்தோரிடம் சமரசங்களும் அடங்குதல்களும் கொந்தளிப்புகளும் நிகழ்கின்றது. அவற்றை கூச்சமின்றி அது திறக்காதா?

மனவெளியில் நிகழ்கின்ற இரசாயனமாற்றங்களை பிரதிபலிக்கும் விதமான பிரதிகளை எதிர்பார்ப்பதன் அடிப்படையாகவே இச்சில விடயங்கள் நோக்கப்படுகின்றன.

புலம்பெயர் இலக்கியம் இன்று பழகிவிட்டது என்பதற்கும் அப்பால் அது சூத்திரத்தனத்தின் சலிப்பையூட்டவும் தொடங்கிவிட்டது.

இது ஒரு பக்கம் நியாயமான வேதனைகளின் பரப்பாக இருக்கலாம். ஆனால், அதற்குமப்பால் நமக்குத் தேவையானது; நிகழ்வாழ்வின் உள்ளமைவுகள் தொடர்பான ஊற்றும் பெருக்குமென்ன? என்பதே.

வேரற்ற வாழ்களத்தில் எதிர்நோக்குகின்ற சவால்களும் அனுபவமும் உருவாக்குகின்ற மனிதநிலை என்ன?

இவ்வாறு எழுகின்ற கேள்விகள் புலம்பெயர் இலயக்கியத்தின் புதிய குணத்தை எதிர்பார்க்க விரும்பிய ஆவலின்பாற்பட்டதே.

இங்கே இந்தத்தொகுதியில் பரதேசி என்பது என்ன அர்த்தத்தில் விளக்கப்பட்டுள்ளது என்ற கேள்வி எழுகிறது. முதலில் பரதேசி என்றும் தன்னை பரதேசியாக உணர்ந்துகொள்வதோ பிரகடனப்படுத்துவதோ இல்லை. அடையாளம் இல்லாதவரே பரதேசி. பிறகெப்படி பரதேசிக்கு அடையாளம் வரும்? அவரைப் பரதேசியாகப் பிறரே அடையாளப்படுத்துகின்றனர். ஏதொன்று பற்றிய பிரக்ஞையும் பரதேசியாக்காது. ஒரு அடையாளம், அடையாளத்திற்கான விழுமியம் வந்து அவர் வாழத் தொடங்கும்போது பரதேசி என்ற அர்த்தம் தொலைந்து போகிறது. ஏதொன்றின்படியும் வாழமுடியாத அவலநிலை. அந்தரிப்பே பரதேசியின் முதற்படிமம். பிறகு அந்த அந்தரிப்பைக்கடந்த சகலதும் ஒன்றேயென்றதும் அதற்குமப்பால்

எந்த நிலையிலும் தளம்பாத சமநிலையோடிருக்கும் தன்மையும்தான் பரதேசியின் முழுஅடையாளமாகிறது.

எந்த அந்தரிப்பும் ஒருகட்டத்தில் இல்லாமற்போய்விடுகிறது. அதுவொரு இயல்பாகி அந்தரிப்பின்றி அது முழுமைக்கு சென்றுவிடுகிறது. அந்த முழுமையின் ஞானம் பெரியது. அது வாழ்வை அதன் முழுப் பரிமாணங்களில் வைத்து விசாரணைக்குப்படுத்துகிறது. அந்த ஞானம் எல்லாவற்றையும் மிக இலகுவாக கடந்துபோய் விடுகிறது. ஒரு தூசியளவுகூட இல்லை என்போமல்லவா? அந்த அளவுக்கு. தூசி என்பது சாதாரணமானதல்ல. தூசி கண்ணில் விழும்போது அதுவே நமக்கு கண்ணுக்குள் மலை விழுந்தது போலாகிவிடுகிறது. மலை ஒரு போதும் கண்ணுக்குள் விழமுடியாது. ஆனால், தூசியோ கண்ணுக்குள் மலை போலாகிவிடுகிறது. ஏதொன்றும், அதன் இடம்பொறுத்தும், காலம்பொறுத்தும் முக்கியமாகிவிடுகின்றது. ஆனால், பரதேசிக்கு எதுவும் முக்கியமானதல்ல.

பரதேசிக்கு நிறங்கள் தெரியாது. நிறங்கள் தெரியவரும்போது அடையாளம் பிறக்கிறது. பரதேசியை நாம்தான் வேறுபடுத்துகின்றோம். அடையாளம் காணுகின்றோம். தனிமைப்படுத்துகின்றோம்.

பரதேசிக்கோ எதுவுமில்லை. அதனால்தான் அந்தவாழ்வை அவரால் அப்படி வாழமுடிகிறது. அப்படிப் பரதேசிகள் வாழ்வதற்கு அவர்கள் முதலில் நினைவை இழக்கிறார்கள். இந்த நினைவிழப்பின் போது அடையாளங்களை இழந்துவிடுதல் நிகழ்ந்துவிடுகிறது. இழத்தலும், தொலைத்தலும்தான் பரதேசியின் இயல்பு. அது ஒரு சமூகத்தில் சமூக நிர்ப்பந்தத்தால் நிகழ்கிறது. இன்னொரு விதத்தில் மனமுதிர்ச்சியால் விளைகிறது.

பரதேசியிடம் துக்கமில்லை. துக்கத்தை ஒரு பொருட்டென அவர்கள் கருதுவதில்லை. எதுவும் பெரிதாக தோன்றாதவரிடம் எப்படித்துக்கம் பிறக்கும்? அதனால் வன்மமோ வலியோ ஏற்படுதில்லை. இதனால் கட்டுகள், எதிர்பார்ப்புகள் எதுவுமிருப்பதில்லை. சமூக விழுமியங்கள் குறித்த பதிவுகள் கட்டுப்பாடுகள் எல்லாவற்றையும் கடந்துவிட்டதனால் அவை குறித்த மனப்பதிவுகளோ துயர்களோ இல்லை. குடும்பம் குறித்த கவலைகளும் இல்லாமலும் போய்விடுகிறது.

ஆனால், அதில் பல இடறுப்பாடுகள் இருக்கின்றன. அதனால், அதற்குள் வலியும் சீழும் நிரம்பி இருப்பதுண்டு என்ற போதும் அவை பரதேசிகளுக்கு உறுத்தலாக இருப்பதில்லை.

நான் பரதேசிகளின் பாடல்களில் ஜிப்ஸிகளின் கலவையான பரதேசிகளையே எதிர்பார்த்தேன். மேற்கில் பரதேசிகளான புலம்பெயரிகள் அங்குள்ள ஜிப்ஸிகளின் கலவையாகுதல் தவிர்க்கமுடியாது போகுதல் சாத்தியம். அதனையே எதிர்பார்த்தேன். அது தவிர்க்கமுடியாத ஒரு நிலை.

தமிழில் சாருநிவேதிதாவின் எழுத்துக்களில் அநேகமாக பரதேசித்தன்மை மேலெழுவதை உணரலாம். அவருடைய எக்லெஸ்டென்சியமும் பான்ஸி பனியனும் என்ற நாவலில் இது தாக்கமாகவுண்டு. பிறகுவந்த சீரோடிகிறியிலும் இந்தத்தன்மையிருக்கிறது. ஜெயமோகனின் விஸ்ணுபுரம் நாவலில் காசியிலிருந்து வருகின்ற பல மனிதர்கள் பரதேசிகளின் அடையாளத்தைப் பிரதிபலிப்பதைக் காணலாம்.

இருத்தல் சவாலான போது அதனை பரதேசிகள் இன்னொரு வாழ்நிலையினூடாக கடந்துபோகிறார்கள். தீர்மானமின்றியே பரதேசிகளின் வாழ்க்கை நிகழ்கிறது. தீர்மானங்களில்லாத முறைமை அல்லது பயணம் எத்தனை இனியதும் சுதந்திரமானதும். அது எல்லோருக்கும் எளிதில் வாய்க்காதது.

பரதேசிகளின் இதயம் பேரியற்கையுடன் இணைந்தது. இயற்கைக்கு என்றும் முதுமை இல்லை. வானம் என்றும் புதியதாகவே இருக்கிறது. கூடவே அழகாகவும். கடலும் அப்படித்தான். மலைகளும், நதிகளும் — சூரியனும், நிலவும்கூட. இவை ஒன்றுடன் ஒன்று இணையும் போதும் அழகு. விலகும்போதும் அழகு. எந்த நிலையிலும் அழகு என்பதே இயற்கையின் புதுமை.

பரதேசிகளின் இதயமும் அப்படித்தான். அது எந்த நிலையிலும் தளம்பாதது; நிறைந்தது; முழுமையுடையது. அத்துடன் அது ஆதிமனிதனின் மனக் கூறுகளையுடையது. திரிதல் என்பதே அதன் அடிப்படை. கட்டற்றுத்திரிதல் அது. ஆதிமனிதனில் திரிதல் அல்லது அலைதல் என்பது ஒரு பொது நிலையும் யதார்த்தமும் அத்துடன் இயல்பானதும்கூட. அலைதல்தான் ஆதிவாழ்க்கை. அந்த அலைதல்தான் பரதேசியின் வாழ்க்கையும். ஆக பரதேசியின் மனம் ஆதிமனம், அந்த ஆதிமனதின் சுவடுகள் இந்தப்பரதேசிகளின் பாடல்களில் உண்டா? அது நவீன வாழ்நிலைகளோடும் வாழ்களத்தோடும்.

ஒலிரும் ஓசையும் இயல்பின் மொழியுமாய் விரிதல்

கவிதை ஒரு அழியாப்பொருள். மனித மனம் உள்ள வரை, மன இயக்கம் நிகழும் வரை கவிதை வாழ்ந்துகொண்டிருக்கும். மனதின் வெளிப்பாடாகவும் மனதின் உள்வாங்கலாகவும் கவிதையின் தொழிற்பாடு நிகழும். இயற்கை இருக்கும் வரையில், இயற்கை அழிப்பு நிகழும் வரையில், பிரச்சினைகள் தோன்றிக்கொண்டிருக்கும் வரையில் அவை தீர்க்கப்படும் வரையில் என எல்லாவற்றோடும் எப்போதும் கவிதை இருந்து கொண்டிருக்கும். இறுதிக்கவிதை என எந்தவொரு கவிதையும் இருக்கப்போவதில்லை. ஏனெனில், கவிதை காலத்தோடு இணைந்தது; காலத்தை தன்னுடன் இணைப்பது. காலத்தை தன்னுள் ஏந்தி வைத்திருப்பது. எனவே, காலமுள்ள வரையில் கவிதையும் இருக்கும்.

கவிதை, வாழ்வின் ஆன்மாவாக, இனத்தின் உணர்வாக, சமூகத்தின் உணர்வாக, காலத்தின் தடமாக, மொழியின் உயிர்ப்பாக என விரிந்த தளத்தில் எப்போதும் இயங்கிக் கொண்டிருக்கின்றது. மொழியும் அனுபவமும் சிந்தனையும் இணைந்த ஒரு பேரியக்கமாக கவிதையின் தொழிற்பாடு நிகழ்கிறது. கவிதை எண்ணற்ற வடிவங்களுடையது. எல்லையற்ற பொருள்களை உடையது. பரிணாமத்தையும் பரிமாணங்களையும் தன்னுள் கொண்டியங்குகின்றது. அது பெரிதும் உணர்வு சார்ந்தது. அனுபவத்தை தூண்டும் உணர்வாகவும் அனுபவத்தைக் கோரும் உணர்வாகவும் அது இருக்கின்றது. உணர்வைக் கோருகின்றது மனம். அது உணர்வை வெளிப்படுத்துகின்றது. இந்த இருநிலைச் செயற்பாட்டில் கவிதையும் நிகழ்கின்றது. இங்கே அமரதாஸின் கவிதைகளும் இந்த தன்மைகளுடனேயே நிகழ்ந்து கொண்டிருக்கின்றன.

அமரதாஸ் 23 வயது இளைஞர். ஈழக்கவிஞர். தொண்ணூறுகளின் ஆரம்பத்தில் இருந்து எழுதத்தொடங்கியவர். இலக்கியத்தின் பிற துறைகளிலும் ஈடுபடுபவர். ஒளிப்படக்கலைஞர். வாழ்வின் சகல விடயங்களைப் பற்றியும் தீர்க்கமாக உரையாடுபவர். புரிந்துணர்வோடும் விரிந்த சிந்தனையோடும் உறவாடுபவர். இவரின் கவிதைகளிலும் இந்தப்பின் புலங்களை உணரமுடியும். இவற்றுக்கு அப்பாலான அம்சங்களையும் அடையாளங்களையும்

கூட இவருடைய கவிதைகளில் வாசகர்கள் உணரக்கூடும். அவற்றில் ஓரம்சமாக இருப்பது இவர் கவிதைகள் பெருமளவுக்கும் காட்சிரூபமான உணர்வைக் கிளர்த்துபவை. படிக்கும் மனதில் காட்சியை வரித்து, கோலங்களைக் காண்பிக்கும் ஒரு வழிமுறையை தனது கவிதைகளில் பெரிதும் கொண்டியங்குகின்றார். அமரதாஸ் ஒரு நல்ல ஒளிப்படக்கலைஞர் என்பதால் இந்தத் தன்மை இவருக்கு அதிகமும் வாய்த்திருப்பதாகப் படுகின்றது.

அமரதாஸ் அனுபவ முதிர்ச்சியையும் அழகியல் உணர்வின் வளர்ச்சியையும் வெளிப்படுத்தும் கவிதைகளை இந்த தொகுதியில் தருகின்றார். இதை முகம் பற்றி கவிதையில் இவர், தன் முகத்தை தான் தேடுதலிலும் தான் காணும் முகங்களில் தனக்கான முகங்களைத் தேடுதலிலும் அடையாளங்களைக் காண்பதிலும் அதிகமும் உணரமுடிகின்றது. இது போல சுயத்தை உருவாக்குவதிலும் சுயமாக இருப்பதிலும், சுயசுதந்திரத்தை சுயமாக அனுபவிப்பதிலும் சுதந்திரத்தைச் சுயஉழைப்பினாலேயே பெறுவதிலும் சுயத்தை நிர்மாணிப்பதிலும் இருக்கும் நிறைவை, நியாயத்தை, அழகை, உண்மையை வெளிப்படுத்துகின்றார். சிலையின் உயிர் கவிதை உணர்த்தும் இந்தச் சுயம் பொதுவானது. அதேவேளை தனியானதும்கூட. தேச விடுதலையாக, பண்பாட்டின் தேடலாக, அதன் புதிதாக்கலாக, எமது வாழ்வைக் கண்டெடுத்தலாக எம்மை நாமே ஒழுங்குபடுத்தலாக என்று இன்னும் பல பரிமாணங்களில் தன்னை விரிக்கும் இந்தக் கவிதை நேர்த்தியும் ஆழமும் கூடியது.

இயற்கை மீதாக நேசிப்பையும் இயற்கைக்கும் மனிதனுக்குமான உறவையும் முரணையும் இவரது கவிதைகள் பேசுகின்றன. விருட்சத்தின் கதை அல்லது வில்லர்களின் தறிப்பு, குளம் பற்றி, வனம் பற்றி என்பன இந்த வகையில் கூடுதல் அழுத்தமுடையவை.

வாழ்வு நிகழும் காலத்தையும் சூழலையும் தளமாகவும் பொருளாகவும் உள்ளடக்கி, அகவெளிப்பாடாகியுள்ள இந்தக் கவிதைகளில் எமது வாழ்வின் பிரதிபலிப்புக்களைக் காணலாம்.

அமரதாஸின் கவிதைகள் அமைதியும் தீவிரமும் உடையவை. நிதானமானவை; மொழிச்செம்மை உடையவை; ஒருமுகப்பட்ட தன்மையை நிராகரித்து கவிதைக்குரிய பன்முகப்பண்புடனும் பரிமாண இயல்போடும் பொருள் உணர்த்துபவை; காட்சி ரூபமாக விரிபவை; எதனிலும் கட்டுண்டு போகாமலும் எதனையும் சாராமலும் தனித்திருப்பவை. சுயாதீனத்தைக் கோருபவை. காலத்தை முடிச்சிட்டும் அவிழ்த்தும் பார்க்கும் இயல்புடையவை. இத்தகைய பண்புகளைக் கொண்ட கவிதை முறைமையை ஈழத்தின் இன்றைய

கவிஞன் கடைப்பிடிப்பது அபூர்வமானது.

ஈழத்தின் நவீன கவிதைப்பண்பு அநேகமாக சமூக இயக்கத்தின் புறவெளிப்பாடுகளையே வெளிப்படுத்தி வந்திருக்கின்றது. இதையே படைப்பாளிகளும் விமர்சகர்களும் கடைப்பிடித்தும் வெளிப்படுத்தியும் வந்திருக்கின்றார்கள். ஒரு மெலிதான நெகிழ்ச்சியின் மூலம் அதிலிருந்து சற்றுவிலகி மகாகவி, நீலாவணன், சண்முகம் சிவலிங்கம், சு.வி உட்பட வெகு சிலர், அக உணர்வுத்தரிசனத்தையும் கவிதையாக்கியுள்ளனர். இந்தப் பண்பு நிலையிலேயே அமரதாஸும் தனித்துவத்துடன் இயங்குகின்றார்.

ஈழத்துக் கவிதை இரண்டு போக்குகளைக் கொண்டே இயங்கி வந்திருக்கின்றது. ஆர்ப்பாட்டமும் வேகமும் உள்ள கவிதைகள் ஒன்று. அமைதியும் நிதானமும் தீவிரமும் இணைந்த போக்கு மற்றையது. அமரதாஸ் இந்த இரண்டாவது போக்கிலேயே இயங்குகிறார். தமிழ் வாசகர்களைப் பொறுத்தவரையில் அவர்கள் ஆர்ப்பாட்டமும் வேகமும் உள்ள கவிதைளுடனேயே அதிகமும் பரிச்சயம் கொண்டவர்களாக இருக்கின்றார்கள். அவர்களின் எதிர்பார்க்கையும் இவ்வாறான கவிதைகளையே கோருகின்றது. இதனால், நெகிழ்ச்சியும் நிதானமும் தீவிரமும் கொண்ட கவிதைகள் மிகப்பிந்தியே வாசகர்களிடம் அறிமுகமாகின்றன. இதுவே மகாகவி, நீலாவணன் போன்றோருக்கும் நிகழ்ந்தது. இந்நிலையே இன்றும் தொடர்கின்றது. காலம் பிந்திய கவனிப்பாகவும் கவனிக்கத்தவறிய கணிப்பாகவும் இந்நிலை பராமரிக்கப்படுகின்றது. இத்துயர நிலையை தகர்ப்பது வாசகனிடத்துள்ள முக்கிய பொறுப்பாகும்.

ஏற்கனவே பரிச்சயம் கொண்ட வாசிப்பு முறையினூடாக ஒரு புதிய கவிதையை அணுக முடியுமென எதிர்பார்ப்பது முற்றிலும் பொருத்தமானதல்ல. இங்கே அமரதாஸ் தன் கவிதைகளுடனான உறவை வாசகன் கொள்வதற்கு புதிய விரிந்த அனுபவத்தை வாசகனிடத்தே கோருகின்றார். சுருங்கிய வட்டத்துள் உறவைக் கொண்டிருக்கும் ஒரு வாசகன் அமரதாஸின் இந்தக் கவிதைகளை உணரமுடியாமல் தவறிவிடுவான். இந்த தொகுதியில் புத்தகம் பற்றி என்ற கவிதை மிக முக்கியமான சவால்களை வாசகனிடத்தில் எழுப்புகின்றது. வாசகன் தன் அனுபவங்களுடனும் சிந்தனைகளுடனும் இக்கவிதையை எதிர்கொள்ள வேண்டியதாகின்றது. இத்தொகுதியில் உள்ள சில கவிதைகள் நெடுங்கவிதைகளுக்கான அடையாளக்கூறுகளைக் காட்டுகின்றன. அதேவேளையில் இவற்றின் பல பகுதிகள் தனித்தனிக் கவிதைகளாகவும் சேர்த்துப் பார்க்கையில் முழுக்கவிதையின் வடிவத்தோடும் இணைந்திருக்கின்றன. இவற்றில் புத்தகம் பற்றி

என்ற கவிதை கொண்டுள்ள தீவிரம் நம்மிடம் எழுப்பும் உணர்வும் சிந்தனையும் சாரம் நிறைந்தது; ஆழமானது; வலுவானது; நுட்பமானது.

அமரதாஸ் தனக்கும் கவிதைக்குமான உறவையும் இடைவெளிகளையும் தன் கவிதைகள் மூலமாகக் காட்டியுள்ளார். தன்னில் தான் வாழ்தல் என்பதே அவர் கவிதைகளில் தொனிக்கும் சாராம்சமாகும். இந்த தொனிப்பே மெய்யாகவும் மனிதனின் உண்மை முகமாகவும் இருக்கின்றது.

இன்றைய கவிஞன் (கவிஞன் மட்டுமல்ல சகலரும் தான்) மொழியை அது உணர்த்தி வந்த பொருளில் கையாளமுடியாத அவலத்துக்கு தள்ளப்பட்டிருக்கிறான்.

உண்மை என்ற சொல்லை அது உணர்த்தும் பொருளில் மெய்ப்பிக்க – நிறுவிக்கொள்ள – எவ்வளவோ பாடுபட வேண்டியிருக்கின்றது. நன்றி என்ற வார்த்தை வெறுமனே சம்பிரதாயமாக பயன்படுத்தப்படுகின்றது. அன்பு என்ற வார்த்தை பாசாங்குத்தனமாக உச்சரிக்கப்படுகின்றது.

அது போலவே ஜனநாயகம் என்பதும் நீதி என்பதும் சமாதானம் என்பதும் இன்னும் பலவும். இந்நிலையில் கவிஞன் இருக்கும் சொற்களை வைத்துக்கொண்டு என்ன செய்ய முடியும்? அவன் புதிய சொற்களைக் கண்டறிய வேண்டியிருக்கின்றது. புதிய உணர்த்து முறைமையை கையாள வேண்டிய அவசியம் ஏற்படுகின்றது. அமரதாஸ் தனது கவிதைகளில் புதிய உணர்த்து முறைமையினையும் புதிய சொற்களினையும் கையாண்டிருக்கிறார். இவ்வாறு புதிய திசையில் எல்லாவற்றையும் பயணிக்க வைக்க முயல்கின்றார்.

திரும்பத்திரும்ப வாசிக்கக்கோரும் இக்கவிதைகள், ஒவ்வொரு வாசிப்பிலும் சுவாரஸ்யத்தைக் கிளப்பியபடியே புதுப்புது அனுபவங்களையும் சிந்தனையையும் விரிக்கும் இயல்புடனிருக்கின்றன. மறுபடியும் மறுபடியும் வாசிக்கத் தூண்டும் ஆவல், கவிதைகள் வாசக மனதில் ஏற்படுத்தும் பதிவை வலுவாக்குகின்றன. இத்தன்மைகள் மூலம் அமரதாஸ் கவிதைகளைக் காலத்தில் பரப்பிவிடுகின்றார். மிக இயல்பாகவும் நுட்பமாகவும் ஒலிரும் ஓசையும் இயல்பின் மொழியுமாய்க் கூடி விளைந்திருக்கும் இக்கவிதைகள் குறித்துக் காலம் தொடர்ந்து பேசிக்கொண்டிருக்கும். இது மகிழ்ச்சியை அளிக்கின்றது.

புதிய உணர்முறையிலான சித்தாந்தன் கவிதைகள்

மொழியின் ஆகக்கூடிய சாத்தியப்பாடுகளைக் கொண்டியங்கும் கவிதை,மொழியினூடாக உணர்தலையும் உணர்தலை மொழியினுடாகவும் நிகழ்த்திக் கொண்டிருக்கின்றது. கவிதை உணர்வாகவும் அனுபவமாகவும் உணர்வினதும் அனுபவத்தினதும் கூட்டுத்திரட்சியாகவும் இயங்கிக் கொண்டிருக்கின்றது. இங்கே சித்தாந்தன் கவிதைகளிலும் இதுவே நிகழ்கின்றது. சித்தாந்தன் கவிதைகள் புதிய உணர்முறையிலானவை.

சித்தாந்தன் புதிய கவிஞர். புதிய உணர்முறையுடையவர். மாறுதலான கவிதை குறித்துச் சிந்திப்பவர். அமைதியும் அந்த அமைதிக்குள் உள்ளியக்கமும் கொண்டவர். மொழியை சித்தாதந்தன் பயன்படுத்தும் முறையினுடாக இவரின் கவிதைகள் புதிய வெளிப்பாட்டையும் புதியதான உணர்முறையினையும் வெளிக்காட்டுகின்றன. உணர்வின் சாரத்தோடு இணையும் மொழியினை இவர் அதிக சாத்தியப்பாட்டுடன் கையாளுகின்றார். இந்த தொகுதியின் முதல் கவிதையான அலைகளின் மொழி கடலை இவர் உணரும் விதத்தையும் அலைகள் இவரூடு உணர்வாகும் தன்மையையும் தன் மொழியினூடு படிக்கும் மனதில் உணர்வாக்கும் முறையிலும் இதனை நாம் தெரிய முடிகின்றது. இவ்வாறுதான் இவரது அநேக கவிதைகள் இயங்குகின்றன.

சித்தாந்தன் கவிதைகளில் உள்ள சொற்களின் அமைவுகள் புதிய படிமங்களை மனதில் நிகழ்த்துகின்றன; புதிய காட்சியை விரிக்கின்றன; புதிய உணர்வினைக் கிளர்த்துகின்றன. இத்தகைய புதிய கவிதை முறைமை தொண்ணூறுகளின் பின்னரான ஈழத்துக் கவிதைகளில் அதிகமாகத் தொனிக்கத் தொடங்கியிருக்கின்றது.

ஈழத்துக் கவிதைகளில் அநேகமானவை நிகழ்வுச் சித்தரிப்பாகவோ காட்சி விரிப்பாகவோ அனுபவ இயம்புதலாகவோ கதை கூறுதல் போலவோதான் இருந்து வந்துள்ளன. ஒரு மரபாகவும் அந்த மரபின் தொடர்ச்சியாகவும் இன்றும் இவ்வாறு எழுதப்படும் கவிதைகள்தான் அதிகமாகவுள்ளன. நமது கவிதைப்பரிச்சயமும் அறிமுகமும் கூட இவ்வாறுதான் உள்ளது. எமது போராட்டமும் அது சந்தித்த வாழ்வும் கூட இத்ததகைய ஒரு கவிதைப் பண்பையும் போக்கையும்

உருவாக்கியுள்ளது என்பதையும் நாம் அவதானிக்க வேண்டும். வடிவங்களும் மாற்றங்களும் புதிய பண்புகளும் போக்குகளும் காலத்தோடு இணைந்தே உருவாகின்றன. எமது கவிதையில் இருந்த இத்தகைய பண்புகளும் இத்தகைய அடிப்படையிலானதே. இன்று இந்த தசாப்தத்தில் மாற்றமுற முயலும் போக்கும் இவ்வாறானதே.

தொண்ணூறுகளில் பரிணமித்துள்ள புதிய கவிதை முறை, கவிமனம் தான் உணர்வதை படிக்கும் மனதும் உணர்வதான கவிதைகளாகத் தருகின்றது. ஒரு பொருளை அல்லது ஒரு நிகழ்வை அல்லது ஒன்றை கவிமனம் உணர்வது போல படிக்கும் மனதும் சுயமாக உணர்வதை இக்கவிதை சொல்கின்றது. வாசகனை இருத்தி வைத்துப் போதிக்கும் மேல் நிலை – அதிகார நிலையை இக்கவிதை தகர்க்கின்றது. ஆனால், தெளிவும் ஒழுங்குமற்று சொற்குவியலாக எழுதித் தள்ளப்படும் சில கவிதைகள் படிக்கும் மனதில் தங்கிவிடாமல் அழிந்துவிடும் அபாயமும் இதில் உண்டு. இங்கே செய்யப்படும் கவிதைகள் இப்போது நினைவுக்கு வருகின்றன. கவிதைகளில் அதை ஒரு தொழில்நுட்பமாகப் பயின்று எழுதப்படும் கவிதைகளும் உள்ளன. இப்படி எழுதப்படும் கவிதைகளில் கவிதையின் இயல்புத்தன்மை அழிந்து, சூழலின் அடையாளம் தவறி, பண்பாட்டின் முகம் மாறி, காலத்தின் தடங்கள் மங்கி, இயந்திரத்தன்மை கூடி விடுகின்றது. இது படைப்பின் இயல்பையும் அதன் அடிப்படையான உயிர்ப்பு நிலையையும் இழந்து விடுகின்றது. ஆனால் சித்தாந்தன் தன் கவிதைகளில் இந்தப் பிரச்சினையைப் புரிந்துகொண்டு செயற்படுவதை நாம் உணரமுடிகின்றது.

தொண்ணூறுகளின் இறுதிப்பகுதியில் எழுத்தில் இயங்கத் தொடங்கிய சித்தாந்தன் ஈழக்கவிதை மரபின் தொடர்ச்சியாகவும் அதில் இருந்து முன்னே பாய்வதாகவும் தன் கவிதைகளை எழுதியுள்ளார். பிரதிபலிப்புக்களும் சுயஆக்கமுமாக ஒரு தொடக்க நிலைப்படைப்பாளியின் இயல்போடு வெளிக்கிளம்பியுள்ள சித்தாதந்தானின் கவிதைச் செயற்பாடு புதிதான அடையாளத்தைப் பெறத்தொடங்கியுள்ளது. எழுதப்பட்ட காலவரிசை ஒழுங்குபடுத்தப்படாவிட்டாலும் கவிதைகள் அதைக்காட்டுகின்றன. அதேவேளை சித்தாந்தன் புதிய விடயங்களை நோக்கிச் செல்ல வேண்டிய அவசியத்தையும் இக்கவிதைகள் உணர்த்துகின்றன.

கவிதை அறம் சார்ந்ததும் அறிவார்ந்ததுமான ஒரு செயற்பாடு என்பதில் சித்தாந்தன் தெளிவாக இருக்கின்றார். வாழ்வை நோக்குவதிலும் அதனை இயம்புவதிலும் கவிதை முக்கியமாகத் தொழிற்படுகின்றது. தீவிர அக்கறையின் பாற்பட்ட அவதானிப்பும் சிந்திப்பும் கவிதையிலும் அமைந்திருக்கின்றன. கவிதை வாசிப்பிலும்

இந்தப் பிரக்ஞையும் அவதானிப்பும் அவசியமாகின்றது. அக்கறையற்ற வாசிப்பில் கவிதை வாசகனை விட்டு வெகுதொலைவில் விலகி நிற்கின்றது. அக்கறையின் தளத்தில் இயக்கம் கொள்ளும் கவிதை காலம், சூழல் என இரண்டும் இணையும் புள்ளியை மனித மனத்தில் உருவாக்குகின்றது. சித்தாந்தன் இந்தப் புரிதலுடன் தன் கவிதைச் செயற்பாட்டில் இயங்குவதை புரிந்து கொள்ள முடிகின்றது.

தமிழ்க் கவிதைப் பரப்பு பெரியது. பல நூற்றாண்டுகளைக் கடந்து தொடர்வது. ஆனால், இன்றைய தமிழ்ச் சூழலில் கவிதைகளுடனான அறிமுகமோ பரிச்சயமோ மிகமிகக் குறைவாகவே இருக்கின்றது. நமது வரலாற்றினையும் வாழ்வினையும் நமது கவிதைகளே அநேகமான தருணங்களில் பதிவு செய்து வந்திருக்கின்றன. இவை பற்றிய நோக்கினையும் பேசி வந்துள்ளன. எமது கவிதைக்கு பெரும் சரித்திரப்பின்னணி இருக்கின்றது. இன்றைய கவிஞனுக்கும் படைப்பாளிக்கும் இந்த அறிதல் மிகவும் அவசியமாகத் தேவைப்படுகின்றது.

எந்தப்படைப்பும் ஒரு சரித்திரப் பின்னணியுடனேயே படைப்பாக்கம் பெறுகின்றது. எழுதப்படும்போதும் எழுதப்படுவதை ஏற்கப்படும் போதும் இந்தச் சரித்திரப்பின்னணி முக்கியமாக இருக்கின்றது. எமது சரித்திரப் பின்னணி இன்று அரசியற் கவிதைகளை (கவிதையில் அரசியல் கவிதை, பிறகவிதை என்ற அடையாளங்கள் இல்லை. நேரிடையாகவும் வெளிப்படையாகவும் அரசியல் பிரச்சினைகளையும் அரசியல் கருத்துருவங்களையும் சார்ந்தும் பிரதிபலித்தும் இயங்கும் கவிதைகளை இங்கே ஒரு புரிதலுக்காக அரசியல் கவிதைகள் எனக்குறிப்பிடுகின்றேன்) எழுதும்படி கவிஞனைத் தூண்டுகின்றது. அரசியல் கவிதைகளுக்கான எதிர்பார்க்கையும் வாசகனிடத்தே அதிகமாகவுள்ளது.

சித்தாந்தனின் காலத்தின் புன்னகையிலும் இந்தச் சரித்திரப் பின்னணியும் அதனாலான அரசியல் கவிதைகளும் இடம்பெறுகின்றன. போரையும் போர் வாழ்வையும் ஈழப்போராட்ட வாழ்வின் முகத்தையும் இந்தக் கவிதைகளில் பல உணர்தளமாக கொண்டவை.இனவாத அரசியலின் உக்கிரத்தை எதிர்த்து நிற்பவை. இந்த அரசியலின் கபடத்தனத்தை புலப்படுத்தும் ஒளிப்பொறியானவை.

இந்தத் தொகுதியில் அரைவாசிக்கு மேலான கவிதைகள் அரசியல் பிரச்சினையின் உணர்வுகளே. அவர் தன் கவிதையில் கொண்டுள்ள உணர்வை (விசயத்தை) பிற கவிதைகளில் எழுதியிருந்தாலும் இவரிடம் அவை வெளிப்பாடடையும் விதம் வேறானவை; புதியவை.

கவனிக்கத்தக்கவை; உயிர்ப்புள்ளவை. உதாரணமாக ஆட்களற்ற கிராமத்தை சித்தாந்தன் உணரும் விதத்தை மனிதர்களற்ற கிராமத்தின் கவிதையில் காணலாம்.

அரசியல் நேரடியாக வாழ்வைப் பாதிக்கும்போதும் அது சிதைந்த வாழ்வைப் பாதிக்கும் போதும் கவி மனதில் பெறும் உணர்தல் கவிதையிலும் அமைந்து. விடுகின்றது. சித்தாந்தனின் கவிதைகள் பலவற்றிலும் உள்ள தீவிரம் அதிவேகமாகச் சுழலும் மாபெரும் சக்கரமாகி நமது உணர்தளத்தை அத்தனை வலுவுடன் தாக்குகின்றது. சுழலும் சக்கரத்தின் இயங்கு மையமாக கவிதை மொழி உணர்வு கொள்கிறது.

இதனைப் புரிந்து கொள்வதற்கு புதிய முறையிலான கவிதை வாசிப்பு இங்கே அவசியமாகின்றது. வாசக அறிவாற்றலையும் உணர்திறனையும் மனதின் இயங்கு முனைகளையும் வேண்டி நிற்கின்றன இவ்வாறான கவிதைகள். இந்தக் கவிதைகளுடன் பயணிக்க முடியாத ஒரு படிப்பாளன் மிகவும் தேங்கிய நிலையிலேயே இருக்க வேண்டியிருக்கின்றது. அதேவேளையில் அவன் மொழியினதும் சிந்தனையினதும் உணர்முறையினதும் இயக்கத்தை தவறவிட்டவனுமாகின்றான். சித்தாந்தன் மொழியினூடேயும் உணர்முறையிலும் வலுவோடு ஊடுருவிச் செல்கின்றார்.

சித்தாந்தனின் அநேக கவிதைகளில்இன்னொரு அம்சமும் உண்டு. எதிர்வெளியில் பாத்திரத்தைச் சிருஷ்டித்து அதனுடன் உறவாடுகின்றார். சில சந்தர்ப்பங்களில் அந்தப் பாத்திரத்துடன் மோதுகிறார்.தருணங்களில் விலகுகின்றார். குற்றம்சாட்டுகின்றார். பிடிவாதமாக நிற்கின்றார். தழுவுகின்றார். சரித்து வீழ்த்துகின்றார். இப்படி பல வண்ணங்களில்தான் சிருஷ்டித்த பாத்திரத்துடன் அவரது உணர்தல் நிகழ்கின்றது. இந்தப் பாத்திரம் தருணங்களில் வேறுவேறு தளங்களுக்குத் தாவி வெவ்வேறு இயல்புடன் நிற்கின்றது. அது சித்தாந்தனின் காலத்திலும் சூழலிலும் இயங்கிக் கொண்டிருக்கும் அவரைப் பாதிக்கும் மையமே. இதே வேளை பல பாத்திரங்களாக புலப்படுவதையும் நாம் உணரலாம்.இது சித்தாந்தனுக்கு மட்டும் நேரும் நிலைமையல்ல. நமக்கும் கூட இப்படித்தான் நேர்கின்றது.

ஒரு தொகுதியில் படைப்பாளியின் மனவுலகுநிச்சயமாகப் புலப்பட்டே தீரும். இங்கேயும் சித்தாந்தனின் மனவுலகு நன்கு தெரிகின்றது. அவசியமான இடைவெளி, மௌனப் பிரளயம், எதிலும் நானில்லை, ஆதியிலிருந்து எனது வருகை, ஆகிய கவிதைகள் புலப்படுத்துகின்றன.

நீ இன்னும்
உன் சிறகுகளின் வலிமைக்கு
என்னை வலிந்திழுக்கிறாய்
நீ போய் விடு
தொடமுடியாத தூரமாயே
எம் இடைவெளி இருக்கட்டும்

என்று தன்னை நிலைப்படுத்தும் சித்தாந்தன் நம்மிடம் தன்னை மிக நிதானத்தோடு இருத்திவிடுகின்றார். பல பரிமாணங்களுடைய இக்கவிதைவரிகளினூடே எண்ணங்களாயும் உணர்வாயும் விரியும் இயல்போடிருக்கின்றன. இவ்வாறு பல கவிதைகள் இத்தொகுப்பில் உள்ளன. மனித உறவு, இயற்கை மீதான பிரியம், மனம் தாவும் வெளிகள் எனப் பல கோலங்களைக் காட்டும் கவிதைகள் பல இவரின் கவிதைப்பரப்பை உணர்த்துகின்றன.

சமகால ஈழத்துக்கவிதைகள் ஒரே சுழலிலேயே வாசகனை அழைத்துச் செல்கின்றன. சித்தாந்தன் கவிதைகளிலும் இவ்வாறான நிலையிருந்தாலும் அவர் புதிய வெளிகளுக்கும் பயணிக்கின்றார். இந்தப் பயணிபபே இனி இவரின் கவிதையாகட்டும்.

(காலத்தின் புன்னகை — தொகுப்பு எழுதப்பட்ட முன்னுரை)

தொன்மத்தின் வழி நிகழ்காலம்

தமிழுக்குப் புதுமையான படைப்புக்களை வன்னி மான்மியத்தில் தருகிறார் நிலாந்தன். மண்பட்டினங்கள், பாலியம்மன் பள்ளு அல்லது ஓயாத அலைகள் மூன்று, வன்னி நாச்சியாரின் சாபம், மடுவுக்குப் போதல் ஆகிய நான்கு புதுமைப் படைப்புகள் வன்னி மான்மியத்தில் இடம்பெறுகின்றன. இந்த நான்கும் வெவ்வேறு இயல்புடையவை. தனித்தனி வகை கொண்டவை; ஒன்றிலிருந்து ஒன்று வேறுபடும் புதிரானவை. இவை தமிழ் படைப்புலகம் பெற்றிராத புதியமுறைப் படைப்புக்கள்.

தமிழ்ப் படைப்புக்களில் ஏற்கனவே பல பரிசோதனைகள் மேற்கொள்ளப் பட்டிருக்கின்றன. புதுமைகள் நிகழ்த்தப்பட்டிருக்கின்றன. அவை போல இவையும் புதிய வகையினவே. இவை கவிதையில் நிகழ்ந்திருக்கும் ஒரு மாற்றம். புதிய நெடுங்கவிதை என்கின்றனர் சிலர். நவீன தமிழ்க்கவிதையில் நெடுங்கவிதைகள் பல எழுதப்பட்டிருக்கின்றன. குறிப்பாக நகுலன், பிரமிள் போன்றோர் பல பரிசோதனை முயற்சிகளைச் செய்திருக்கின்றனர். நமது சூழலிலும் மகாகவி, முருகையன், எம்.ஏ நுஃமான், நீலாவணன், ச.சி, முபொ, வ.ஐ.ச.ஜெயபாலன், அஸ்வகோஸ் என்போர் நெடுங்கவிதைகளை திறம்பட எழுதியிருக்கின்றனர். இதில் அஸ்வகோசின் நெடுங்கவிதைகள் சமகால அரசியல் முக்கியத்துவமுடையவை. அதேவேளையில் இவையெல்லாமே சமூக விளைவுகளினதான ஒரு வளர்ச்சி நிலையில் வெளிப்பாடடைந்தவை. நிலாந்தனின் இப்படைப்புக்களும் இத்தகைய நிலைப்பட்டனவே.

எண்பதுகளில் முகிழ்த்த ஈழக்கவிதைகள் பேச்சோசைப் பண்புகளையும் கதைப்பாங்கையும் (காட்சி மற்றும் சம்பவ விரிப்பு) நாடகத் தன்மைகளையும் பிரதானமாகக் கொண்டவை. இது நமது காலத்தின் வெளிப்பாட்டு அவசியமாயிருக்கின்றது என்று அப்போது சேரன் குறிப்பிட்டார். அப்போது அவர் கூறியவாறான கவிதைகள் பெருமளவுக்கும் எழுதப்பட்டன. (உதாரணம் மரணத்துள் வாழ்வோம் கவிதைகள்) இங்கே இப்படைப்புக்கள் அந்த வளர்ச்சியினதும் பரிமாணங்களினதும் விளைவெனவே கருதுகின்றேன். கால நிலைமைகள் அன்று எப்படி ஈழக்கவிதைகளில் (தமிழ்க்கவிதைகளில் என்றும் கூறலாம்) ஒரு மாறுபடுதலை ஏற்படுத்தினவோ அவ்வாறே இன்று இவை இவ்வாறு எழுதப்படுவதற்கும் காரணமாயின. ஆனால்,

இவை கவிதை என்ற வரன்முறையினின்றும் மீறி இன்னொரு வடிவத்தைக் கொண்டிருக்கின்றன. இதுவொரு நல்ல அம்சமே. தமிழுக்கு ஒரு புது வாய்ப்பே. எனவே, இவை சட்டகங்களுக்குள் நின்று தம் படைப்புக்களை எழுதும் படைப்பாளிகளுக்கு பெரும் சவால்களை எழுப்புவன. நெருக்கடியைத் தருவன.

நிலாந்தன் இவற்றில் பல மீறல்களை நிகழ்த்துகின்றார். ஆனால், ஒன்றிலிருந்து மீறி இன்னொன்றுள் இறுகி விடாமல் அதிலிருந்து இன்னொன்று பின் அதிலிருந்து இன்னொன்றாக இந்த மீறல்களை மிகக் கவனமாகத் தொடருகின்றார். புதியன எனும்போது அவற்றினுள் எப்போதும் புதுமையே எப்போதும் அடிப்படையாக இருக்கும் எனும் உண்மையில் இந்தப் பயணத்தை மேற்கொள்கின்றார்.

சிங்கள அரசின் வன்னி மீதான படையெடுப்பும் போரும் உக்கிரம் பெற்றிருந்த சூழலிலும் அப்படையெடுப்பை விடுதலைப் புலிகள் ஓயாத அலைகள் என்னும் படை நடவடிக்கை மூலம் முறியடித்த வேளையிலும் எழுதப்பட்ட புதினங்கள் இவை. இந்தப் படையெடுப்புக்களாலும் போராலும் இடம்பெயர்ந்து பெயர்ந்தே நிலாந்தன் இவற்றை எழுதினார். இவை எழுதப்பட்ட வேளையில் இவற்றின் கையெழுத்துப் பிரதியிலேயே இவற்றைப் படித்திருக்கின்றேன். படிக்கும் போதெல்லாம் இவை என்னுள் ஏற்படுத்திய உணர்வோட்டங்களும் சிந்தனைத்தூண்டல்களும் அசாதாரணமானவை.

இந்த நான்கு படைப்புக்களிலும் மண்பட்டினங்கள் முக்கியமானதாகவே இருக்கின்றன. விரிவும் பன்முகத்தன்மையும் ஆழமும் உணர்வெழுச்சியும் வேகமும் அதிகம் நிரம்பியிருக்கின்றது மண்பட்டினங்களில். எந்தச் சிறந்த படைப்பும் ஏற்படுத்தும் வியப்பும் ஆகர்சிப்பும் மாறாத கனவின் ஓட்டங்களும் மண்பட்டினங்களில் இருக்கின்றன. எனவேதான் மண்பட்டினங்களைப் பற்றி குறிப்பிடும் போது எஸ்.விராஜதுரை கருத்தியல், அரசியல் தளத்தில் அவருடன் (நிலாந்தனுடன்) கூர்மையாக வேறுபடுபவர்களைக் கூட கவர்ந்திழுக்கும் ஒரு புதினம் என்கிறார். மு.பொன்னமபலம் நிலாந்தனின் மண்பட்டினங்கள் அண்மைக்காலத்தில் தமிழில் வெளிவந்த படைப்புக்களில் மிகவும் தனித்துவமானது. வரலாறு நாடகம் எனும் ஊடகங்களிடையே கவிதையை ஓடவிட்டும் கவிதை, வரலாறு, நாடகம் என்னும் உருவங்களின் கலப்பாகவும் உடைப்பாகவும் நிலாந்தன் மண்பட்டினங்களைத் தந்திருப்பது அவரது பரந்த கலைத்துவ உணர்வுக்குச் சான்று என்கிறார். ஒரு தேசிய இன வரலாற்றின் கலாபூர்வ வடிவம் இது என்கிறார், மண்பட்டினங்களுக்கான விரிவான தனது பின்னுரையில

மு.திருநாவுக்கரசு. இவர்கள் கூறுவதைப் போல பல அம்சங்கள் இணைந்த சிறந்த படைப்பாக இருக்கின்றது மண்பட்டினம்.

மண்பட்டினம் நமது நிகழ்காலத்தின் அரசியல் விமர்சனம். நமது வரலாற்றின் வேர்களைத் தேடும் ஒரு முயலுகை. நாடகத்தையும் கவிதையையும் தத்துவத்தையும் ஐதீகத்தையும் வரலாற்றையும் இணைத்து நிகழ்காலத்துக்குரியதாக்கும் புதிய வெளிப்படுத்துகை. இது எழுதப்பட்ட போது உரிய காலத்தில் வெளிவரமுடியாமற் போனது இன்னும் வேதனையாகவே இருக்கின்றது. எழுதப்பட்ட காலத்தில் வன்னியை ஊடறுக்கும் நோக்குடன் தொடர்ந்து பெரும் படையெடுப்புக்கள் நிகழ்ந்துகொண்டிருந்தன. அப்பொழுது நிலாந்தன் எழுதினார்:

அன்பான பெருங்கடலும்
ஆதரித்த பெருங்காடும்
இறுமாந்திருக்கும் ஒரு நாளிலே
சில தீர்க்கதரிசிகள் மட்டும்
தெரிந்து வைத்திருக்கும்
ஒரு நாளிலே
யாழ்ப்பாணமே...ஓ....யாழ்ப்பாணமே
நீ உனது
தலைநகருக்குத் திரும்பிச் செல்வாய்
....
(8.10.1996 ஓமந்தை)

....
இனிச்சோகப்பறையும்
சோர்ந்த உடுக்கும் இல்லை.
வீரப்பறையும் உருவேற்றும் உடுக்கும்தான்
விடாது முழங்கும்
....
....
உடுக்கும் பறையும் அவர்களை (தஸ்யுக்களை)
உருவேற்றுகின்றன
வங்கக் கடல் அவர்களை ஆசீர்வதிக்கின்றது

வண்ணத்துப் பூச்சிகள்
கதிர்காமம் போகும் வழியெல்லாம்
அவர்கள் விடுவிப்பார்கள்
பாலியாற்றின் மெலிந்த தீரங்களில்
பழிகிடக்கும் மக்களை
அவர்கள் விடுவிப்பார்கள்
....
(7.11.1997 மல்லாவி)

இந்த தீர்க்க தரிசனமே இவருடைய பிற மூன்று படைப்புக்களுக்கும் ஒரு வகையில் காரணமாயும் அமைந்திருக்கின்றது. எனவே தான் அந்த நான்கினையும் இங்கே ஒன்று சேர்த்திருக்கிறார் போலும்.

மண்பட்டினங்கள் அப்போது வெளிவராத போதிலும் அது கையெழுத்துப் பிரதியாகவும் தட்டச்சு செய்யப்பட்ட நிலையிலும், ஈழத்திலும் வெளியிலும் பரவாலாக வாசிக்கப்பட்டது. எண்பதுகளில் இராணுவ அடக்குமுறைகள் தீவிரமடைந்த போது அத்தகையதொரு வாசிப்பு நிலை இருந்தது. எனினும், ஈழத்தில் இவ்வாறு சிறப்பானதாகவும் முக்கியமாகவும் அதிகமாகவும் வாசிக்கப்பட்ட படைப்பு இதுவாகத்தானிருக்கும் என நம்புகிறேன்.

பின்பு, மண்பட்டினங்களின் முற்பகுதி மட்டும் மட்டக்களப்பில் இருந்து வெளிவரும் புதிய களம் இதழில் வெளிவந்தது. இது வந்து இரண்டு வருடங்களின் பிறகு, இரண்டு பகுதிகளும் சேர்ந்ததாக இந்தியாவில் சு.வில்வரத்தினத்தின் முயற்சியோடும் எஸ்.வி.ஆரின் ஒத்துழைப்போடும் விடியல் பதிப்பகத்தினால் வெளியிடப்பட்டது. எனினும், அப்போதும் சில பகுதிகள் தவறுதலாக விடுபட்டு விட்டன. ஆனால், இப்போது இங்கே மண்பட்டினங்கள் முழுமையான நிலையில் உள்ளது.

மண்பட்டினங்கள் சிந்துவில் இருந்து ஆறாத நமது காயத்தைப் பேசுகின்றது. இடையறாத நமது அலைச்சலை விவரிக்கின்றது. எம்மீது முடிவற்றுத் தொடரும் படையெடுப்புக்களை எல்லாம் வேதனையோடும் வன்மத்தோடும் எடுத்துரைக்கின்றது. எல்லாப் படையெடுப்புக்களின் போதும் நிகழும் தப்பிச் செல்லல்களையும எல்லாப்படையெடுப்புக்களையும் எதிர்த்துப் போரிடுவதையும் சொல்கின்றது. தன் மூலவேர்களைத் தேடியோடும் வாழ்க்கைப் பயணமாக நம்முன் விரிகின்றது. காலம் விரிய விரிய காட்சிகள் பல தெரிகின்றன.

நமது வேர்களினூடு பாய்ந்து வருகின்றது குருதி.

இன்னமும் வேகமும் தாகமும் அடங்காத இளைய குருதி. எப்போதும் வாழ்வதற்கான தவிப்போடும் வேட்கையோடும் பீறிடும் புதிய குருதி.

அக்குருதியுடன் எப்போதும் சேர்ந்திருக்கின்றது கண்ணீர்.

அது பழைய கண்ணீர்

மிகமிகப்பழைய கண்ணீர்.

அதேவேளையில் அது புதிய கண்ணீரும் கூட.

மனித வரலாற்றில் மாறாத அடிப்படையாக எப்போதும் நிகழ்ந்து வரும் போராட்டத்தையும் போரையும் வெற்றியையும் தோல்வியையும் மகிழ்ச்சியையும் துயரையும் சித்தரிக்கின்றது மண்பட்டினம். இதில் மனித இயல்பும் அதன் விதியும் நன்றாகப் புலப்படுத்தப்படுகின்றன

மண்பட்டினம் தவிர்ந்த ஏனைய மூன்று படைப்புக்களும் கூட இந்தச் சாராம்சத்தைக் கொண்டவைதான்.ஏனெனில், எமது நிகழ்கால வரலாறும் அத்தகையதேயல்லவா ? இவை மண்பட்டினம் போலன்றி எழுதப்பட்டுக் காத்துக்கிடக்காமல் உடனேயே வெளிச்சம் இதழ்களில் பிரசுரமாகின. இவை வெளிவந்த வேளையில் பல்வேறு தரப்பிலும் பெரும் கவனத்தையும் ஈர்ப்பையும் பெற்றிருந்தன.

பொருளிலும் வடிவத்திலும் வெளிப்பாட்டிலும் நிலாந்தன் நிகழ்த்தியிருக்கும் புதுமையே இதற்கான காரணம் என நம்புகின்றேன். நிலாந்தன் பன்முக ஆற்றல் கொண்ட படைப்பாளி. கவிதை, நாடகம், வரலாறு, ஓவியம், பத்திரிகைத்துறை, காட்டூன் எனப் பலதளங்களில் மிகவும் நிதானமாகவும் சீரியசாகவும் இயங்குபவர். இவருடைய கடலம்மா, நெய்தல், மன்னம்பெரிகள் போன்ற கவிதைகளும் தலைமறைவுக் காலத்தைய ஓவியங்களும் பின்பு சிறப்பாக பிள்ளையார் ஓவியங்களும் யுத்தத்தின் நாட்கள், அகதிகளின் கதை, நவீன பஸ்மாசுரன் போன்ற நாடகங்களும் இவருடைய கலைத்துறை ஈடுபாட்டையும் ஆளுமையையும் புலப்படுத்தும். இவை தவிர ஓவியம் பற்றிய கட்டுரைகளும் என்றும் மாறாத ஈர்ப்புடனான வாசக அனுபவத்தைத் தரும்அரசியல் பத்தி எழுத்துக்களும் இவருடையவை.

எளிமையும் இறுக்கமும் இணைந்த நிலை நிலாந்தன் படைப்புக்களின் பிரதான அம்சங்களில் ஒன்று. ஆழமும் நேர்த்தியும் மிக்க எளிமையை அசாதாரணமாக, மிக இயல்பாக, வெகுசிறப்பாக சாதாரண மொழியினூடு நிகழ்த்திவிடும் ஆற்றல் பெற்றவர் நிலாந்தன். அவர் உரையாடுகையில் கூட அவ்வாறுதானிருக்கும். மிகவும் நேர்த்தியாக செட்டுடன் கம்பீரம் தொனிக்கும் மிடுக்கான குரலில்

தெளிவாயொலிக்கும் பேச்சு நிலாந்தனுடையது.

வன்னியின் ஆழ்காடுகள் வரை பயணித்து திறபடாத வரலாற்று மர்மங்களை அல்லது ரகசியங்களை அறிய விழையும் துடிப்புடனிருக்கும் நிலாந்தன், வேட்டைக்காரர்கள், வழிப்போக்கர்கள், மூத்த மனிதர்கள், கிராமவாசிகள் என எல்லோருடைய துணைகொண்டு தன் தேடலை – பயணத்தை தொடர்கின்றார்.

நிலாந்தன் வன்னியர்கள் காணாத வன்னியைக் கண்டார்இதனால், வன்னியர்கள் வெளிப்படுத்தாத வன்னியின் தொல்கதைகளையும் ஆழ்ரகசியங்களையும் புதினங்களையும் இயற்கையையும் வெளிப்படுத்துகின்றார். அதேவேளையில் யாழ்ப்பாணத்தை விட்டு வெளியேறிய பின் எல்லோரும் யாழ்ப்பாணம் பற்றிய –ஊர் பற்றிய கனவுகளிலேயே இருக்கும்போது, நிலாந்தன் அதைக்கடந்து ஒரு தேசியவாதியாக, விரிந்த பார்வை கொண்டவராக தான் வாழ்ந்துகொண்டிருக்கும் வன்னியிலும் தன் வேர்களைத் தேடுகின்றார். தன் வேரின் தொடர்ச்சியும் விரிவும் மிகப்பரந்தளவில் விரிந்திருக்கின்றது என்னும் அறிவு அவரை தடுமாற்றமடைய விடாமல் இந்த தேசியப் பார்வைக்கு உதவியிருக்கின்றது.

புதிய சிந்தனையும் பரந்த அனுபவமும் விரிந்த தேடலுமே இவர் படைப்புக்களின் அடிப்படை. இந்த நான்கு படைப்புக்களிலும் கூட எவரும் இவற்றையுணர முடியும். எப்போதும் ஒரு சிறந்த படைப்பில் வலுவான ஆழ்மன இயக்கம் தொழிற்படும். தர்க்கம் இழையோடும். உள் விசாரணைகள் நிகழ்ந்துகொண்டிருக்கும். இதனால், அது முன் முடிவுகளையோ பின்னிழுப்புக்களையோ சுமந்து கொண்டிருப்பதில்லை. வெறும் ஆரவாரங்களோ பிரகடனங்களோ வெற்றுக்கூச்சலோ அதில் இருப்பதில்லை. அது மன இயக்கம் சார்ந்திருக்கும். இந்த மன இயக்கம் நம்மை விழிக்கத்தூண்டுகின்றது. இது புலன்களின் விழிப்பு; உணர்தலின் வழிப்பு; அனுபவத்தின் விழிப்பு எனத் தொடர்கின்றது. இந்த விழிப்பு அடைபட்டு மொண்ணையாகிப் போன உணர்தளத்தை, பிரக்ஞை முனையை ஒவ்வொரு கதவுகளாகத் திறந்துகொண்டு செல்கின்றது. இந்த திறத்தல் சுவாரஸ்யமாகவும் புதிராகவும் வியப்பாகவும் அமைகின்றது.

எந்தச் சூழ்நிலையிலும் கரைந்துபோகாமல் தன்னை, தன் மனத்தை, சூழலை சுயவிசாரணை செய்து பாதுகாத்து நிலைநிறுத்திக்கொள்ளும்படி அது ஆக்குகின்றது.

எந்தப் படைப்பும் ஏற்கனவே நிர்ணயிக்கப்பட்ட எந்தத் தடத்தைச் சுற்றியும் ஓடுவதல்ல. அது புது ஊற்றாகப் பீறிடுகின்றது. புதுவழியை

தானே சிருஷ்டித்துக்கொள்கின்றது. ஆகவே, படைப்பு எனும்போது அதன்வடிவம், பொருள், சுவை, அனுபவம், அதன் நுட்பம் என்ற சகலதுமே – புதியதாக, புதுப்படைப்பாகவே இருக்கின்றது. இதை நிராகரிக்கும் மனம் சூத்திரங்களில் சிக்குண்ட பேதை மனமாகும். நிலாந்தன் இவற்றையெல்லாம் நன்குணர்ந்தே தன் படைப்புக்களைச் சிருஷ்டித்திருக்கின்றார்.

ஒரு படைப்பாளிக்கு இருக்கும் அடிப்படைத் தகுதிகளான கலை, வரலாறு, தத்துவம், அரசியல், பண்பாடு, சூழல், இயற்கை, ஐதீகம், காலப் பிரக்ஞை, உண்மை, நியாயம், அறம் என எல்லாவற்றையும் அறிவதில் ஆர்வமும் அறியும் நுட்பமும் திடமும் உள்ளவரிவர் என்பது இப்படைப்புக்களில் புலப்படுகின்றது. இவை எல்லாவற்றையும் ஒன்றுதிரட்டி உயிர்ப்புடன் குருதி பீறிடத்தந்திருக்கின்றார். நிகழ்காலத்தின் இப்படைப்புக்களில் வரலாறு, ஐதீகம், சூழல் ஆகியவற்றினூடாக சமகாலப்பிரச்சினைகள், நிகழ்காலம் — எதிர்காலம் குறித்த மனவோட்டங்கள் எல்லாம் இணைநிலையில் கலந்திருக்கின்றன.

பாலியம்மன் பள்ளு அல்லது ஓயாத அலைகள் மூன்று பள்ளுக்குரிய ஓட்டமும் மிடுக்கும் கொண்டொலிக்கும் பண்புடையது. வன்னியின் அடையாளங்களில் ஒன்றாக இருக்கும் வனப்பட்சியான கொட்டைப்பாக்கு குருவி, முதுபெருங்குளமான வவுனிக்குளம், அச்சூழல், அதன்வரலாற்றோடு இணைந்திருக்கும் எல்லாளன் கதை, பாலியாறு, அந்த ஆற்றின் தீரத்திலிருக்கும் பாலியம்மன் என எல்லாவற்றையும் இணைத்து இரண்டாயிரம் வருட வேரினூடாகப் பயணித்து ஓயாத அலைகள் மூன்றினைச் சொல்கிறார்.

வன்னி நாச்சியாரின் சாபம் மூலம் நமது வரலாறாகவும் ஐதீகமாகவும் கலந்திருக்கும் ஒரு நினைவோட்டத்தினூடே சமகாலம் பேசப்படுகின்றது. நாச்சியாரின் தூங்காத கண்களும் ஆறாத மனமும் நம் கண்களாகவும் மனமாகவும் இருக்கின்றது. அது முல்லைத்தீவில் தமிழர் மீண்டும் வென்ற பின்பே தூங்குகிறது; ஆறுகிறது. இந்த நிலத்தை அந்நியர்கள் கைப்பற்றும்போது அதற்கெதிராகப் போராட முன்வராத மக்களைச் சபித்தாள் நாச்சியார் அன்று. இன்றோ நூற்றாண்டுகள் கடந்து தமிழர் மீண்டும் வெற்றிபெறம்போது அவள் மகிழ்கிறாள். வரலாற்றுணர்வினூடாக நிகழ்கால உணர்வேற்றத்துக்கு குருதி பாய்ச்சும் படைப்பாகிறது இது.

மடுவுக்குப் போதலும் இவ்வாறான ஆனால்,இன்னொரு தளத்தில் வெளிப்பாடடையும் சூழலுடனும் இணைத்து நிகழ்காலத்தைப் பேசுவது. அத்துடன் இது இன்னுமொரு புதிய முறையிலான வடிவமும் கூட.

ஓயாத அலைகள் மூன்றுக்கு முன்பு இப்பாதையில் பறங்கியாறு வரையிலுமான பகுதி புலிகளிடமும் அதற்கப்பால் வரும் பகுதி ரணகோஷ படைகளிடமும் இருந்தன.

ஓயாத அலைகள் மூன்றின் மூலம் காடு மீட்கப்பட்ட பிறகு இப்பயணக்குறிப்புக்கள் எழுதப்பட்டன.

நட்டாங்கண்டல் காட்டை பிளந்துபோகும் காட்டுவழியினூடாக மருதமடுவில் இருக்கும் மாதா கோயிலுக்குப்போன போது எழுதப்பட்ட பயணக்குறிப்புக்கள் இவை. வழிநெடுகக் கண்ட காட்சிகள் இங்கே நேர ஒழுங்கின்படி தொகுக்கப்பட்டுள்ளன என்று நிலாந்தன் கூறுகின்றார்.

இவை எல்லாவற்றிலும் மாற்றார் தொடுத்த போரும் அதற்கெதிரான போராட்டமுமே பேசப்படுகின்றன.

எல்லாவற்றிலும் இன்று நாம் எதிர்கொள்ளும் போரும் போரில் பெறும் வெற்றிகளும் சொல்லப்படுகின்றன.

போரிட்டுப் போரிட்டே வாழ்ந்த வரலாற்றை, உண்மையை, நியதியை இன்னும் போரிட்டே வாழ்கின்ற, வாழவேண்டிய யதார்த்தத்தை உணர்த்துவனவே இந்தப் படைப்புக்கள்.

இவற்றில் வெறும் கோட்பாடுகளுள் சிக்குண்டு போகாத யதார்த்தவாதியாக – உண்மையாளனாக இருக்கின்றார் நிலாந்தன். உண்மையை எடுத்துரைக்கும் பண்பாளனாகவும் விளங்குகின்றார்.

எந்த அரசியலிலும் தீராதிருக்கும் அல்லது தணியாதிருக்கும் வாழ்வின் நெருக்கடியே இப்படைப்புக்களின் அடிப்படை.

சமகால அரசியல் முக்கியத்துவமுடைய இந்த நான்கு படைப்புக்களும் ஈழத்தமிழர்களின் வாழ்வையும் வரலாற்றையும் கனவையும் தம்முள் குருதியாகவும் கொண்டவை. ஈழத்திலக்கியத்தின் புதியதொரு போக்காகவும் திசையாகவும் இத்தகையதொரு படைப்பு முறைமை நிலாந்தனின் மூலமாக உருக்கொண்டிருப்பதாகவும் கருதலாம். ஆனால், இதனைப் பிறர் புரிந்துகொள்ள முதல் நிலாந்தன் இன்னுமொரு புதிய தளத்துக்குப் பாய்ந்துவிடக்கூடியவர். ஏனெனில், தன் பயணங்களை வெவ்வேறு அனுபவங்களூடு யாதார்த்தமாக நிகழ்த்துவதிலேயே இவரது ஈடுபாடு எப்போதுமிருக்கின்றது. அதுவொரு தணியாத வேட்கை. அந்த வேட்கையே நிலாந்தன். அதுவே இவரது படைப்புக்களும்.

(மண்பட்டினங்களுக்கான பின்னுரை 15.07.2001)

தமிழ்நதி கவிதைகள்

உலகம் சுருங்கி கிராமமாகிவிட்டது. தொடர்பாடலால் அது விரைவு கொண்டு விட்டது என்றே சொல்கிறோம். சுருங்கியிருக்கும் இந்தக்கிராமத்தில் எல்லாமே எல்லோருக்கும் தெரியும். ஏனென்றால் கிராமத்திலிருக்கின்ற எல்லாவற்றையும் எல்லோருக்கும் தெரியும் நிலையுண்டு. ஆனால், இந்தக்கிராமத்தில் நாங்களிருக்கிறோமா? அதாவது தொடர்பாடலால் சுருக்கி கிராமமாக வைக்கப்பட்டிருக்கும் மையத்தில் போரில் அகப்பட்டுச் சிக்கித்தவிக்கும் சமூகங்கள் நிச்சயமாக இல்லை என்றே சொல்வேன்.

இது இன்று பொதுவாக போர்ச்சூழலில் வாழும் சமூககங்களுக்கு எழுந்துள்ளதொரு முக்கிய சவால். உலகத்தை பொதுமைப்படுத்த விளையும் பண்பார்ந்த செயலில் பலவிதமான தன்மைகளுண்டு. சிலர் மதத்தை வழிமுறையாகக் கொள்கின்றனர். சிலர் பொருளாதார மாற்றத்தை வலியுறுத்திச் செயற்படுகின்றனர். வேறு சிலர் அறிவியல் வளர்ச்சி மூலமாக மாற்றத்தைக் கொண்டு வரலாம் என்று சிந்திக்கின்றனர். இன்னுஞ்சிலர் ஜனநாயக ரீதியான வளர்ச்சியும் பண்பும் பெருகும்போது மாற்றம் சாத்தியமாகும் என்று நம்புகின்றனர்.

ஆனால் இந்த எல்லா வழிகளுக்குள்ளும் இருக்கும் அதிகாரத்துவமும் குருட்டுத்தனங்களும் இடைவெளியின்மைகளும் எப்போதும் எதிர் நிலைகளைத் தோற்றுவித்துக் கொண்டேயிருக்கின்றன. இந்த எதிர்நிலைகள் நம்பிக்கைக்கு எதிரான கோட்டை அழுத்தமாக வரைகின்றன. உண்மையில் இந்த வழிகளை இவற்றுக்கான செயல்முறைகள் அடைத்து விடுகின்றன பெரும்பாலும். இதுவொரு மாபெரும் அவலம். இதுதான் தீராத கொடுமை; இதுவே நல்ல நகைமுரணும்கூட.

எந்தவொரு கோட்பாட்டுவாதமும் அதன் செயலால்தான் ஒளி பெற முடியும். அந்தச் செயலில் நிராகரிப்புக்கும் ஏற்றுக்கொள்ளலுக்குமான சமாந்தர விசையும் பயணப்பாதையும் உண்டு. அதாவது நெகிழ்ச்சியும் வெளியும் அவற்றில் இருக்கும். இருக்க வேண்டும். இல்லாதபோது அது எப்படியோ அடைபட்டுப்போகிறது. அல்லது எதிர் நிலைக்குப் போய்விடுகிறது.

என்னதானிருந்தாலும் மனிதன் ஒரு இயற்கை அம்சம் என்பதை வைத்தே எதையும் அணுகுதல் வேண்டும். மற்ற எல்லா

அம்சங்களோடும் மனிதனை வைத்து நோக்க முடியாது. குறிப்பாக பொருளியல் அம்சங்களுடனும் இயந்திரங்களோடுமான கணிதத்தில் மனிதன் எப்போதும் சிக்காத ஒரு புள்ளியே.

ஆகவே, மனித விவகாரத்தில் எப்போதும் பல்வகைத்தான அம்சங்களுக்கும் இயல்புக்கும் இடம் அவசியம். ஆனால், இந்த இடத்தை பகிர்வதிலும் அளிப்பதிலும் பெறுவதிலும் ஏகப்பட்ட பிரச்சினைகளும் முரண்களும் எப்போதும் தீராப்பிணியாகவே உள்ளது. இது மனிதனைச் சுற்றியுள்ள சாப இருள். இந்தச் சாப இருளின் காரணமாக தமிழ்நதியின் கவிதைகளை இவ்வளவு காலமும் காணாதிருந்து விட்டேன். அதேபோல இந்தச் சாப இருள்தான் அவருடைய கவிதைகளை மறைத்தும் வைத்திருந்திருந்தது. அது மட்டுமல்ல தமிழ்நதியின் கவிதைகளும் இந்த இருளின் துயரமும் இதனால் ஏற்படும் அவலமும் அநீதியும் அவற்றுக்கெதிரான நிலைப்பட்டவையும்தான். ஆக இப்போது எல்லாம் ஒன்றுடன் ஒன்று பின்னிப்பிணைந்திருக்கும் முடிச்சுகள், கோர்வைகளாக இருக்கின்றன. எனவே, இந்தக்கவிதைகளைப் படிக்கும்போதும் இவற்றை அணுகும்போதும் இந்த அம்சங்கள் எல்லாம் சேர்ந்து கலவையாக கிளம்பி வருகின்றன.

சுருங்கியிருப்பதாகச் சொல்லப்படும் இந்த ‘ உலகக் கிராமத்தை’ பொய்யென்கிறார் தமிழ்நதி. அப்படி தகவலாலும் தொடர்பாடலாலும் சுருங்கியிருக்குமாக இருந்தால் எப்படி எங்கள் அவலங்களை மற்றவர்களால் புரிந்து கொள்ள முடியாமற்போயிருக்கும் என்பது இந்தக்கவிதைகளின் அடியொலியாகும். தமிழ்நதி இதை எந்தத்தூக்கலான குரலோடும் பேசவும் இல்லை. திட்டவும் இல்லை. விமர்சிக்கவும் இல்லை; முறையிடவும் இல்லை. ஆனால் தன்னுடைய கேள்வியையும் நிராகரிப்பையும் சத்தமில்லாமல் அறிவார்ந்த முறையில் மெல்ல வைக்கிறார், நம் அருகில். அது எல்லோருடைய கண்ணிலும் மனதிலும் ஊசியைப்போல ஊடுருவிச் செல்லும் விதமாய்.

அதேவேளை, சக மனிதர்களால், அரசினால், இனரீதியாக இழைக்கப்படும் அநீதியை எப்படி இந்தத்தகவல் யுகமும் அறிவு உலகமும் ஜனநாயக அமைப்பும் கண்டு கொள்ளமுடியாதிருக்கிறது என்றும் எப்படி இதையெல்லாம் இவற்றால் அனுமதிக்க முடிகிறது என்றும் தன்னுடைய கவிதைகளின் வழியாக பல கேள்விகளைப் பரப்புகிறார் இந்த வெளியில்.

இதன் மூலம் தமிழ்நதி பெண் கவிதைப்பரப்பிலும் ஈழத்துக்கவிதை வெளியிலும் தமிழ்க்கவிதையின் தளத்திலும் தனித்துத் தெரியும்

அடையாளங்கொண்டிருக்கிறார். குறிப்பாக சொல் முறையால்— மொழிதலால் வேறுபட்டிருக்கிறார். அவருடைய வாழ்க்கை அமைப்பு அல்லது அதன் அனுபவங்கள் அவரிடம் மிஞ்சியிருக்கும் அல்லது திரளும் எண்ணங்கள் எல்லாம் இங்கே உரையாடலாகியிருக்கின்றன.

குறிப்பாக ஈழத்துக் கவிஞர்கள் பலரதும் அண்மைய (அண்மைய என்பது கடந்த ஐம்பது ஆண்டுகளான) கவிதைகளில் இன வன்முறையின் கொடுவலியை யாரும் உணரமுடியும். சண்முகம் சிவலிங்கம், தா. இராமலிங்கம், சிவசேகரம், முருகையன், வ.ஐ.ச. ஜெயபாலன், அ.யேசுராசா, சேரன் போன்ற தலைமுறைகளின் கவிகள் தொடக்கம் இன்னும் இந்த வலியுடைய குரலையே ஒலிக்கிறார்கள். இதில் இடையில் வந்த தலைமுறையைச் சேர்ந்த ஊர்வசி, மைத்திரேயி, ஔவை, சிவரமணி என்ற பெண் கவிஞர்களும் இத்தகைய தொனியிலும் வலியிலுமான கவிதைகளையே தந்தார்கள். அதிலும் போரும் வாழ்வு மறுப்பும் அகதி நிலையும் இதில் முக்கியமானவை.

இந்த அகதி நிலை இரண்டு வகைப்பட்டது. ஒன்று உள்ளூரில் இடம்பெயர்ந்து அலைதல். அருகில் வீடோ ஊரோ இருக்கும். ஆனால் அங்கே போக முடியாது. அதுவும் ஆண்டுக்கணக்கில் அங்கே போக முடியாது. அதெல்லாம் சனங்களைத் துரத்திவிட்டு படையினருக்காக அத்துமீறி அரசாங்கம் கைப்பற்றி வைத்திருக்கும் பிரதேசங்களாகும். அப்படிக் கைப்பற்றப்பட்ட பிரதேசங்களுக்கு அமைச்சரவை மூலம் உயர் பாதுகாப்பு வலயம் என்ற பெயரிலான சுவீகார சட்டம் வேறு. ஆனால் அப்படி கைப்பற்றிய பிரதேசத்துக்கான நட்ட ஈட்டைக்கூட அது கொடுக்கத்தயாரில்லை.

தவிர, போரில், படையெடுப்புகளின் போது நிகழும் அகதி நிலை. இடம் பெயர்வு. இதைவிடவும் புலம் பெயர் அகதி நிலை வேறு. இது வேரிழந்த நிலை. அந்நியச் சூழலில் அந்தரிக்கும் கொடுமையான அவலம். தமிழ்நதி இவை எல்லாவற்றையும் தன் மொழியில் பிரதியிடுகிறார். தமிழ்நதியின் பிரதியில் இனவன்முறைக் கெதிரான பிரக்ஞையும் அகதித்துயரும் அதிகமாக இயங்கிக் கொண்டிருக்கிறது. பெரும்பாலும் அவருடைய பிரக்ஞை இவற்றில்தான் திரண்டுள்ளது.

இது குறித்து அவருடைய சில அடையாளங்கள், அதாவது இத்தகைய வாழ்நிலையின் பின்னணியில் தமிழ்நதியின் கவிதைகள் இயங்குகின்றன. தமிழ்நதி அரசியற் கவிதைகளையே அதிகமாக எழுதியிருக்கிறார். இந்தத் தொகுதியின் முதற்கவிதையும் இறுதிக்கவிதையும்கூட அரசியற் கவிதைகள்தான். அதிலும் இந்த அரசியலைத் தீவிரமாகப் பேசும் கவிதைகள்.

முதற்கவிதையில் அவர் எழுதுகிறார்,

நேற்றிரவையும் குண்டு தின்றது
மதில் விளக்கு அதிர்ந்து சொரிந்தது
சூரியன் தனித்தலையும் இன்றைய பகலில்
குழந்தைகளுக்குப் பாலுணவு தீர்ந்தது
???..
???..
பூட்டப்பட்ட வீடுகளைச் சுற்றி
பசியோடு அலைந்து கொண்டிருக்கின்றன
வளர்ப்புப்பிராணிகள்
சோறு வைத்து அழைத்தாலும்
விழியுயர்த்திப் பார்த்துவிட்டுப் படுத்திருக்கும்
நாய்க்குட்டியிடம் எப்படிச் சொல்வது
திரும்ப மாட்டாத எசமானர்கள் மற்றும்;
நெடியதும் கொடியதுமான போர் குறித்து
???..
???..
ஒவ்வொரு வீடாய் இருள்கிறது
இந்தச் செங்கல்லுள் என் இரத்தம் ஓடுகிறது
இந்தக்கதவின் வழி
ஒவ்வொரு காலையும் துளிர்த்தது
?.......
?.......
மல்லிகையே உன்னை நான்
வாங்கிவரும்போது நீ சிறு தளிர்
இருப்பைச் சிறு பெட்டிக்குள் அடக்குகிறேன்
சிரிப்பை அறைக்குள் வைத்துப் பூட்டுகிறேன்
எந்தப் பெட்டிக்குள் எடுத்துப்போவது
எஞ்சிய மனிதரை
சொற்களற்றுப் புலம்புமிந்த வீட்டை
வேம்பை
அது அள்ளியெறியும் காற்றை
காலுரசும் என்
பட்டுப் பூனைக்குட்டிகளை

என்று.

அதைப்போல இறுதிக்கவிதையில்,

வேம்பின் பச்சை விழிநிரப்பும்
இந்த யன்னலருகும்
கடல் விரிப்பும்
வாய்க்காது போகும் நாளை
இருப்பின் உன்னதங்கள் ஏதுமற்றவளிடம்
விட்டுச் செல்வதற்கு
என்னதான் இருக்கிறது

எனச் சொல்கிறார். இந்தக்கவிதை தாயகத்தின் இடம் பெயர்தலைச் சொல்கிறது; சொல்கிறது என்பதை விடவும் அதை அது பகிர்கிறது. அந்த நிலையை அது அப்படியே, அதுவாக நிகழ்த்துகிறது எனலாம். அந்த அந்தரநிலையின் கொடுமுனைத் துயரிது.

முதற்கவிதையில் வரும்

இந்தக்கதவின் வழி
ஒவ்வொரு காலையும் துளிர்த்தது
மல்லிகையே உன்னை நான்
வாங்கிவரும்போது நீ சிறு தளிர்
இருப்பைச் சிறு பெட்டிக்குள் அடக்குகிறேன்
சிரிப்பை அறைக்குள் வைத்துப் பூட்டுகிறேன்
எந்தப் பெட்டிக்குள் எடுத்துப்போவது
எஞ்சிய மனிதரை
சொற்களற்றுப் புலம்புமிந்த வீட்டை
வேம்பை
அது அள்ளிறெறியும் காற்றை
காலுரசும் என்
பட்டுப் பூனைக்குட்டிகளை

என்ற இந்தவரிகள் இதுவரையான இடம் பெயர்வுக்கவிதைகளில் இருந்து முற்றிலும் வேறுபட்டவை. அதேவேளை, சாதாரணமான

வார்த்தைகளால் அசாதாரணமான பகிர்தலை ஏற்படுத்துவன. அகதியாதலின் புள்ளியில் திரளும் துயரத்துளி எப்படி என்பதற்கு, அந்தக்கணம், அந்த மையப்பொழுது, எப்படி வேர்கொண்டெழுகிறது என்பதற்கு இதைவிட வேறு சாட்சியமுண்டா?

நாடோடியின் பாடல் என்ற இன்னொரு கவிதையில் அவர் எழுதுகிறார்.

உயிராசையின் முன்
தோற்றுத்தான் போயிற்று ஊராசை
போர் துப்பிய எச்சிலாய்ப்
போய்விழும் இடங்களெல்லாம்
இனிப் போர்க்களமே
நாடோடிகளின் துயர் செறிந்த பாடல்
ஏழுகடல்களிலும் அலைகிறது
எந்தத் தேவதைகளைக் கொன்றழித்தோம்
எல்லாத்திசைகளிலும் இருளின் ஆழத்தில்
'அம்மா' என விம்மும் குரல் கேட்க.

இங்கே ஈழத்தமிழரின் அகதித்துயர் மட்டும் சொல்லப்படுவதாகக் கொள்ள முடியாது. அதற்குமப்பால் உலக முழுவதுமிருக்கும் அரச பயங்கரவாதம், மதவாதம், இனவாதம், நிறவாதம் என்ற பெரும் பிடிவாதங்களால் அகதிகளாக்கப்பட்ட சனங்களின் துயரமும் அவலமுமே கூட்டிணைவாகியுள்ளது. தமிழ்நதி அகதி நிலையில் வெவ்வேறு கண்டங்களில் அலைந்தவர். அப்படி அலையும்போது அவர் கண்ட பல சமூகங்களின் நாடோடி வாழ்க்கை அவல முகம் இங்கே இப்படி வைக்கப்பட்டுள்ளது.

உயிருக்கு அஞ்சும்போது, அதற்கு ஆசைப்படும்போது ஊருடனான உறவு, சொந்த நிலத்துடனான உறவு துண்டிக்கப்படுகிறது. ஊரிலிருத்தல், சொந்த நிலத்தில் இருத்தல் மிகமிக ஆபத்தானதாக ஆகியிருக்கிறது; அது எந்தவகையிலும் உத்திரவாதமுமில்லாதது என்பதையிட்டே பெரும்பாலான நாடோடிகள் அப்படி அலைகிறார்கள் என்ற தொனியை இந்தக்கவிதையின் வழி தமிழ்நதி உணர்த்துகிறார்.

அரச பயங்கரவாதத்தையும் அகதி நிலையையும் பேசுவனவாகவே உள்ளன இந்தத் தொகுதியிலுள்ள பெரும்பாலான கவிதைகள். அதிலும் புலம்பெயரியின் அலைதலை இவை அழுத்தமான தொனியில்

பதிவு செய்கின்றன. அதிகாரமும் தேவதைக்கதைகளும், விசாரணை, பிள்ளைகள் தூங்கும் பொழுது, எழுத்து விடைபெற முடியாத தருணம், ஊருக்குத்திரும்புதல், திரும்பிச் செல்ல விரும்புகிறேன், இறந்த நகரத்தில் இருந்த நாள், அற்றைத்திங்கள் இப்படிப்பல. இதில் அதிகாரமும் தேவதைக்கதைகளும் என்ற கவிதை இந்தத் தொகுதியிலேயே நீண்ட கவிதையாக உள்ளது. ஈழத்தமிழர்களின் வாழ்க்கை, அரச பயங்கரவாதம், அதற்கெதிரான அவர்களின் போராட்டம், அவர்களுடைய இன்றைய நிலை, தொடரும் துயரம், இவை தொடர்பாக சர்வதேச சமூகத்தின் மனச்சாட்சியை நோக்கி விடப்படும் கோரிக்கை, போராளிகளின் வாழ்க்கை இவற்றிலெல்லாம் தமிழர்களின் உணர்வுகள் ? என எல்லாவற்றையும் இந்தக் கவிதை பேசுகிறது. ஈழத்தமிழர் அரசியலினதும் சமகால வாழ்வினதும் சரியான தரிசனம் இது.

துயரங்களிலேயே மிகவும் பெரியதும் கொடுமையானதும் அகதிநிலைதான். கொடுவதை அது. அவமானங்களும் புறக்கணிப்பும் அந்நியத்தன்மையும் திரண்டு பெருக்கும் வலி.

ஒரு சுதேசியை விடவும்
பொறுமையோடிருக்கப் பணித்துள்ளன
அந்நிய நிலங்கள்
....
....
றொறொன்ரோவின் நிலக்கீழ்
அறையொன்றின் குளிரில்
காத்திருக்கின்றன இன்னமும்
வாசிக்கப்படாத புத்தகங்கள்
நாடோடியொருத்தியால் வாங்கப்படும்
அவை
கைவிடப்படலை அன்றேல்
அலைவுறுதலை அஞ்சுகின்றன

இதுதான் நிலைமை. இதுதான் கொடுமையும். இது இன்னொரு வகையில் மறைமுகமான அடிமை நிலைதான். எந்த உரிமையுமில்லாத இடத்தில் எப்படி நிமிர முடியும். ஆக அங்கே அப்போது எல்லோரிடமும் பணியத்தான் வேண்டும். அது அடிமை நிலையன்றி வேறென்ன ?

தமிழ்நதியின் கவிதைகள் மூன்று விதமான விசயங்களைக் கொண்டிருக்கின்றன. ஒன்று போரும் அதன் விளைவான அலைதலும். இதில் புலம் பெயர்தலும் அடங்கும். மற்றது, அவருடைய கவனம், ஈடுபாடு, இயல்பு என்பனவற்றைக் கொண்ட அவருடைய உலகம். அடுத்தது, பெண்ணாயிருத்தலின் போதான எண்ணங்களும் அநுபவங்களும். ஆக, இந்தத் தொகுதி, தமிழ்நதியின் அக்கறைகளும் அடையாளமும் என்ன என்பதைக் காட்டுகிறது.

கடவுளும் நானும், முடிவற்ற வானைச் சலிக்கும் பறவை, நீ நான் இவ்வுலகம், ஒரு கவிதையை எழுது, யசோதரா, எழுது இதற்கொரு பிரதி, துரோகத்தின் கொலைவாள், ஏழாம் அறிவு, மன்னிக்கப்படாதவளின் நாட்குறிப்பு, சாயல் போன்றவை தமிழ்நதியின் இயல்பைக் காட்டும் கவிதைகள். அவருடைய மனவுலகத்தின் இயங்கு தளத்தையும் அதன் வர்ணங்களையும் திசைகளையும் இவற்றில் காணமுடியும். எதனிடத்திலும் அன்பாயிருத்தலும் அன்பாயிருக்க முடியாததும்தான் தமிழ்நதியின் இயல்பு. ஆனால் அதையெல்லாம் மூடிப் பெரும் கருந்திரையாக துயரம் படிகிறது அவருக்கு முன்னே.

தொலைபேசி வழியாக எறியப்பட்ட
வன்மத்தின் கற்களால்
கட்டப்படுகிறது எனது கல்லறை
எல்லாப்பரண்களிலும் இருக்கக்கூடும்
மன்னிக்கப்படாதவர்களின்
கண்ணீர் தெறித்துக்கலங்கிய
நாட்குறிப்புகளும் கவிதைகளும்

(மன்னிக்கப்படாதவளின் நாட்குறிப்பு)

சாளரத்தின் ஊடே அனுப்பிய
யசோதரையின் விழிகள் திரும்பவேயில்லை
பௌர்ணமி நாளொன்றில்
அவன் புத்தனாகினான்
இவள் பிச்சியாகினாள்
அன்பே என்னோடிரு அன்பே என்னொடிரு
....

....

சுழலும் ஒளிவட்டங்களின்
பின்னாலிருக்கிறது
கவனிக்கப்படாத இருட்டும்.

(யசோதரா)

இந்தக்கவிதைகள் மிக முக்கியமானவை.

அதிலும் யசோதரா கவிதை சித்தார்த்தரை விமர்சிக்கிறது. புத்தர் என்ற ஒளிவட்டத்தின் பின்னால் மறைக்கப்பட்ட அவலத்தையும் உண்மையின் இன்னொரு பாதியையும் கொடுமையையும் அது கடுந்தொனியில் விமர்சிக்கிறது.

யசோதரையையும் புத்தரையும் ஒன்றாகப்பார்க்க முடியுமா? என்று யாரும் கேட்கலாம். சித்தார்த்தனின் ஞானத்துடன் எப்படி யசோதரையை கொள்ள முடியும் என்ற கேள்வியை விடவும் இருவருக்குமான உரிமை பற்றியதே இங்கே எழுப்பப்படும் பிரச்சினையாகும். யசோதரையை தனித்தலைய விட்டுவிட்டு புத்தன் ஞானம் பெறுவதில் எந்தப் பெறுமானமும் இல்லை என்பது மட்டுமல்ல அதுவொரு வன்முறையுமாகும் என இந்தக் கவிதை முன்வைக்கிறது தன் வாதத்தை.

வரலாற்றில் எப்போதும் பெண்ணினுடைய முகத்தையும் மனதையும் ஆணின் பிம்பம் மறைத்ததாக எழுப்பப்படும் குற்றச்சாட்டுக்கு இன்னொரு ஆதாரமாக இந்தக்கவிதையை தமிழ்நதி முன்வைக்கிறார். எதிர் முகம் அல்லது மறுபக்கம் பற்றிய அக்கறையைக் கோரும் குரலிது. இது பெண்ணுக்கு மட்டுமல்ல தலித்துகள் மற்றும் ஒடுக்கப்பட்டோர் அனைவருக்கும் பொதுவானது.

இதைப்போல பெண்ணிலை சார்ந்து எழுதப்பட்ட கவிதைகளிலும் தமிழ்நதியின் அரசியல் பார்வையையும் மனவொழுங்கையும் காணலாம். ஆண்மை, சாத்தானின் கேள்வி, புதிர், நீரின் அழைப்பு, தண்டோராக்காரன், கடந்து போன மேகம், நினைவில் உதிக்கும் நிலவு போன்றவை பெண்ணரசியலின் கொதிப்பையுடையவை. பொதுவாக தமிழ்நதியின் கவிதைகள் துயர்மொழிதான் என்றாலும் அதை ஊடுருவியும் மேவியும் குழந்தைமை நிரம்பிய இயல்பும் நெகிழ்வும் இவற்றில் குவிந்திருக்கிறது. அவருள் எல்லையின்மையாக விரியும் உலகு இது. அன்பின் நிமித்தமாதல் என்று இதைச் சொல்லலாம். அல்லது எதனிலும் கரைதல்.

இந்தக் கவிதைகளைப் படிக்கும்போது தமிழ்நதியைப் பற்றிய

சித்திரம் நமது மனதில் படிகிறது. விரிகிறது. எழுகிறது தெளிவான வரைபடமாக.

இவை தவிர்ந்த பொதுவான கவிதைகளும் உண்டு. யன்னல், கலகக்காரன் போன்றவை இவ்வாறான கவிதைகளுக்கான அடையாளம். இதில் யன்னல் பசுவய்யாவின் (சுந்தர ராமசாமியின்) கதவைத்திற என்ற கவிதையின் இன்னொரு நிலை என்றே நினைக்கிறேன். பசுவய்யா கதவைத்திற, காற்று வரட்டும் என்று சொல்கிறார். தமிழ்நதியோ யன்னலை அடைப்பதன் மூலம் உலகத்தைத் துண்டிக்கிறாய் என்கிறார். பூட்டி வைக்கும் எதனுள்ளும் எவருள்ளும் புக முடியாது வெளிச்சம் என்று இந்தக்கவிதையின் இறுதிவரி, கவிதை தொடர்ந்து இயங்கிக் கொண்டிருக்க நிறைவடைகிறது. இங்கே பசுவய்யாவினுடைய உலகமும் தமிழ்நதியின் உலகமும் சில புள்ளிகளில் ஒன்றிணைவதைக் காணலாம். தலைமுறை கடந்த பிறகும் அந்த உணர்வு, அந்த எண்ணம் ஒன்றான தன்மையில் பயணிக்கிறது சமாந்தரமாய்.

தமிழ்நதிக்கு நகுலனிடத்திலும் பிரமிளிடத்திலும் கூடுதல் பிரியமிருக்கிறது. அவருடைய சிறுகதைகளிலும் பத்திகளிலும் கூட இதைக் கவனிக்கலாம். ஆனால், இந்த இருவருடைய பாதிப்புகளை இவருடைய கவிதைகளில் காணவில்லை. பதிலாக பசுவய்யாவின் தன்மைகளே அதிகமாகவுண்டு. ஆனால், மாதிரியோ சாயலோ அல்ல. அவருடைய அணுகுமுறை தெரிகிறது. காற்றில் நடுங்கும் மெழுகுவர்த்தி, யன்னல், நினைவில் உதிக்கும் நிலவு, கூட்டத்தில் தனிமை போன்ற கவிதைகள் இதற்கு ஆதாரம். சொற்களை ஒழுங்கமைப்பதன் மூலம் தன்னிலையை ஸ்திரப்படுத்துவதில் ஒரு வகையான நுட்பத்தையும் வாசகருடனான உறவையும் உருவாக்கும் திறன் பசுவய்யாவிடம் உண்டு. அதன் இளநிலையில் தமிழ்நதி இருக்கிறார்.

தமிழ்நதியின் பொதுமைப்பட்ட பண்பு அவருடைய பன்மைத் தன்மையினூடானது. சமூக, அரசியல், பெண் அடையாளம் கொண்ட விரிதளம் இது. தன்னுடைய காலத்திலும் சூழலிலும் அவர் கொண்டுள்ள ஆழமான உறவும் கூர்மையான கவனமுமே இதற்குக் காரணம். இவற்றை வெளிப்படுத்துவதற்கான கவி மொழியை நுட்பமாக்கியிருக்கிறார் அவர். அதேவேளை இந்த மொழியை நுட்பமாகக் கையாள்வதிலும் கவனம் கொண்டுள்ளார். பெரும்பாலான கவிதைகள் காட்சிப்படிமமாயும் ஒலிப்படிமமாயுமுள்ளன. நுட்பமான சித்திரிப்பின் ஆற்றலினாலே இது சாத்தியமாகியுள்ளது. அவர் சொல்வதைப் போல மொழியின் அதியற்புதம் என்று கொள்ளத்தக்க வெளிப்பாட்டு வடிவமாகிய

கவிதையைத் தேர்ந்தெடுக்க நேர்ந்த கணத்தை தமிழ்நதி அதிகம் விரும்புகிறார். அதனால் அவர் தன்னுடைய சித்திரிப்பில் இந்த நுட்பங்களை நோக்கிப்பயணிக்கும் சவாலை விரும்பிக் கொண்டிருக்கிறார்.

தமிழ்நதியின் முதற் கவிதைத்தொகுதி இது. இதில் உள்ள நாற்பத்தியேழு கவிதைகளில் பெரும்பாலானவற்றில் அவர் தன்னடையாளத்தை சாத்தியப்படுத்தியிருக்கிறார். இது அவருக்கும் வெற்றி. நமக்கும் வெற்றியே. இனிவரும் புதிய கவிதைகள் அவரையும் நம்மையும் புதிய பரப்புக்கு கொண்டு போகலாம்

புதிய சுவடுகளுக்கு ஒளி அதிகம்

தன்னுணர்வை எழுதாத கவிஞர்களே இல்லை. அதேவேளை இப்படித் தன்னுணர்வில் தங்களின் தனிப்பட்ட விசயங்களை எழுதி, ரகசியப் பெட்டியில் வைத்திருக்கக்கூடியவையாக இல்லாமல், பகிரங்கத்தளத்தில் முன்வைக்கக்கூடியதாக தங்கள் கவிதைகளை மாற்றிவிடுகிறார்கள். இதனால், இந்தத் தன்னுணர்வு என்பது தனியே, தனிப்பட்ட ஒரு கவியினுடைய உணர்வாக மட்டும் சுருங்கியிருப்பதில்லை. கூர்ந்து கவனித்தால், அதற்குமப்பால், அவை தன்னனுபவத்துடன், பொதுச் சூழலோடும் பொருந்திக் கலந்திருக்கும். அப்படிக் கலந்திருப்பதனாலேயே அந்தக் கவிதைகள் தனியொருவருடைய டயறிக் குறிப்பு அல்லது சுயபதிவு என்பதற்கும் அப்பால், பொதுத்தன்மையைப் பெறுகின்றன. இந்தப் பொதுத்தன்மையே பிறருடைய வாசிப்பிற்கும் இடமளிக்கிறது. தர்மினியின் கவிதைகளும் இந்தத் தன்மையையே பெரும்பான்மையாகக் கொண்டவை. தர்மினியின் சொந்த அனுபவக்குறிப்புகள், சொந்த உணர்வுப் பதிவுகள் போன்று தோற்றமளிக்கும் கவிதைகள்கூடப் பொதுவெளியின் வாசல்களைத் திறந்து, சிறகுகளை விரித்து நம்மையும் தம்முடன் இணைத்துக் கலக்கின்றன. இதில்தான் ஒரு நுண்ணிய நுட்பம் இருப்பதுண்டு. அந்த நுட்பமே சுய பதிவையும் சுய குறிப்பையும் கலையாக்குவதும் கவிதையாக்குவதும். அந்த நுட்பத்தைத் தர்மினி கண்டறிந்து கையாள்கிறார். இதுவே தன்னைப் பொதுமைப்படுத்த முனையும் இயல்பில் சிறகை விரிக்கும் எண்ணத்தின் வெளிப்பாடாக அவரை அடையாளம் காண வைக்கிறது. இன்னொரு வகையில் பொதுவில் தன்னை நிறுத்த முனையும் பெருவிருப்பின் ஈடுபாடாகவும்.

தர்மினியின் இரண்டு கவிதைத் தொகுதிகள் வெளிவந்துள்ளன. முதல் தொகுதி “சாவுகளால் பிரபலமான ஊர்”. இது பெரும்பாலும் ஊர் நினைவுகளை ஆதாரமாகக் கொண்ட ஊரைவிட்டுப் பெயர்ந்தவரின் இடையறாத நினைவுகளையுடைய மனநிலை சார்ந்த கவிதைகளைக் கொண்டது. அதற்கப்பாலான வெளிகளும் புள்ளிகளும் இருந்தாலும் அந்தத் தொகுதியின் மைய அடையாளம் பிரிவுத்துயரூறிய வேர்மணமே. இரண்டாவது தொகுதி, “இருள் மிதக்கும் காலம்”. இது முதற்தொகுதியின் தொடர்ச்சியாகச் சில அடையாளங்களைக் கொண்டிருந்தாலும் பல இடங்களில் விலகி, வேறுபட்டது. புதிய அலைகளில் வெவ்வேறு புள்ளிகளையும்

கோலங்களையும் சித்திரங்களையும் காண்பிக்க முனைவது. பொதுவெளியில் பெண் குரல் பெறமுயலும் துலக்கங்களையும் கூர்மையும் வெளிப்படுத்துவது. சுதந்திரத்தின் எல்லையற்ற அவாவுகையையும் அனுபவிப்பையும் துணிபையும் கொண்டது.

‘தனிமையும் மென்னிருளும் தரும் சுதந்திரம்

....

உறங்காமல் கழிக்கும் இரவு
எவரும் இடைவராத நேரம்
மெழுகுதிரி உருகி விட்டது
உங்களை இடையுறு செய்தமைக்கு மன்னிப்பு’

‘மன்னிப்பு’ என்ற கவிதையில் உள்ள சில வரிகள் இவை. ஒரு கவிதையை இப்படி உடைத்துப்பார்ப்பதும் பொருள் கொள்ள முயற்சிப்பதும் சரியா? என்று கேட்கலாம். அப்படி உடைப்பது நியாயமில்லை என்றபோதும் ஒவ்வொரு வரிகளும் ஒவ்வொரு தனித்தன்மையைக் கொண்டவையாகவே இருந்து ஒரு கவிதையை உருவாக்குகின்றன என்பதையும் நாம் மறுக்க முடியாதல்லவா. ஒவ்வொரு சொல்லும்கூட அப்படித்தான். எனவே, இந்த அடிப்படையிலேயே இங்கே இந்தக் கவிதையின் ஏனைய வரிகளைத் தள்ளி வைத்து விட்டு, இந்த வரிகளூடாக தர்மினியின் அகவுலகை அணுக முற்படுகிறேன்.

‘தனிமையும் மென்னிருளும் தரும் சுதந்திரம்’ என்று கூறும் தர்மினிக்கு வெளிச்சத்தை விட இருள் உவப்பாக இருக்கிறது. இதை அவர் ‘இருளை வாழ்தல்’, ‘இப்போது முடிகிறது இரவு’ என வேறு கவிதைகளிலும் வெளிப்படுத்தியிருக்கிறார். வெளிச்சத்தில் புறக்காட்சிகளின் புலப்பாடுண்டு; அவை அவரை இடையீடு செய்கின்றன போலும். அதனால் இருளில் வாய்த்த தனிமையில் இருக்கும்போது, அது இடையீடுகளில்லாத சுதந்திரமாக உணரவைக்கிறது. ஆகவே, இருளும் தனிமையுமான கணத்தில் தன்னுள் ஆழ்ந்து, பயணித்து, தனக்குள்ளே தன்னைத் தேடி, தனக்குள்ளாகவே விரிந்து, தன்னையே ஆட்கொண்டு, தான் மலர்ந்து வியாபிக்கும் இந்தக் கவிதை ஒருவகையில் ஒரு தியான வெளிப்பாடே. தனிமையில், மென்னிருளில், உறங்கா நிலையில், இடையீடற்று, அகவிழி திறந்து தானே எரிந்துருகுவது. இதிலுள்ள ஒவ்வொரு தனி வரிகளும் தனியான பன்முக நிலைகளைக் குறித்துரைக்கக்கூடியன. ‘உறங்காமல் கழிக்கும் இரவு’ என்ற ஒரு

அடியே, பன்முக உணர்கைக்குத் தன்னைத் திறக்கிறது. ஏன் இந்த உறங்காமல் கழிக்கும் இரவை எதிர்கொள்ள வேண்டியுள்ளது?

உறங்க முடியாதிருக்கும் நிலை எதனால் ஏற்பட்டது? இந்த உறங்கா இரவில் எந்த மாதிரியான எண்ணங்கள், என்ன வகையான பிரச்சினைகள், என்ன வகையான உணர்கைகள் ஏற்படுகின்றன? மகிழ்ச்சியான ஒரு நிலைதான் பதற்றத்தை உண்டாக்கி, உறங்கா இரவாகியதா? அல்லது ஒரு யாரோ ஒருவரின் வருகை அல்லது எதுவோ ஒரு செய்தியாக வரவுள்ள அறிவிப்பு உண்டாக்கும் பதற்றம் உறங்காமல் கழியும் இரவாகியதா? அல்லது பெருந்துக்கமொன்றோ பிரிவோ உறங்கா இரவென்றாகியதா? இப்படியே ஒவ்வொரு அடிகளும் தனியாக ஏராளம் பொருளுரைப்பனவாக உள்ளன. இறுதி வரி, ‘உங்களை இடையூறு செய்தமைக்கு மன்னிப்பு’ என்று முடியும்போது, தன்னிலை நிறைவுற்று நிகழும் விழிப்பில், முன்னிலையைக் கண்டு, அதனிடம் தயவுகொள்கிறது. அதுவரையிலும் தியானத்தில் அல்லது தனிமையில் அல்லது தனக்கான வெளியில் இருந்தமையை உணர்ந்து கொள்ளும் மனம், தனக்கு முன்னிலையில் இருப்போரிடம் அல்லது இருக்கும் எதுவோ ஒன்றிடம் மன்னிக்கக் கோருகிறது. இந்த இடமே முக்கியமானது. தன்னை மட்டும் மோகிக்காமல், மற்றமைகளையும் உணர்ந்து மதித்துச் சிறப்பிக்கும் குணவியல் சித்திரமாகும் நிகழ்வு மனிதப் பண்பின் தொடர்ச்சியைப் பேண முற்படும் ஒன்று.

இது இந்தத் தொகுதியின் முதற் கவிதை. இவ்வாறு இருளும் தனிமையும் கலந்தொரு புதிய ஒளியாக உருக்கொள்ளும் பல கவிதைகளைப் பயின்றிருக்கிறார் தர்மினி.

“பளபளத்த இருளின் கண்களில்

ஒரு நட்சத்திரமாயிருக்க வேண்டுமென
வானத்தில் ஏறினேன்”

இது தர்மினியின் அகவுணர்வுக்கு இன்னொரு அடையாளம்.

தர்மினியைப் படிக்கும்போது, பெரும்பாலான இன்றைய பெண் குரலின் தொடர்ச்சியை ஒரு கண்ணியில் உணர முடிகிறது. சிவரமணி, மைத்ரேயி, ஊர்வசி தொடங்கி, ஆழியாள், சல்மா, அனார், ஸர்மிலா ஸெய்யித், சுகிர்தராணி, குட்டி ரேவதி என நீளும் இந்தப் பெருவெளியில் எல்லோரிடமும் சில ஒற்றுமைகள் உண்டு. அது தம்மை வெளிப்படுத்துதல் என்பது. இந்த வெளிப்படுத்தல்

அவரவருடைய ஆளுமை, அவரவர் மனவுலகு, அவரவர் அரசியல் நிலைப்பாடு, அவரவர் அனுபவம் என வெவ்வேறு விதமாக அமைந்தாலும் தம்மை வெளிப்படுத்துதல் என்றவகையில் எல்லோருக்கிடையிலும் ஒரு ஒருங்கியைபுண்டு. தங்கள் சொந்த அனுபவப் பகிர்வையும் எதிர் உலகத்தின் மீதான பார்வையையும் விமர்சனத்தையும் கண்டனத்தையும் இவர்கள் வெளிப்படுத்தும் விதத்தில் இதைக்காண முடியும்.

"பாதி அப்பிளையாவது
தின்னத்தந்திடுவாள்

ஆதாம் ஒளிந்து கொண்டான்

அவளோ முழுப்பாவத்தையும்
தானே கட்டிக்கொள்வதாக
ஒப்பந்தத்தோடு அவனையழைக்கிறாள்

அவன் கைகளில் விலக்கப்பட்ட கனி"

இதில் பெண்ணின் வீரியத்தை, திடத்தை, முன்னெடுக்கும் உறுதிப்பாட்டை, ஆளுமையை தர்மினி மிக இலகுவாக வெளிப்படுத்துகிறார். இன்னொரு கவிதையில்

"நேற்று
இதுவரை எழுதாத
ஆகச் சிறந்த வார்த்தையை
எழுதத் தொடங்கியபோது அழைத்தீர்கள்

பதிலாக
இதுவரை காலத்தினும்
பேசாதவற்றைப் பேசினீர்கள்

அதெல்லாம் உங்களுக்கு நினைவுண்டா?"

எனக் கேட்கிறார்.

இதேபோல ஒவ்வொருவருக்குள்ளும் ஒருங்கிணைவுக்கு நிகராக விலகல்களும் வேறுபடும் தொனிகளும் உண்டு. ஆனால், ஆண்டாளிலிருந்து சல்மா, லீனா மணிமேகலை வரை பலரும் தன்னுணர்வின் வழியே தம்மை வெளிப்படுத்துவதில் ஒரு தொடர்ச்சியைக் கொண்டிருக்கின்றனர். ஆண்டாளுடைய பாடல்கள் கண்ணனின் மீதான காதலைப்பாடும் தன்னுணர்வின் வெளிப்பாடாக இருந்தாலும் அதில் பெண்ணின் கட்டற்ற விரிதலையும் ஒளியுறும் உள்ளத்தையும் வெளிப்படுத்துவதை நாம் அவதானிக்கலாம். அத்தகைய ஒரு பொங்குதலை, உணர்வின் கட்டற்ற வெளிப்பாட்டை தர்மினியில் இன்னொரு வகையில் நாம் பார்க்க முடியும்.

யாவற்றையும் விட
அதிகமாய் நேசிக்கும் உம்மிடம் கேட்கிறேன்
நேரிலொரு நாள் சந்தித்தால்
கைகளைக் குலுக்குவதா
கன்னங்களில் முத்தமிடுவதா?
கட்டியணைப்பதா?
அல்லது
கசிந்துருகும் இப்பொழுதுகளின் சாறெடுத்து
வாழ்வின் துளியொன்றாக்கி
அதைக் குடித்து விடலாமா?

இன்னொரு கவிதை "பெயர் அறியாத ஒருவனின் முத்தம்". இது நமது பண்பாட்டு வெளியில் அதிர்வை உண்டாக்குவது.

"என் நீண்ட தனிமையில்
இடையிட்டுச் சற்றுத்தள்ளி
ஒருவன்
கதவருகில் நின்று
கடந்தோடும் மரங்களைப் பார்க்கிறான்

இருக்கையின் சலிப்பில்
கதவருகே நானும் சென்றேன்
மரங்கள் ஓடிக்கொண்டிருக்கின்றன

நீங்க தமிழா?
நான் கேட்க
இங்லீஷில் பேசினான்
கொல்கொத்தா நகரிலிருந்து
கொம்யூட்டர் வேலைக்கு வந்தானாம்

சில நிமிடங்களில் பிராங்போர்ட் சென்றடைய
இதோ இறங்குமிடம்
உன்னை முத்தமிட்டுப் பிரியலாமா?
கேட்டான்

மறுப்பதற்கு அவனோடு
எனக்கென்ன கோபம்?
அவனது ஆடைகளின்
நிறங்கூட ஞாபகத்திலில்லை”

இப்படி எளிமையாக விவரிக்கப்படுவதைப்போல, மிக இயல்பாகவே இந்த நிகழ்வும் நிகழ்ந்தேறுகிறது. மட்டுமல்ல இதைத் தர்மினி மிகச் சாதாரணமாகவே சொல்லிவிடுகிறார். மாற்றாளுடன் கொள்கிற சிநேகம் கூட இதிலில்லை. எதேச்சையான ஒரு நிகழ்வு. அது அந்தக் கணத்தை அழகாக்கும், இனிமையாக்கும் கட்டற்ற பிரியத்தின்பாற்பட்ட கருணை. மனிதர்களுக்கிடையில் கொள்கிற புரிந்துணர்வின் அழகு முத்திரை. ஆனால், இது தமிழ்ப்பண்பாட்டு மனவெளியில் அதிர்ச்சிகரமான ஒரு நிகழ்ச்சியே.

இவ்வாறு ஒரு நிகழ்வு நடந்திருந்தாலும் அது அதை பகிரங்கமாக வெளிப்படுத்தத் தயங்கும். இங்கேதான் தர்மினி போன்ற பொதுவெளியில் பிரவேசிக்கும் கவியாழுமைகளின் காலடிகள் மனவேகத்துடன் முன்னகர்கின்றன. ஆண்டாள் தன்னுடைய காதலையும் காதல் உணர்வையும் இப்படித் துணிவாக வெளிப்படுத்த முடியவில்லை. பதிலாக கடவுளையே தன் காதல் வெளிப்பாட்டுக்குத் தெரிவு செய்ய வேண்டியதாயிற்று ஆண்டாளுக்கு. அன்றைய சமூகத்தின் இறுக்கத்தை எதிர்கொள்ள முடியாமையின் விளைவு இது. தர்மினிக்கு இந்தப்பிரச்சினையில்லை. அவர் சுதந்திரத்தை அனுபவிக்க விரும்புவதைப்போல அதைப்பற்றிய எண்ணங்களை வெளிப்படுத்தவும் விரும்புகிறார். அவர் மீறல்களை நிகழ்த்துவதிலே ஈடுபாடுகொள்கிறார். அதை ஒரு விளையாட்டாக, பண்பாடாக,

முயற்சியாக, போராட்டமாக, பிரஞ்ஞையுடன் செய்யப்படும் ஒரு செயற்பாடாக.

இவ்வாறு பொதுவெளியை நோக்கிய உரையாடலை முன்னெடுப்பது சிந்திக்கும் பெண்களின் இன்றைய பொதுக்குணம். வரலாற்றில் பெண்கள் பரவலாக பொதுவெளியில் பிரவேசித்ததும் பொதுத்தன்மையடைந்ததும் கடந்த இரண்டு மூன்று நூற்றாண்டுகளுக்குள்ளாகவே. பெரும் பண்பாட்டுத் தொடர்ச்சியுடையது என்று சொல்லப்படும் தமிழில் இது இன்னும் பிந்தியே. 1980 களில் ஈழப்போராட்டம் முனைப்படைந்த சூழலுடன்தான் இந்தக் குரல்கள் இன்னும் செழுமையும் வலிமையுமாக அழுத்தமடைந்தன. தர்மினி இதை இன்னும் விரிவாக்குகிறார்.

இதேவேளை தர்மினியின் நேரடியாக எதிர்கொள்ள நேரிட்ட நிகழ்வுகளையும் வாழ்க்கையின் அனுபவங்களையும் எழுதியிருக்கிறார். பெரும்பாலும் விவரிப்புத் தன்மையுடையவை இந்தக் கவிதைகள். முன்னர் குறிப்பிட்ட கவிதைகள் உணர்த்துமுறையைக் கொண்டவையென்றால், இவை விவரிப்பு முறையை ஆதாரமாக்கியவை. குறிப்பாக "முத்தங்கள்", "1995 ஒக்ரோபர் மாதம் முப்பதாம் திகதி" (இந்தத் தலைப்பை "1995 ஒக்ரோபர் 30" என்றே வைத்திருக்கலாம். அதையும் விட "யாழ்ப்பாணம் – ஒக்ரோபர் 30" என்பது பொருத்தம். அதையும் விடப் பொருத்தமாக "1990, 1995 ஒக்ரோபர் 30" என வைத்திருக்கலாம். இது இன்னும் பொருத்தமாக இருந்திருக்கும். ஏனென்றால் "ஒக்ரோபர் 30" தமிழர்களுக்கும் முஸ்லிம்களுக்கும் மறக்க முடியாத ஒரு நாள். யாழ்ப்பாணத்திலிருந்து முஸ்லிம்களும் தமிழர்களும் புலிகளால் வெளியேற்றப்பட்ட நாள் அல்லது தமிழர்களும் முஸ்லிம்களும் யாழ்ப்பாணத்தை விட்டு வெளியேறிய நாள்) "வீடென்பது ஞாபங்கள்", "மழைச்சத்தம்" "தொலையாத உரு" போன்ற கவிதைகள். இடம்பெயர்வு, அகதி நாட்கள், உறவுகளுடனான பிரிவும் நெருக்கமும் நிறைந்த நினைவுகள் என இவை கடந்தகால வாழ்க்கையை நினைவு கொள்கின்றன. அதனூடாக அலைக்கழிக்கப்பட்ட வாழ்க்கையைப் பரிசீலிக்க முயற்சிக்கிறார் தர்மினி.

தமிழ்க்கவிதை வெளியில் தர்மினியின் அடையாளம் எதன் பொருட்டாக இருக்கக்கூடும் என்று இந்தச் சந்தர்ப்பத்தில் யோசிக்கும்போது, அவருடைய மீறல்களே தெரிகின்றன. அந்த மீறல்களைத் தொடர்வதே அவருடைய பாதையாக அமையும். தனித்து வைக்கப்படும் ஒவ்வொரு சுவடுமே ஒரு பாதையைத்

துலங்கச் செய்கின்றது. அதிலும் புதிய பாதையை நோக்கிய புதிய சுவடுகளுக்கு இன்னும் ஒளி அதிகம்.

"கிண்ணங்களை ஏந்திய கைகளின்
மென்னுரசற் தகிப்பில்
கைப்பான வாழ்வு உருகி விட
சேர்ந்து பருகலாம் வா"

தர்மினியின் மீறல்கள் பெருகட்டும்.

பதுங்கு குழியின் பாடல்கள்

அப்போது யாழ்ப்பாணம் முற்றுகைக்குள்ளாகியிருந்தது. முற்றுகையிடப்பட்ட யாழ்ப்பாணத்தில் ஆட்கள் காணாமற் போனார்கள். ஒன்றல்ல, இரண்டல்ல. ஆயிரக்கணக்கில். காணாமற்போவோர் பற்றிய துயரம் சாதாரணமானதல்ல. ஒருவர் உயிரோடு இருக்கிறாரா இல்லையா என்று முடிவு தெரியாத நிலை அது. அது அவ்வளவு சாதாரணமானதல்ல. இந்த நிலையைப்பற்றிய பிறவி என்ற மலையாளப்படம் இப்போது உங்களின் ஞாபகத்துக்கு வரலாம். தினமும் காணாமற்போவோரின் செய்திகளோடுதான் யாழ்ப்பாணத்தின் காலைகள் விடிந்தன.

பயங்கரங்களின் ஆழ்கிடங்கில் தள்ளப்பட்டிருந்தது யாழ்ப்பாணம். எங்கும் பீதி. எப்போதும் பயங்கரம். எல்லோரும் அச்சத்தில் உறைந்திருந்தனர். நம்பிக்கை தரும் நட்சத்திரங்கள் எவையும் இல்லை. சுற்றியிருக்கும் கடல் மிகவும் பயங்கரமாக இருந்தது. அது எந்த வழிகளையும் காட்ட மறுத்தது. ஒரு காலம் பாய்மரக்கப்பல்களில் அமெரிக்காவரை போய்வந்த யாழ்ப்பாணம் இப்பொழுது அருகிலிருக்கும் சிறு தீவுகளுக்கே பயணஞ்செய்ய விதியற்றுச் சிறைகிடந்தது. கடல் வலயச் சட்டத்தில் அது சிறைப்பிடிக்கப்பட்டிருந்தது.

இந்த உலகத்தில் கோடானுகோடி பாதைகளிருக்கின்றன. ஆனால் வரலாற்றுச் சிறப்புடைய இந்த நகரத்துக்குப் பாதையில்லை. முற்றுகையிடப்பட்ட நகரத்துக்கு எப்படிப் பாதைகள் இருக்கும். பாதையில்லாமல், பயணமில்லாமல் சிறைப்பட்டிருந்தார்கள் சனங்கள்.

அப்போது யாழ்ப்பாணத்திலிருந்து மிகப்பிந்தி எப்போதாவது ஒரு கடிதம் வரும். அப்படி வரும் கடிதத்திலும் எந்தச் சேதிகளும் தெளிவாக இருக்காது. அது தணிக்கைகளின் காலம். ஒவ்வொரு கடிதமும் படையினரால் மோப்பம் பிடிக்கப்படும் என்ற அச்சத்தில் சனங்கள் எல்லாவற்றையும் சுய தணிக்கைக்குட்படுத்தினார்கள்.

அவ்வாறிருந்த சூழலில் எதிர்பாராமல் சில கவிதைகள் யாழ்ப்பாணத்திலிருந்து எப்படியோ அந்த முற்றுகையின் தீராத வலிகளைச் சுமந்து, காயங்களோடு வந்தன. அவற்றில் பா.அகிலன், இயல்வாணன் ஆகியோருடைய கவிதைகள்

முக்கியமானவை. இவ்வாறு வந்த சில நல்ல கவிதைகள் அந்த நாட்களில் கையெழுத்துப்பிரதியில் வாசிக்கப்பட்டன. அவற்றை உடனடியாகப் பிரசுரிக்கும் ஆர்வம் இருந்தபோதும் அவற்றை எழுதியோரின் பாதுகாப்புக் கருதி அது தவிர்க்கப்பட்டது. ஆனால் கையெழுத்துப்பிரதியாக இருந்த நிலையிலேயே அவை உள்ளக வாசிப்பில் மிகவும் அதிகமான அளவுக்கு வாசிக்கப்பட்டன.

நெஞ்சை உலுக்கும் விதமாக இருந்த அந்தக்கவிதைகளே அன்றைய யாழ்ப்பாணத்தின் ஆன்மா. ஏறக்குறைய பத்தாண்டுகள் கழிந்த பின்னர்,இப்போதும் இதுதான் அங்கே நிலைமை. இந்த நிலையிலேயே யாழ்ப்பாணம் தொடர்ந்தும் இருக்கிறது. அந்த மக்கள் முன்னரை விடவும் மிக மோசமான அவலத்திற்குள் சிக்கியிருக்கிறார்கள். இது பொதுவாகவே ஈழத்தமிழர்களுக்கான தண்டனைக்காலமா என்று ஒருவர் கேட்டதுதான் இப்போது நினைவுக்கு வருகிறது.

அகிலனின் கவிதைகளும் கடிதங்களும் நிலாந்தனுக்கு வந்தன. தமிழர்கள் ஒவ்வொரு பிரதேசமாக இராணுவ வலயங்களால் பிரித்துத் தடுக்கப்பட்டிருந்தார்கள். அதற்குள் பெரும் படையெடுப்புகள். தொடர் இராணுவ நடவடிக்கைகள். அப்போதுதான் நிலாந்தன் யாழ்ப்பாண முற்றுகையை மையமாக வைத்து, அந்த இருண்ட நாட்களை யாழ்ப்பாணமே ஓ எனது யாழ்ப்பாணமே என்ற நீண்ட கவிதையாக எழுதினார். அகிலனுடைய கடிதங்களும் கவிதைகளும் எழுப்பிய தூண்டல்தான் நிலாந்தனை அப்படி அந்த நெடுங்கவிதையை எழுதவைத்ததோ என்று தோன்றுகிறது.

நிலாந்தன் எழுதுகிறார்,

யாழ்ப்பாணம் அல்லது அமைதி நகரம்

1996 ஏப்ரில் மாதம் சனங்கள் வீடு திரும்பிய பிறகு யாழ்பாணத்திலிருந்து வந்த கடிதங்கள் சில—

1.24.06.996

யாழ்ப்பாணம்

இம்முறை மிக நீண்ட கோடை
ஒரே வெயில்
ஒற்றனைப்போல ரகசியமாய் வீசும் காற்று

இரவு
ஊளையிடும் நாய்களுக்கும்
உறுமிச் செல்லும் ட்ரக்குகளுக்குமுரியது
பகலெனப்படுவது
இரண்டு ஊரடங்குச் சட்டங்களுக்கு
இடையில் வரும் பொழுது
தெருவெனப்படுவது
ஒரு காவலரணில் தொடங்கி
இன்னொரு காவலரணில் முறிந்து நிற்பது
இதில் வாழ்க்கையெனப்படுவது
சுற்றி வளைக்கப்பட்ட
ஒரு மலட்டுக்கனவு
....
....

2. 21.08.1996

யாழ்ப்பாணம்

மின்சாரம் வந்து விட்டது
பஸ் ஓடுகிறது
மினி சினிமா கொகோ கோலா
புளூ பிலிம் எல்லாம் கிடைக்கிறது
....
....
காணாமற் போனவர்களைப் புதைத்த
வெளிகளில்
உப்பு விளைகிறது
ஊரி சேர்கிறது
3. 23.10.1996
யாழ்ப்பாணம்

உன்னுடைய பெரிய ஓவியங்கள் பத்திரமாயுள்ளன. ஆனால் திருநெல்வேலியில் வைக்கப்பட்டிருந்த சிறிய சைஸ் ஓவியங்களைக்காணவில்லை. மாற்குவின் ஓவியங்களும் அதிகம்

தொலைந்து போய்விட்டன. மிஞ்சியிருப்பவற்றைப் போய் எடுக்கலாமா என்று யோகன் கேட்டான். ஆனால் பயமாயிருக்கிறது. கைலாசநாதனுடைய ஓவியங்கள் முழுதும் தொலைந்து விட்டன. அ. இராசையாவின் ஓவியங்களும் அநேகமாக மிஞ்சவில்லை.

எல்லாவற்றையும் திரும்பவும் முதலிலிருந்தே வரைய வேண்டியுள்ளது. எல்லாவற்றையும் முதலிலிருந்தே தொடங்க வேண்டியுள்ளது. எல்லாவற்றையும் எல்லாவற்றையுமே...

யாழ்ப்பாணமே ஓ எனது யாழ்ப்பாணமே) என்று.

இதுதான் அங்கிருந்த நிலைமை. இப்போது அகிலனின் கவிதைகள் பற்றிய இந்தக்குறிப்பை எழுதும் இந்த இரவிலும் இதுதான் தொடரும் கதை. எனவே இந்தப்பின்னணியோடு நாம் இப்போது பா. அகிலனின் கவிதைகளைப் பார்க்கலாம்.

அகிலனின் கவிதைகள் தனியே யாழ்ப்பாண முற்றுகையோடு மட்டுப்பட்டவையல்ல. அல்லது அரசியலை மட்டும் பேசுவனவுமல்ல. சமகாலம் என்ற நிகழ்காலப் பரப்பிற்குள் அடைபடுவனவுமல்ல. காலம் இடம் என்ற எல்லைகளைக்கடந்து பிரபஞ்சத்தில் ஊடுருவி முன்னும் பின்னுமான வெளியில் சஞ்சரிப்பவை. எல்லைகளற்ற வெளிநோக்கியவை. தம் படைப்பின் அடிப்படைகளாலும் அவற்றின் தகுதிகளாலும் நிரந்தரத் தன்மையைக் கொண்டிருக்க எத்தனிப்பவை. அந்த எத்தனத்தில் வெற்றியடைந்தவையும் கூட.

2

போர்க்காலத்தின் மீது படிந்திருக்கும் பயங்கரம், துயரம், அவலம், அழிவின் ஓலம், குருதி, அதன் தீராத நெடி, தீ, புகை, இருள் பெருகிய நாட்களின் வாசனை எல்லாவற்றையும் அகிலன் கவிதைகள் தம்முள் நிரப்பி வைத்திருக்கின்றன. துயர் உருகிப் பரவும் வெளியாக இந்தக்கவிதைகள் உள்ளன.

போரை எந்த நிலையிலும் விரும்பாத போதும் போர் தொடர் வியூகங்களில் சிக்க வைத்துக் கொண்டேயிருக்கிறது. அதனிடமிருந்து தப்பவே வழியில்லை. அது முடிவில்லாமல் துரத்துகிறது. துரத்திக் கொண்டேயிருக்கிறது. இரவு பகல் என்ற கால பேதங்கள், ஓய்வொழிச்சல் இல்லாமல் போதை நிரம்பிய வன்மத்தோடு அது துரத்துகிறது. எதற்காக அவ்வாறு துரத்துகிறது என்று தெரியாது. யாருக்கும் அது தெரியாது. கேள்விகள் இல்லை. விளக்கங்கள் இல்லை. நியாயங்கள் இல்லை. எல்லாவற்றின் மீதும் அது முழு ஆதிக்கத்தோடு முழு வலிமையோடு தன் வன்முறையைக் பிரயோகிக்கிறது. அதற்கு எந்தத்தடையுமில்லை. எல்லாவற்றையும் அது தன் காலடியில்

போட்டு நசிக்கிறது. போரை விரும்பாதபோதும் அதை நாம் விட்டு வில முனைகிறபோதும் அதற்கு அது இடமளிக்கவில்லை. இந்த வலியும் நீதியின்மையும் அதன் வன்முறையும் தாங்கமுடியாத அளவுக்கு உயிரை வதைக்கிறது. அகிலன் இவற்றை, இந்த நிலையை மிக நுட்பமான மொழியில், உக்கிரமான தொனியில் வலிமையாக மொழிகிறார். அவருடைய இந்த மொழிவுக்கு தமிழ் மரபும் பிற இலக்கியப் பரிச்சயங்களும் உதவுகின்றன. இவற்றின் வேர்களிலிருந்தே அகிலனின் கவிதைகள் பிறக்கின்றன.

வேகமும் அதிர்வும் தரும் மொழியில் இந்தக்கவிதைகளிருக்கின்றன. ஒவ்வொரு சொல்லிலும் ஒவ்வொரு வரியிலும் புதிய கணங்களையும் வெவ்வேறு நிலை அனுபவங்களையும் எழுப்பும் ஆற்றல் இங்கே குவிக்கப்பட்டுள்ளது. சில கவிதைகள் ஓவியத்தைப்போல காட்சியை விரிக்கிறது. சில நாடக அசைவை காட்டுகின்றன. பதுங்குகுழி நாட்கள்—3 என்ற கவிதையில் வரும் இறுதி அடிகள் இதற்கு நல்ல சான்று.

கரைக்கு வந்தோம்
அலை மட்டும் திரும்பிப் போயிற்று
சூரியன் கடலுள் வீழ்ந்த போது
மண்டியிட்டழுதோம்
ஒரு கரீய ஊழை எழுந்து
இரவென ஆயிற்று
தொலைவில்
மயான வெளியில் ஒற்றைப்பிணமென
எரிந்து கொண்டிருந்தது எங்களூர்

பெரிய அரங்கொன்றில் நிகழும் காட்சி அவற்றுக்கான ஒளிமாற்றங்களோடு புலனேறுகிறது. ஆனால் இவ்வாறு வரும் கவிதையின் முடிவு வரி இந்தநிலையை மாற்றி வேறொரு நிலைக்கு கொண்டு போகிறது. இதனால் நமது மனதில் பல நேர்நிலை எதிர்நிலைச் சித்திரங்கள் உருவாகின்றன.

பெரிய வெள்ளி
உன்னைச் சிலுவையிலறைந்த நாள்

முதல் வரியிலேயே கவிதையை சடுதியாக வேகமெடுக்க வைக்கும் பண்பை அகிலன் கொண்டிருக்கிறார். அந்த வேகம் ஒரு போதும் தணிவதில்லை. கவிதை முடிந்த பிறகும் அதன் விசை குறைவதில்லை. எவ்விதம் கவிதை தொடங்கியதோ அதேபோல அதே வேகத்தோடு அது முடிகிறது. முடிவற்றுத் தொடந்து கொண்டேயிருக்கிறது அதிர்வு. பின்னரும் நான் வந்தேன்,எனக்குத் தெரியாது, வாவிகள் நிரம்பிவிட்டன, இங்கேதான் இவ்வாறு தொடங்கும் வரிகள் உடனடியாகவே ஏவுகணையைப்போல வேகம் கொள்கின்றன.

3

தொண்ணூறுகளுக்குப்பின்னான ஈழக்கவிதைகள் பெரும்பாலும் போர் மயப்பட்டவையே. போரை அவை எந்த நிலையில் எந்தக்கோணத்தில் அணுகியிருந்தாலும் அவை போர் பற்றியவையாகவே இருந்தன. எண்பதுகளில் உருத்திரண்ட அரச பயங்கரவாதம் தொண்ணூறுகளில் பெரும் போராக விரிந்தது. உள்நாட்டுப் போராக இருந்த போதும் அது இரண்டு இராணுவங்கள் மோதிய பெரும் போர்.

அதனால் எண்பதுகளில் அரசபயங்கரவாதத்தை எதிர்த்தும் விமர்சித்தும் வந்த கவிதைப்போக்கு இப்போது போரை எதிர்ப்பதாகவும் விமர்சிப்பதாகவும் அல்லது அதை வெற்றியை நோக்கி திருப்புவதாகவும் அமைந்தது.

அகிலனுடைய கவிதைகள் போரை விமர்சிக்கின்றன. அதை உள்ளூர எதிர்க்கின்றன. அதனால் ஏற்படும் வலிப்பெருக்கை நெகிழ்ந்து ததும்பும் மொழியில் சொல்பவை. போரின் வலி எப்படி பிற சமூகங்களின் ஆன்மாவையும் வாழ்வையும் பாதித்திருக்கின்றன என்று அவர் அறிந்திருக்கிறார். குறிப்பாக அவரே சொல்வதைப்போல ரஷ்யாவின் இருண்ட கால அனுபவங்களை அவர் அன்னா அக்மதோவாவினூடாக பெற்றிருக்கிறார். அதைப்போல இன்னும் எல்லாத் திசைகளிலிருந்தும் எல்லாக்காலங்களிலிருந்தும் போர் ஏற்படுத்திய அழிவுகளையும் அதன் வலியையும் காயங்களையும் தெரிந்திருக்கிறார். அவருடைய அறிதல் முறை இதைச் சாத்தியமாக்கியுள்ளது.

போர்க்காலத்தின் புலம்பல்களை மகா பாரதத்திலிருந்தும் ராமாயணத்திலிருந்தும் வேதாகமத்திலிருந்தும் அகிலன் கேட்கிறார். இப்போது தன்னிலத்திலிருந்து அவை குருதியொழுக ஒழுக அவருடைய புலன்களில் ஏறுகின்றன. அகிலன் பதற்றமடைகிறார். என்ன செய்ய முடியும்? அவர் விரும்பாத போர். அவர் சம்மந்தப்படாத போர். ஆனால் அது அவரை உள்ளே இழுக்கிறது.

இழுத்துப்புரட்டுகிறது. புரட்டிப்புரட்டி அது பழிவாங்குகிறது. என்ன செய்ய முடியும். கடவுளே... கடவுளே...

சனங்கள் எதுவுஞ்செய்ய முடியாமல், எங்கேயும் போக முடியாமல் அந்தரிக்கிறார்கள். உயிர் எல்லாவற்றையும் விடப்பாரமாகிவிட்டது. எதுவும் இப்போது பெரிதில்லை, உயிரைத்தவிர. உயிர்தான் இப்போது சுமையானது. அதுவும் பெருஞ்சுமையாக இருக்கிறது. சிலபோது உயிரும் பெரிதாக தோன்றாமற் போகிறது. நிலைமை அப்படி.

வீடு பாதுகாப்பற்ற வெளியாகிவிட்டது. வீட்டைவிடவும் பதுங்குழிதான் பாதுகாப்பானது என்ற நிலை. இதுவே யதார்த்தம். ஆனால் பதுங்குகுழியோ இருண்டது. உண்மையில் இருண்ட காலம் இது. நிலாந்தன் சொல்வதைப்போல இப்போது ஈழத்தமிழர்கள் ஈருடகம் வாசிகளாகி விட்டனர். பதுங்கு குழிக்கும் வீட்டுக்கும் இடையிலான வாழ்க்கையில் அவர்கள் கிடந்து அல்லாடுகின்றார்கள். தவளையைப்போல மனிதப்பிராணி ஆகிவிட்டது.

4

அகிலனின் குரல் சனங்களின் குரல். அது பொதுக்குரல். அதுவும் யாழ்ப்பாணம் முற்றுகைக்குள்ளான காலத்தின் குரல். அந்த முற்றுகைக்குள்தான் கிறிஸ்து பாலன் பிறக்கிறார். அந்த முற்றுகைக்குள்தான் தேவாலயத்தின் மணிகள் ஒலிக்காமல் அடங்கிப்போயிருக்கின்றன. கூரையில்லாத தேவாலயத்தில் நடக்கும் பிரார்த்தனை முற்றுகைக்குள்ளான யாழ்ப்பாண நிலவரத்துக்கு அசலான படிமம்.

ஸ்தோத்திரம் சுவாமி
கூரை பெயர்க்கப்பட்ட வீட்டிலிருந்து
எனது இராக்காலப் பிரார்த்தனையை ஏற்றுக் கொள்ளும்
இவ்வருடம் நீர் பிறந்தபோது
அடைக்கப்பட்டிருந்தன தேவாலயங்கள்
கைது செய்யப்பட்டிருந்தது
நள்ளிவு மணியோசை
....
....
ஊரடங்கிய இரவில்
பிதாவே, நீர் பிறந்தபோது
அன்னியராய் இருந்தோம்
எங்கள் நகரில்,

மந்தைகளாக நடத்தப்பட்டோம்
எங்கள் முற்றங்களில்
....
....
பிதாவே,
சிதறிப் போனார்கள்
குரல்கள் கைப்பற்றப்பட்ட சனங்களெல்லாம்
வெறிச்சோடியுள்ள வீடுகள்
தேவாலயத்தின் வழிகளெல்லாம்
உதாசீனம் செய்யப்பட்ட அவர்களின் துயரங்கள்
....
....

யாழ்ப்பாணம் 1996—நத்தார்)

இந்தக்கவிதை வந்தபோது நான் வன்னியிலிருந்தேன். அப்போது தமிழ் மக்கள் வாழும் பகுதிகளை அரசாங்கம் தன்னுடைய ஒடுக்கு முறைக்கேற்றமாதிரி துண்டு துண்டாகப் பிரித்து வைத்திருந்தது. அப்படிப் பிரித்துத் தனிமைப்படுத்தப்பட்டு முற்றுகையிடப்பட்ட யாழ்ப்பாணத்தில் அகிலன் இருந்தார். நாங்கள் வன்னியில் போர் வியூகத்துள் சிக்கியிருந்தோம். வலியும் துயரமும் நம்மீது கவிந்திருந்த காலம் அது.

அகிலன் துயருற்ற யாழ்ப்பாணத்து மனிதனின் குரலாய்ப் பேசினார். இந்திரா காந்தியின் நெருக்கடிகாலத்தை ஆத்மாநாம் கவிதைகள் விமர்சிப்பதைப் போல. ஸ்டாலின் காலத்தின் இருண்ட நாட்களை அன்னா அக்மதோவாவின் கவிதைகளை இன்றைக்கும் நமக்குக் காட்டுவதைப்போல முற்றுகைக்கும் போருக்கும் உள்ளான யாழ்ப்பாணத்தை அகிலன் கவிதைகள் காட்டின.

வாழும் காலத்தின் நெருக்கடிகள் தவிர்க்க முடியாமல் ஏதோவகையில் எந்தக்கவிஞரையும் பேசவைக்கின்றன. ஒரு கவி அந்தக்காலத்தினது சாட்சி. கவிதையும் அந்தக்காலத்தின் சாட்சியே.

ஆனால், இதிலும் சில முரண்களிருக்கின்றன. வாழும் காலத்தில் நான்கு முக்கிய வகை இயல்புடைய கவிகளை வரலாறு எப்போதும் கொண்டிருக்கிறது. ஒன்று ஒடுக்குமுறை அல்லது அதிகாரத்துக்கு ஒத்துப் போகும் கவிகள். அல்லது அதனைச் சார்ந்திருக்கும் கவிகள். இரண்டாவது, ஒடுக்குமுறையையும் அதிகாரத்தையும் எதிர்ப்போர். இவர்களில் புரட்சிகரமான போராட்டத்துக்கு

ஆதரவான கவிகளும் உண்டு. ஆனால் இந்தக்கவிகளும் சார்பு நிலைப்பட்டவர்களே. இவர்கள் விமர்சன ரீதியாகவும் அறச் சார்போடும் ஒரு எல்லைக்கப்பால் நகர்வதில்லை. மூன்றாவது வகையினர், என்ன நடந்தாலும் அவற்றில் எந்த நிலையிலும் எந்த வகையிலும் சம்மந்தப்படாது விலகியிருப்பவர்கள். தட்டாமல் முட்டாமல் நடந்து கொள்பவர்கள் இவர்கள் எனச் சொல்லலாம். நான்காவது வகையினர். இவர்கள் அறத்தைப் பிரதானமாகக் கொண்டவர்கள். எந்த நிலையிலும் சனங்களின் துயரத்தையும் பாதிப்பையும் முதன்மையாகக் கொண்டவர்கள். இவர்கள் சாட்சிகள். அன்னா அக்மத்தோவா ஒரு சாட்சி. ஆத்மாநாம் ஒரு சாட்சி. அடோனிஷ் இன்னொரு சாட்சி. நமது சூழலிலும் இத்தகைய சாட்சிகள் உண்டு. அதில் ஒருவர் அகிலன்.

ஒரு கவியில் இரண்டு நிலை அம்சங்களைப்பிரதானமாக அவதானிக்கலாம். ஒன்று அவர் கொள்ளும் பொருட்பரப்பு. அதாவது அவருடைய புலன் கொள்ளும் கவனத்தின் பரப்பு. அடுத்தது அவர் தன் கவிதைகளை வெளிப்படுத்தும் இயல்பு. அவருடைய மொழிதல். அதற்குப்பயன்படுத்தும் மொழி. அதற்கான சொற்கள். அந்தச் சொற்களை இணைக்கும் அல்லது அமைக்கும் தன்மை.

இவை இரண்டிலுமே ஒரு கவியின் ஆளுமையும் தனித்துவமும் இருக்கின்றன. இவைதான் ஒரு கவியின் முக்கியமான அடையாளத்தைத் தீர்மானிக்கும் பிரதான காரணிகள். இவையே அந்தக்கவியை காலத்தின் மீது ஊன்றுவதும் காலத்திலிருந்து விலக்குவதும்.

பொதுவாக நெருக்கடி காலக்கவிகள் எப்போதும் அந்த நெருக்கடியை சனங்களின் நிலையில் நின்று காலத்தின் முன்னும் பின்னுமாகச் சஞ்சரித்து நிகழ்காலத்தை மதிப்பிடுவர். ஆனால் அவர்கள் ஒரு போதும் நிகழ்காலத்தின் சலனங்களுக்குள் நிற்பதில்லை. உள்ளடங்கி விடுவதுமில்லை. அப்படி எதிர்பார்ப்பதும் தவறு. அத்தகைய மதிப்பீடு என்பது கவியின் முக்காலத்தையும் ஊடுருவும் பார்வைத்திறனாகும். வரலாற்றின் அனுபவத்தொகுதியும் எதிர்காலம் குறித்த அறத்தோடிணைந்த கனவும் நிகழ்கால உண்மையும் கவியின் இந்தப் பார்வையை உருவாக்குகிறது.

இந்த அடிப்படையைக் கொண்டே யாழ்ப்பாண முற்றுகை எப்படி இருந்தது என்பதை அகிலன் கவிதைகள் காட்டுகின்றன. இது சனங்களின் நிலை நின்று நோக்கப்படும் உணரப்படும் அடையாளம். இந்த முற்றுகையை ஒரு படைத்துறை ஆய்வாளர் வேறு விதமாகவே சித்திரிப்பார். முற்றுகையிடும் தரப்பின் ஊடகக்காரர்

இன்னொரு விதமாக இதை நோக்குவார். முற்றுகையை எதிர்க்கும் அல்லது எதிர்த்துப் போரிடும் தரப்பைச் சேர்ந்த கவிஞர் இதை வேறொருவிதமாக வெளிப்படுத்துவார். ஒரு என். ஜீ. ஓ ஆள் இதை வேறுவிதமாக உணருவார். ஆக வெவ்வேறு நோக்குநிலைகள் கொண்ட ஒரு விவகாரம் அவையெல்லாவற்றையும் கடந்து பொதுத்தளத்தில் கவிப் பெறுமானத்தை அடைகிறது என்றால் அது எவ்வாறு என்பது ஒரு முக்கியமான கேள்வியாகும்.

இந்தக்கேள்விக்கான பதிலை நாம் அகிலனின் கவிதைகளில் காணலாம். முற்றுகையின் நிலை மாறாலாம். அது நிச்சயம் ஏதோ ஒரு சந்தர்ப்பத்தில் மாறிவிடும். அது தவிர்க்க முடியாத விதி. அப்போது அந்த முற்றுகையின் பெறமானமும் மாறிவிடும். வரலாற்றில் இதுமாதிரியான விசயங்களுக்கு எப்போதும் பெறுமதி இல்லை. நிகழ்காலத்தின் பெறுமதி மட்டுமே இவற்றுக்கு உண்டு. ஆக அப்போது சனங்களின் நிலைநின்று சாட்சி பூர்வமாக எழுதப்படும் கவிதைகளுக்கு மட்டுமே பெறுமதியிருக்கும். மற்றதெல்லாம் அந்தக்காலத்தோடு பெறுமதியற்றுப் போய்விடுகின்றன. தேவைகளுக்காக செய்யப்படும் காரியங்கள் எப்போதும் அந்தத் தேவைகள் முடிந்த கையோடு அவற்றின் பெறுமதியை இழக்கின்றன. ஆனால் அந்தத் தேவைகள் இருக்கும் போது அவற்றுக்கான பெறுமதி மிக அதிகமாக இருப்பதையும் மறுப்பதற்கில்லை. ஒவ்வொரு தேவையும்தானே வரலாற்றை நிர்ணயிக்கும் காரணிகளாகின்றன என்று வாதிடுவோரையும் இங்கே நாம் கவனத்திற் கொள்ளுதல் அவசியம். ஆனால் அவற்றின் நிரந்தரத்தன்மை அவை கொண்டிருக்கும் உண்மையிலும் அதற்கான அறிவிலுமே தங்கியிருக்கிறது.

ஆனால் இவை எல்லாவற்றுக்கும் அப்பால் மனித அடிப்படை விதிகளையும் தேவைகளையும் நலன்களையும் வைத்தே பொது விதிகள் உருவாகின்றன. அந்த விதிமுறைகளை பேணாத எந்த நோக்கமும் மனவெளிப்பாடும் நிரந்தரமானதல்ல. பொதுவானதுமல்ல. எனவே அவற்றுக்கான ஆயுட்காலமும் பெரிதாக இருக்க முடியாது.

5

ஒரு கவிதை எதன் அடிப்படையில் முக்கியத்துவமடைகிறது. எப்படி காலங்களைக் கடந்து செல்கிறது. எப்படி அது பிரதேசங்களைக்கடந்து, மொழியைக்கடந்து, பண்பாட்டைக்கடந்து, பிற சமூகங்களிலும் பிற காலங்களிலும் ஊடுருவுகிறது. எவ்வாறு அது மற்றச் சமூகங்களில் அறிமுகத்தையும் செல்வாக்கையும் செலுத்துகிறது. இந்தக் கேள்விகள் முக்கியமானவை.

இங்கே கவிதையின் பொருட்புலமும் வெளிப்பாட்டம்சமுமே இந்தப்பயணத்தை நிகழ்த்துகின்றன. இவை இரண்டும் இணைந்த நிலையில்தான் இந்தச் சாத்தியம் நிகழ்கிறது. தொன்மையான மொழியை அது நவீனப்படுத்துகிறது. நவீன வாழ்வை அது தொன்மை அம்சங்களோடு கலந்து நிகழ்காலத்துக்கும் எதிர்காலத்துக்குமாக உருவாக்க எத்தனிக்கிறது. மனதின் எல்லா அறைகளிலும் கலாச்சாரத்தின் அத்தனை அடுக்குகளிலும் இருந்து அது தன் திரவியங்களைத் தேடிக்கொள்கிறது.

கவிதை கலாச்சார வெளியில் கொண்டிருக்கும் இடம் மிகப்பெரியது. பொறியாகக் கனலும் அதன் இயல்பு இன்னொரு நிலையில் ஒரு துளி நீராகவும் இருக்கிறது. பொறி பெருந்தீயை உருவாக்கக்கூடியது. நீரோ கடலை, சமுத்திரத்தைத் தன்னுள் கொண்டிருப்பது. இவ்வாறு அது பல நிலைகளில் இயங்கிக் கொண்டேயிருக்கிறது. இந்தத்தன்மைகள் எல்லாம் கவிதைக்கு நிரந்தரத்தன்மையை அளிக்கின்றன.

எப்போதும் மொழியில் உருகிக் கொண்டிருக்கும் வடிவம் அது. உள்ளீடும் அதுதான். மொழியில் நிகழும் அசாத்தியங்கள் கவிதையைப் போல வேறு எந்த மொழிவழி அடைவுகளிலும் உருவாகுவதில்லை. எனவேதான் அது எப்போதும் எல்லாச் சமூகத்திலும் மிகச் சுலபமாகவே ஊடுருவுகிறது. தொன்மையும் அதி நவீனமும் இணைந்த இந்தக்கலவை இயற்கை அம்சத்தை உருவாக்குகிறது. இயற்கை எப்போதும் மிகப்பிரமாண்டமானது. வியப்பூட்டுவது. நிரந்தரமானது. கவிதையும் அப்படித்தான். இந்த அம்சங்களோடு, இந்த வகையில் தமிழ்க்கவிதையிலும் பிற மொழிவழிக்கவிதைகள் பழக்கமாகியுள்ளன.

கடந்த முப்பதாண்டுகளில் பலஸ்தீனக் கவிதைகள், குர்திஸ் கவிதைகள், ஆபிரிக்கக்கவிதைகள், லத்தீன் அமெரிக்கக்கவிதைகள், வியட்நாமியக்கவிதைகள், கறுப்பினக்கவிதைகள், ரஷ்யக்கவிதைகள், மூன்றாமுலகக் கவிதைகள், சீனக்கவிதைகள் ஈழக்கவிதைப்பரப்பில் செல்வாக்குச் செலுத்தியிருக்கின்றன. இந்தளவுக்கு தமிழகக் கவிதைகள் கூட ஈழத்தில் அறிமுகத்தைப் பெற்றிருக்கவில்லை. ஆனால் அவற்றைப்பற்றிய அவதானிப்பும் அறிமுகமும் இருந்தது. ஆனாலும் அந்த அறிமுகம் மேலே சொல்லப்பட்ட கவிதைகள் செலுத்திய செல்வாக்கை இவை பெறவில்லை. குறிப்பாக லாங்ஸ்டன் கியூஸ், மர்முட் தர்விஷ், அடோனிஷ், அன்னா அக்மதோவா, பெரோல்ட் பிரெக்ட், பெய்ஸ் அகமத் பெய்ஸ் போன்றோர் ஈழக்கவிதைப்பரப்பில் பெரும் செல்வாக்கைச் செலுத்தினர். ஈழக்கவிஞர்களைப்போலவே இவர்கள் உணரப்பட்டனர். இதற்கு

பிரதான அடிப்படைக்காரணம் இந்தப் பரப்புகளின் கொந்தளிக்கும் வாழ்நிலையே. ஒத்த வாழ்க்கை நிலைமையும் அனுபவங்களும் இந்தப்பரஸ்பரத்தை ஏற்படுத்தியிருக்கின்றன. அதேவேளை தனியே இந்த நிலைமைகள் மட்டும் இந்த நெருக்கத்தைக் கொடுக்கவில்லை. அதற்கப்பால் அவை எட்டிய கவித்துவ எல்லைகள் ஏற்படுத்திய ஈர்ப்பும் முக்கிய காரணம்.

இதிலும் அவரவர் தத்தம் வழி நின்றும் அனுபவத்தின் வழியாகவும் அவரவர் பண்பாட்டு நிலைப்பட்டும் தங்கள் கவிதையை நிகழ்த்தியிருக்கின்றனர். இங்கே கவிதை இவர்களிடையே ஒரு நிகழ்வெளிப்பாடாகவே, உரையாடலாகவே அமைந்திருக்கின்றது. எதிர்ப்புக் குரலாகவும் விடுதலை வெளியாகவும் அமைந்த இந்தக்கவிதைகள் சமூக கலாச்சார இயக்கத்தில் பிரதான அசைவைக் கொண்டன.

அகிலனிடத்தில் அன்னா அக்மதோவாவின் பாதிப்பு அதிகமுண்டு. இதை அவரே சொல்கிறார். கூடவே சுகுமாரனின் பாதிப்பையும்.

என்னுள் வெடிகுண்டு போல வந்து மோதி வெடித்தவை சுகுமாரனின் கவிதைகள். அவரின் காயவார்த்தைகளும் அன்னா அக்மத்தோவாவின் மென்னுணர்வும், துயரமும் கவிந்த வார்த்தைகளும் பெரும் பாதிப்பை என்னிடம் உண்டாக்கின. என் கவிதைகளை உற்று நோக்கும் எவரும் அன்னாவின் நோவா நதியை, சுகுமாரனின் சவரக்கத்தியின் பளபளக்கும் கூர்முனையை அவற்றில் காணவே செய்வர்.

அநாதிப்புகையிரதம், கடதாசிப்படகின் மரணம்—2, யாத்திரை—1, யாத்திரை—2, தலைப்பிடாத காதல்கவிதை போன்றவை நேரடியாகவே சுகுமாரனின் பாதிப்பையுடையவை. ஆனால் இவர்களைக் கடந்து அகிலன் தனக்கான திசையில் பயணிக்கிறார். அதுவே இந்தக்கவிதைகளை முதனிலைப்படுத்துகின்றன. ஐதீகங்கள், தொன்மங்களை அகிலன் புதிய நிலைகளில் இணைக்கிறார். அதிகம் எழுதாமல் மிகக் குறைவாகவே எழுதியுள்ள அகிலனின் இந்தக்கவிதைகளில் எதுவும் ஒன்றிலிருந்து ஒன்று இறங்கிக் கொள்ளவில்லை. ஒரு சீரான நிலையை குலையாமல் அகிலன் பேணுகிறார்.

தொண்ணூறுகளில் ஈழக்கவிதைப்பரப்புக்கு வந்த முக்கியமான கவிஞர்களில் அஸ்வகோஸையும் எஸ்போஸையும் பா.அகிலனையுமே நான் அதிக தடவைகள் வாசித்திருக்கிறேன். இன்னும் அந்தத்தவனம் தீரவில்லை.

சமனிலையை விரும்பும் கவி

'நீ எதுவாக இருக்கிறாயோ அதுவாகவே உன் அடையாளமும் இருக்கும்'

வாழ்க்கையை ஒருவர் நோக்கும் விதமே அவர் வாழும் விதத்தைத்தீர்மானிக்கிறது.

இது எப்படி அமைகிறது?

ஒரு காலகட்டத்தில் ஒரு சமூகச் சூழலில் பலர் வாழ்ந்தாலும் எல்லோருடைய வாழ்க்கையும் வாழ்க்கை முறையும் ஒன்றாக அமைவதில்லை. எல்லோருடைய நம்பிக்கைகளும் எண்ணங்களும் கூட ஒரேவிதமாக இருப்பதில்லை. ஒவ்வொருவருடைய வாழ்க்கையிலும் நம்பிக்கைகளிலும் செயற்பாடுகளிலும் அடையாளங்களிலும் நிறவேறுபாடுகள், குணவேறுபாடுகள் ஏராளமுண்டு எனில் ஏராளம் ஏராளம் நிறப்பிரிகையுடையோரே மனிதர். அவரவர் கொள்கின்ற நம்பிக்கைகள், நம்பிக்கையின்மைகள், கேள்விகள், கண்டடைகின்ற பதில்கள், சிந்தனைகள், கிடைக்கின்ற வளங்களையும் வசதிகளையும் வாய்ப்புகளையும் பயன்படுத்திக்கொள்ளும் முறைகள், அனுபவங்கள் போன்ற பல விசயங்கள் ஒவ்வொருவருடைய வாழ்க்கையையும் வாழும் முறையையும் தீர்மானிக்கின்றன. இதில் பிரதான காரணமாக அமைவது மன உருவாக்கமாகும். இந்த மன உருவாக்கமானது, சூழலினாலும் கருத்துகளினாலும் கட்டமைக்கப்படுகிறது. அதாவது வரலாற்றுச் சூழலினால். ஒருவரிடமுள்ள கருத்துகளே அவரையும் அவருடைய வாழ்க்கையையும் ஒழுங்கமைக்கும் பிரதான காரணிகளாக அமைகின்றன.

சமூகத்தில் பல விதமான கருத்துகள் உள்ளன. இதனால், பலவிதமான கருத்துடையோரும் உள்ளனர். மனிதர்களின் சிந்தனை ஆற்றல், வெவ்வேறு கள, காலச்சூழலில் ஒவ்வொருவரையும் வெவ்வேறாகச் சிந்திக்கத் தூண்டுகின்றது. பல விதமான எண்ணவோட்டங்கள், வெவ்வேறான அனுபவங்களின் பெறுகை, அவற்றினடியாக உருவாகின்ற அறிகை போன்றன இந்தக் கருத்துகளை உருவாக்குகின்றன.

ஆளுமையுடையவர்கள், தாம் காண்கின்ற அறிவின் வழியாக, சிந்தனையின் படிகளில் ஏறிச் செல்ல முற்படுகிறார்கள்.

ஆளுமை குன்றியவர்கள் சமூகத்தில் நிலவுகின்ற வழமைகளின் வழியே பயணிக்கின்றனர். இதனால், ஒவ்வொருவருடைய வாழ்க்கையும் வாழும் முறையும் வேறுபடுகிறது. கூடவே அவரவர் அடையாளங்களும் வேறுபடுகின்றன. முரணும் ஒழுங்கமைவும் கூட இந்த இரண்டுக்குமிடையிலானவையே, இரண்டையும் சார்ந்தவையே.

அழ. பகீரதனின் கவிதைகளைப் படிக்கும்போது அவர் ஒரு விலகியாகத் தெரிகிறார். அதுவேளை சமூக மாற்றத்தில் சேர்ந்தியங்குவோராக உள்ளார். இது ஒரு சுவாரசியமான விசயம். ஆனால், இதுதான் யதார்த்தமானது. சமூகத்தில் காணப்படும் குறைபாடுடைய நம்பிக்கைகளின் மீது தன்னுடைய நம்பிக்கையின்மைகளையும் அதிருப்தியையும் கண்டனத்தையும் துணிச்சலாக வெளிப்படுத்தும் ஒருவர் அந்தச் சமூகப் போக்கிலிருந்து விலகி நிற்கிறார். அப்படி விலகி நின்று கொண்டு காணப்படும் குறைபாடுடைய நம்பிக்கையைக் கேலிப்படுத்துகிறார். அதேவேளை இதை மாற்றியமைக்க வேண்டும் என்று விரும்புகிறார். அது தனியொருவரான தன்னால் மட்டும் முடியாது. அதற்காகப் பலரோடு சேர்ந்தியங்க வேண்டும் என்று கருதுகிறார். இதன்மூலம் தன்னுடைய சிந்தனைகளையும் வழிமுறைகளையும் அதிகம் நம்புகின்ற ஒருவதாக இருக்கிறார். பாழடைந்திருக்கும் சமூகத்தைப் புதுப்பிப்பதைப் பற்றிச் சிந்திக்கிறார். ஆக நிலவுகின்ற அசமத்துவத்திலிருந்து விலகியும் சமத்துவத்தில் சேர்ந்தும் நிற்கின்ற போக்காக நிற்கிறார் எனலாம்.

சமூகத்திலுள்ள குறைபாடுகளின் மீது கண்டனங்களையும் விமர்சனங்களையும் முன்வைக்கின்ற ஒருவர் புதிய வழியை அல்லது மாறுதலான வழிமுறையைப் பற்றிச் சிந்திப்பவராகவே இருக்க முடியும். ஆனால், இங்கே நாம் ஒரு முக்கியமான விசயத்தைக் கவனிக்க வேண்டும். சமூகத்தில் ஒரு தரப்பினரால் கொண்டாடப்படுகிற விசயங்களும் நம்பிக்கைகளும் இன்னொரு தரப்பினருக்குக் குறைபாடுகளாகவும் கேலியாகவும் படும். இவர்களுக்கு முக்கியமானதாகவும் சிறப்பானதாகவும் படுகின்ற விசயங்கள் மற்றவர்களுக்கு அநாவசியமானவையாகத் தெரியும். இது ஒரு முரண்தான். ஆனால், இதுதான் இயல்பு. இதுதான் வழமையும். இதேவேளை வழமைகளுக்குள் மட்டுப்பட்டிருக்கும் ஒரு சமூகத்தினால் முன்னகர முடியாது. வழமைகளிலிருந்து புதிய — சரியான மீறல்கள் நிகழும்போதே புதிய காலடிகள் வைக்கப்படும். புதிய பயணம் நிகழும். சுவடுகள் தெரியும். ஆனால், வழமைகள் ஒரு எல்லைவரையில் முக்கியமானவை, அடிப்படையானவை என்பதையும் நாம் புறக்கணிக்க முடியாது. வழமைகள் முன்னர் ஒரு சூழலில் ஏற்பட்ட தேவைகளின் நிமித்தமாக உருவாகியவையும்

உருவாக்கப்பட்டவையுமாகும். அதற்காக அவை என்றென்றைக்கும் தொடரப்பட வேண்டிய அவசியத்திலிருப்பதில்லை. அப்படிக் கடைப்பிடிக்கவும் முடியாதவை. காலமாற்றம், சமூக வளர்ச்சி, மனிதருடைய வரலாற்று விதி என்ற கூர்ப்பு விசை போன்றவற்றினால் வழமைகள் மீறப்பட்டே தீரும். வளர்ச்சியின் விதி இது. ஆனால், சமூக அமைப்பில் உள்ள சில சக்திகள், தங்களுக்கு இசைவான விசயங்களைத் தமது நலனின் அடிப்படையில் தேர்ந்து, அவற்றைப் பேண முற்படுகின்றன. இவை மாறா வழமைகளாக, மீறமுடியாத நியதிகளாக்கப்படுகின்றன. என்றாலும் இவற்றை மீற வேண்டியது அவசியம் என சமகால நிலைமை தொடர்ந்து வற்புறுத்தும். எதிர்காலச் சவால்கள் நிர்ப்பந்திக்கும். புதிய பிறப்புக்கான பிரசவ வலியைப் போன்றது இது. இங்கேதான் முரணும் அந்த முரணை நீக்குவதற்கான போராட்டமும் உருவாகின்றன. இந்த போராட்ட நிலையில் பல சடங்குகளும் நம்பிக்கைகளும் வழக்கிழந்து போவதை நாம் அவதானிக்கலாம். ஆதிச் சமூகத்திலிருந்த பல விசயங்களை இன்றைய மனிதர்கள் அப்படியே பின்பற்றுவதில்லை. அப்படித்தான் ஒவ்வொரு காலகட்டத்தின் விசயங்களையும் அடுத்த காலகட்டம் நிராகரிக்கிறது, அல்லது கழித்து விடுகிறது. பலதையும் நீக்கியவாறே காலம் நகர்ந்து கொண்டிருக்கிறது. மனிதர்கள் முன்னகர்வதற்காகப் போராடிக் கொண்டிருக்கிறார்கள். மனிதர்களின் பரிணாம வளர்ச்சியின் விதி அப்படித்தான். பழையனவற்றைக் கழித்தும் புதியனவற்றைச் சேர்த்தும் இயங்கும்.

அழ பகீரதன் பரிணாம விதியின் வழிச் செல்லும் பயணி. சமூக அசைவியக்கத்தில் கரிசனையுடைய கவி. என்பதால், இலக்கியத்தை சமூக அசைவுக்காக பயன்படுத்த விளைகிறார். ஈழ இலக்கியத்தின் பெருந்தொகை இத்தகைய பண்பையே உடையது. சமூகக் குறைபாடுகளையும் அநீதியையும் மூடத்தனங்களையும் கேலிப்படுத்துவது, அம்பலப்படுத்துவது, விமர்சிப்பது, இந்த நிலையிலிருந்து புதிய வெளிகளை நோக்கிப் பயணிக்க உந்துவது. சமுத்திரன், பசுபதி, புதுவை இரத்தினதுரை, சில்லையூர் செல்வராசன், வி. கந்தவனம், நீலாவணன், புரட்சிக்கமால், முருகையன், சி.சிவசேகரம் என ஒரு பெருந்திரள் கவிகள் இந்த வகையில் இயங்கி வந்துள்ளனர். பகீரதன் இவர்களின் தொடர்ச்சியாக உள்ளார். கவிதையைச் சனங்களின் ஈடேற்றத்துக்காக எழுதுபவராக.

பகீரதனின் இந்த வழிமுறையானது அவருக்கு நெருக்கமாக இருக்கும் சோ. தேவராஜா மூலமாக ஏற்பட்டிருக்கலாம் என எண்ணுகிறேன். தேசிய கலை இலக்கியப் பேரவையின் முதன்மைச் செயற்பாட்டாளர்களில் ஒருவராக இருக்கும் சோ. தேவராஜா,

கலை, இலக்கியச் செயற்பாடுகளில் பல தலைமுறையாளர்களுடன் இணைந்து பயணிப்பவர். பண்டத்தரிப்பைச் சேர்ந்த தேவராஜாவின் கலை, இலக்கிய நோக்கும் பங்களிப்பும் அதேயிடத்தைச் சேர்ந்த பகீரதனிடத்திலும் தாக்கத்தை ஏற்படுத்தியிருக்கிறது. பகீரதனின் இலக்கிய நோக்கும் அடையாளமும் ஏறக்குறைய தேசிய கலை இலக்கியப் பேரவையின் சிந்தனைச் சாரத்தையுடையதாகவே உள்ளது. தேசிய கலை, இலக்கியப் பேரவையோடும் தாயகம் இதழோடும் பகீரதன் கடந்த இருபத்தைந்து ஆண்டுகளுக்கும் மேலாக கலந்திருப்பது இதற்கெல்லாம் இன்னும் ஒரு பரிமாணத்தை ஏற்படுத்துவதாகும்.

1980 களின் முதற்பகுதியில் பகீரதனுக்கும் எனக்குமிடையில் இலக்கிய ரீதியான நட்பு ஏற்பட்டது. பரஸ்பரம் கடிதங்களை எழுதிக் கொள்வோம். கவிதைகளைப் பரிமாறிக் கொள்வோம். இருவரும் அப்பொழுது உள்ளூர் மட்டத்தில் இதழ்களை வெளியிட்டுக்கொண்டிருந்தோம். அதற்காக இந்தக் கவிதைப் பரிமாற்றங்கள் நிகழ்ந்தன. குண்டு குண்டான எழுத்துகளில் மிக ஆர்வமூட்டும் கவிதைகளை எழுதியிருப்பார் பகீ. அன்றைய கவிதைகள் அவரைப்போல சாதுவானவையாக இருந்தன. பகீரதன் மிகச் சாதுவானவர். அதிகம் உணர்ச்சி வசப்பட்ட நிலையிலிருந்தாலும் அவரிடமிருந்து சூடான வார்த்தைகளோ, உயர்ந்த குரலோ எழாது. சினக்காத மேலதிகாரி அவர். ஆனால், அவருடைய கவிதைகள் சூடானவை. வலியவை. எழுச்சிகரமானவை. தீர்மானகரமானவை. முருகையனைப் போல தன்னுடைய நிலையை அழுத்தமாகப் பதிவு செய்ய முற்படுபவை.

பகீரதனின் முதற்தொதிகளின் கவிதைகளும் இந்தப் பண்பை உடையவையே. அவருடைய ‘அப்படியே இரு!’ என்பது உச்சக் கிண்டலும் கேலிப்படுத்தலும் சலிப்பின் வழியாக கோபத்தை அளிப்பதுமாகும். ‘அப்படியே இரு’ என்பது அசையாத சடமாக, தேங்கிப் போகும் ஒன்றாக, விதிகளுக்குள் உறைந்து போனதாக, உத்தரவுக்குக் கட்டுப்பட்டதாக இரு என இசைவாக்கப்பட்டதைக் கேலிப்படுத்துவதாகும். பெண் பருவமடைந்த பின்னர் நடத்தப்படும் சடங்கின்போது ஒளிப்படக்காரர்கள் குறித்த பெண்ணை “அப்படியே இரு” என்று சொல்லிப் படம் எடுப்பதை ஒரு பெருங் குறியீடாக மாற்றுகிறார் பகீரதன். எந்தச் சூழலிலும் நீ அப்படியே இரு. சடங்குக்குக் கட்டுப்பட்டு, சமூகத்துக்குக் கட்டுப்பட்டு அப்படியே இரு என்பதாக இந்தத் துயரம் — அவலம் விரியும்.

தமிழ்ச் சமூகம் பெரும்பாலும் அப்படித்தான் இருக்கிறது. ‘அப்படியே இரு’ என விதிக்கப்பட்டதாக, சபிக்கப்பட்டதாக. அதனால் பகீரதன் இதை எதிர்க்கும் விதமாக தன்னுடைய கவிதைத்

தொகுதிக்கும் 'அப்படியே இரு' என ஒரு தீவிர கேலிச்சித்திரம் போலத் தலைப்பிட்டிருக்கிறார். பெண்ணை தமிழ்ச்சமூகம் அப்படியே அமர்த்தி வைத்திருப்பதை, உறைய வைத்திருப்பதை எதிர்க்கும், கண்டிக்கும், கிண்டலடிக்கும் உச்சநிலை உணர்வு அது. இது ஒரு வகை மாதிரியே.

இங்கே பகீரதனின் இந்தப் புதிய தொகுதியில் உள்ள கவிதைகளும் இந்தப் பண்பையே கொண்டிருக்கின்றன. கேலியும் கிண்டலும் சீற்றமும் எதிர்ப்பும் புதிய வழிகாணலுமாக.

……
யாழ்ப்பாணத்துக் கலாசாரம்
யாழ்ப்பாணத்துக் கலாசாரம்
என்று வாய் கிழியக் கத்தல்
எதிர் வீட்டில் கலியாணம்
எடுப்பாய் காட்டி செய்தனர்
என்றால்
தன்வீட்டில் தன்பிள்ளைக்கு
இன்னும் அதிகம்
எடுப்பாய் காட்டச் செய்வதுவோ எங்களது கலாசாரம்?
முத்துப் பந்தலும் மூக்கில் விரலை வைக்கும்
தடபுடல் வீடியோப் பதிவும்
உடன் வருமோ ஆயுளுக்கு
கடன் பட்டு
சோக்கு காட்டிப்போட்டு
வீட்டில் வரிசையாய்
கடன் கொடுத்தவர்
நின்றால்
அக்கம் பக்கம் என்ன நினைக்கும்
பெருமை எதுவென அறியாப்
பெருமையுள் ஆட்பட்டு ஏனிந்த ஆட்டம்
பாட்டம் கூத்து...
சோக்குக் காட்டி
மணம்முடித்து வைத்து
உமக்குள்

மகிழும் பெற்றோரே
கூடி இணைந்த
மணமக்கள் தமக்குள்
கூடி மகிழ்வு கூட்டவென்ற
ஒரு ஐம்பதினாயிரம்
கைக்குள் திணித்து
கனிமூன் சென்றுவருக
என்று வழியனுப்பி வைக்கும்
பழக்கம் உமக்குள் உள்ளதுவோ...

(ஏனுந்த கலாசாரம்...?)

மிகச் சாதாரணமான வார்த்தைகளால், எளிய முறையில் விளக்கிச் செல்லும் மொழிதல் முறையை தன்னுடைய கவிதைக்குப் பயன்படுத்தும் பகீரதன், கவிதை குறித்த எத்தகைய கதையாடல்களைப் பற்றியும் அதிகம் அலட்டிக் கொள்ளாதிருக்கிறார். தன்னால் உணரப்படும் விசயங்களை அவர் இப்படி இலகுத் தன்மையில் வெளிப்படுத்த முற்படுகிறார். சனங்களின் ஈடேற்றத்துக்காக எழுதுவதென்றால், அவர்களுக்கான மொழியில் மொழிய வேணும் என்பதே பகீரதனின் தீர்மானம். தமிழில் இன்று கவிதை வெளிப்பாடுகள் பல வகைப்பட்டுள்ளன. பரிசோதனை முயற்சிகள், பிரதி அளிக்கும் இன்பம் என நவீன கவிதையின் பல்வகை குறித்த விளக்க நிலைகளும் உருவாகியுள்ளன. ஆனால் பகீரதன், சனங்களை இன்பமுற வைப்பதைப் பற்றி மட்டுமே சிந்திக்கிறார். அதற்காகவே பிரதி எனக் கருதுகிறார். இந்த இன்பமூட்டல் என்பது வறுமையற்ற நிலையினாலும் வாழ்க்கை மேம்பாட்டினானலும் அறிவின் விருத்தியினாலும் ஏற்படுவது என்பதே பகீரதனின் புரிதல். இதனால், அவர் சனங்களின் மொழியில் சனங்களுக்காக மொழிகிறார். அவர்களுடைய மேம்பாட்டுக்காக எழுதுகிறார்.

ஏழைகளின் நிலை நின்று சிந்திக்கும் பகீரதன் ஒரு வங்கி அதிகாரியாகத் தான் வகிக்கும் பாத்திரத்தையும் வங்கிகளுக்கு வரும் வாடிக்கையாளர்களில் கடனாளிகளாக உள்ள ஏழைகளையும் அவர்களின் நிலையையும் துக்கத்தோடு வெளிப்படுத்துகிறார். சமூக அமைப்பில் உள்ள குறைபாடுகள், ஏற்ற இறக்கங்கள், சமனிலையற்ற தன்மைகள் எல்லாம் மக்களைப் பற்றிச் சிந்திக்கக் கூடிய ஒருவர் எந்த நிலையிலிருந்தாலும் அவரைப் பாதித்தே தீரும் என்பதற்கு இந்தக்

கவிதைகள் சாட்சியம். இங்கே பகீரதன் என்ற கவி அடைகின்ற துக்கம் என்பதை விட ஒரு நியாயமான – தொழில்முறைச் சிந்தனைக்கு அப்பாலான வங்கியாளர் அடைகின்றன துக்கம் பெரிது. ஆனால் நடைமுறையில் வங்கியாளர் ஒருவர் இப்படித் துக்கப்பட்டால் அவரால் அந்தப் பணியைச் செய்ய முடியாது. ஏனென்றால், வங்கிகளின் இயல்பும் இருப்பும் வேறான அடிப்படைகளைக் கொண்டது.

சமூகத்தில் சமனிலையற்ற நிலை தொடரும்போது அந்த நிலையை நீக்குவதற்குப் பதிலாக அதைப் பேணும் வகையில் சடங்குகளும் சம்பிரதாயங்களும் நிலைபெற்றிருக்கின்றன. கோவில்களும் மதங்களும் இதில் முக்கிய பாத்திரத்தை வகிக்கின்றன. பாதிக்கப்பட்டவர்களைப்பற்றி, பின்தங்கிய மக்களைப் பற்றிச் சிந்திக்காதவர்கள் மதத்தையும் அதனோடிணைந்த பண்பாட்டு அடுக்குகளையும் தங்களுக்கான கவசங்களாகக் கொள்கின்றனர். இது சமனிலைக்கும் ஜனநாயக விழுமியத்திற்கும் எதிரான ஒரு நிலையாகும். வளர்ச்சியை நோக்கிச் சிந்திக்கும் எவரும் இதை ஏற்றுக்கொள்ளமாட்டார்கள். ஆனால், வளர்ச்சியைப் பற்றிச் சிந்திக்காத நிலையே நமது சமூகச் சூழலில் பலம்பெற்றுள்ளது.

பெரும் போரொன்றைச் சந்தித்த மக்கள், அதிலிருந்து மீள முடியாமற் தவிக்கின்றனர். இந்த மக்களை மீள்நிலைப்படுத்துவதற்குப் பதிலாக அவர்களைப் பாராமுகமாக விட்டுக்கொண்டு, பதிலாக பெருமெடுப்பில் கோவில் மண்டபங்களைக் கட்டி, சடங்குகளைக் கொண்டாட்டமாக நடத்தும் சமூகத்தைப்பற்றி பகீரதன் ஆட்சேபிக்கிறார். கோவில் காணியில் அந்தப் பகுதி இளைஞர்கள் விளையாடுவதற்கே அனுமதிக்கத் தயாரல்லாத சிந்தனை 'வழமையாளர்'களிடத்தில் இருப்பதை பகீரதன் கேலிப்படுத்தி எதிர்க்கிறார். இப்படி ஏராளம் மையங்களும் விளிம்புகளும் பகீரதினின் கவிதைகளில் உண்டு.

ஊரிலுள தனவந்தர்
உவந்து தந்த பணத்தில்
அருகமைந்த காணி
ஆலயத்தின் உரித்தாயிற்று
தேரிழுக்க நிலமது
போதாதெனத் தானோ
விசாலமாக நிலத்தை
விரித்து விட்டால்

பார்வைக்கு கோயில்
எடுப்பாய் தெரியுமெனவோ
அடுக்காய் பணம்
கொடுத்தார் தனவந்தர்
அது சரிதான்
அவரது கொடைவள்ளல் தன்மையது
மெச்சத் தக்கது தான்.
நிலத்தைப் பெற்ற
நிர்வாகத்துக்கோ
ஏகப்பட்ட குசி
கூட்டம் போட்டனர்
இந்தப் பெரிய நிலம்
இப்படியே விட்டால்
ஊரிலுள சிறுவர்
கெந்திப் பிடிக்க வருவர்
கிரிக்கற் கூட விளையாடுவர்
நாடி வந்த இளைஞர்
கழகம் அமைத்து பந்து உருட்டுவர்
கண்ட சாதிப் பயலைச் சேர்ப்பினம்
பெண் பிள்ளைகள்
தெருவில் சென்றுவர
கரைச்சல் கொடுப்பினம்
விடக் கூடாது
விரைவாய் மண்டபம் ஒன்று அமைப்பம்
என்ற தீர்மானம் ஏகமனதாய் எடுத்தாச்சு
....
(சங்கதி கேளீரோ)

1980 களிலிருந்து இன்று (2013) வரையில் தொடர்ச்சியாக எழுதி வரும் பகீரதனின் கவிதைகள் அவருடைய சமகாலக் கவிஞர்களின் கவிதைகளில் இருந்து வேறுபட்டவை. வெளிப்பாட்டு முறையிலும் கவிதை வடிவத்திலும் பகீரதன் முருகையனின் வாரிசு அல்லது தொடர்ச்சியே. தமிழ்த்தேசிய அரசியல், அரச பயங்கரவாதத்தை எதிர்த்தல் அல்லது விமர்சித்தல் என்ற தூக்கலான இனவாத அரசியலுக்குள் சிக்கிவிடாத ஒரு சமனிலையை பகீரதன்

கடினமாகக் கடைப்பிடித்திருக்கிறார். இதனால், சார்பு – எதிர்ப்பு என்ற கறுப்பு வெள்ளைக் கண்ணாடிகளால் பார்க்கப்படும் நிலையிலிருந்து பகீரதன் தப்பி விட்டார். இது இன்று பகீரதனுக்குக் கிடைத்திருக்கும் ஒரு மிகப்பெரிய கொடையே. தமிழ்ச் சூழலில் தமக்கு உடன்பாடில்லாதோரின் மீது குறிசுடுதலும் அவர்களைப் புறக்கணித்தலும் வசைப்பதும்ஒரு தீராத நோயாகப் பரவியுள்ள நிலையில் பகீரதன் இந்த விசையிலிருந்து நீங்கியிருப்பது பெரிய விசயம்.

ஆனால், அவர் முன்வைத்திருக்கின்ற சமூக விமர்சனங்கள் பகீரதனை இன்னொரு வகையில் புறத்தியிலேயே வைக்க முற்படுகின்றன. பெருந்திரளுக்கெதிரான மனப்போக்கின் விளைவு இது. ஆகவே, தமிழ்ச் சனங்களின் சாதாரண உளநிலையைத் திருப்திப்படுத்தாத ஒரு படைப்பாளிக்கு நேர்கின்ற நெருக்கடிகள் பகீரதனுக்கும் உண்டு. ஆனால், அவற்றை அவர் தெரிந்து கொண்டு, விரும்பி ஏற்று முன்னகர்கிறார். இது முக்கியமான ஒன்று. பெருந்திரளின் விருப்ப அலைக்கு எதிராக தன்னுடைய படகை ஓட்டிச் செல்லும் துணிச்சலாளியின் செயல்வடிவம்.

முப்பது ஆண்டுகளாக கவிதை இயக்கத்திலும் சமூக ஈடுபாட்டிலும் தன் நிலைப்பாட்டிலும் சளையாமல் — பின்வாங்காமல் செயற்பட்டு வரும் ஒரு கவி, இன்னும் தன்னுடைய கவிதைகளை வலிய சொற்களைக் கொண்டே எழுதவேண்டியிருக்கிறது. என்றால், இந்தக் கவி இயங்கும் சமூக நிலை என்ன? மனித வளர்ச்சி என்ன? காலமாற்றங்களின் பொருள் எத்தகையது?

இன்னும் எத்தனை காலத்துக்கு பகீரதன் இப்படியே தன்னுடைய கவிதைகளை எதிர்க்குரலாக எழுதவேணும்? அல்லது பகீரதனைப்போல இன்னும் எத்தனை தலைமுறையினர் தங்கள் உள்ளக் குமுறலோடும் வேதனையோடும் இந்தச் சமூகத்தைப் பார்த்துப் பாட வேணும்? இதற்காகச் சிலுவைகளைச் சுமக்க வேணும்? இந்தக் கேள்விகளை பகீரதனின் கவிதைகள் எழுப்புகின்றன. முன்னர் சொன்ன கவிகளின் தொடர்ச்சியாக பகீரதன் இருப்பதைப்போல, இயங்குவதைப்போல, இனிவரும் கவிகளும் இருக்கவும் இயங்கவும் வேணுமா? எனில் அறிவியலின் வளர்ச்சி, சிந்தனையின் பெறுமானம், மனித உரிமைகள் முதல் நீதி, நியாய அடிப்படைகள் வரையான மனித இயக்கத்தின் பெறுமானம் என்ன? முரணான – எதிர் மனித நடத்தைகளைப் பற்றி மனிதர்கள் சலிப்போடும் கோபத்தோடும் எத்தனைகாலம்தான் எழுதிச் சலிப்பது? இந்த உணர்வோடு எவ்வளவு காலம் வாழ்ந்து கடப்பது? இந்த முரணியக்கத்துக்கு எதிராகவும் எதிர்நிலைகளுக்கு எதிராகவும் எவ்வளவு காலம்தான் போராடுவது?

நீண்ட நெடிய மனித இயக்கத்தில் பகீரதன் ஒரு போராளியாக சலிப்பின்றி இயங்கிக் கொண்டிருப்பதன் மூலம் இது ஒரு நியதி என்றும் மனித இயக்கமே போராட்டத்தின் அடிப்படையில்தான் அமைந்துள்ளது எனவும் சொல்லாமற் சொல்கிறார். கடல் இருக்கும் வரையில் அலைகள் ஓய்வதில்லை, எனில் அலைகள் உள்ளவரை கடல் ஓய்வதில்லை. மனித வாழ்க்கையும் அப்படித்தான். ஓய்வின்றிய போராட்டங்களின் வழியாக ஊர்ந்து செல்லும் ஒரு நத்தையே.

துயர்வெளிக் கவியின் வேரோடிய நிலம்

எளிதிற் கடக்க முடியாமல் தொடர்ந்து ஒரு சாபம் போல மனிதர்களைச் சூழ்ந்திருப்பது துயரம். ஒன்று இயற்கை அனர்த்தங்களின் விளைவாக ஏற்படும் துயரம். மற்றது மனிதர்கள் தாங்களாகவும் தங்களுக்கிடையிலும் உருவாக்கிக் கொள்கிற துயரம். இந்த இரண்டு வகைத் துயரத்திலும் வலியும் வேதனையும் ஆற்றாமையுமே அடிச்சரடுகளாக உள்ளன. எவ்வளவோ அறிவியல் வளர்ச்சிகள் ஏற்பட்டு, மனித வாழ்க்கை இலகுபடுத்தப்பட்ட பின்னும் மனிதர்களின் முன்னாலிருக்கும் சவால்கள் நீங்கிவிடவில்லை. சவால்களின் விசை குறையவுமில்லை. எத்தகைய அறிவியல் விளக்கத்தினாலும் வழிமுறைகளினாலும் துயரத்தின் வலிமிகுந்த கனதியை முற்றாகப் போக்கி விடவும் முடியவில்லை. பதிலாக மேலும் மேலும் துயரத்தின் வித்துகள் புதிதாக உற்பத்தியாகின்றன, உற்பத்தி செய்யப்படுகின்றன.

என்பதால் துயரத்தின் கனம் அப்படியேதான் உள்ளது. என்பதால்தான் துன்பியலைப் பிரதிபலிக்கும் கலைக்கு மனித மனம் இலகுவில் ஆட்படுகிறது. திருமாவளவனும் துயரத்தில் சிக்கிய ஒரு கவியே. போர், இடம்பெயர்வு, புலம்பெயர்வு, அலைந்துழலும் வாழ்க்கை, அமைதி கொள்ளமுடியா மனம் என வழி நெடுகிலும் வாழ்வு நெடுகவும் துயரத்தினால் சூழப்பட்ட ஒரு கவியாக இருக்கிறார்.

கவிதைகளில் ஈடுபடத் தொடங்கிய காலத்திலிருந்து, இந்தத் தொகுதியில் இறுதியாக எழுதிய கவிதை வரை இந்தத் துயர்ப்பொழிவு திருமாவளவனுக்குள் நிகழ்ந்து கொண்டேயிருக்கிறது. பிரிவின் ஆற்றாமையும் வாழ்க்கையின் நெருக்கடிகளும் அலைச்சலும் நிலைகொள்ளாமற் தவிக்கும் கடந்த கால — நிகழ்கால நினைவுகளும் அவருக்குள் கொடிய வாள்களை கணந்தோறும் ஆழப்பாய்ச்சிய வண்ணமே உள்ளன. இழந்த காதல் அல்லது பிரிவுற்ற காதல், ஊரையும் தாய்நாட்டையும் இழந்த வலி, பெறுமதியும் நிம்மதியுமற்றுக் கழிந்த இளமை எனப் பிரிவாற்றாமை திருமாவளவனைச் சூழ்ந்து வலியேற்றுகிறது. போருக்கஞ்சிப் புலம்பெயர்ந்த (கனடா) நாட்டுப் பெருநகர இயந்திர இயக்கத்தினுள் தானுமொரு இயந்திரமாக்கப்படும் துயரம் அவரைப் பிழிகிறது. இவைபற்றிய சித்திரங்களை, அனுபவச் செறிவை திருமாவளவன் கவிதைகளாக்கியுள்ளார். இதை இன்னொரு வகையில் சொல்வதென்றால், இந்தக் கவிதைகளே திருமாவளவனின்

அகமும் புறமும். எனில் திருமாவளவனை இந்தக் கவிதைகளில் எந்தச் சலனமுமின்றிப் பார்க்கவும் அறியவும் உணரவும் முடியும்.

அண்மைய தமிழ்க்கவிதைகளில் திருமாவளவனுடைய கவிதைகள் பெறுகின்ற இடம் எது? அல்லது வேறுபடுகின்ற தன்மை எத்தகையது?

போரையும் அது ஏற்படுத்தும் வலியையும் போரின் விளைவாக நாட்டைவிட்டுப் பிரிந்த துயரையும் புகலிட வாழ்வின் ஒவ்வாமைகளையும் அலைச்சல்களையும் தாய்நாட்டைப்பற்றிய தாகத்தையும் பாடும் கவிதைகள் பலவற்றை நாம் படித்து வருகிறோம். புலம்பெயர் இலக்கியத்தில் பெரும்பாலானவையும் இந்த வகையினவே. இதை விட்டுச் சடுதியாக யாராலும் விலகிவிட அல்லது மீள முடிவதில்லை. பிறந்து வளர்ந்த மண்ணிலே வாழ முடியாத நிலையைக் கொண்டதொரு சூழலிலிருந்து வெளியேறிச் சென்றோரின் மனத்தில் வடுக்களும் வலியும் துயரும் வெம்மையும் இருப்பது தவிர்க்கவியலாதது. இதன் நிமித்தமாக அவர்கள் தாய்நாட்டின் மீதான தாகத்தையும் புகுந்த நாட்டில் தம்மை இயைபாக்கிக் கொள்வதில் ஏற்படுகின்ற நெருக்கடிகளையும் வெளிப்படுத்துகிறார்கள். திருமாவளவனும் இவற்றைச் சாராம்சப்படுத்தியுள்ளார். கூடவே தாய்நாட்டின் நிலைமைகளிலும் அங்கு முன்னெடுக்கப்படும் அரசியலிலும் கவிதைகளை உருவாக்கியுள்ளார். கவிதைகளின் மூலமாக இவற்றில் ஒளிபாய்ச்ச முற்படுகிறார். ‘கிளிநொச்சி’, ‘முள்ளிவாய்க்கால் *2009*’, ‘தோற்கடிக்கப்பட்ட நிலம் ... போன்ற பல கவிதைகள் இந்த வகையின.

இதேவேளை திருமாவளவன் பிறரிலிருந்து சற்று வேறுபடுகிற இடம், தான் வாழும் சூழலில் இயற்கையுடன் தன்னை இணைத்துச் சமநிலை காண முற்படுவதாகும். அல்லது இயற்கையில் தன்னை ஆற்றுப்படுத்திக் கொள்வதாகும். இயற்கை மீதான இந்தப் பிரியம் அவரைச் சமநிலைப்படுத்தி, புதுப்பித்து, உயிப்பூட்டி, மேலும் விசையுடன் இயங்க வைக்கிறது. பிரிவின் ஆற்றாமையினாலும் வேறுபட்ட நிலங்களின், அங்குள்ள நிலைமைகளின் ஒவ்வாமையினாலும் கொந்தளிக்கும் மனதைச் சமனிலைப்படுத்துவதற்கு இயற்கையே அவருக்குப் பேராறுதலாக உள்ளது. மரங்கள், பறவைகள், புக்கள், சூரியன், வானம், நட்சத்திரங்கள், காற்று, நிலம், புல், பனி, முகில் என அவர் தோழமை கொள்கின்ற — உறவாடுகின்ற மையங்கள் பல. இந்த உலகத்தில் எப்போதும் எங்கும் ஆறுதலைத் தரக்கூடியவையாக, உறவாடத் தக்கவையாக இயற்கையின் அம்சங்களே உள்ளன. இதைத் தானும் உணர்ந்து, நம்மையும் உணர வைக்கிறார் திருமாவளவன். மனிதர்களைப்பற்றிய சித்திரங்களை விடவும் இயற்கை பற்றிய சித்திரங்கள் இந்தக் கவிதைகளில்

அதிகமாக உள்ளன. பிறந்த மண்ணின் நினைவுகளைப் பற்றிய கவிதைகளிலும் புகலிடம் பற்றிய கவிதைகளிலும் இயற்கையை உள்ளிருத்தும் திருமாவளவனின் கரிசனையே கூடுதலாக உள்ளது. இவை திருமாவளவனைக் கவனிக்கச் செய்கின்றன; கவிதைகளை வாசிக்கத் தூண்டுகின்றன. திருமாவளவனின் – அவருடைய கவிதைகளின் – அடையாளங்களாகவும் அமைகின்றன.

இயற்கை மீதான கரிசனைகளை அதிகமாகக் கொண்டுள்ள கவிஞர்கள் தமிழில் பலருள்ளனர். எனக்கு சோலைக்கிளி, தேவதேவன், கலாப்பிரியா, சு.வி ஆகியோரே அண்மைய தமிழ்க்கவிதைகளில் துலக்கமாகத் தெரிகின்றனர். இன்னொருவர் திருமாவளவன். ஆகவே இயற்கையை மருந்தாகக் கொள்வதன் மூலமாக தமிழ்க்கவிதைகளில் ஒரு மாற்றடையாளத்தை — தன்னடையாளத்தைத் தருகிறார் திருமாவளவன். மொத்தத்தில், எங்கே நாம் இருந்தாலும் இயற்கை என்ற பேராம்சத்தில்தான் நாம் மையம் கொள்கிறோம், அதில்தான் மையம் கொள்ள முடியும் என்று உணர்த்துகின்றன திருமாவளவனின் கவிதைகள்,

வாழ்வையும் வரலாற்றையும் உணர்ந்த ஒரு படைப்பாளியிடம் அல்லது கவியிடம் குழப்பங்கள் இருப்பது குறைவு.

முந்நூறாண்டுகள் உழுதோம்
எங்கள் நிலத்தில் அவர்க்கு.
இனியும்
உழுவோம்
அவர்கள் நிலத்தை அவர்க்கே.

இந்த ஒரு கவிதை போதும் திருமாவளவனின் தவிப்பையும் வாழ்வையும் நாம் உணர்ந்து கொள்ளவும் அறிந்து கொள்ளவும். இது தனியே திருமாவளவனின் அனுபவமோ வாழ்க்கையோ பிரச்சினையோ, துயரமோ அல்ல. புலம்பெயர்ந்த ஒவ்வொருவரின் வாழ்க்கையும் இதுதான். புலம்பெயர்ந்தவர்கள் மட்டுமல்ல ஈழத்தமிழர் ஒவ்வொருவரின் வாழ்க்கையும் இதுவே. மட்டுமல்ல, இலங்கையர்கள் அனைவரின் வாழ்க்கையும் இதுதான். இலங்கையர்கள் மட்டுமல்ல, வல்லரசுகளாலும் வல்லாண்மை பெற்ற பல்தேசிய நிறுவனங்களாலும் நூற்றாண்டுகளாக சுரண்டப்படுவோரின் வாழ்க்கையும் பிரச்சினையும் இதுவே.

இடங்கள் வேறுபடலாம். காலம் மாறுபடலாம். ஆனால், நிலைமை ஒன்றுதான். முன்னர் படையெடுப்புகளை மேற்கொண்டு,

தங்கள் ஆதிக்கத்தைச் செலுத்திய அதிகாரத் தரப்புகளுக்காக அடிமைப்படுத்தப்பட்ட தேசங்களைச் சேர்ந்த — சமூகங்களின் மக்கள் உழைத்தனர். இன்று பல்தேசிய நிறுவனங்களுக்காகவும் வல்லரசுகளின் நலன்களுக்காகவும் சொந்த நாட்டிலும் புலம் பெயர்ந்த நாடுகளிலும் உழைக்க வேண்டியுள்ளது, உழைக்கிறார்கள். அவ்வளவுதான். இலங்கையிலும் இலங்கைபோன்ற நாடுகளிலும் பல்தேசிய நிறுவனங்கள் தொடக்கம், வல்லரசுகள் வரையில் தங்கள் நிறுவனங்களையும் செல்வாக்கையும் நிலத்தையும் பிடியில் வைத்திருக்கின்றன என்பதை நாம் இந்த இடத்தில் நினைவிற் கொள்ள வேண்டும்.

தான் ஒரு ஈழத் தமிழர், புலம்பெயர் அகதி, பிற நாடொன்றின் குடியேறி, ஆறாந்திணைவாசி என்று மட்டும் சிந்திக்கவில்லை திருமாவளவன். நூற்றாண்டுகளின் தொடர்ச்சியில் விளைந்த ஒரு ஈழத்தமிழரே தான் என்று பரந்த நிலையிற் சிந்திக்கிறார். வரலாற்றின் பிணைப்பும் பிணக்குகளும் திடீரென நீங்கி விடுவதில்லை. அவற்றின் தாக்கங்களும் தொடர்ச்சியும் அழுத்தங்களும் தொடர்ந்து கொண்டேயிருக்கும். அதை எவ்வாறு ஒரு சமூகம் தன் வாழ்வில் எதிர்கொள்கிறது, அதை புதிய நிலைகளுக்கேற்ப எவ்வாறு உருமாற்றி, நிலைமாற்றிக் கொள்கிறது என்பதைப்பொறுத்தே அந்தச் சமூகத்தின் நிகழ்கால – எதிர்கால வாழ்க்கை அமையும் என்பதை உணர்கிறார். என்பதாற்தான் கையறு நிலையில் தவிக்கும் ஈழத்தமிழ்ச் சமூகத்தை இவ்வாறு பிரதிபலிக்கிறார். நூற்றாண்டுகள் கழிந்தன. எதுவும் மாறவில்லை என்ற திருமாவின் துக்கம் இதன் வழியானதே.

முந்நூறாண்டுகள் கழிந்தனவாயினும்
நிறந்தான் மாறியது;
மொழிதான் மாறியது;
நாங்கள் இன்றும்,
அடக்குமுறையின் கீழ்

என்று அ.யேசுராசா எழுதியதைப்போல இன்னொரு தளத்தில் இன்னும் ஆழமாகக் கவிச்செம்மையோடு எழுதுகிறார் திருமாவளவன்.

திருமாவளவனின் கவிதைகள் மூன்று திரட்டுகளாக ஏற்கனவே வெளியாகியுள்ளன. இது நான்காவது திரட்டு. இந்த நான்கு திரட்டுகளிலும் உள்ள அநேக கவிதைகளில் உள்ள பொதுத் தொனி என்பது, முன்னரே குறிப்பிட்டுள்ளதைப் போன்று பிரிவும் துயரும் வலியின் முனகலும் ஒவ்வாமையின் வெளிப்பாடுகளுமே.

நெருக்கடிகளையும் அபாயத்தையும் விட்டு நீங்கிப் பாதுகாப்பும் வளமும் நிறைந்த (கனடா) தேசத்துக்குப் பெயர்ந்து அங்கே குடியுரிமை பெற்றாலும் உள்ளே கொந்தளித்துக் கொண்டிருக்கும் துயருறு மனம் நீங்கவில்லை.

புலம்பெயர் படைப்பாளிகள் பலருடைய நிலை பெரும்பாலும் இப்படித்தானுள்ளது. புறம் ஒன்றாகவும் அகம் இன்னொன்றாகவும் இருவேறு நிலைகளில் துடித்துக்கொண்டு. இதுவரையான பெரும்பாலான புலம்பெயர் இலக்கியம் இந்தச் சாரம்சத்திற்தானிருந்தது. ஆனால், புலம்பெயர் படைப்புகள் இரண்டு வகையில் கிளைக்கும் நிலை இப்பொழுது உருவாகியுள்ளது. ஒன்று திருமாவளவனைப் போன்று, தாய்நாட்டின் நினைவுகளும் புலம்பெயர் தேச வாழ்வுமாக அமைந்தது. தாய்நாட்டில் பிறந்து, வாழ முற்பட்டு, தொடர்ந்தும் வாழ முடியாத சூழலில் வெளியேறிச் செல்ல வேண்டியிருந்த நிலையை ஆற்றாமையை தன் மையத்திலிருந்து நீக்க முடியமல், தத்தளிப்போடு வைத்திருப்பது. அத்துடன் புகலிடத்திலும் நிலை கொள்ள முடியாமல் தத்தளிப்பது.

மற்றது, புலம்பெயர் தேசத்தைத் தனது தாயகமாகக் கொண்ட இளைய தலைமுறையினரின் படைப்புகள். இந்தத் தலைமுறையினருக்கு தாங்கள் தற்போதிருக்கும் நாடே சொந்தத் தாயகம். அங்குள்ள மக்களே உறவினர்களும் நண்பர்களும். அங்கு வாழ்ந்த, வாழ்கின்ற அனுபவங்களே அவர்களுக்குக் கிட்டுகிறது. அதுவே அவர்களிடம் முதன்மையடைகிறது. எனவே அவர்கள் வாழ்கின்ற களத்தை மையப்படுத்தியே சிந்திக்க முனைகிறார்கள். அதையே அவர்கள் வெளிப்படுத்துகிறார்கள். இவர்கள் ஈழ நினைவுகள் அத்தனை வலியதாக இருக்கப்போவதில்லை.

ஆகவே இந்த இருநிலைப்பட்ட படைப்புகள் கிளைக்கும் காலம் இப்போது உருவாகியுள்ளது. இதில் முதல் தலைமுறையினரிடம் உள்ள சிறப்பு அவர்கள் தமிழிலக்கியத்திலும் புலம்பெயர் இலக்கியத்திலும் ஒரு இணைப்பை — கலப்பம்சங்களை உருவாக்குவோராக உள்ளனர். புலம்பெயர் தேசத்தில் பறவை ஒன்றைக் காணும்போது அவர்களுக்குத் தங்கள் தேச நினைவு கிளர்கிறது. மரங்கள், ஆறுகள், வானம், பனி என எதையும் தங்கள் தாயகத்துடன் இணைத்தே பார்க்கிறார்கள், உணர்கிறார்கள். இரு புலங்களைப் பற்றிய அறிதலும் அனுபவமும் இருப்பதால் இவர்களால் இத்தகைய சாத்தியங்களை உருவாக்க முடிகிறது. இதற்குத் திருமாவளவின் இந்தக் கவிதைகளிலும் ஏராளம் இடங்களுண்டு.

இதனால் தமிழிலக்கியத்துக்குப் புதிய திணைக்காட்சிகளும் உள்ளீடுகளும் கிடைக்கின்றன. திருமாவளவன் கவிதைகள் இந்த இரு நிலைகளிலும் வலு சிறப்பாக பிரதிபலிக்கின்றன.

*

இலங்கையின் கொந்தளிப்பான காலகட்டத்தில் இளமைப் பருவத்தை கொண்டிருந்தவர்களில் ஒருவர் திருமாவளவன். இன ஒடுக்குமுறையும் அதற்கு எதிரான போராட்டமும் இனப்போராக மாறிய சூழலில் வாழ வேண்டிய, எழுத வேண்டிய நிலையைக் கொண்டவர் என்பதால், இந்தக்கொந்தளிப்பு திருமாவளவனின் கவிதைகளிலும் உண்டு. ஆனால், சமநிலை குழம்பாதவர். எந்தப் பக்கமும் இழுபடாதவர். சாயாதவர். என்பதால் திருமாவளவனின் கவிதைகள் கால நீட்சியைக் கொண்டிருக்கும் இயல்பை அதிகமாக்க கொண்டுள்ளன. எனினும் அதையும் மீறிச் சமகால ஈழப்பரப்பிற்குள் மட்டும் அடங்கி உறைந்து விடும் சில கவிதைகளும் அவரிடம் உண்டு. இதைத் தவிர்த்தால் திருமாவளவன் ஈழக்கவிஞர்களிலும் ஈழக்கவிதைகளிலும் முக்கியமான ஒரு அடையாளமாகவே உள்ளார். ஆனால், திருமாவளவன் என்ற பெயர் தமிழ்நாட்டிலுள்ள ஒரு அரசியற் தலைவரின் பெயர் என்ற அளவிலேயே பெரும்பாலான தமிழ் ஊடகங்களாலும் தமிழ்ச் சனங்களாலும் விளங்கப்படுகிறது. இப்படியான கீழிறக்க நிலை தமிழ்ச்சூழலில் ஏராளமுண்டு. “நெடுநீள் பண்பாட்டுப் பேறுடைய தமிழில்” நல்ல படைப்பாளி, நேர்மையான சமூகச் செயற்பாட்டாளர், ஆற்றல் நிரம்பிய மனிதர்களின் இடம் மதிப்படைவது குறைவு. புற நீங்கலாக இத்தகையவர்கள் கண்டு கொள்ளப்பட்டால் அது காலம்பிந்திய ஒன்றாகவே இருக்கும். பாரதி, புதுமைப்பித்தன் தொடக்கம் அ.செ.மு, மகாகவி வரை இதுவே கதி. இந்த இடத்தில் ஒன்றைக் குறிப்பிடலாம் என எண்ணுகிறேன். சமகாலச் சூழலில் சேரன், ஜெயபாலன், திருக்கோவில் கவியுவன், உமா வரதராஜன், ரஞ்சகுமார் என இளவயதுடைய சில படைப்பாளிகளையும் கவிஞர்களையும் கா.சிவத்தம்பி தமிழ்ப்பரப்பில் அறிமுகப்படுத்தியிருந்தார். சிவத்தம்பியின் இந்த அறிமுகமாக்கலைப்பற்றிய விமர்சனங்கள் பலரிடமுண்டு. ஆனால், சமகாலத்தில் இந்தப் படைப்பாளிகளும் கவிஞர்களும் கூடிய அளவில் தமிழ்ப்பரப்பில் அறியப்படுவதற்கும் முக்கியமானவர்களாகக் கருதப்படுவதற்கும் அவருடைய அறிமுகம் உதவியது என்பதை மறுக்க முடியாது. குறிப்பிட்ட கவிஞர்களும் படைப்பாளிகளும் படைப்புத்திறனில் முக்கியமானவர்கள். அவர்களுடைய படைப்புகளின் வீரியம் அவர்களை அறிமுகப்படுத்தும். நல்ல படைப்பின் அடிப்படையே அதுதான்’ என்று இதை யாரும்

இன்னொரு தளத்திலிருந்து வாதிடலாம். வைரத்தைப் பட்டை தீட்டி ஒளிர வைப்பதற்கு ஒரு கலைஞர் (விமர்சகர்) தேவை. தமிழில் மஹாகவி, விபுலாநந்தர் உள்ளிட்ட பலரையும் வெவ்வேறு காலங்களில் இந்தமாதியான நிகழ்ச்சிகளின் மூலமே தமிழ்ச்சூழல் கண்டறிந்தது.

எனவே இத்தகைய ஒரு அறிமுகமாக்கல் நிலை தவிர்க்க முடியாமல் ஒவ்வொரு படைப்பாளிக்கும் படைப்புக்கும்

தேவை. இது வணிகமயம் உச்சநிலையில் தாவிச் செல்லும் காலம். போட்டியும் புனைவும் நிறைந்த சூழல். பல கோடி விதைப்புகளின் மத்தியில் புதிதொன்றைக் காண்பதற்கு ஞானக் கண் வேண்டும். இல்லையெனில் குறிகாட்டி அவசியம். திருமாவளவின் கவிதைகளைக் குறித்து, சி. சிவசேகரம், ராஜமார்த்தாண்டன், வெங்கட் சாமிநாதன், க. மோகனரங்கன், சேரன் உள்ளிட்ட முக்கியமான ஆளுமைகள் எழுதியிருக்கிறார்கள். தமிழ்ச் சூழல் தன்னுடைய ஞானக்கண்களாலும் குறிகாட்டிகளாலும் திருமாவளவனையும் அவருடைய கவிதைகளையும் மேலும் மேலும் கண்டடையட்டும். புதிய உலகங்களைச் சென்றடையட்டும்.

(முதுவேனிற்பதிகதுக்கான முன்னுரை)

கொந்தளிக்கும் வாழ்க்கையின் நிழல்

கொந்தளிக்கும் வாழ்க்கையில் நிற்கவும் முடியாமல் நகரவும் முடியாமல் தத்தளிக்கும் அலறிக்கு துக்கமும் கோபமும் சலிப்பும் ஏற்படுகின்றன. இதென்ன வாழ்க்கை ஏனிப்படி சூழல் கெட்டுக்கிடக்கின்றது என்ற புதிர்கள் அலறியைச் சிதைக்கின்றன. இந்த முடிவிலாப்புதிர்கள் தன் வாழ்வையே கணிக்கவும் தன் விருப்பங்களோடு வாழவும் முடியாத அபத்த நிலை அலறியைப் பிளந்தெறிகின்றது. அலறியின் துக்கங்களும் கோபங்களும் அவரைப்பதற்றமடைய வைக்கின்றன. அவருடைய சமநிலை குழம்புகின்றது. அலறிக்குள் உருவாகும் பதற்றம் நமக்குள்ளும் உருவாகின்றது. அலறியின் கோபங்களே நமக்குள்ளும் உண்டு. அவருடைய துயரங்கள் நமது துயரங்களாகின்றன. அலறியைச் சுற்றி வளைத்து நெருக்கும் கேள்விகள் நம்மையும் வியூகமிட்டுத் தாக்குகின்றன. எல்லை மீறிச் செல்லும் அபத்தத்தின் நிழல் வேர் விட்டுச் சடைத்தது பிரமாண்டமாய் நம்மை மூடுகின்றது. அலறி விடுபடத்துடிக்கும் நெருக்குவாரங்களை அவராலும் கடக்க முடியவில்லை. நம்மாலும் கடக்க முடியவில்லை.

முள்ளின் மத்தியில் பூத்தாலும் மலர் தன் இயல்போடும் அழகோடும் அதற்குரிய காலத்தில் வாழ்ந்துவிட்டுப்போகின்றது. நம்மால் அப்படி இருப்பதற்கு முடியவில்லை. ஏன்? மனிதன் எதைக்கண்டடைகின்றான்? எதை நோக்கி அவனது பயணம் நிகழ்கின்றது?

அலறியின் சூழல் சிதைவுக்குள்ளானது. அது தொடர்ந்தும் சிதைக்கப்படுகின்றது. முடிவற்ற சிதைவு. இந்தச் சிதைவில் நாம் ஒவ்வொருவரும் பாதிக்கின்றோம். நாமே சிதைவுக்கும் சிதைப்புக்கும் விரும்பியோ, விரும்பாமலோ தெரிந்தோ தெரியாமலோ காரணமாகிறோம். எந்தக்குற்றச்சாட்டுக்களையும் ஒவ்வொருவரும் மற்றவர் மீது சுமத்துவதிலேயே குறியாக இருக்கின்றோம். ஆனால்,நமது குற்றங்களுக்கு நாம் என்ன பதிலளிக்கப்போகின்றோம் என்று நாம் யோசித்துப்பார்ப்பதில்லை. இவற்றையே தன் கவிதைகளின் உள்ளொலிப்பாகக் கொண்டுள்ளார். நமது குற்றங்களுக்கு நாமே தண்டனை அளிக்கும் முறை உருவாகினால் குற்றங்கள் உருவாகாத நிலை ஏற்படும். வன்முறை தணிந்துவிடும் என்று அவர் நம்புகிறார்.

இப்போதுள்ள அமைப்பில் குற்றங்களுக்கு யாரும் பொறுப்பேற்பதில்லை. பதிலாக தன்முன்னிலை அளிப்பதிலும் குற்றங்களை மற்றவர் மீது சுமத்துவதிலும்தான் குறியாகவுள்ளோம். இது வன்முறையைப் பெருக்குகின்றது. முடிவற்ற வன்முறையின் வேர்த்தொகுதி இதனடியாகக் கிளைக்கின்றது. இதை அலறி விரும்பவில்லை. அவருக்கு அமைதியே வேண்டும். அச்சமற்ற சூழல் வேண்டும். பறவைகள் கலவரப்படாத பறத்தலும் மனிதர்கள் அஞ்சாத மரணமும் நிகழும் சாதாரண நிலை தேவை.

அலறியின் முதற்தொகுதி கவிதைகள் கொண்டிருந்த வலிகளின் நீட்சியே இந்தத் தொகுதிக் கவிதைகளிலும் உள்ளன.

ஒருவன் கொல்லப்படும்போது

பெரிதாக என்ன நடக்கப்போகின்றது

இன்னுமொருவன் கொல்லப்படுவான் என்பதைத் தவிர

என்ற கேள்வியில் நிரம்பியுள்ள வலியும் துயரமும் ஏக்கமும் தவிப்பும் கோபமும் சலிப்பும் பேரதிர்வை உருவாக்குகின்றன. மிகச் சாதாரணமான வரிகளினூடாகவும் வடிவத்தினூடாகவும் வன்முறையின் தொடர்ச்சியையும் அதன் வளர்முகத்தையும் துல்லியமாகக் காண்பிக்கிறார். வன்முறைக்குள் வாழும் குழந்தைக்கு அதன் அனைத்துப் பகுதிகளும் பரிச்சயமாயிருக்கும் அல்லவா? வலி அலறியைச் சூழ்ந்தது மட்டுமல்லாமல் தொடர்ந்து அவருடைய சக மனிதர்களை அடுத்த தலைமுறையையும் சூழப்போகின்றது. சாபமாக நம்மைத்தொடரும் வலியை நம்மால் கடந்துவிட முடியாதா? அதன் நிழல் நம்மைப் பின்தொடராத வாழ்வு சித்திக்காதா என்ற கலக்கமும் பேராவலும் அவருக்குள் ஓயாமல் ஈரமாகப் படர்ந்து செல்கின்றது.

நம்பிக்கைக்கும் நம்பிக்கையின்மைக்கும் இடையில் ஒளியாயும் நிழலாயும் உருகிக் விதத்தில் உணர்வின் மொழியை கவிதையாக்கும் அலறியின் இந்தத் தொகுதிக் கவிதைகள் ஒருங்கிணைவு குறைந்துள்ளமையும் உணரக்கூடியதாகவுள்ளது.

ஒரு கவியிடம் ஒரு கவிதை வரிக்காகவே பெருந்தூரம் பயணிக்க வேண்டியிருப்பது தவிர்க்கமுடியாததாகவும் உள்ளது.

பெருங்காத்திருப்பின்போது திடீரெனக் கிடைக்கிறது ஒரு நல்ல கவிதை. ஒரு நல்ல கவிதையை எழுத வேண்டும் என்று நினைத்து எந்தக் கவிஞரும் தம் கவிதையை எழுதுவதாக நம்பமுடியவில்லை. நல்ல கவிதை ஒரு நல்ல கவியிடம் உருவாகிறது. உணர்தலிலும் பகிர்தலிலும் கவிக்கு இருக்கும் திறன் பொறுத்து அது ஒளி வீசுகிறது. மணம் கொள்கிறது. வடிவம் பெறுகிறது.

உண்மையின் தீராத தாகம்

அநாமிகனின் கவிதைகள் கனவின் சாயலைக் கொண்டிருக்கின்றன. இந்தக்கனவு சிலவேளைகளில் துலக்கமானது. சிலசமயம் அரூபமானது.அநாமிகனின் மனம் இயங்குகின்ற விதமும் இப்படித்தான். சிலபோது துலக்கமானது. சிலபோது அரூபமானது. துலக்கமும் அரூபமும் இணைந்த நிலையில் வெளிப்பாடு கொண்டிருக்கும் அநாமிகனின் கவிதைகள் நம்மோடு நெருங்கி நிற்கின்றன. நம் வாழ்வும் ஒருபோது துலக்கமாகிறது. இன்னொரு பொழுது அரூபமாகி விடுகிறது. ஒருவகையில் இதுவொரு மாயவிளையாட்டுத்தான். ஆனால், இந்த விளையாட்டுச் சுவாரஸ்யமானது. சலிப்பாகவும் மகிழ்ச்சியாகவும் துக்கமாகவும் எழுச்சியாகவும் நம்பிக்கையாகவும் அவநம்பிக்கையாகவும் மாறிமாறிக் கோலம்காட்டுகிறது. அதேவேளையில் அது எப்போதும் உண்மையைக் காட்டுகிறது.

அநாமிகன் காலத்தின் சாட்சியாக இருக்கிறார். சாட்சியானவர்தான் வாழும் சூழலினதும் காலத்தினதும் மெய்ப்பதிவாளராக இருப்பர். அறம்தான் அங்கே அடிப்படை. அறம் எனும்போது எது அறம் என்பதில் மாறுபாடுகள்கொண்ட பல்வேறு கேள்விகளும் அபிப்பிராயங்களும் கருத்துக்களும் முன்வைக்கப்படலாம். ஆனால், வாழ்க்கையை முன்வைத்து நீதி, உண்மை, யதார்த்தம் என்பவற்றின் கலவையாக திரட்சியுறும் அறம் பற்றியதே இங்கே விளக்கம். இந்த அறத்தின் வழி தன்னை நிலைப்படுத்துவதில் அநாமிகன் இயல்பாயிருக்கிறார். அதனால்தான் எலுமபுக்கூட்டின் வாக்குமூலம் என்று அவர் துணிவுகொண்டு எழுதியது சாத்தியமாகியது.

ஈழப்போர் தீவிரம்பெற்றிருந்ததொண்ணூறுகளின் பிற்பகுதியில் போர்க்களமாகவே விரிந்திருந்த வன்னியில் வாழ்வே போர்க்களமாயிருந்த சூழ்நிலையில் அநாமிகன் தன்கவிதைகளை எழுதியிருக்கிறார்.ஒருபக்கம் ஒடுக்குமுறையாளருடைய போரின் அநீதி. மறுபக்கம் விடுதலை வேட்கை. வாழ்வின் மீதான் தீராத ஆவல். துயரங்களின் மேல் எழுகின்ற சீற்றமும் வெறுப்பும். வாழ்வின் குரூரங்களோடு போராடிக்காயம்பட்ட அனுபவங்களுடைய தலைமுறையின் ஒரு இளங்கவியுடைய கவிதைகளிவை. இக்கவிதைகள் தவிப்பையும் நெருக்கத்தையும் கொண்டிருக்கின்றன.

இந்தக்கவிதைகளின் மையம் எத்தனிப்பு எனலாம். அநாமிகனின் கவிதைமொழி எப்போதும்; எத்தனிப்போடுதான் இயங்குகின்றது. ஆக அநாமிகனின் கவிதைகளை எத்தனிப்பின் மொழி அல்லது அல்லது எத்தனிப்புக்களின் வெளிப்பாடு அல்லது எத்தனிப்பின் விளைவு எனலாம். எதையோ சொல்வதற்கான எத்தனிப்பு. எவற்றையோ செய்வதற்கான எத்தனிப்பு. விரும்புகிற வாழ்வை வாழ்வதற்கான எத்தனிப்பு. முழுதாக நடைமுறைச்சாத்தியங்களை உருவாக்குவதற்கான எத்தனிப்பு. இந்த எத்தனிப்புக்களுக்குரிய அமைவுகளும் சாத்தியங்களும் குறைகின்றபோது உடைகின்றன கனவுகள். சுருங்குகின்றது இதயம். ஆனாலும் உறங்காத ஞாபங்களும் தீரா ஆவலும் மீண்டும் எதற்கோவெல்லாம் எத்தனிக்கிறது. உடலும் மனமும் சேர்ந்தியங்கும்போது நிகழும் விந்தையது.

அநாமிகனில் இந்த விந்தை நிகழ்கிறது. இந்த விந்தையில் அநாமிகன் சுழல்கிறார். எத்தனிப்பின் விந்தை ஒருபோது துலக்கமாகிறது. ஒருபோது அரூபமாகிறது. இங்கே முக்கியமாகக் கவனிக்கவேண்டியது துலக்கம் அரூபம் என்ற இரண்டு வேறுவேறு எதிரெதிர் துரவங்களிலும் இடறுப்படாமல் அநாமிகன் அறத்தின் வழி இயங்குகிறார் என்பதையே.

சாட்சிக்கு எப்போதும் தேவை உண்மை. அந்த உண்மையில்தான் உயிர்வாழ்கிறது சாட்சியின் அடையாளம். அநாமிகனுக்கு உண்மை வேண்டும். உண்மைகளும் தெரியும். அநாமிகனின் கவிதைகள் இந்த உண்மையிலேயே பலம்பெறுகின்றன. இவை அழகடைவதும் இந்த உண்மையினாலேயே. உண்மை கொள்கிற தீராத்தவிப்பை உணருகிற இதயம் அநாமிகனுக்கு வாய்த்திருக்கிறது. உண்மை எப்போதும் தீராத்தவிப்போடு கொந்தளித்துக்கொண்டிருக்கிறது. உண்மையை உணருகிறவனின் இதயமும் அப்படித்தான். அது அலையடித்துக ;கொண்டும் கொந்தளித்துக்கொண்டிருக்கும். அதனால் உறங்கமுடியாது. தணியவும் முடியாது. தீராத்தாகத்தோடு இருப்பதே அதன்விதி. இப்படி விதிக்கப்பட்ட இதயத்தின் வெளிப்பாடுகளாக இருக்கின்றன அநாமிகனின் கவிதைகள். இந்தக் கவிதைகள் கோரிநிற்பது உண்மையை உணரக்கூடிய இதயங்களையும் உண்மையை அறிய விரும்பும் அவற்றின் திராணியையுமே. ஈழத்தின் கவிதைச்சூழல் நெருக்குவாரங்களில் நசிபட்டிருக்கிறது. கவிதை குறித்த விளக்கங்கள் அதிகரித்த அளவுக்கு கவிதை இல்லை. கவிதை குறித்த அறிதலும் இல்லை. கவிதை எழுதுவோராலும் வாசகர்களாலும் சாகடிக்கப்பட்ட நிலைதான் பெருகிக்கிடக்கின்றது. இது ஒருவர் தன்னுடைய கவிதை வெளியைத் திறப்பதற்கு பெரும் சிரமத்தை தருவது.

அவரவரிடம் சேமிப்பிலிருக்கும் தன்னிலை அளவுகோலின்படி கவிஞனும் கவிதைகளும் அளக்கப்படும் நிலை கொடுமையானது. அநேக கவிஞர்கள் இந்த அளவுகோலுக்கு இசைவாக இயங்குகிறார்கள். அது அவர்களுக்கு சௌகரியமானது. இருக்கும் தடத்தில் பயணிப்பது சிரமங்களானதும் பாதுகாப்பானதும் மன எச்சரிக்கைக்கு அவசியமற்றதுமாகும்.

அறிதல் மூலம் புதிய வெளியைத்திறக்கும் முனைப்பு புதிய கவியின் இயல்பு. ஆனால், அதற்குஉடனடிக்கொண்டாட்டம் இல்லை. புதிய திசையை கண்டறியும் பயணியின் பயணம் சோதனைக்குரியது. அதற்கான சவால்கள் அதிகம். அந்த வித்தைக்கு கனவின் உறுதியான மனம் வேண்டும். சாகடிக்கப்படும் களத்தைக் கடந்துபயணிக்கக் கூடிய கனவின் உந்துதல் தேவை.

அநாமிகன் தன்வெளியில் இரண்டையும் கலந்திருக்கிறார். விதிக்கப்பட்டிருக்கும் ஒழுங்குகளுக்குள் நிற்பது ஒன்று. அதில் நின்று கொண்டு புதிய பகுதிக்குள் தமிழ்க்கவிதைகளில படிந்திருக்கின்ற பொய்மைக்கூறுகள்தான் பொது வாசிப்பாளர்களுக்கு அதிக பரிச்சயமாக இருக்கிறது. அதிபுனைவுகளைக் கொண்டாடுகிற வழக்கம் தமிழில் தொடர்ந்து பராமரிக்கப்பட்டு வருகிறது. இதில் யாருக்கும் எந்தக்கூச்சமும் இருப்பதாகத் தெரியவில்லை. அதேவேளை மெய்க்கவிதைகளை அவர்கள் எந்தத் தயக்கமுமில்லாமல் வெளிப்படையாக எதிர்க்கிறார்கள். மறுக்கிறார்கள். அந்தளவுக்கு அவர்கள் வாசகர்களின் மூளையில் பொய்யைப் படிகம் போட்டிருக்கிறார்கள். இதனால் நல்ல கவிதைகளுக்கான வாசகப்பரம்பல் மிகக் குறைவாகவே உள்ளது. இது தமிழ்ச் சூழலுக்கு பெரிய வீழ்ச்சி. தமிழ்க்கவிதைக்கு பெரும் சரிவும் பின்னடைவும்.

அநாமிகன் இத்தகையஅபாயகரமான நெருக்கடிச் சூழலைக்கடந்துதான் தன் கவிதைகளைக் கொண்டுவருகிறார். வழமையைப்போல பொது வாசகப்பரப்பில் உடனடி அறிமுகத்தின் ஒளிர்வை இந்தக்கவிதைகள் பெறத்தாமதங்கள் நிகழலாம். ஆனால், அதனையிட்டு வருத்தமில்லை. ஏனெனில், அதொரு வணிகமல்ல. ஈடுபாடு. லாபங்களை நோக்கிய கவனமல்ல. சீர்மையையும் நல்விளைவுகளையும் நோக்கிய அக்கறை. இதன் வழியும் வேறு. மொழியும் வேறு. அநாமிகன் இவற்றுக்கெல்லாம் சம்மதங்கொண்டு தயாராகியிருப்பதுதான் மகிழ்ச்சியானது. இந்த மகிழ்ச்சியான காரியத்துக்கு நாம் செய்யவேண்டியது அநாமிகனையும் அவருடைய கவிதைகளையும் அணுகுவதே.

உள்ளமைதியும் மேற்சிறகிசைப்பும்

'பெருமழையில் நனைந்தபடி
ஆடாமல் அசையாமல்
பார்த்துக் கொண்டு நிற்கிறார்
புத்தர்
போதனைகள் ஒவ்வொன்றாய்
குடை பிடித்துச் செல்வதை.'

மேலே சுட்டப்பட்டுள்ள கவிதையைக் கவிதை வாசிப்பில் பரிச்சயமுடைய ஒருவர் யப்பானிய அல்லது சீனக் கவிதையோ என்று ஒரு கணம் எண்ணக் கூடும். கவிதைப் பொருளும் அதன் வடிவமும் சொல்முறையும் ஏறக்குறைய யப்பானியக் கவிதை வடிவத்தை ஒத்திருப்பதால் அப்படியொரு எண்ணம் வரலாம். ஆனால், இங்கே றியாலஸ் தன்னியல்பாகவும் தன்னுடைய சூழல் மற்றும் அனுபவங்களின் நிலைநின்றும் இந்தக் காட்சியைக் காண்கிறார். அதன் வழியாக நம்முடைய மனதில் பலவிதமான எண்ண அலைகளை எழுப்புகிறார்.

இலங்கைத்தீவின் அரசியல் வரலாறும் பண்பாடும் பௌத்த மதத்தோடும் அந்த மதகுருக்களோடும் பின்னிப் பிணைந்தது. இதனால், புத்தரின் சிந்தையும் அவர் வலியுறுத்திய மெய்யுண்மைகளும் இங்கே இந்தச் சூழலில் பெரும்பாலும் உருமாற்றப்பட்ட உபயோகப் பண்டங்களாக்கப்பட்டுள்ளன. இந்த நிலையில்தான் பெய்யும் பெருமழையில் புத்தரின் போதனைகள் ஒவ்வொன்றாகக் குடை பிடித்துச் செல்கின்றனவோ என்று எண்ண வைக்கின்றன. அப்படியென்றால் இதுவொரு வெளிநடப்பா? அல்லது புத்தரிடமிருந்து சுயாதீனமாக விலகிச் செல்லும் குழந்தைகளா அவை? அல்லது இந்தக் கறை படிந்த சூழலை மாற்றியமைப்பதற்காக புத்தரை, அவருடைய போதனைகளைக் காவிச் செல்லும் குழந்தைகளா? என. இது இலங்கைத்தீவின் அரசியலை தமிழ்பேசும் மக்கள் எதிர்கொண்டு வரும் அனுபவங்களின் வழியான தவிர்க்க முடியாத வாசிப்பாக இருக்கும். ஆனால், இலங்கைக்கு வெளியே உள்ள வாசகர்களின் வாசிப்பனுபவமும் அறிதலும் வேறாக இருக்கக் கூடும்.

இந்தக் கவிதை காட்சி ரூபமாக விரியும்போது காண்பிக்கின்ற அழகியல் வேறு. உள்ளாழத்தில் எழுப்புகின்ற எண்ண அலைகளும் கேள்விகளின் வழியாக உணர வைக்கின்ற அழகியலும் வேறு.

ஆனால், இரண்டுமே ஒரு கட்டத்தில் ஒன்றிணைகின்றன. அப்படி இணையும்போதே கவிதை முழுமைத்தன்மையை நெருங்குகிறது. இதேவேளை இந்தக் கவிதையை நாம் வலிந்து அரசியல் அனுபவங்களின் வழியாகத்தான் புரிந்து கொள்ள வேண்டும் என்ற அவசியமுமில்லை. நமக்கு வெளியே உள்ள வாசகர்கள், இந்த அனுபவங்களுக்கு வெளியே இருந்தே இந்தக் கவிதையை அணுகுவர். அப்பொழுது அவர்களிடம் உண்டாகின்ற படிமங்களும் தெரியப்படுத்தும் காட்சிகளும் வேறாக இருக்கும்.

கவிதை தத்துவத்தின் நிழலில் நிற்கும் விதம் வேறு. தத்துவத்தின் ஒளியாக நிற்பது வேறு. இரண்டுக்குமிடையில் வித்தைகளை நிகழ்த்திக் காட்டுவதே கவிஞர் என்ற கலைஞரின் திறனும் ஆளுமையும் உள்ளது. ஆற்றலுள்ள கவிஞர்கள் தத்துவத்தின் ஒளியாகவே தம் கவிதையைக் காண்பர். றியலாஸ் எதைநோக்கிச் செல்கிறார்? என்பதே அவருடைய கவிதை யாத்திரையின் அடையாளம்.

ஒருவன்
மிக்க மகிழ்வோடு
வாழ்ந்து கொண்டிருந்தான்.
மற்றொருவன்
மிகத் துயரோடு
வாழ்ந்து கொண்டிருந்தான்.
சலிப்பில்லாமல்
இருவருடைய பிரார்த்தனைகளையும்
சமமாக இரசித்துக் கொண்டிருந்தார்
கடவுள்.

இந்தக் கவிதையில் என்னதான் உண்டெனத் தோன்றலாம். எவருடைய பிரார்த்தனையையும் கடவுள் சமமாகப் பார்க்கும் இயல்புடன், நீதியுடனிருப்பதாக ஒரு விதமான அறம் சார்ந்ததன்மை இதிலே தெரியும். இன்றைய உலகாட்சியைப்போல. ஆனால், இருவருடைய - இரு வர்க்கத்தினரின் — நிலையையும் வாழ்க்கையையும் அவர் தன்னுடைய மாட்சிமையில் சமனிலைப்படுத்தவில்லை. பிரார்த்தனைகளைச் சமநிலையில் ரசிக்கும் ஏற்கும் அவருக்கு சமனிலையுடைய வாழ்க்கையை, நீதியான வாழ்க்கையை இருவருக்கும் கொடுக்க வேண்டும் என்று தோன்றவில்லை என்பதை எளிதாக உணர்த்துகிறது கவிதை. இங்கே கடவுளிடம் மறைமுகமாகக் குற்றச்சாட்டையும் கேள்வியையும்

எழுப்புகிறார் றியாலஸ். கூடவே அவருடைய மாட்சியைக் கேலிப்படுத்துவதாகவும் கசப்பை வெளிப்படுத்துவதாகவும். அதன் வழியாக இன்றைய உலக நிலவரங்களின் அடியோட்டைத்தையும் ஜனநாயகம், அனைவருக்கும் உரிமை என்ற சொல்லாடல்களினுள்ளே தீயாகவும் நஞ்சாகவும் மறைந்திருக்கும் ஆட்சிகளின் தந்திரத்தையும் வித்தைகளையும். உண்மையில் இது சனங்களை ஏய்த்து நடத்தப்படும் வித்தைகளே என்பதே றியாலஸின் காணுகை.

இந்தக் கவிதைகளைப் படிக்கும்போது றியாலஸை கவிதைகளின் வழியாக அடையாளம் காணமுடியும் என்ற நம்பிக்கை ஏற்படுகிறது. இந்தத் தொகுதியில் உள்ள மற்றக் கவிதைகளும் இந்த நம்பிக்கையை வலுவாக்குகின்றன. அதற்கு மேலுமொரு கவிதையைச் சாட்சியமாக்கலாம்.

கிளையில் அமர்ந்திருந்த காற்று
தாழப் பறந்து வந்த
ஒரு சிட்டுக் குருவிக்காக
தன் வாழ்விடத்தினைக் கொடுத்துவிட்டு
வேறு கிளை தேடி
திக்கெல்லாம் பறந்தது.

எளிய கவிதைகள் போலத் தோற்றமளிக்கும் இவற்றைச் சற்று ஊன்றிக் கவனித்தால் இவை நம்மைப் பல திசைகளில் செலுத்துவதை உணரலாம். அப்பொழுது கவிதையில் நாம் உடனடியாகக் கொண்ட பொருளுக்கும் அப்பால் வேறு விதமான நிறங்களும் மணமும் ருசியும் நமக்குக் கிடைக்கிறது. அப்படி நம்மால் விரிய முடியவில்லை என்றால், நாம் கவிதையின் பயணவழிக்கு வெளியே நிற்கிறோம் என்றே கொள்ள வேண்டும். அப்படி நின்றால் நமக்குக் கவிதை அந்நியமாகி விடும்.

அதிகமாக வார்த்தைகளைக் கொட்டாமல் ஆழமாகப் பொருள் பொதிந்து, அதிகமாக உணர வைப்பது கவிதைக்கலை. அதுவே முதல் அழகு என்பது கவிதையியலின் அடிப்படை. இதை உணர்ந்திருக்கிறார் றியாலஸ். அடிப்படையைச் சரியாக ஒருவர் உணர்ந்து கொண்டால், அதன் வழியான பயணங்கள் பெரும்பாலும் சரியாகவும் செழுமையாகவும் இருக்கும். அதற்குப் பிறகு அவரவர் கொள்கின்ற சிரத்தையும் சிந்தனையும் முயற்சியும் பயிற்சியும் ஆற்றற் சிறப்புமே தனித்துவத்தை உருவாக்குகின்றன. நல் விளைச்சலைத் தருகின்றன.

றியாலஸின் இந்தத் தொகுப்பிலுள்ள கவிதைகள் விளக்கும் முனைப்பின்றி உணர்த்தும் முனைப்பைக் கொண்டிருக்கின்றன. அதையே தன்னுடைய கவிதை வழிமுறையாக்க முனைகிறார் போலுள்ளது. இப்படியாகத் தொடர்ந்து பயணித்து தன்னைப் பலவாறாக விரித்துக் கொண்டால், றியாலஸ் நமக்கு புதிய – நவீனத்துவக் கவிதைகளைத் தரக் கூடியதாக இருக்கும்.

ஆனால், இது நம்முடைய ஈழக் கவிதையாளர்களுக்கு எந்தளவு ஈர்ப்புடையதாக இருக்கும் என்பது கேள்வியே. ஏனென்றால், சிறிய வடிவினூடு பொருளாழத்தைக் கொள்ளும், கொடுக்கும் இயல்பு ஈழக்கவிதைகளில் குறைவு. எதையும் சற்று விளக்கி, விரித்துச் சொல்ல வேண்டும் என்ற மரபே இங்கே வலுத்திருக்கிறது. அப்படிச் செய்தாலே தவனம் தீரும் என்ற நம்பிக்கையே அதிகம். கூடவே நேரடித்தன்மையும். ஈழக்கவிதை வாசகர்களும் அப்படியான கவிதைகளுடனேயே பரிச்சயமாகியிருக்கின்றனர். விலகலாக சிலர் தொழிற்பட்டிருக்கின்றனர் என்பதை மறுப்பதற்கில்லை. ஆனால் அப்படியான கவிதைகளும் அவற்றை எழுதுவோரும் கண்டு கொள்ளப்படுவது குறைவு. அப்படியான கவிதைகள் நம்மவர்களுக்கு ருசிப்பதில்லை என்பது இதற்குக் காரணமாக இருக்கலாம். ஆனால், ருசிக்கு ஏற்றமாதிரிப் பண்டங்களை உற்பத்தி செய்வது கவிஞரின் வேலையல்ல.

றியாலஸுக்கு இந்தக் கவலைகளில்லை. அப்படிக் கவலைப்பட்டால் அவர் தன்னுடைய கவிதைகளை எழுதவே முடியாது. ஏன் கவிதைகளையே எழுத முடியாது போய்விடலாம்.

றியாலஸின் கவிதைகள் நேர்ப்பொருளில் மட்டுமன்றி, வெவ்வேறு நிலைகளில் மாறி மாறி நின்று அர்த்தமூட்ட விளைகின்றன. கவிதையின் பொதுப்பண்பு இதுவாக இருந்தாலும் அதை தம் கவிதையியலாகக் கொள்வதில் சிலவேளை தயக்கங்கள் நிகழ்வதுமுண்டு. சமூக, அரசியற் சூழமைவுகள் பெரும்பாலும் இதை எதிர்மறையாக்கி விடுகின்றன. ஆனால், சில சந்தர்ப்பங்களில் அவையே நேர்ப்பொருளுக்கு அப்பால் உட்பொருள்களை நோக்கிச் செல்வதுமுண்டு. இது எப்படி அமைவது என்பதைத் தீர்மானிப்பது கவியின் ஆளுமையிலேயே பொரும்பாலும் தங்கியுள்ளது. இந்த வகையில் றியாலஸ் தன் காலச் சூழலை எப்படி எதிர்கொள்கிறார், எப்படி எதிர்கொள்ளப்போகிறார் என்பது கவனத்திற்குரியது. இந்தக் கவிதைகளின் வழியாக அவற்றை நாம் உடனடியாக நிறுதிட்டாக வரையறுக்க முடியவில்லை. ஒரு ஆரம்பநிலைக் கவிஞரின் முதற் கவிதைகளின் தொகுதி என்ற அடிப்படையில் துலங்கும் அடையாளங்களை வைத்துப் பார்க்கும்போது, தன் காலத்தின் கவிதைகளையும் சக கவிஞர்களையும் றியாலஸ் கடந்து செல்ல எத்தனிப்பதனைக் காணக் கூடியதாகவுள்ளது. இதற்கு,

பேய்கள் அழகானவை.
அவை இருக்கும் இடங்களை
தேடித் தேடிச் சென்று பார்ப்பது
எனக்குப் பிடிக்கும்.
பேய்கள் அசாத்தியத் துணிச்சல் மிக்கவை
நள்ளிரவில் நடுவீதியில் அமர்ந்து
செவ்வரத்தம் பூக்களைப் பிழிந்து
தேனாகப் பருகும்.
சுடுகாடுகளில் படுத்துறங்கும்,
தேவையானால் சமைத்து சாப்பிடும்.
மலர்ச் சாலைகளை நோக்கி
சுற்றுலா செல்லும்.

என்பதில் உள்ள வேடிக்கை உணர்வும் வேறுபார்வையும் ஒரு மாதிரியாகும். பேய்களைப் பற்றிய நமது மரபு நிலைப்பட்ட அனுமானங்களைச் சிதைத்துப் புதிய அனுபவங்களை விளைக்கும் உணர்தல் – கற்பனை – இந்தக் கவிதையில் உள்ளது.

பேய்கள் அழகானவை என்பதில் தொடங்கி, அவற்றைத் தேடிச் சென்று பார்ப்பது பிடிக்கும் என்பதாகத் தொடர்வது பேய்களைப் பற்றிய பொதுச் சித்திரத்தை மாற்றிவிடுகிறது. பேய்களை எதிர் நிலையில் வைத்துப் பார்க்காமல் நேர்நிலையில் பார்க்க முற்படுவது. அப்படியென்றால் இதை ஒரு வகையான மாற்றுப் பார்வை எனலாம். இதன்படி நம்முடைய மரபார்ந்த அனுமானங்களை நாம் மறுபார்வைக்குட்படுத்தலாம். அப்படிச் செய்வதன் வழியாக நாம் எதிர்நிலைகளோடும் இணக்கம் காணமுடியும், புதியனவற்றை உணரவும் பெறவும் முடியும் என்பது இன்றைய இலங்கைச் சமூகங்களின் அரசியல் நிலைவரத்துக்கும் கூடப் பொருத்தமானது. வாழ்க்கைக்கும் கூட. மேலும், பேய்கள் இரத்தத்தையே குடிக்கும் என்பதற்குப் பதிலாக அவை பூக்களிலிருந்து தேனைப் பிழிந்து பருகும் என்பதும் தேவையானால் சமைத்துச் சாப்பிடும் என்பதும் Fantastic.

இதைப்போல இன்னொரு கவிதையில்

இலை சடைத்த காடுகள்
வெள்ளைப் பனி மலைகள்
காகம் கரையும் நதியோரம்

வெறும் கால் ஒற்றைப் பாதை
இருள் மூடிய இரயில் குகை என
சில கவிதைகளை
கற்பனைக்குள் உருவாக்கினான்.
வீட்டு முன் மேசை மீது
அதனை வேறு வேறாகப் பரப்பினான்.
முன் அமர்ந்து,
மின் உபகரணங்களின் உதவியுடன்
அவற்றை இயக்குவதற்கு
முயற்சிகளை மேற்கொண்டான்.
இடையில் மின் தடைப்பட்டது.
அறை முழுவதும் இருள் சூழ்ந்தன.
பின்னர் வெளிச்சம் உள்ளே வந்ததும் பார்த்தான்.
மின் தடைப்பட்ட நேரத்தில்
மேசை மீது பரவிக் கிடந்த கவிதைகளில்
காட்சிகளைக் காணவில்லை.
அவை இருளுடன் கலந்திருக்கலாம்.

என்று நவீன வாழ்க்கையின் சித்திரத்தைத் தீட்டுகிறார். இயற்கைச் சூழலோடு இணைந்தவொரு காட்சியை மின் உபகரணங்களின் துணையோடு உருவாக்கமுனையும்போது – நமக்குப் பிரியமான ஒன்றை உருவாக்க விரும்புகையில் – அவை அப்படி உருப்பெறுவதற்குண்டாகும் தடை என்பது யதார்தச் சூழலின் – புறச் சூழலின் — விளைவினால் தடைப்பட்டு விடுகிறது. இதை அவர் நவீன வாழ்வின் நடைமுறைகளிலிருந்து எடுத்தாள்கிறார்

வீட்டு முன் மேசை மீது
அதனை வேறு வேறாகப் பரப்பினான்.
முன் அமர்ந்து,
மின் உபகரணங்களின் உதவியுடன்
அவற்றை இயக்குவதற்கு
முயற்சிகளை மேற்கொண்டான்.
இடையில் மின் தடைப்பட்டது.

என்பதில் மின் உபகரணங்களை, அந்தக் கவிஞன் தன் கற்பனைக்கு வடிவம் கொடுக்க – இயக்கமாக்குவதற்கு முயற்சிப்பது என்பது வேறுவிதமான உணர்தல் – கற்பனைச் செயற்பாடு – ஆகும்.

இப்படி தன் கவிதைகளில் கற்பனைச் செயற்பாடுகளை நிகழ்த்திக் காட்டுவதே றியலாஸின் விருப்பாக உள்ளது. ஆனால், இது வெறும் வேடிக்கை விளையாட்டாக மட்டும் மாறினால், அல்லது மொழியின் சித்து விளையாட்டாகினால் இதற்கப்பால் ஏதுமில்லை எனத் தெவிட்டிவிடும்.

அப்படியாயின் கவிதையில் ஆழம் கூடியிருக்க வேண்டும். கவிதையில் ஆழம் கூட வேண்டுமாக இருந்தால், சிந்தனையில், அகநிலையில் உணர்தலில், புற வெளியில் அக்கறைப்படுதலில் எல்லாம் ஆழ்புலப்பாடிருப்பது அவசியம். அதுவே அடர்த்தியாகக் கவிதையை வெளிப்படுத்துவதற்கு உதவும்.

நீ
கேட்டுக் கொண்டே இருந்தாய்
என் கவிதைகளை.
இளம் வெப்பத்தில்
மழை நீரில் நனைவது போலிருக்கிறது
என்றாய்.

நானும் நிறுத்தாமல்
வாசித்துக் கொண்டே இருந்தேன்.

இறுதி வரைக்கும்
கேட்டுக் கொண்டிருப்பதும் வாசிப்பதும்
நானே என்பதை
எனக்குத் தெரியப்படுத்தாமலுமிருந்தாய்.

ஆரம்ப நிலைக் கவிஞரிடத்தில் இந்தப் பண்பு அபூர்வமாகவே கூடி வருவதுண்டு. றியாலஸுக்கு இது இயல்பாகச் சற்றதிகமாக முன்வந்துள்ளது. ஊற்றுக் கண்ணில் ஆற்றோட்டத்தை அறியலாம் என்பது போல.

துயர்மேடை

“என்னதானிருந்தாலும் ஒருவருக்கான உலகை மறுப்பதும் வாழ்க்கையை மறுப்பதும் குற்றமல்லவா?” இப்படி ஒரு கேள்வி நான் சிறையிலிருந்தபோது எனக்குள்ளே எழுந்தது. அது 1989 இல். அரசியற் காரணத்துக்காகக் கைது செய்யப்பட்டுச் சிறைவைக்கப்பட்டிருந்தேன். சிறை என்பது எப்பொழுதும் சிறையிருப்பவருக்கும் உலகத்துக்குமிடையிலான தொடர்புகளைத் துண்டிக்கிறது. அதிகம் ஏன் குடும்பத்துடன், வீட்டுடனான தொடர்புகளைக்கூட தடுத்துவிடுகிறது. இது ஒரு மிகக் கடுமையான தண்டனைப்பொறி. அங்கே கட்டமைக்கப்பட்டிருக்கும் அதிகாரம், தடுத்து வைக்கப்பட்டிருக்கும் அல்லது சிறைவைக்கப்பட்டிருக்கும் நபரை தனிமைப்படுத்திக் கட்டுப்படுத்தி வைத்திருக்கிறது. இதன் மூலம் ஒருவர் உளவியல் ரீதியாகவும் நடைமுறையிலும் பலவீனப்படுத்தப்படுகிறார். இதில் அரசியற் கைதிகளின் நிலையைப் பற்றிச் சொல்லவே தேவையில்லை. அவர்கள் பலவகையிலும் குறிவைக்கப்பட்ட ஓரிலக்கு.

பிற குற்றச்செயல்களுக்காகக் கைது செய்யப்படுவதும் சிறைவைக்கப்படுவதும் வேறு. அரசியற் காரணங்களுக்காகக் கைது செய்யப்படுவதும் அதற்கான விசாரணைகளை எதிர்கொள்வதும் சிறைவைக்கப்படுவதும் வேறு. அரசியற் காரணங்களுக்கான கைதின்போது நேரடியாக அரசு சம்மந்தப்படுகிறது. ஆகவே இந்தக் கைதுகள் உச்ச அதிகாரப்பிரயோகத்துக்குள்ளானவை. கைதின் பிறகான விசாரணை, வழக்கு, வழக்கற்ற தடுப்பு நிலை, சிறைத்தண்டனை போன்ற எல்லாமே அரசியற் காரணங்களின் அடிப்படையிலும் அரசின் உளவியல், அதனுடைய மையச்சிந்தனையின்படியும்தான் நடக்கும். ஆகவே, அரசியற் கைதிகள் சந்திக்கின்ற நெருக்கடி உளவியல் ரீதியாகவும் பௌதீகரீதியாகவும் பெரும் தாக்கத்தை உண்டாக்குகின்றவை. இப்படியான தாக்கத்தை – பாதிப்பை அரசியற்கைதிகள் அடைய வேண்டும் என்ற இலக்கோடுதான் அவர்கள் இந்தத் தண்டனை முறைக்குட்படுத்தப்படுகிறார்கள். கைதியின் அகத்தையும் புறத்தையும் சிதைக்கும் நோக்கம் இது. உலக வரலாற்றில் அரசியற் கைதிகளே உச்ச தண்டனையை அனுபவித்திருக்கிறார்கள். சிலுவையிலறையப்பட்ட யேசு கிறிஸ்து, நம் காலத்தில் அரசியற் கைதிகளுக்கான ஒரு அடையாளமாகியிருந்த நெல்சன் மண்டேலா உள்ளடங்கலாக

இந்தக் கவிதைகளை எழுதியிருக்கும் சதீஸ் எனத் தொடர்ந்து கொண்டிருக்கிற வதைப்பட்டவர்களின் தொடர் கதை இது.

சதீஸ் “அரசியற் கைதி“ என்ற அடையாளப்படுத்தலின் கீழ் இலங்கைச் சிறையில் இருக்கிறார். எப்பொழுது விடுவிக்கப்படுவேன் என்று சதீசுக்கும் தெரியாது. எப்பொழுது அவர் விடுவிக்கப்படுவார் என்று அவருடைய உறவினர்களுக்கும் தெரியாது. ஏன், அரசாங்கத்தோ அதனுடைய நீதித்துறைக்கோ கூட சதீஸ் போன்றவர்கள் எப்போது விடுவிக்கப்படுவார்கள் என்று தெரியாது. ஏனென்றால், அந்த அதிகார அமைப்பில் இதைப்பற்றிய கரிசனைகள் கிடையாது. இது கைதிகளுக்கான தண்டனை, அவர்கள் தங்களைத் திருத்தம் செய்து கொள்வதற்கான பொறியமைப்பு என்பதற்கு அப்பால், இதை அவதானிக்கின்ற வெளியாட்கள் ஒரு போதும் அரசுக்கும் அதனுடைய அதிகாரத்துக்கும் எதிராகச் சிந்திக்கவே கூடாது என்பதற்கேற்ற வகையில் அச்சுறுத்தலை உண்டு பண்ணும் நோக்கத்தையுடைய சிறைவைப்பு. ஆகவே, அந்த நோக்கத்தை எட்டுவதையே அரசு குறியாகக் கொள்ளும். எனவே முடிந்தவரையில் இவர்களுடைய விடுதலை என்பதை தீர்மானங்களற்று அது திட்டமிட்டுத் தாமதப்படுத்தும். இதனால், எந்த முடிவும் தெரியாமலே போய்க்கொண்டிருக்கின்றன நாட்கள். ஆனால், யாரும் கவனிக்கப்படாமலே, ஒரு இளைஞரின் வாழ்க்கை அழிகிறது. இளமை கரைந்து கொண்டிருக்கிறது. ஊக்கத்துடன் செயலாற்றக்கூடிய மனமும் உடலும் காலத்தால் கழிக்கப்பட்டுக்கொண்டிருக்கின் றன. இப்படியான ஒரு நிலையில்தான், இன்றைய தேதியில் உலகம் முழுவதிலும் சதீஸைப்போல பல லட்சக்கணக்கானவர்கள் இருக்கிறார்கள். இது மிகப் பெரிய அரசு வன்முறை. நீதியமைப்பின் மிகவும் உச்சமான தவறும் குற்றமுமாகும்.

குற்றவாளியாக இருந்தாலும் கூட ஒருவருக்கான தண்டனையை முன்னூறு நானூறு ஆண்டுகால புராதன முறைமையில் வழங்குவது எந்த வகையில் சரியானது? இலங்கையில் இன்னும் இருப்பது பிரிட்டிஸ் ஆதிபத்தியத்தின் நிழல் படிந்த சட்டமும் நீதியமைப்பும்தான். உழுத்துப்போன முறைமை இது. கால நீட்டியில் பல மாற்றங்கள் உலகில் உருவாகி விட்டது. சட்டத்திலும் நீதி அமைப்பிலும் மட்டும் ஒட்டைகளைத் திரும்பத்திரும்பப் பொத்திக்கொண்டிருக்கிறார்கள். நீதி அமைப்பும் சட்டமும் அதிகாரவர்க்கத்தின் பாதுகாப்புக் கவசங்கள். மறுவளமாகச் சொன்னால் ஒடுக்குமுறைக் கருவிகள். சமூகத்தைப் பாதுகாப்பதற்கான ஏற்பாடுகளே சட்டமும் நீதியமைப்பும் என்று சொல்லப்படுவது பாதியிலும் குறைந்தளவே உண்மையானது. சமூகப்பாதுகாப்பு

என்பது, அந்தந்தச் சமூகங்கள் உருவாக்கி வைத்திருக்கும் பண்பாட்டு உருவாக்கங்கள், அற நிலைப்பாடுகளின் வழியாக நிகழ்ந்து கொண்டிருப்பது. அதில் மீறல்கள் நிகழும்போது சட்டமும் நீதியமைப்பும் ஒரு கவசமாக இருக்கிறதேயொழிய, அதிகாரத்தரப்புகளுக்கு இவை செய்கின்ற சேவகம் அளவுக்கு சமூகத்துக்குச் செய்வதில்லை.

சட்டத்தை முன்னிறுத்தியும் நீதியை வழிமொழிந்தும், இதற்கான மறுப்புகளைச் சொல்லி யாரும் வாதிடலாம். ஆனால், அரசு ஒன்றானது, தன்னுடைய பிரஜையைச் சிறை வைத்திருக்கும்போது அந்த மனிதரைச் செயலிழக்கவைக்கிறது என்பதை நாம் புரிந்து கொள்ள வேணும். இப்படி உழுத்துப்போன சட்டத்தின் இரும்புக்கரம் கொண்டு ஆயிரக்கணக்கானவர்களை அது உருக்குலைத்து வருகிறது. மனிதர்களின் மீதான அக்கறையை விடமும் அரசைப்பாதுகாக்க வேண்டும் என்ற பெருவிருப்பின் வெளிப்பாடிது. அரசுகள் அத்தனையும் இரும்பையும் விடக் கடினமான இதயத்தைக் கொண்டவை. இரும்பு கூட அதிக வெப்பத்தைக் கொடுத்தால் நெகிழ்ந்து கொடுக்கும். ஆனால், அரசுகளின் இதயம் அப்படியெல்லாமில்லை. அவை நெகிழாதவை.

ஒருவரைச் சிறைவைப்பது என்பது அரசுக்கும் நாட்டுக்கும் சமூகத்துக்கும் பெரு நட்டமாகும். தவிர, சிறையிருக்கும் ஒவ்வொரு மனிதருடைய அடிப்படை மனித உரிமை மீறலுமாகும். குற்றவாளி எனப்படும் தனி நபரை அல்லது குற்றம்சாட்டப்பட்ட நபர்களைத் தண்டிக்காது விட்டால், அவர்களால் மிகப் பெரிய அனர்த்தங்கள் உண்டாகிவிடும். அப்பொழுது ஏற்படும் பாரிய அழிவை விடவும் அத்தகைய அழிவை உண்டாக்கக்கூடியவர்கள், இப்படித் தனியாட்களோ சிறு குழுக்களோ தண்டனை அனுபவிப்பது ஒன்றும் குறையில்லை என்று வாதிடுவோர் உள்ளனர். இது முடிவற்ற விவாதத்தில் "முட்டை முதலில் வந்ததா, கோழி முதலில் வந்ததா?" என்றுதான் போய் முடியும். ஆனால் யதார்த்தத்தில் சிறையிருக்கும் அரசியற் கைதிகளில் பெரும்பானவர்கள், அதிகாரத்தரப்பின் உளவியல் அச்சத்தின் பலிக்கடாக்களாகவே சிறைக்கூண்டுகளின் அடியில் மக்கிக் கொண்டிருக்கிறார்கள். சதீசும் அவர்களில் ஒருவர்.

பெரும்பாலான அரசியற் சிறையாளிகள், சும்மா இருக்க முடியாதவர்கள். அவர்களுடைய இயங்குதளம் எழுத்தும் வாசிப்பும் உரையாடல்களுமாக மாறி விடுகிறது. அதாவது இயங்குநிலையாக. சதீஸ் படிக்கிறார். கவிதைகள் எழுதுகிறார். அப்படி எழுதப்பட்ட கவிதைகளின் மேலுமொரு தொகுதி இங்கே நூலாக வெளியிடப்படுகிறது. ஏற்கனவே 2013 இல் "இரும்புக்

கதவுக்குள் இருந்து..." என்ற நூலை வெளியிட்டிருக்கிறார். இது ஒரு தீவிர முனைப்பின் வெளிப்பாடு. இயங்குநிலைக்கான சாட்சியம். சதீஸின் இந்த முனைப்பையும் முயற்சியையும் நாம் மனங்கொண்டு, ஆதரிக்க வேணும். அவருடைய எழுத்தைப் பார்ப்பதை விடவும் அவருடைய நிலைமையைப் புரிந்து கொள்வதே இன்றையை நிலையில் முக்கியமானதாக உள்ளது. இந்தக் கவிதைகள் குறித்த உரையாடல்களுக்கு முன்பு, சதீஸின் விடுதலையைப்பற்றியும் அவரைப்போன்றவர்களின் விடுதலையைப்பற்றியுமே நாம் உரையாட வேண்டியுள்ளது. ஏனென்றால், இந்தக் கவிதைகளுடன் என்னிடம் வந்திருந்த சதீஸின் அம்மா உள்பட சதீஸைப்போன்றவர்களின் உறவினர்கள் எல்லோரும் படுகின்ற துயரமும் அலைச்சலும் இந்தக் கவிதைகள் செய்கின்ற இடையீட்டை விட அதிகமான இடையீட்டை, துயரழுத்தத்தைத் தருகின்றன. அரசியல் என்ற பொதுப்பணியின் நிமித்தமாக சிறைக்குள் தள்ளப்பட்டிருக்கும் தங்கள் உறவுகளை மீட்பதற்கு எத்தகைய அரசியல் பொதுமைகளும் பயன்படவில்லை என்ற கையறு நிலையில் உடைந்து நொருங்கிய இந்த மனிதர்களுக்கு நமது பொதுவெளியின் பதில் என்ன? தமக்கெனச் சுயவட்டத்துக்குள் சிந்தித்தும் செயற்பட்டுமிருந்தால் இன்று இந்த மனிதர்கள் சிறைக்கூடுகளுள் சிக்கியிருக்க வேண்டியிருந்திருக்காது. உறவுகளைச் சிறையுள்ளிருந்து மீட்கமுடியாமல் தவித்தலைய வேண்டிய அவசியமும் இந்த உறவுகளுக்கு வந்திருக்காது. இதில் கொடுமையான துயரம் என்னவென்றால், அரச அதிகாரமும் ஒடுக்குமுறையும் எப்படி இந்தச் சிறைவிவகாரத்தைக் கையாளுகிறதோ அந்தளவுக்குத்தான் "அரசுக்கு எதிரான அரசியல்" என்ற அடையாளத்தோடுள்ளவர்களின் செயற்பாடுகளும் உள்ளன. "அரசியற் சிறைக்கைதிகளை விடுவிக்க வேணும்" என்று தமிழ்த் தரப்பினால் எழுப்பப்படும் குரலின் பாசாங்குகள் எரிச்சலூட்டுவன. இந்தப் பாசாங்குகள் அரசின் அதிகாரத்துக்கு மேலும் மேலும் வாய்ப்பை அளிப்பன. மட்டுமல்ல, இந்த விசயத்தைக் கேலிப்படுத்துவனவும் கூட. மெய்யாகவே இந்த அரசியற் கைதிகளை இந்தச் சக்திகள் விடுவிக்கக் கோருகின்றன என்றால், மெய்யாகவே இவர்கள் அதற்கான போராட்டத்தை முன்னெடுத்திருக்கும். இதை சதீஸின் கவிதைகளே அதிருப்தியுடன் வெளிப்படுத்துகின்றன.

"தொடரும் தடுப்புக் காவலில்

துலங்காத விடியல்...
முடியாத ஏக்கங்களாய்..."

என்று துயரத்துடன் எழுதுவது இந்தச் சக்திகளின் கையறு நிலையைச் சுட்டுகிறது. அதாவது ஏமாற்றத்தை. ஒருபக்கத்தில் அரச ஒடுக்குமுறையும் அதிகாரமும் என்றால், அதை முறியடிக்க வல்லமையற்ற எதிர்த்தரப்பின் "போலிப்புரட்சியாளர்"கள். இந்த இடத்தில் இன்னொரு விசயத்தையும் கவனப்படுத்துவது அவசியமெனக் கருதுகிறேன். தமிழ் அரசியற் கைதிகளாகக் கடந்த முப்பது ஆண்டுகளாக இருப்பவர்களில் யாரும் பெருந்தலைவர்கள் கிடையாது. அத்தனைபேரும் போராளிகளாக ஏதோ ஒரு வகையில் களப்பணியில் செயற்பட்டவர்கள். அல்லது அப்படிக் கருதப்படுகின்றவர்கள். தலைவர்கள் அனைவரும் கைதுக்கும் சிறைக்கும் தண்டனைக்கும் அப்பாலான சுகவெளியில், சுதந்திர நிலையிலேயே உள்ளனர். எனவேதான் சமானியக் கைதிகளின் விடுதலை விதியற்றுச் சிறைக்குள் தள்ளப்பட்டிருக்கிறது.

இந்த நிலையிலேயே தன்னுடைய பொதுவெளிப் பிரவேசமாகச் சதீஸ் தனது எழுத்துகளை முன்வைக்கிறார்.

"அவன் வேலைக்குச் சென்றான்
நானும் வேலைக்குச் சென்றேன்
அவனுக்கு ஊதியம்
எனக்கு உணவு மட்டும்
அவன் வீட்டுக்குச் சென்றான்
நான் விடுதிக்குச் சென்றேன்
அவனை வரவேற்றது மனைவி, மக்கள்
என்னை வரவேற்றது சக கைதிகள்
..................."
எனச் சொல்ல முனைவதை நாம் புரிந்து கொள்ள வேணும்.
"ஆங்கிலேய சிறைக்கூடங்கள்
இன்றைய வதைக்கூடுகள்
என்றிவை மாறுவது சீர்திருத்தப்பள்ளிகளாய்...?"

மிக எளிய வரிகள்தான். ஆனால் இவை கவனப்படுத்தும் விசயமே நமது கவனத்திற்குரியது. மிக எளியதாக மாற்றப்பட்டிருக்க வேண்டிய தண்டனை முறையும் அதனுடைய அமைப்பும் இன்னும் மாற்றப்படாதிருப்பதைப்பற்றிய கைதியின் விமர்சன வெளிப்பாடு. அதிகாரமும் வளமுமுடைய அரசு செய்யவேண்டியவற்றைச்

செய்யாதிருக்கிறது என்று அதிகாரமற்றிருக்கும் கைதி ஒருவர் சுட்டிக்காட்டி, அரசைத் தலைகுனிய வைக்கிறார். உண்மையில் இப்பொழுது கைதியிடமே அதிகாரம் வருகிறது. அவர் இந்த அதிகாரத்தைத் தன்னுடைய விமர்சனத்தின் மூலமாக, அரசின் பொறுப்பற்ற தன்மையைச் சுட்டிக்காட்டும் துணிவின் மூலமாகப் பெற்றுக்கொள்கிறார். பொதுவெளியில் இதைக் கொண்டு வரும்போது சதீஸ் பெறுகின்ற கவனமும் பலமும் இன்னும் அதிகமாகிறது.

சிறையிலிருக்கும்போது எழுதப்படும் குறிப்புகளும் படைப்புகளும் உலகின் முக்கிய கவனங்களைப் பெற்றிருக்கின்றன. சிறைக்களமும் சிறைக்காலமும் என்பது சுய சிந்தனையை விரிவாக்கிக் கொள்வதற்கான அருமையான ஒருகளமும் காலமுமாகும். சதீசும் அவரைப்போன்றவர்களும் இதற்கான வாய்ப்புகளைப்பயன்படுத்திக் கொள்ள வேண்டும். பயிலும் முறைமையிலிருந்தே மாற்றங்கள் நிகழும். எதிர்ப்புணர்வு என்பது கூட நீதியின் பாற்பட்ட ஒன்றுதான். நீதியுணர்வுடன் கூடிய எதிர்ப்பின் வடிவமாக சிறைக்குறிப்புகள் வருவது அவசியம். அவையே சிறைகளை உண்மையில் தகர்க்கின்றன. விடுதலைக்கான வாசல்களைத்திறக்கின்றன.

(அரசியற் கைதியாக வெலிக்கட சிறையில் தண்டனை அனுபவித்து வரும் விவேகானந்தனூர் சதீஸின் கவிதை நூலுக்கு எழுதப்பட்ட முன்னுரை).

நீர் மேட்டில் தழும்பும் இலை

சட்டநாதனின் கவிதைகளை மிக அண்மையில்தான்படித்தேன். அதற்கு முன் அவருடைய கதைகளே பரிச்சயம். ஏறக்குறைய முப்பது ஆண்டுகளாக அவருடைய கதைகளைப் படித்து வருகிறேன். வாழ்க்கையை அணுக்கமான முறையில் சொல்லும் கதைகள். அகவுணர்வே அவற்றின் அடித்தளம். ஆண், பெண் உறவைச் சொல்லுவதிலும் அதிலுள்ள பிரியத்தைக் காட்டுவதிலும் கரிசனை கூடிய எழுத்து. கூடவே கிராமிய அடையாளங்களையும் மெல்ல மெல்ல மாறிச்செல்லும் சமூக அமைப்பின் நெகிழ்வையும் சொல்லும் கதைகள். ஆனால் எந்தக் கதையும் ஆர்ப்பாட்டமாக, பெருங்கொந்தளிப்பாக இருப்பதில்லை. பகிரங்கத்தொனியில் பிரகடனங்களையும் பிரச்சாரத்தையும் செய்வதில்லை. சட்டநாதனைப்போலவே உள்ளுணர்வில் தீவிரங் கொண்டு, மெல்ல மெல்ல ஆழமாக ஊடுருவிச்செல்லும் கூர் முனைப்புடையவை. இன்னொரு வகையாகச் சொன்னால், வெளித்தெரியாத அமைதிக்குள் விளைந்த மென்னுணர்வின் வெளிப்படுத்தல்கள் அவை எனலாம். இதனால் இந்தக் கதைகள் உள்ளுணர்வில் ஊடுருவிச் சென்று நம்முடைய இரத்த ஓட்டத்துடன் கலந்து நமக்குள் வேதியியலை நிகழ்த்தும் இயல்புடையவையாக உள்ளன.

இப்பொழுது அவருடைய கவிதைகளைப் படிக்கிறேன். ஏனோ தெரியவில்லை. இருந்தாற்போல சட்டநாதனும் கதைகளை விடக் கவிதைகளையே அதிகமாக எழுதிக்கொண்டிருக்கிறார். அவருடைய புளொக்கில் இந்தக் கவிதைகளைப் படிக்கலாம். அவ்வப்போது புதிய கவிதைகள் பதிவேற்றப்பட்டுக்கொண்டிருக் கின்றன. எளிய வடிவிலான கவிதைகள். கதைகளைப்போலன்றி, இந்தக் கவிதைகள் வெளிவெளியாகப் பேசும் இயல்புள்ளவையாக உள்ளன. சட்டநாதனின் கதைகளைப் படித்தவர்களும் அவருடன் நெருங்கிப் பழகியவர்களும் அவருடைய கவிதைகள் முற்றிலும் மாறுபாடான இயல்பில் இருப்பதை உணரலாம். அரசியல், சமூகப் பிரச்சினைகள், இலக்கிய உலகில் நடக்கும் உரையாடல்கள், அவற்றின் உள்ளோட்டங்கள், காதல், காமம், பெண்களின் நினைவுகள், குழந்தைகளைப் பற்றிய எண்ணங்கள் எனப் பலவற்றைப் பற்றியும் சட்டநாதன் எழுதியிருக்கிறார். ஏனென்றால் சட்டநாதனுக்கு எல்லாமே பிடிக்கும். அவரே சொல்கிறார் இதை —

எனக்கு
எல்லாமே பிடிக்கும்
செடி,கொடி
வளி
ஒளி
மலைகள்
இழிந்து வரும் அருவி
ஆறு
அடர்வனம்.
பெண் உடல்
அது தரும் சுகம்
குழந்தை
அதன் மழலை.
மொக்கு அவிழும் மலர்,
அதன்
உள்ளிழையும் மணம்.
பறவைகள்
மண்புழு
வண்ணத்துப்பூச்சி
அதன் மாயச் சிறகடிப்பு.
ஒரு கல உயிரங்கி,
அதன் உயிர் அனுக்கம்
என்று
இன்னும் இன்னும்
எனக்கு
எல்லாமே பிடிக்கும்.

என்று. இந்த மாதிரியான விசயங்களைப் பற்றி எல்லோரும்தான் எழுதுகிறார்களே. இதையெல்லாம் பல இடங்களிலும் ஏற்கனவே படித்திருக்கிறோம். தொடர்ந்து படித்தும் வருகிறோம். இதில் என்ன புதுமை இருக்கு? என்று யாரும் கேட்கலாம். இங்கேதான் நாம் கவனிக்க வேண்டிய விசயமே உள்ளது. ஒவ்வொரு படைப்பாளிக்கும் உள்ள வெளிப்பாட்டு முறையும் உணர்தல் முறையும் கொள்ளும் வித்தியாசங்களும் வேறுபாடுகளுமே ஒவ்வொரு படைப்பையும் நாம்

படிக்கவும் அனுபவிக்கவும் தூண்டுகிறது. அது தவிர்க்க முடியாததாக வேண்டியதாகவும் உள்ளது. அதுதான் படைப்பின் அனுபவமாகும். சட்டநாதனின் உணர்தல்கள் நம்மை வியப்பூட்டுகின்றன என்றால் அதுதான் நமக்கும் அவருக்குமான வெற்றியாகும். அதுதான் இலக்கியத்தின் வெறியுமாகும். ஒரு சாதாரண கவிதையாகத் தெரியும் "நீரின் நிறம்" காட்டுகின்ற கோலங்களும் உணர்த்துகின்ற அர்த்தங்களும் வித்தியாசமானவை.

துளிகள் விழுந்த போது
விழித்துக் கொண்டேன்.
அருகில் பார்த்தேன்
உன்னைக் காணவில்லை.
நீ
மழையில் நனைந்தபடி...
ஏன்
எதற்கு
என்ன கூத்திது...?

மழை உனக்குப் பிடிக்கும்
அதனால்,
கடும் மழையிலுமா...?

நனைந்து
விறைத்த உன்னை
அணைத்தபடி வந்து
கட்டிலில் கிடத்தினேன்.
நீ
திண்ம நிலை அழிந்து
திரவமானாய்,
நீரின் தொடுகையில்,
உறைந்துகிடந்தாய்—
திடுக்குற்று விழித்தேன்.

நீ
அசையாமல்

என்னருகில்
கிடப்பது தெரிந்தது.
அசப்பில்
உன் நிறம்
நீரின் நிறமாயிருந்தது.

“தோற்றங்கள்” என்ற கவிதையில் இன்னொரு வகையில் மாயவினை புரிகிறார்.

“..............................
ஓவியம்போடலாம்
என்ற எண்ண உளைச்சலில்
அந்தத்தாளில் புள்ளிகள் போட்டேன்.
புள்ளிகள்
பசும் புற்களாயின,
புற்களின் முனைகளில் பனித்துளிகள்.
சூரியக் கதிர்களின் புணர்தலில்
துளிகள் உலர
அங்கு சில மலர்கள் தோன்றின.
மலர்கள் பொன்னொளிர்
குழந்தைகளாய் மாறிய வேளை
அவர்களுக்கு றெக்கைகள்
முளைத்துத் தேவதை ஆயினர்.

தேவதைகள் ஒவ்வொருவராய் வந்து
என்னைத் தொட்டிலில் இட்டு
தாலாட்டுப் பாடினர்.
சீராட்டினர்.
தாலாட்டுப்பாடலின்
சறுகலில் நான் எழுந்து
நர்த்தனமாடினேன்.
நர்த்தனமாடிய வேளை
என் காற் சலங்கைகளின் தெறிப்பில்
ஓராயிரம் பவளக் கற்களும்

முத்துக்களும்
தொடர்ச்சியறாது
சிதறி
மலைகளாய்க் குவிந்தன.
ஒருசில முத்துககள் நகர்ந்து சென்று
முண்டமாய் நின்ற சில பெண்களின்
தலைகளாயின.
அந்த
ஒளி முத்துத் தலைப் பெண்கள்
ஒய்யாரமாய்ச் சிரித்தார்கள்.
பின்னர்,
என்னைக் கிட்டவாக அழைத்தார்கள்.
கிட்டத்தில் வந்த என்னைத் தொட்டபோது
நான் காணாமல் போனேன்.

கவிதை ஒரு கற்பனைச் செயல் – புனைவின் சாத்தியங்களை அதிகமாகக் கொண்டது என்பதற்கும் மனம் எண்ணற்ற விதங்களில் வாழ்வை இன்னொரு யதார்த்தத்தைத் தன்னுடைய தேவைக்கு ஏற்றமாதிரி விரித்துக் கொள்ளும் என்பதற்கும் இந்தக் கவிதை ஒரு அடையாளமாக உள்ளது. நாம் வாழ்கின்ற வாழ்வை விட, வாழ நிர்ப்பந்தித்திருக்கும் வாழ்வைவிட இன்னொரு வாழ்வை நம்முடைய மனம் அவாவிக் கொண்டிருக்கிறது. அந்த வாழ்விற்கான அவாவுகையையே கலையும் இலக்கியமும் பிரதிபலிக்கின்றன. நிறைவாக்க எத்தனிக்கின்றன. “தோற்றங்கள்” என்ற இந்தக் கவிதை அந்த எத்தனங்களின் விளைவே.

சட்டநாதனுடைய பெரும்பாலான கவிதைகள் தன்னுணர்வு சார்ந்தவை. இயற்கையையும் பிரிவின் ஆற்றாமையையும் மையமாகக் கொண்டமைந்த தன்னிலை இது. காதல், ஏக்கம், வியப்பு. கரைதல், மறுகுதல் என்ற பல நிலைகளிலான தன்னிலை. இதில் பெரும்பாலானவை காதற்துடிப்போடுள்ளவை. ஒளிவுமறைவின்றி காதலையும் காமத்தையும் பேசுகிறார் சட்டநாதன். தமிழ்ச் சூழலில் அடக்கியும் அமுக்கியும் வைக்கப்படும் கலாச்சாரப் புனிதங்களை விட்டு நீங்கி அல்லது அவற்றை உடைத்துக்கொண்டு பேசவிளையும் தவிப்பு இது. அதிலும் பெண் தொடர்பான ஈர்ப்பும் ஆராதிப்பும் அதிகமாகக் கொண்டுள்ள கவிதைகள் பலவற்றை சட்டநாதன் எழுதியிருக்கிறார். இன்னும் எழுதிக் கொண்டிருக்கிறார். இந்த

மாதிரியான கவிதைகள் முன்வைக்கும் அர்த்தப்பாடுகளில் வாதப்பிரதிவாதங்களுக்கிடமும் உண்டு. ஆனால், பெண்ணுடனான நேசமும் காதலும் காமமும் இணைந்த வாழ்க்கை சமனிலை கொள்ள எத்தனிப்பதையும் நாம் அவதானிக்க வேண்டும். இந்த அவதானிப்பு அவரைத் தவறாகப் புரிந்துகொள்ளாமல் தடுக்க உதவும். ஆழமாகப் புரிந்துகொள்ளவும் வைக்கும்.

இப்படிக் காதலோடும் காமத்தோடும் சமூகம் மீதான சீற்றத்தோடும் ஊடாடிக் கொண்டிருந்த சட்டநாதனுக்கு எதிர்பாராத விதமாக ஒரு இழப்பு ஏற்படுகிறது. அவர் மிகப் பிரியமாக இருந்த அவருடைய சகியின், துணையின் இழப்பு அது. இது அவருடைய மனைவியின் இழப்பு. உறவாக இருந்த ஒரு பெண்ணின் இழப்பு, காதலையும் காமத்தையும் கலந்து பகிர்ந்து கொள்ளமுடியாமல் ஆகிவிட்ட இழப்பு என்பதற்கு அப்பால், பரந்த தளத்தில் இந்த இழப்பின் கனதியையும் பரிமாணங்களையும் உணரவும் உணத்தவும் முற்படுகிறார் சட்டநாதன்.

அப்படி உணரும்போது, உணர்த்த முற்படும்வேளையில் அதன் கனதியை அவர் இன்னும் இன்னும் ஆழமாக உணர்கிறார். ஆகவே இந்த இழப்பும் அது உண்டாக்கிய பிரிவும் அதன் விளைவான அமைதியிழப்பும் எதிலும் நிலைகொள்ள முடியா ஆற்றாமையும் தனிமையும் சட்டநாதனை மிக ஆழமாகப் பாதிக்கின்றன. அண்மைய நாட்களில் எழுதப்பட்ட, இப்பொழுது அவர் எழுதி வருகின்ற பெரும்பாலான கவிதைகள் இந்தப் பிரிவின் ஆற்றாமைகளே. இந்த ஆற்றாமையை அவர் புலம்பல்களாக எழுதாமல், தனக்கும் துணைக்குமிடையில் நெகிழ்ந்து ததும்பிய காதலாகவும் நேசமாகவும் எழுதுகிறார். அந்த உறவை மையப்படுத்தி, நெகிழும் இயற்கையில் தன்னை இணைத்து விலக்கி கொள்வதாகவும் விலக்கி இணைத்துக் கொள்வதாகவும் ஒரு மாய நிலையில் எழுதிச் செல்கிறார்.

இந்தக் கவிதைகளை ஆரம்பத்தில் படிக்கும்போது சட்டநாதனின் மீது பரிவு உண்டானது. காரணம், அவரையும் அவருடைய இந்த உறவையும் இப்பொழுது அவர் தனித்திருப்பதையும் நன்றாக அறிந்ததாக இருக்கலாம். அவருக்கு அவருடைய துணையே நெருக்கமான உலகம். அதற்கு அப்பால் வேறு ஆதாரம் இல்லை எனும் அளவுக்கு “ஒருவரோடு ஒருவர்“, “ஒருவருக்காக ஒருவர்“ என்றெல்லாம் இல்லாமல் இருவரும் ஒன்றித்திருந்தனர். இருவருக்குமிடையில் இருந்த உறவும் நெருக்கமும் தனியே கணவன் மனைவி என்ற பந்தத்திற்கு அப்பாலானது. இதைத்தான் அவர் இந்தக் கவிதைகள் பலவற்றிலும் எழுதியிருக்கிறார். அல்லது இந்தக் கவிதைகளைப் படிக்கும்போது இதெல்லாம் தாம்பத்தியத்திற்கு அப்பாலான, பேருறவு என்று புரியும்.

எனவே, சடுதியாக நிகழ்ந்த துணையின் இழப்பு சட்டநாதனை மிக ஆழமாகப் பாதித்துத் தனிமையில் வீழ்த்தியது. இந்தத் தனிமை அவரை வெவ்வேறு நிலைகளிலும் வெளிகளிலும் கொண்டு செல்கிறது. தன்னுள் அமிழ்த்தி மூச்சுத்திணற வைக்கிறது. சிலவேளை அவருக்குச் சிறகுகளை அளித்துப் பறக்க வைக்கிறது. சிலபோது அவர் காற்றாகிச் சஞ்சரிக்கிறார். இப்படியெல்லாம் பல நிலைப்படும் அனுபவத்தையும் அறிதல்களையுமே அவர் கவிதைகளாக்கியிருக்கிறார். இவற்றின் ஊடுபாவில் நம்முடைய உள் மனம் அறிவது, கொந்தளிக்கும் ஒரு மனதையே. இந்தக் கொந்தளிப்பில் உண்டாகும் அலைக்கழிப்பும் அது கண்டடையும் கால வெளிகளும் மனித மனதின் கோலங்களையும் அதன் விசித்திரத்தையும் நமக்குக் காட்டுகின்றன. நமக்கும் இத்தகைய ஒரு நிலை உண்டாகும்போது நாம் அடைகின்ற நிலை பற்றிய ஒரு சித்திரத்தை இவற்றில் நாம் பார்க்க முடியும். நம்முடைய வாழ்க்கையில் நாம் பொருத்திக்கொள்ளக் கூடிய அல்லது நாம் சந்தித்தே தீரவேண்டிய ஒரு நிலையை எதிர்கொள்வதற்கான முன்னாயத்தங்களை இந்தக் கவிதைகளின் வழியாக நாம் பெற்றுக்கொள்கிறோம். இதுதான் படைப்பின் அடிப்படைக்குணங்களில் ஒன்றும் முக்கியமானதுமாகும். நம்மைச் சமனிலைப்படுத்துவதற்கான அகநிலைத் தூண்டலை அளித்துக்கொண்டேயிருப்பது.

சட்டநாதனை ஆழமாக வாசிக்கும்போது அவர் இயற்கையையும் பிரபஞ்சத்தையும் மனித உறவுகளையும் இணைக்கும் புள்ளிகளை கவிதையில் பேசுகிறார் என்பது தெரியும். ஆகவே, தனியே தன்னுடைய துணையை இழந்ததற்கான துயரம் என்றில்லாமல் அந்தத் துயரம் வாழ்வின், பிரபஞ்சத்தின் பொதுவிதி என்ற உணர்தலில் பிரதியிடுகிறார். இதுதான் நம்மை இந்தக் கவிதைகளின் பால் ஈர்க்கிறது.

‘அலைகளில் நுரையும் இல்லை,
அலைவுமில்லை.
காற்று உறைந்து விட்ட நிலையில்,
மிதந்து வரும்
அந்த ஒற்றை மலர் மட்டும்
மெல்லிய
அசைவுகளுடனும்
சில்லிட்ட சிலிர்ப்புடனும்
எதை நோக்கி நகர்கிறது?’

இந்த மாதிரிக் குரலும் கவிதையும் நமக்கு ஏற்கனவே பரிச்சயமானதைப்போலத் தோன்றலாம். ஒன்றின் அல்லது பலவற்றின் மாதிரிபோலவும் படக்கூடும். ஆனால், அப்படியல்ல. நவீன கவிதையின் மர்மமும் தன்மையும் மாயத்தன்மையும் இதுதான். முன்னர் எங்கோ, எப்போதோ படித்ததைப் போலிருக்கும் உணர்வைத் தருகின்ற பல கவிதைகளை நாம் வாசிக்கிறோம். அல்லது ஏற்கனவே நம்முடைய மனதில் பதியமாகியிருக்கும் பரிச்சயமாகியிருக்கும் கவிதைகளை நினைவுபடுத்துவதைப்போன்ற கவிதைகளையும் வாசிக்கின்றோம். அப்படி ஏற்கனவே உள்ளவற்றை நினைவுபடுத்தும் வகையில் எழுதப்படும் கவிதைகளின் முக்கியத்துவம் என்ன என்ற கேள்வி இங்கே எழலாம். அல்லது சாயைகளை மறு உற்பத்தியாக்க வேண்டிய அவசியம் என்ன? அதற்கான பெறுமதி என்ன? என்ற கேள்விகளும் கூடவே வரலாம். படைப்பின் அடிப்படையே இப்படித்தான் உள்ளது.

நமக்கு முன்னர் பரிச்சயமான ஒன்றாக இருக்கும் படைப்பு நிச்சயமாக அப்படியானதல்ல. இதை நாம் கூர்ந்த அவதானிப்பில் புரிந்து கொள்ள முடியும். ஒவ்வொன்றுக்குமிடையில் வேறுபாடுகளும் கோல மாறுதல்களும் விலகல்களும் நிச்சயமாக உண்டு. இதுதான் ஒவ்வொரு கவிஞரையும் வேறுபடுத்துகிறது. தனித்துவங்களின் அடையாளங்கள் ஒவ்வொருவருக்கும் இடையில் உருவாகுவதும் இப்படியானபோதுதான். அப்படியென்றால். ஏன் சாயைகளைப்போன்ற உணர்வு ஏற்படுகிறது? என்ற கேள்வி நம்முள் மீள எழும். நாம் தொடர்ந்து வாசிக்கிறோம். இந்த உலகோடு, சூழலோடு ஒன்றியிருக்கிறோம். நமக்கும் இந்த உலகத்துக்கும் சூழலுக்கும் இடையில் தொடர்ந்து ஊடாட்டங்கள் நிகழ்ந்து கொண்டிருக்கின்றன. நமக்கும் கவிதைக்குமான ஊடாட்டங்களும் தொடர்ந்து நிகழ்கின்றன. இதெல்லாம் எங்களுடைய ஆழ்மனதில் படிந்து அதுவே ஒரு தளமாக மாறிக்கொண்டிருக்கிறது. அப்படி மாறிக்கொண்டிருக்கும் அந்தத் தளத்தில் எல்லாம் சமநிலைகொள்கின்றன. மண்ணில் எதைக்கொட்டினாலும் எதை எரித்தாலும் எதை நட்டாலும் இறுதியில் எல்லாம் ஒன்றாகவே ஆகி விடுவதைப்போல, இந்த ஆழ்மனப்படிவுகளில் சேர்பவை எல்லாமே ஒன்றாக மாறிவிடுகின்றன. இப்படி மாறும்போது நமக்கு ஏற்கனவே பரிச்சயமானதைப்போல, பலவும் உள்ளன. அதனால் புதியதாக எதுவந்தாலும் அது ஒன்றின் அல்லது பலவற்றின் சாயைகளைப்போலவே தோன்றகிறது. தவிர, கவிஞருடைய வாசிப்பும் சூழலில் அவருடைய ஊடாட்டமும் மொழியிலும் இலக்கியத்திலும் அவருக்கிருக்கும் உறவும் ஒரு தொடர்ச்சியை அளிக்கும். இந்தத் தொடர்ச்சியின் மறுவளம் சாயையென்றே உணரவைக்கும்.

“இந்த வழி
போகலாமா? ‘என்று
அவனைக் கேட்டேன்.

‘அந்தவழி போனால்
இந்த வழி வரும்’
என்றான் அவன்.

அந்த வழியால் போனபோது
‘ஏன் இந்தவழி’ என்று
என்முன்னால் வந்த
இன்னொருவன் கேட்டான்.
பின்னர்,
‘அந்தவழியாலும்
போகலாம்
இந்தவழியாலும்
போகலாம்’
என்றான்.
....

என்னை அழைத்துச்
சென்றவன்,
‘இதுதான் அது
அதுதான இது’
என்று சொன்னான்.

‘அவன் வந்தது
என பின்னாலா
இல்லை முன்னாலா...?’
திகைத்தபடி நின்றேன்“

இதுபோலக் கவிதைகளை நாம் முன்னர் எங்கோ படித்தது போன்றிருந்தது. குறிப்பாக நகுலனுடைய கவிதைகளில் இந்தத் தொனியுண்டு. ஆனால்,இது நகுலன் கவிதை இல்லை. சட்டநாதனின் கவிதை.

நகுலனுக்கும் சட்டநாதனுக்கும் ஒத்ததன்மையுடைய அனுபவமும் உணர்வும் சிந்தனையும் ஏற்பட்டிருக்கலாம். புழங்கும் மொழிகூட வாசிப்பினாலோ வெளிப்படுத்தல் முறையினாலோ ஒத்ததாக அமையக்கூடும். அதனால் எங்களுக்கு அப்படியொரு அருட்டுணர்வு ஏற்படலாம். ஆனால், தொடர்ந்த வாசிப்பில் நாம் ஒவ்வொன்றுக்குமான வேறுபாடுகளையும் விலகல்களையும் கூர்மையாக உணர முடியும்.

இதோ இதற்குச் சான்றாக இன்னொரு கவிதை.

அவள்

அசப்பில் அவள் போல
இருந்தாள்.
கிட்டவாகப்
போய்ப் பார்த்தபோது
அவளில்லை
என்பது தெரிந்தது.
இவளும்
அழகாகத்தான்
இருக்கிறாள்.
சிறிது
கண்களைச் சுருக்கிச்
சிரிக்கும் அழகு
இவளிடமும் இருக்கிறதே,
இது எப்படி....?
அவளாகத்தான் இருக்குமோ....?
இவளும்.
இருக்கலாம்!

இந்த மாதிரியான அனுபவங்கள் நமக்கு ஆச்சரியமூட்டியபடியும் மாயவித்தை புரிந்தவாறும் நிகழ்ந்து கொண்டிருக்கிறன்றன. இதைப்போன்ற தருணங்களை சட்டநாதன் பல கவிதைகளில் எழுதியிருக்கிறார். புதிர் நிலை. இது நமக்கு மிக ஈர்ப்பாக உள்ளது. இதேவேளை இதைக் கடந்து சமூகப் பிரச்சினைகளையும் அரசியலையும் வெளிவெளியாகவே சாடும் பல கவிதைகளும்

சட்டநாதனிடம் உண்டு. அவருடைய அகச்சீற்றம் அது. நிகழ்கால நிகழ்வுகளின் மீதான எதிர்வினைகள் என அவற்றைச் சொல்லலாமா? அப்படித்தான் சொல்ல வேண்டும். எதுவெல்லாம் ஒரு படைப்பாளியைப் பாதிக்கிறதோ, எதுவெல்லாம் ஒரு கவிஞரின் உள்ளுணர்வில் கொதிப்பையும் உண்டாக்குகிறதோ, எதுவெல்லாம் தூண்டலை ஏற்படுத்துகிறதோ, எது அனுபவமாகவும் உணர்தலாகவும் உருப்பெறுகிறதோ அதை எழுதவேண்டிய அல்லது வெளிப்படுத்த வேண்டிய நிலை ஏற்படுகிறது. அப்படி அமையும் போது அதற்கான வடிவமும் வெளிப்பாட்டு முறையும் உண்டாகின்றன. இங்கும் அது நிகழ்கிறது. பிற கவிதைகளில் காணப்படும் மொழிதலுக்கும் அரசியல் மற்றும் சமூக நிலை சார்ந்த கவிதைகளின் மொழிதலுக்குமிடையில் வேறுபாடுகள் உள்ளன. பின்னவற்றில் ஆக்ரோசமும் பிரகரடனத்தன்மையும் வந்து விடுகின்றன. இது இயல்பானது.

சட்டநாதனின் கவிதைகள் தொகுக்கப்பட்டு நூலாகுவது அவசியம். அப்படி அமைந்தால் பல பரிமாணங்களுடைய இன்னொரு வாசிப்புக்கும் இன்னொரு அனுபவ அறிதலுக்கும் வாய்ப்பேற்படும். படிமம், ஆராதனை, தீ, தோற்றம், பாலைப்புதிர், பிள்ளையாய் நான், நினைவில் நெருடலாய், துயரம் இன்னும் தூரமாய், உள்ளொளி, விசாரம், உரிமை, நீரின்நிறம், இவளும் அவளும் போன்ற பல கவிதைகள் மிக ஈர்ப்புடையனவாக உள்ளன. இந்தப் பட்டியல் இன்னொருவருடைய வாசிப்பிலும் தேர்விலும் வேறுபடலாம். ஆனால் இவற்றின் மொழிதலும் உள்ளீடும் சட்டநாதனை தனியாக அடையாளப்படுத்தக் கூடியன.

பொதுவாகவே சட்டநாதனின் கவிதைகளில் அடியொலிப்பாக உள்ளது கேள்விகளே. தன்னுள் எழுகின்ற எண்ணற்ற புதிர்களுக்குப் பதில்களைத் தேட முயற்படும் கேள்விகள். சில இடங்களில் எழுகின்ற கேள்விகளை அப்படியே நம்முன்னே அவர் வைக்கிறார். அந்தக் கேள்விகளுக்கான பதிலை நாங்களும் தேட வேண்டும். ஏனென்றால் இந்தக் கேள்விகள் என்னிடமும் உள்ளதே. கேள்வி மயமாகியதே வாழ்க்கை. எமக்குள்ளேயே எண்ணற்ற கேள்விகள் உண்டு. எம்மைச் சுற்றியும் பல கோடிக் கேள்விகள் உள்ளன. பிரபஞ்சமே புதிர்கள் நிறைந்த ஒன்றுதான். வாழ்க்கை முடிவற்ற கேள்விகளை உற்பத்தி செய்து கொண்டிருக்கும் ஒரு நிகழ்வு. கவிமனம் இந்தக் கேள்விகளில் தன்னை ஈடுபடுத்தியும் விலக்கியும் நிகழ்த்திக்கொண்டிருக்கும் ஒரு புதிர் விளையாட்டுத்தானோ!

இனி?: நெற்கொழுதாசனின் கவிதைகள்

அகதிகளின் கண்ணீர் வற்றாத ஒரு பேராறுதான். அப்படியானால், இந்தக் கண்ணீர்ப்பேராற்றின் ஊற்றாக இருக்கும் அகதிகள் எப்படி உருவாகிறார்கள்? அவர்கள் எதற்காக அகதிகளாக்கப்படுகிறார்கள்? இந்தத் துயரத்துக்கும் அவலத்துக்கும் முடிவென்ன? தீர்வென்ன? என்ற பல கேள்விகள் நம்முன்னே எழுகின்றன. இந்தக் கேள்விகளுக்கான பதில்கள் கிடைக்குமோ இல்லையோ நிச்சயமாக இந்தக் கேள்விகள், நம்மை அரசியலில்தான் கொண்டுபோய் விடும். அந்த அரசியல் தனியே உள்ளூர் அரசியல் என்ற எல்லைக்குள் அடங்காமல் அதைக் கடந்து, சர்வதேச அரசியல் என்ற வலைப்பின்னலில் கொண்டுபோய்ச் சேர்க்கும். ஆகவே, அகதிகள் பிரச்சினை என்பதும் அகதிகளின் துயரம் என்பதும் ஒரு சர்வதேச விவகாரம்தான். அதைப்போலவே இந்தப் பிரச்சினையும் சர்வதேச மயப்பட்ட ஒரு உணர்தலாகவே உள்ளது. அண்மையில் சிறிய அகதிக் குழந்தையான அயிலானின் மரணம் உலகை உலுப்பியதையும் இதற்குக் காரணமான அரசியல், உலகவலைப்பின்னலாகப் பின்னிப் பிணைந்திருப்பதையும் நாம் அறிந்து கொண்டிருக்கிறோம். இப்படியான உண்மையிலும் ஒரு நிலையிலும் யதார்த்தத்திலும் விளைந்தவையே நெற்கொழுதாசனின் கவிதைகள். இதில் உள்ள பெரும்பாலான கவிதைகள் அகதி ஒருவரின் கவிதைகளாக, குரலாகவே உள்ளன. இந்தக் குரல், தான் இப்போது தஞ்சமடைந்திருக்கும் அகதித்தேசத்தில் நிலைகொள்ள முடியாமல் அந்நியமாக உணர்கிறது. தான் விட்டு வந்த நிலத்தை நினைந்துருகுகிறது. தன்னுடைய காலத்தையும் நிலையையும் எண்ணிக் கழிவிரக்கம் கொள்கிறது. சிலபோது இந்த நிலையிலிருந்து விடுபடுவதற்காக – இந்த நிலைமேலும் தொடரக்கூடாதென இந்த நிலைக்கான காரணங்களையிட்டுக் கொதிக்கிறது — கோபம் கொள்கிறது. அந்தக் கோபம், இன்னொரு காலத்தை தனக்கு வாய்ப்பானதாக உருவாக்கும் என்று நம்பிக்கை கொள்ள வைக்கிறது. இதுதான் "வெளிச்சம் என் மரணகாலம்" என்ற கவிதைகளின் மையம் அல்லது சாராம்சம். விலகிய கவிதைகளும் உண்டு. காதல், இயற்கை மீதான பிடிப்பு என.

புலம்பெயர்ந்த பெரும்பாலான ஈழத்தமிழர்களும் தங்கள் காலத்தையும் வாழ்க்கையையும் உணர்ந்ததைப்போலவே நெற்கொழுதாசனும் உணர்கிறார். அவர்கள் எதிர்கொண்ட பிரச்சினைகளையும் அனுபவங்களையுமே நெற்கொழுதாசனும்

பெறுகிறார். அடிப்படையில் எல்லோரும் ஒரே மாதிரியான பிரச்சினைகளின் நிமித்தமாக நாட்டை விட்டு வெளியேறியவர்கள். தஞ்சமடைந்த நாடுகளிலும் ஒரேமாதிரியான பிரச்சினைகளை எதிர்கொண்டு அந்நியப்பட்டிருப்பவர்கள். வாழ முற்படுகின்றவர்கள். புகுந்த நாடுகளில் குடியுரிமை கிடைத்து அந்த நாட்டின் குடிமக்களாகியபோதும் மனதில் பிறத்தியாராகவும் பிறந்த நிலத்தின் நினைவுகளைத் தொலைக்க மாட்டாமலும் அல்லாடிக் கொண்டிருப்பவர்கள். ஆகவே இந்த வகையில் ஒத்ததன்மை அல்லது பொதுத்தன்மை எல்லோரிடத்திலும் உள்ளது. இது தவிர்க்க முடியாத ஒன்றுதான். ஆனால், படைப்பில் இது எவ்வளவுக்குச் சாத்தியம்? எந்தளவில் வெற்றியடைகிறது? என்பதுதான் இங்கே கேள்வி.

ஏனென்றால், நாம் ஏற்கனவே அறிந்ததை விட அறியாத ஒன்றையே படைப்புத் தரவேணும். ஏற்கனவே உணர்ந்தவற்றை விட உணராதவற்றையே படைப்புச் சாத்தியமாக்க வேண்டும். புதிதையே வாசக மனம் அவாவும். குறைந்த பட்சம் புதிய சொல்முறையையேனும். ஏற்கனவே சொல்லப்பட்ட கதைகளைச் சொல்லப்பட்ட முறைகளில் சொல்வதால் பயனில்லை. ஊகித்தறிய முடியாத புதுமைகளையும் புதிய திசைகளையும் படைப்புக் காட்ட வேணும். புதிதாக்குதல் – புதிதளித்தல். இதுதான் எப்பொழுதும் படைப்பின் முன்னும் படைப்பாளியின் முன்னும் உள்ள சவால். இந்தச் சவால் இந்தச் சவாலை நெற்கொழுதாசன் எப்படி எதிர்கொள்கிறார்?

அநேகமான ஈழக்கவிஞர்களைப்போலவே நெற்கொழுதாசனும் நிகழ்கால அரசியலைக் கவிதைகளாக்குகிறார். “அரசியலை எழுதுவதற்காக ஏன் கவிதையைப் பயன்படுத்த வேணும்?“ என்று ஒரு நண்பர் கேட்டார். “அதற்குத்தானே பத்திகளும் கட்டுரைகளும் ஆய்வுகளும் ஆய்வாளர்களும் இருக்கிறார்கள். எதற்காக அந்த வேலையைக் கவிஞர்கள் செய்கிறார்கள்? கவிதையில் அரசியலை எழுத விளைந்து கவிதையையும் கெடுத்து அரசியலையும் கெடுத்து தாங்களும் கெட்டுப்போக வேண்டுமா?“ என்றும் கேட்டார் நண்பர். இந்தக் கேள்விகள் நியாயம்தான். ஆனால், அரசியலைக் கவிஞர் பார்க்கின்ற பார்வைக்கும் பிறர் பார்க்கின்ற பார்வைக்குமிடையில் வேறுபாடுகளுண்டு. வாழ்க்கையின் அடிப்படையிலே, அதன் உள்ளோட்டம் சார்ந்து கவிஞர்கள் அரசியலை நோக்குகிறார்கள். அதை அணுகுகிறார்கள். அவர்களுக்கு அதனுடைய வெற்றி தோல்விகள் முக்கியமல்ல. அதற்கப்பால், மனித நிலையைப் பேணுவதற்காகத் தங்கள் குரலை முன்வைக்கிறார்கள். மனித நிலையில் வீழ்ச்சியும் நெருக்கடியும் ஏற்படும்போது பதகளிக்கிறார்கள். அந்தப் பதகளிப்பு ஆற்றாமையாகச் சினமாக

வெளிக்கிளம்புகிறது. வெற்றி தோல்வி என்ற அடிப்படையில் அரசியலை நோக்கிக் கவிதை எழுதுவோர் சமகால நிகழ்வுகளோடு தினச்செய்திகளின் தன்மைக்குள் வீழ்ந்தழிந்து போகிறார்கள். நெற்கொழுதாசனின் கவிதைகள் இரண்டு நிலையிலும் உள்ளன. ஆனால், பெரும்பாலானவை மனித நிலை சார்ந்தவை. என்பதால் அவர் தன்னை நிலைப்படுத்திக்கொள்வதற்கான சாத்தியங்களைக் கொண்டிருக்கிறார்.

நெற்கொழுதாசனின் கவிதைகள் பெரும்பாலும் நமக்குப் பழகிய விதத்திலேயே உள்ளன. சில கவிதைகள் மீறிச் செல்கின்றன. மீறிச் செல்ல எத்தனிக்கும் கவிதைகள்தான் அவருடைய அடையாளமாகும். மீறிச்செல்லத்தக்க கூறுகள் அவரிடத்தில் உண்டு.

....
தன்னைக் கொல்லுதல்
மலர் உதிர்வதுபோலவும்.
மை கரைவது போலவும்
மரம் சரிவது போலவும் இருக்கலாம்.

தன்னைக்கொன்றவனின்
கடைசி நிமிடங்கள் பற்றி எவரும் பேசுவதில்லை,
அவன் சுமந்திருந்த
தனிமையை எவரும் உணர முயல்வதுமில்லை.
அவன் உருவாக்கிய
வெற்றிடம் குறித்தும் எவரும் கவலைப்படுவதில்லை,
ஆனாலும்,
தன்னைக்கொன்றவனைத்
தாண்டிவிட முடிவதில்லை எவராலும் வழமைபோல
....

(ஒரு குற்றப்பத்திரிகை)
....
மரணக் கிளர்ச்சி
புரிபடாப் பேரின்பம்
அறுந்துவிடாத ஒற்றையிழை
யாரறிவார்?

உயிர்த்தெழும் சிறகிலிருந்து பெருங்கனவு
வானை நிறைக்க,
சிறுபொழுதாகிலும் மறையும் ஆதவப்பெருந்திடல்.
....
(வேனில் கனவு)

இந்தக் கவிதைகளில் உள்ள வரிகள் உணர்த்தும் பொருளும் உணர்முறையும் அதன் வடிவமும் ஆழமானவை. மீறலுக்கான அடையாளங்கள் உண்டென்பதற்குச் சான்றுகளிவை. ஆனால், அவருக்கு இதையும் விட வேறு சில நிர்ப்பந்தங்கள் உண்டு. அல்லது விருப்பங்கள் உண்டென்று நம்புகிறேன். அவையே நெற்கொழுதாசனை வழிநடத்துகின்றன.

இதன்படி புலம்பெயர்ந்த ஈழத்தமிழர் ஒருவரின் குரலை அடையாளப்படுத்த வேண்டும் என்ற ஒரு எழுதா நிர்ப்பந்தம் நெற்கொழுதாசனுள்ளும் நிகழ்ந்து கொண்டிருக்கிறது. பிறந்த நிலம் மீதான பற்றும் காதலும் நீங்காமல் நினைவாடிக்கொண்டேயிருக்கின்றன. அதையும் அவரால் புறக்கணிக்க முடியவில்லை. அந்தப் பற்றையும் வெளிப்படுத்த வேண்டும். இனவிடுதலை, இனத்தின் அடையாளம், அதன் பாதுகாப்பு, அதன் பெருமிதங்கள் மீதான கனவையும் புறக்கணிக்க முடியாது. ஈழத்தமிழர்கள் அரசியல் ரீதியாகச் சந்தித்த வன்கொடுமைகளுக்குப் பதில் சொல்ல வேணும். பழிதீர்க்க வேண்டும் என்ற ஆவேசம் அவரைப் படுத்திக்கொண்டிருக்கிறது. ஆகவே அதனோடிணைந்தும் இருக்க வேண்டும். இதெல்லாம் இணைந்ததுதான் புலம்பெயர்ந்த ஈழத்தமிழரின் அடையாளமும் கடமையும் என அவருடைய உள்ளுணர்வு சொல்கிறது. அந்தக் கடமையை ஆற்ற வேண்டும் என்று அது தொடர்ந்து வற்புறுத்திக் கொண்டேயிருக்கிறது. இதனால் பல கவிதைகளிலும் இந்தச் சாயல் வந்து தலை நீட்டி விட்டுப் போகிறது. அல்லது உள்ளோட்டமாக உள்ளது. என்பதால் நெற்கொழுதாசனின் கவிதைகள் அந்நிய தேசத்தில் ஒட்ட மறுக்கும் வாழ்வின் தனிமைக்குரலாகவும் நீங்க மறுக்கும் தாய்மண்ணின் நினைவுக் கொடிகளாகவுமே உள்ளன எனச் சுருக்கமாகக் கூறலாம். நெற்கொழுதாசனுக்குக் குடியுரிமை கிடைத்து அவர் இன்னொரு நாட்டின் குடிமகனானாலும் இந்தத் தத்தளிப்பு நீங்கும் என்றில்லை. ஏற்கனவே குடியுரிமை கிடைத்த பல்லாயிரக்கணக்கானவர்களும் தாய்மண்ணின் தத்தளிப்போடும் புகுநிலத்தின் ஒட்டாத்தன்மையோடும்தான் உள்ளமை இதற்குச் சான்று.

இதைத்தானே ஏனைய புலம்பெயர் படைப்பாளிகளும் சொல்லி வருகிறார்கள். அதை நெற்கொழுதாசனும் சொல்ல வேண்டுமா? அல்லது அதைத் திரும்பச் சொல்வதற்கு ஒரு ஆள் தேவையா? அப்படி அவர்கள் சொன்னால், அதை நெற்கொழுதாசன் சொல்ல முடியாதா? அவருக்கு அந்த உரிமை இல்லையா? அல்லது இனி எவரும் இதைப்பற்றியெல்லாம் பேசத்தேவையில்லையா?

எவரும் எதைப்பற்றியும் பேசலாம். எத்தனை தடவையும் பேசலாம். ஆனால், அது படைப்பாக இருக்க வேண்டும். கலையாகப் பரிணமிக்க வேண்டும். அப்பொழுதுதான் அதற்குப் பெறுமானமுண்டு. கவர்ச்சியுண்டு. முதலாம் இரண்டாம் உலகப்போரை மையப்படுத்தி இன்னுந்தான் ஏராளம் படைப்புகள் வந்து கொண்டிருக்கின்றன. இந்தப் போர்களை மையமாகக் கொண்டு இப்பொழுதும் திரைப்படங்களை எடுக்கிறார்கள். இது மட்டுமல்ல, காதலும் பிரிவும் நேசமும் உறவும் போரும் அமைதியும் என்று மனித வாழ்க்கை சுழலும் அச்சாணிகளைப்பற்றி திரும்பத்திரும்பத்தானே எழுதப்படுகிறது. இவற்றைச் சுற்றியே எல்லாப் படைப்புகளும் உருவாகின்றன! நாம் படிக்கின்ற கவிதைகளும், கதைகளும் அல்லது பார்க்கின்ற நாடகங்கள், திரைப்படங்கள், கேட்கின்ற பாடல்கள், இசை என எல்லாமே சில வகைக்குள் அடங்கி விடுவனதான். ஆனால், இவை வெவ்வெறு விதங்களில் சொல்லப்படும்போதுதான் அது ஈர்க்கிறது. அடிப்படையாக இருக்கும் ராகங்களை வைத்துக்கொண்டு எத்தனை விதமான ஆலாபனைகளைச் செய்கிறார்கள் இசையாளர்கள். ஒவ்வொரு ஆலாபனையும் ஒவ்வொரு விதம். ஒரே ராகம், ஒரே கலைஞரால் ஒவ்வொரு சந்தர்ப்பத்திலும் ஒவ்வொரு மாதிரி... இதுதான் விந்தையும் வியப்பும். இந்த வியப்புத்தான் படைப்பின் உயிர். இந்த உயிரைத் தன்னுடைய கையில் வைத்துக்கொண்டு வித்தையாடுகின்றவரே கலைஞர்.

நெற்கொழுதாசனுடைய கவிதைகளில் வியப்பை நோக்கிய உந்துதல் உண்டு. புதிதைப் படைத்தளிக்க வேண்டும் என்ற அவாவுகை அவற்றில் உள்ளது. ஆனால், அவருக்குள் கிளர்ந்து கொண்டிருக்கும் எண்ணவோட்டங்கள் அவரை அங்குமிங்குமாக அல்லாட வைக்கின்றன. இது தன்னுடைய வாசகர்களைக் குறித்தும் தன்னுடைய காலத்தின் அபிப்பிராயங்களைக்குறித்தும் அவருக்கு முன்னே தோன்றும் சலனங்கள்தான். படைப்பாளி காலப்பதிவாளராகவும் தான் சார்ந்த சமூகத்தின் உயிரோட்டத்துக்குப் பொறுப்பாளியாக இருப்பதும் அவசியம் என்று வாதிடுவோருண்டு. அதில் பிரச்சினையில்லை. வெறுமனே காலப்பதிவாளராக இருப்பதனால் பயனொன்றுமில்லை. அதற்குமப்பால் அவர் தன்

காலத்தின் சாட்சியாக இருப்பதே அவசியம். அப்பொழுதுதான் அவர் விரும்புகிற மாதிரி அவர் சார்ந்த சமூகத்துக்கும் இந்த உலகத்துக்கும் உயிர்ப்பை உண்டாக்க முடியும். இந்த இடத்தில் தடுமாற்றங்களுக்கு அப்பால், உடனடியான கைதட்டல்களுக்கும் முகச்சுழிப்புகளுக்கும் அப்பால் நிதானம் கொள்ள வேண்டியது கவியின் பொறுப்பாகும். கவி ஆளுமை என்பது தன்னைச் சாய்வின்றி நிலைப்படுத்திக் கொள்வதிலேயே நிலைபெறும்.

இந்தத் தொகுப்பில் சமகால ஈழத்தமிழ் வாசகப் பரப்பின் உணர்வலைகளுக்கு ஏற்றமாதிரிச் சில கவிதைகள் உள்ளன. குறிப்பாக ஈழத்தமிழர் அரசியல் ரீதியாகச் சந்தித்த தோல்விகள் அல்லது பின்னடைவுகள் குறித்த தன்னுடைய இலக்கியப் பதிகையும் வெளிப்பாடும் என்ன? என்று நெற்கொழுதாசன் சிந்திக்கிறார். இந்த மாதிரியான நிலை தனியே நெற்கொழுதாசனுக்கு மட்டும் உள்ள ஒன்றல்ல. ஏற்பட்ட ஒன்றுமல்ல. பெரும்பாலான ஈழத்தமிழ்ப்படைப்பாளிகள் இப்படித்தான் சிந்திக்கிறார்கள். படைப்பாளிகள் மட்டுமல்ல ஊடகத்துறை சார்ந்தோர், புத்திஜீவிகள், தமிழ்த்தரப்பிலுள்ள மதகுருக்கள், பொதுமக்களில் பெருமளவானோர் இப்படித்தான் சிந்திக்கிறார்கள். ஒடுக்கப்பட்ட இனமொன்றின் பிரதிநிதியாக இருப்பதனால் இத்தகைய ஒரு உளவியல் நிலை ஏற்பட்டிருக்கலாம். இது ஒரு பொதுநிலையாகவும் பொதுப்பண்பாகவும் ஆகிவிட்டது. இதனால் ஈழத்தமிழர்கள் நாட்டிலிருந்தாலென்ன, நாட்டை விட்டு வெளியேறினால் என்ன அவர்களுடைய எண்ணமும் சிந்தையும் அரசியலின் பாற்பட்டே உள்ளன. ஆகவே எதிலும் அவர்களுடைய அரசியல் அடையாளங்களே முதன்மையடைகின்றன.

இந்தத் தொகுதியில் அரசியற் கவிதைகளுக்கு அப்பால், காதற்கவிதைகளும் பிறவும் உள்ளன. இதில் அதிகமதிகம் தனிமையையும் பறவைகளையும் நினைந்து பாடுதல் நிகழ்கிறது. இவை தமிழ்க்கவிதைகளில் நிரம்பிக்கிடக்கும் தொடரும் சாயல். இந்தச் சாயலைக் கடக்கும்போது புதிய ஒரு திசையில் புதிய பயணத்தை நெற்கொழுதாசன் செய்வார். அதற்கான படிகளை அவர் இப்பொழுது செதுக்கிக் கொண்டிருக்கிறார்.

இனி...?

இனி என்பது நாளைய முளையாகும்.

கேள்விகளும் சிந்தனைகளும்

கோபங்களும் துக்கங்களுமே அதிகளவில் இலக்கியமாக்கப்பட்டுக்கொண்டிருக்கிறது ஈழத்தமிழ்ச் சூழலில் . இதற்கு முக்கியமான காரணம் இலங்கையின் இனவாத அரசியல். இனவாத அரசியல் ஏற்படுத்தும் விளைவுகள் தமிழ்மொழி பேசுவோரைப் பெருமளவில் பாதிக்கிறது. இதனால் அவர்கள் தவிர்க்க முடியாமல் தமக்குப் பாதிப்பை ஏற்படுத்தும் காரணிகளையும் தரப்பையும் கோவிக்கிறார்கள். கண்டிக்கிறார்கள். அதை விமர்சனம் செய்கிறார்கள். எதிர்க்கிறார்கள். இது தவிர்க்க முடியாததாக உள்ளது. இந்த நெருக்கடிதான் இலக்கியத்திலும் வெளிப்படுகிறது. இது எதிர்ப்புணர்வின்பாற்பட்ட எழுத்தாகிறது. மறுவளத்தில் இனவாதம் ஏற்படுத்தும் இழப்புகள் பெருந்துயரத்தை உண்டாக்குகின்றன. வலியைப் பெருக்குகின்றன. துக்கத்தை உண்டாக்குகின்றன. இவை துயரத்தைப் பிரதிபலிக்கும் படைப்புகளாகின்றன.

கோபத்தையும் துக்கத்தையும் எழுதாத அல்லது கவனப்படுத்தாத இலக்கியத்தைத் தமிழ்ப்பொதுப்பரப்பு ஏற்றுக்கொள்ளத் தயங்குகிறது. ஊடங்கள் கூட அவற்றுக்கு இடமளிப்பது குறைவு. அப்படியொரு முறைமையும் வழமையும் ஈழத்தமிழிலக்கியத்தில் உருவாகி விட்டது. ஈழத்திற்கு அப்பால் புலம்பெயர்ந்து சென்ற ஈழத்தமிழர்களின் இலக்கியம் கூட பெருமளவுக்கும் இந்தப் பொதுப்போக்கை விட்டு விலகவில்லை. வாசகர்கள் கூட அரசியல் மயப்படுத்தப்பட்ட வாசிப்பையே எதிர்பார்க்கின்றனர்.

கடந்த கால்நூற்றாண்டுக்கும் மேலான ஈழ இலக்கிய வாசிப்பும் விமர்சனக் கவனங்களும் இலக்கியப்படைப்பும் செயற்பாடுகளும் இந்த மைய அச்சில்தான் சுழல்கின்றன. யுத்தம் முடிந்து ஐந்து ஆண்டுகள் கழிந்துள்ள நிலையிலும் யுத்தக் கதைகளைப் பேசும் படைப்புகளுக்கும் அரசியற் கதையாடல்களுக்கும்தான் அதிக கவனம் அளிக்கப்படுகிறது. ஆறாவடு, ஊழிக்காலம், பொக்ஸ், ஆயுத எழுத்து, நஞ்சுண்டகாடு, விடமேறிய கனவு, கசகரணம் போன்ற நாவல்களுக்கு உண்டான கவனம், அனந்தியின் டயறி, அசோகனின் வைத்தியசாலை, லெனின் சின்னத்தம்பி, உண்மை கலந்த நாட்குறிப்புகள் போன்றவற்றுக்கு ஏற்படவில்லை. சரமகவிகள், யுகபுராணம், ஒரு பயணியின் போர்க்காலக்கவிதைகள், துரத்தும் நிழல்களின் யுகம் போன்ற கவிதைப் பிரதிகளுக்கு உண்டான

கவனம், அந்தக் காலகட்டத்தில் வந்த பிற பிரதிகளுக்கு நிகழவில்லை. ஆனால், இந்தப் போக்குத் தொடரும் என்றில்லை.

இதிலிருந்து வேறுபாடுகளும் விலகல்களும் நிகழ்ந்திருக்கின்றன. ஆனால் அவை மிக அருந்தலாகவே உள்ளன.

"ஈழத்து இலக்கியம் என்ற அடையாளம் கடந்த முப்பது வருடங்களில் போர், இடம்பெயர்வு, ஏ.கே.47, சக்கை, இயக்கம், மரணங்கள், அழிவுகள், துரோகம், எதிர்ப்பாளர், தேசியவாதம் என்ற யுத்த வலயத்துக்குள்ளேயே பெரும்பாலும் சுருங்கி விட்டது. எவர் எம்மைக் கண்டாலும் "ஐயோ பாவம்! நீங்கள் எல்லோரும் எவ்வளவு கஷ்டப்பட்டிருக்கிறீர்கள்" என்ற ரீதியிலேயே பார்க்கிறார்கள். எங்களுடைய எழுத்துகள் இந்தவகைக் கழிவிரக்கத்தை வாசகர் மத்தியில் ஏற்படுத்தி விட்டது. இதெல்லாவற்றையும் தாண்டி, நாங்கள் எப்படி வாழ்க்கையை அணு அணுவாக ரசித்துக் கொண்டாடினோம் என்பதைப் பெரிதாக எவரும் எழுதுவதில்லை. தலைக்கு மேலால் ஷெல் கூவும்போது "அது சும்மா கப்புக் கழற்றுகிறது, ரவுணுக்குள்ளதான் விழும்" என்று சொல்லி விட்டுக்குக் கள்ளன் பொலிஸ் விளையாடும் சிறுவர்கள். இடம்பெயர வேண்டும் என்ற அறிவித்தல் வந்தவுடன் உடுப்பு புத்தகங்களோடு தாயம் விளையாடவென மறக்காமல் சோகியையும் எடுத்து வைக்கும் அக்காமார், அகதிகளாக ஏதாவது பாடசாலையில் ஒதுங்கியிருக்கும்போது, களவாகப் பக்கத்து வளவுகளில் கோழிபிடித்து கறிக்கு உரித்துக் கொடுக்கும் இளைஞர்கள். அங்கேயே ஒரு காதல், கணவன் மனைவிச் சண்டை, செத்தவீடு, பிறந்த நாள் கொண்டாட்டங்கள், மண்ணெண்ணெய் ஜெனரேற்றரில் சினிமாப்படங்கள், கிரிக்கெற் என்று வாழ்க்கையை அதியுச்ச அளவில் கொண்டாடியவர்கள் நாம்" என்று கூறும் ஜே.கே என்ற இளைய தலைமுறைப்படைப்பாளியின் கூற்றுகளும் எழுத்தும் மாறிவரும் படைப்புகளுக்கும் மற்றும் புதிய ரசனை, புதிய யதார்த்தச் சூழல் போன்றவற்றுக்கும் ஓர் உதாரணமாகும். இப்பொழுது புதிய மாறுதல்களைக் கோரும் குரல்கள் மெல்ல மெல்ல மேலெழத்தொடங்கி விட்டன. யுத்தத்தைப் பற்றி எழுதுவதற்கு அப்பால், ஒடுக்குமுறை, போராட்டம், எதிர்ப்பு என்பவற்றுக்கு அப்பாலும் இலக்கியம் கவனங்கொள்ள வேண்டும். அதற்கப்பால் நிகழ்ந்த, நிகழ்ந்து கொண்டிருக்கும் வாழ்க்கையை அது சொல்ல வேண்டும். ஈழத்தமிழ் இலக்கியம் தன்னுடைய சுருங்கிய பரப்பை விட்டு தன்னை விரிக்க வேண்டும் என்ற குரல்கள் இன்று வலுக்கத்தொடங்கி விட்டன.

ஆனாலும் பெரும்போக்காக இருந்த நிலை இப்போதைக்கு மாறும் என்று தெரியவில்லை. ஏனெனில் இலங்கையில் இனரீதியான யுத்தம் முடிவடைந்திருந்தாலும் யுத்தம் உண்டானதற்கான காரணப் புள்ளிகள் அழியவில்லை. அவற்றுக்கான பரிகாரங்கள் காணப்படவில்லை. ஒடுக்குமுறையும் பாரபட்சங்களும் புறக்கணிப்புகளும் அதிகாரமும் வேறு வடிவங்களில் நிகழ்ந்து கொண்டிருக்கின்றன. இதில் மாற்றம் ஏற்படாதவரையில் இதன் பாதிப்பும் வெளிப்பாடும் தொடர்ந்து கொண்டுதானிருக்கப்போகிறது.

இங்கே இந்த இனவாதம் தனியே தமிழ்ச் சமூகத்தை மட்டும் பாதிக்கவில்லை. எல்லாச் சமூகங்களையும் பாதிக்கிறது. பாதிப்பில் விகித வேறுபாடுகள் உண்டே தவிர, பாதிப்பில்லாமல் எந்தச் சமூகமும் இல்லை. ஏனென்றால், பல அடுக்குகளிலும் இந்த இனவாதம் தொழிற்பட்டுக்கொண்டிருக்கிறது. இதனால்தான் தமிழர்களும் பாதிக்கப்படுகிறார்கள். முஸ்லிம்களும் பாதிப்புக்குள்ளாகின்றனர். ஆட்சியதிகாரத்தோடுள்ள சிங்களச் சமூகத்தினரும் பாதிக்கப்படுகின்றனர். எனினும் இனவாதமும் அதைப் பிரயோகிக்கும் அதிகார வர்க்கமும் ஏற்படுத்தும் பாதிப்புகள் தமிழ்மொழியைப்பேசும் சிறுபான்மை மக்களையே அதிகம் நெருக்கடிக்குள்ளாக்குகின்றன.

ஆகவே இந்த இழப்பையும் அதனால் ஏற்படும் வலியையும் அதனால் உண்டாகும் துக்கத்தையும் இலக்கியம் எப்படிப் பேசாமலிக்க முடியும்? இப்படி வாழ்கள நிலைமை இருக்கும்போது அதைப் புறக்கணித்து விட்டு எப்படி வேறு விடயங்களை எழுதமுடியும்? எப்படி வேறு விதமாகச் சிந்திக்க முடியும்? என்ற கேள்விகள் பொதுவாகவும் உள்மனதில் சுயமாகவும் எழுகின்றன. அனுபவரீதியாக உணரப்படும், முகம் கொடுக்கப்படும் விசயங்களை விட்டு விட்டு, எரியும் பிரச்சினையைப் புறக்கணித்து விட்டு, அதற்கப்பால் வேறு களத்திலும் வேறு புலத்திலும் மாற்றாக எப்படிக் கவனத்தைக் குவிக்கலாம்? என்ற கேள்வியும் கூடவே முன்னிறுத்தப்படுகிறது. அப்படி அமையும்போது தவிர்க்க முடியாமல் பொது அலைவரிசைக்கு ஏற்றமாதிரி பண்டங்களை உற்பத்தி செய்யும் போக்கு வளர்ந்தே தீரும். இந்தப் போக்கில் நான் உட்பட எனக்கு முன்னே இருந்த தலைமுறையினரும் பின்னே உள்ள தலைமுறையினரும் இயங்க வேண்டியதாயிற்று. இது நியாயப்படுத்தல்ல அல்ல. இதுதான் ஈழத்துத் தமிழிலக்கியம் ஒரு குறுகிய மையத்தினுள் சுருங்கி விட்டதாகச் சொல்லப்படுதவற்கான காரணமாகும். ஆனால், இந்தக் காரணத்தை ஏற்றுக்கொள்ள மறுப்போர் இந்த யதார்த்தத்தின் தீவிரத்தைக் கவனத்திற் கொள்வது குறைவு. அதேவேளை இப்படி இனவாத அரசியலின் கோபத்தையும் அதனால் ஏற்படும், ஏற்படுத்தப்படும்

துக்கத்தையும் மையப்படுத்துவதுதான் இலக்கியம் என்றும் இல்லை. இப்படிக் கருதும் போக்கை ஏற்கமுடியாது என்ற புரிதல் தெளிவாகவே உண்டு.

இத்தகைய ஒரு பின்னணியில்தான் நாம் பிரகாசக்கவியின் கவிதைகளையும் இங்கே எதிர்கொள்கிறோம். பிரகாசக்கவி கிழக்கிலங்கையைச் சேர்ந்தவர். இளைஞர். முஸ்லிம். ஒரு படைப்பாளியை இப்படியெல்லாம் அடையாளம் காணலாமா? அது நியாயமாகுமா என்று யாரும் கேட்கலாம். படைப்பாளியை அவருடைய பின்னணியின் வழியாக அணுகுவதில் பல அபாய நிலைகளும் வழிமாறுதல்களும் ஏற்படுவதற்கான வாய்ப்புகள் உண்டு. மட்டுமல்ல, படைப்பை அணுவதற்கான சுதந்திர எல்லைகளையும் வழிகளையும் கூட அது குறுக்கி விடும். என்றாலும் இதிலுள்ள பெரும்பாலான கவிதைகள், இவற்றை எழுதியவரின் பின்னணிக்கு அழைத்துக்கொண்டு சென்றே தீரும். ஏனென்றால், இவை பெரும்பாலும் இலங்கையில் மகிந்த ராஜபக்ஷ ஆட்சியில் இருந்த காலத்தை மையப்படுத்தியவை. மகிந்த ராஜபக்ஷ காலகட்டத்தில் முஸ்லிம்கள் மீதும் இஸ்லாத்தின் மீதும் மேற்கொள்ளப்பட்ட அச்சுறுத்தல்களும் ஒடுக்குதல்களும் நெருக்கடிகளும் முஸ்லிம்களைக் கோபத்திற்குள்ளாக்கியது. அதிகளவிலான இழப்புகளை முஸ்லிம் சமூகத்திற்கு ஏற்படுத்தியவை. அந்தக் கோபங்களையே இங்கே பிரகாசக்கவி பிரதிபலிக்கிறார். தான் சார்ந்த சமூகத்தின் நிலை நின்று பெறுகின்ற அனுபவங்களை அவர் படைப்பாக்குகிறார். அது அவருக்கு உரிய பொறுப்பாகவும் அதைப புறந்தள்ள முடியாததாகவும் இருக்கிறது. இதற்கான பின்னணி முக்கியமானது. இந்தக் கவிதைகள் உருவான காலம் இங்கே முக்கியமானது. இவை ஒரு காலகட்டத்தைப் பிரதிபலிக்கும் கவிதைகள் என்பதால் நாம் அந்தக் காலகட்டத்தைப் பற்றி விளங்கிக் கொள்வது அவசியம். இந்தக் கவிதைகள் 2014 – 2015 க்கள் எழுதப்பட்டுள்ளன. இந்தக் காலகட்டம் அரசாங்கத்தின் மறைமுக ஆதரவுடன் உருவாக்கப்பட்ட பொதுபலசேனா என்ற அமைப்பு முஸ்லிம்களின் இருப்பை அச்சுறுத்தியது. இது முஸ்லிம்களின் மனதில் பெரும் அதிர்ச்சியையும் அரச எதிர்ப்பையும் உண்டாக்கியது.

இதற்கு முன், புலிகளுக்கும் அரசுக்கும் இடையில் போர் நடந்து கொண்டிருந்த காலப்பகுதியில் புலிகளுக்கும் முஸ்லிம்களுக்கும் இடையில் முரண்பாடுகள் நிலவிய சூழலில் முஸ்லிம்களுக்கும் அரசாங்கத்துக்கும் இடையில் ஒரு மென்போக்கு நிலவியது. ஆனால், புலிகளுடனான போர் முடிந்த கையோடு முஸ்லிம்களின் உடனான மென்னிலை உறவைப் பொருட்படுத்தாமல் அதை எதிர்க்கத் தொடங்கியது அரசாங்கம். பொதுபலசேனா என்ற தீவிர பௌத்த

அமைப்பு முஸ்லிம்களின் நகரங்களின் மீதும் பள்ளிவாசல்களின் மீதும் தாக்குதல்களைத் தொடுத்தது. இந்த நிலையில் முஸ்லிம் சமூகம் அரசாங்கத்துக்கு எதிரான நிலைப்பாட்டை எடுக்கத் தொடங்கியது. இதுதான் இந்தக் கவிதைகள் மையப்படுத்தும் அரசியற் சூழலில் வரலாறு. ஆகவே இதிலுள்ள அநேகமான கவிதைகள் முஸ்லிம் சமூகத்தின் மீது ஏற்படுத்தப்பட்ட நெருக்கடிகளும் அவை ஏற்படுத்திய வடுக்களும் வலிகளுமே. இவற்றை பிரகாசக்கவி வெளிப்படையாகப் பிரதிபலிக்கிறார்.

பிள்ளையை கிள்ளி தொட்டிலை ஆட்டு

நீ
மதவாதக்
கதையெழுது !
துறவிகளை
கதாநாயகர்களாக்கு !!
பள்ளி உடை !!!
அரசமரம் நடு !!!
வீடு கொளுத்து !!!
வியாக்கியானம் பேசு !!!
புத்தனுக்கு
புதுப் புது சிலை வை !
எங்கள்
சங்கத்தமிழை
உந்தன்
கொச்சைமொழியால்
புண் ஆக்கு !
அதில்
சிந்திச் சிதறும்
செங்குருதியில்
உன் கழுத்துக்கு
சால்வை உண்டாக்கு !
வேட்டியும் சட்டையும்
வெள்ளையில் உடுத்தி

உன்னை நீயே
சாமாதனப்புறா என்று
பூசிமெழுகு
நெஞ்சு நிமிர்த்தி நட
ஏன் என்று
உன்னை கேட்கும்
ஐநாக்கும்
அவர் அனுப்பும்
மைனாக்கும்
நாம் எல்லோரும்
ஒருதாய் மக்கள் என்னும்
பூச்சாண்டிக்கதை எழுது
உன்
புண்ணாக்கு கதை எழுது !!!

2014

இது ஒரு வகைமாதிரி. இதேவேளை பிரகாசக்கவி இலங்கையில் நடக்கும் இனப்பாகுபாட்டையும் ஒடுக்குமுறையையும் மட்டும் எதிர்க்கவில்லை. அதற்கப்பால் உலகெங்கும் நிகழும் ஒடுக்குமுறைகளையும் எதிர்க்கிறார். அவற்றையும் தன் கவிதைகளின் வழியே பதிவு செய்கிறார். இதன் மூலம் தன்னை ஒரு விரிந்த அளவிலான பார்வை கொண்டவராக, ஒடுக்குமுறைக்கு எதிரான உலகளவிலான எதிர்ப்பாளராக மாறுகிறார்.

ஆனாலும் இந்த மாதிரிக் கவிதைகள் ஒரு காலகட்டத்தில், இதற்கான அரசியற் களமுள்ளபோது மிக ஈர்ப்பாக இருக்கும். இந்த அரசியல் நிலவரம் மாறும்போது இந்தக் கவிதைகளின் கவனம் அல்லது இவற்றின் ஈர்ப்புக் குறைந்து விடும். இதைப்போன்ற களச்சூடுள்ள பல படைப்புகள் பின்னாளில் அவற்றின் வசீகரமும் ஒளியும் மங்கித் தேய்வு கொண்டிருப்பதை நாம் அனுபவத்தின் வாயிலாகக் காண்கிறோம். ஆனால், இந்த மாதிரித் தனியே அரசியற் கவிதைகளை மட்டும் பிரகாசக்கவி எழுதவில்லை என்பது ஆறுதல். அதிலிருந்து விலகி, வேறுபட்ட கவிதைகளையும் எழுதியிருக்கிறார். அவ்வகையில் இதோ இரண்டு கவிதைகள்.

நீ நான் இரவு

நடுஜாமம்
துணைக்கு நீயிருக்க
நம் திண்ணையில் நிலாவெளிச்சம்.
பெருக்கன், பட்டாய்
சிந்திச் சிதறிக்கிடக்கிறது வானம்
பிடி பிடியாய் அள்ளியெடுத்து
மடி மடியாய் விசிறியது யாரோ ?
நீ
உன்
தேனான இதழ்களில்
தெவிட்டாத சூட்சுமங்கள்
சூடாகக் கொண்டுவா ...
வெண்மையாகி வானெங்கும்
பூத்திருக்கும் சீனியதை
நம் உள்ளங்கையில் அள்ளிவச்சு
நீயும் நானும்
நட்சத்திரங்களை
நக்கித் தின்னலாம் !

2015

உனக்காக எல்லாம் உனக்காக

உன்னிடம்
ஒரு வானமும்
என்னிடம் சில
நட்சத்திரங்களும் இருக்கின்றன
எனக்கு இரவும்
உனக்கு பகலும் பிடிக்குமென்பதால்
நானொரு
சூரியனை வரைகிறேன்
இனி என்வானில்
சந்திரனுக்கு இடமேயில்லை..!

2.

என்னிடமொரு கடலிருந்தால்
அதைச்சுருட்டி
உனக்கொருசட்டை தைத்திடுவேன்
அதனால் மீன்களுக்கு மானம்போனால்
உன் புன்னகையில் — புடவை நெய்து
புதுச்சட்டை கொடுத்திடுவேன்..!

2015

கவிதை குறித்த பல்வகைப் பார்வைகளும் விவாதங்களும் தொடர்ந்து கொண்டிருக்கின்றன. நவீன கவிதை காலமாகிவிட்டது என்று றியாஸ் குரானா வாதிட்டு வருகிறார். நவீனத்திற்குப் பிந்திய கவிதைகளைக் குறித்த யோசிப்புகள் பல முனைகளிலும் நிகழ்கின்றன. கவிதை குறித்த விவாதப்பொருளாக என்னதான் இருந்தாலும் வாழ்க்கையின் சவால்களை எதிர்கொள்ளாமல் ஒரு கவி இருக்க முடியாது என்று பிரகாசக்கவி உரைக்கிறார். இதுதான் அவருடைய அடையாளம். இந்த அடையாளத்தை அவர் தன் கவிதைகளின் வழியே நிறுவ முற்படுகிறார்.

முன்னும் பின்னுமாய் காலம்

துவாரகனின் (சு. குணேஸ்வரனின்) இரண்டாவது கவிதைத் தொகுப்பு "அம்மாவிடம் சேகரமாகிய முத்தங்கள்". முதல் தொகுதி "மூச்சுக் காற்றால் நிறையும் வெளிகள்" 2008 இல் வெளியாகி எட்டு ஆண்டு இடைவெளியில் இரண்டாவது தொகுப்பு 2016 இல் வெளியாகியிருக்கிறது. சிலர் ஆண்டுக்கொரு தொகுதியோ அதற்கும் கூடுதலாகவோ குறைவாகவோ வெளியிடுகிறார்கள். அது அவரவர் இயங்கு நிலையைப் பொறுத்தது. கடந்த ஆண்டு மனுஷ்யபுத்திரன் மூன்று கவிதைத் தொகுதிகளை ஒரே நாளில், ஒரே மூச்சில் வெளியிட்டிருந்தார். மூன்றுக்கும் ஏக வரவேற்பு. சிலரால் வாழ்நாளிலேயே ஒரு தொகுதிக்கு மேல் நகர முடிந்ததில்லை. துவாரகனுக்கு இதுவரையில் இரண்டு தொகுதிகள். இனிமேலும் சில தொகுதிகள் வரலாம். அதோடு துவாரகன் தனியே கவிதையில் மட்டும் இயங்கிக் கொண்டிருப்பவருமல்ல. இலக்கியம் சார்ந்த கட்டுரைகளையும் தமிழ்ப் புலம்பெயர்வாளர்களின் இலக்கியத்தில் ஆய்வுகளைச் செய்வதில் ஆர்வம் கொண்டு, அதிலும் செயற்படுகிறார். அப்படி இரண்டு கட்டுரைப் புத்தகங்கள் வெளிவந்திருக்கின்றன. துவாரகன் இலக்கியத்தில் இயங்கத் தொடங்கியது, பெரும்பாலானவர்களின் தொடக்கத்தைப்போல, கவிதையில்தான். 1990 களின் முற்பகுதியில் எழுதத் தொடங்கியிருக்கிறார். அது அவருடைய பதின்பருவம். இந்தப் பருவத்திலிருந்து எழுதுவோருக்குத் தொடர்ந்து எழுத அறிதல்களும் அனுபவங்களும் வெளிப்பாட்டுத்திறனும் திரட்சியடைவதுண்டு. அது பேரிளம் படைப்புகளைத் தருவதற்கு வாய்ப்பளிக்கும்.

துவாரகன் எனக்கு அறிமுகமாகியது 1993 இல் என நினைவு. வெளிச்சம் இதழில் அப்போது நான் பணியாற்றிக் கொண்டிருந்தேன். அந்த இதழுக்காகக் கவிதை ஒன்றை அனுப்பியிருந்தார். அதைப் பிரசுரித்திருந்தோம். தொண்டையூர் துவாரகன் என்ற பெயரில் அந்தக் கவிதை பிரசுரமாகியது என எண்ணுகிறேன். தொடர்ந்து எழுதக்கூடியவருக்குரிய தொடக்கம் அது என அந்தக் கவிதை உணர்த்தியது. அந்தக் கவிதைக்குப் பிறகு துவாரகனை அவருடைய வீடு தேடிச் சென்று சந்தித்தேன். இதற்குப் பிறகு ஏறக்குறைய 25 ஆண்டுகள் ஓடிவிட்டன. இப்போது இரண்டு தொகுதிகளின் கவிதைகளையும் மீள ஒருங்கிணைத்துப் படித்தேன். மீண்டும் தனியாக "அம்மாவிடம் சேகரமாகிய முத்தங்கள்" கவிதைகளைப் படித்தேன்.

இப்படிப் படிக்கும்போது, துவாரகன் எழுதத் தொடங்கிய 25 ஆண்டுகளிலும் அவருடைய கவிதைச் சாதனைகள் என்ன — கவிதையில் அவர் உருவாக்கிய அடையாளம் எது? இரண்டு தொகுதிகளுக்குமிடையிலான வேறுபாடுகளும் வளர்ச்சிகளும் என்ன? புதிய தொகுதியின் அடையாளம் எது? இன்றைய கவிதைகளில் துவாரகனுடைய இடம் எப்படியுள்ளது? என்ற கேள்விகள் எழுந்தன.

துவாரகன் கவிதையில் இயங்கத் தொடங்கிய இருபத்தைந்து ஆண்டுகளின் அரசியல் நிலவரம், சமூக நிலைமைகள், பண்பாட்டுச்சூழல், வாழ்க்கை அமைப்பு, சுற்றயல், சர்வதேச நிலைமைகள், புழங்கு மொழி எனப் பலதும் வேறுபட்டுள்ளன. இதனால் சிந்தனையிலும் மன அமைப்பிலும் கூட மாற்றங்கள் நிகழ்ந்திருக்கின்றன. அப்படி எல்லாவற்றிலும் உண்டாகிய மாற்றங்களும் சிதைவுகளும் வளர்ச்சியும் கவிதையிலும் நிகழ்ந்திருக்க வேணும். அப்படித் தமிழ்க்கவிதையில் சில மாற்றங்கள் நிகழ்ந்திருக்கின்றன. இன்னும் நிகழ்ந்து கொண்டிருக்கின்றன. இது கவிதையில் மட்டும் நிகழும் ஒன்றல்ல. வாழ்க்கையின் அனைத்துக் கூறுகளிலும் நிகழும் இயல்பு. எளிய உதாரணமாகக் கூறுவதென்றால், நாம் பயன்படுத்துகின்ற பொருட்களிலும் நாங்கள் அணிகின்ற ஆடைகளிலும் தினந்தோறும் பல வகையான மாறுதல்கள் உண்டாகிக் கொண்டிருக்கின்றன. இந்த மாறுதல்களுக்குக் காரணம், புதிய சிந்தனையும் புதிய ரசனையும் வாழ்க்கைச் சூழல் எதிர்கொள்ளும் புதிய தேவைகளுமே. ஆகவே அப்படித்தான் கவிதையிலும் மாறுதல்கள் நிகழும். அப்படி மாற்றங்கள் நிகழவில்லை என்றால், கவிதை தேங்கி விட்டது. பழசாகி விட்டது, காலத்திற் பொருந்த மறுக்கிறது என்றே அர்த்தமாகும். பழையது ஏறக்குறைய பொதுப்பாவனைக்குரியதாக இல்லாமல் எப்போதாவது ஏதாவது அவசிய தேவைக்கு மட்டுமே உரியது என்றாகி விடும். ஆனால், கவிதை ஒரு படைப்புச் செயல் என்ற வகையிலும் கவிதைச் செயலில் ஈடுபடும் கலைஞர் ஒரு படைப்பாளி என்பதாலும் அது நிச்சயமாகப் புதிதாகவே இருக்கும், அப்படிப் புதியதாகவே இருக்க வேணும். இந்த விதி மறுதலிக்கப்படுமென்றால் கவிதையும் மறுதலிக்கப்படும். அப்படிக் கவிதை மறுதலிக்கப்படுமென்றால், கவிதைச் செயலில் ஈடுபடுவோரும் மறுதலிக்கப்படுவர். இப்போது தமிழில் எழுதிவருகின்ற நரேன், வெய்யில், ஸ்ரீதர் நாராயணன், றியாஸ் குரானா போன்றவர்கள் புதிய கவிதைகளை நோக்கிப் பயணிக்கிறார்கள். இப்படிப் புதிய கவிதைகளை நோக்கிப் பயணிக்கும்போது நாம் பழகிய கவிதைகளும் கவிதை வடிவங்களும் பின்னகர்கின்றன. 1950, 60, 70 களில் நவீன கவிதைகள் மேலெழ மரபுசார் கவிதைகள் பின்னகர்ந்து ஒடுங்கினவோ அப்படியே பழகிய வடிவங்களைப் புதிய வடிவங்களும் புதிய வகைக்

கவிதைகளும் பின்னகர்த்தி விடும். இந்தச் சவாலை எதிர்கொள்ளும் நிலையில் உள்ளன துவாரகனின் கவிதைகள்.

பொதுவாகவே துவாகரனின் இரண்டு தொகுதிக் கவிதைகளிலும் அவருடைய அனுபவங்களின் வெளிப்பாடுகளே அதிகமாக உண்டு. இந்த அனுபங்கள் இரண்டு வகைப்பட்டன. ஒன்று அவருடைய வாழ்க்கையும் அது நிகழும் வடமராட்சி – வல்லைவெளிப்பிரதேசமும் கலந்தது. மற்றது துவாரகனுடைய காலம் என்று சொல்லப்படும் சமகாலத் தமிழ்ப்பொதுவெளியின் அரசியல், சமூக, பண்பாட்டு, உள நிலைகளின் கலவை. இந்த இரண்டையுமே துவாரகன் தொடர்ந்தும் எழுதி வருகிறார். ஈழக்கவிதைகளின் பெரும்போக்கும் இயல்பும் இதுதான். அதிலும் இலங்கையின் வடக்கிலுள்ள தமிழ்க்கவிஞர்கள் தங்களுடைய சூழலையும் தங்களுடைய சமகாலத்தை எழுதாமல் கடப்பதில்லை. இதற்கு வடக்கில் எல்லாவற்றிலும் அழுத்தமாகப் படிந்திருக்கும் அரசியலுணர்வு காரணமாக இருக்கலாம். அதற்கும் அப்பால் தமிழ் மரபின் தொடர்ச்சியாகவும் இருக்கலாம்.

தமிழ் மரபு சமகாலத்தையே எழுதும் வழமையைக் கொண்டது. கடவுளை முன்னிறுத்திப் பாடிய பக்தி இலக்கியமே ஒரு சமகாலப் பிரதிபலிப்பின் வெளிப்பாடுதான். அந்தக் காலகட்டத்தின் அரசியலில் மதம் முக்கியமான கருவியாக இருந்தது. மதத்திற்கு இறைவன் கருவி. ஆகவே இறைவனை மையப்படுத்தி, மதத்தை வளர்த்து, அதனடியாக அரசியலை வலுப்படுத்துவதற்கு உதவியது பக்தி இலக்கியம். பின்னாளில் பாரதியும் இதையே செய்தார். அவருடைய சமகாலம் இந்திய சுதந்திரப்போராட்டக் காலம். பாஞ்சாலி சபதத்தையும் குயில்பாட்டையும் கூட அவர் தன்னுடைய சமகாலத்தை – இந்திய சுதந்திரப்போராட்டத்தை மையப்படுத்தியே எழுதினார். அவருடைய பெரும்பாலான கவிதைகளும் சமகாலத்தைப் பாடியதன் வெளிப்பாடுகளே. அவற்றின் முக்கியத்துவமும் அதுதான். அவை புகழடைந்ததும் சமகாலத்தைப் பிரதிபலித்ததனால்தான். ஏன் கம்பராமாயணமும் ஒரு சமகால வெளிப்பாடே. இன்று மகாபாரதம் மீள மீளக்கட்டுடைத்து எழுதப்படுகின்றது என்றால், அதன் உள்ளோட்டமாக இருப்பது இந்தச் சமகாலம் என்ற பிரக்ஞையே. அகலிகையை புதுமைப்பித்தன் தொடக்கம் ஞானிவரையில் திரும்பத்திரும்ப வேறு வேறு விதமாக எழுதியிருப்பதும் இந்த வகையிலேயே. இதனால், கவிதையில் மட்டுமல்ல, பிற இலக்கிய வெளிப்பாடுகளிலும் சமகால (அரசியல்) அழுத்தம் ஊறியிருப்பது தவிர்க்க முடியாத விதியாகியுள்ளது. இது எழுதாவிதியா அல்லது கடமையுணர்வா அல்லது அப்படியொரு நிர்ப்பந்தமா? என்ற கேள்விகள் எழுகின்றன.

நானும் கடந்த 30 ஆண்டுகளுக்கும் மேலாக எழுதி வருகிறேன். இந்தப் பொதுக் குணம் எனக்குள்ளும் தொடர்ந்து கொண்டு வருகிறது. நம்மை அறியாமலே இது நிகழ்ந்திருக்கிறது என்றே தோன்றுகிறது. சிலர் இதை ஒரு பொறுப்பாகவும் கடமையாகவும் கொண்டுள்ளனர். சிலர் இதைத் தமது இருப்புக்காகச் செய்துகொண்டிருக்கின்றனர். இந்தப் போக்கை நாம் மீறுவதற்கு முற்படவில்லை என்பது குறையே. மீறாது விட்டாலும் குறையில்லை. இலக்கியத்துக்கு எந்த நிர்ப்பந்தமும் கிடையாது. அது சுதந்திரத்திலேயே – நிபந்தனையின்மையிலேயே உயிர்கொள்கிறது. துவாரகனுக்கு சமகாலத்தை எழுதுவதென்பது இயல்பா கடமையா என்று தெரியவில்லை. ஆனால், அவர் தமிழ்ச்சூழல் உருவாக்கி வைத்திருக்கும் இந்த எழுதா விதி எனும் மரபு சார்ந்தே எழுதியிருக்கிறார். இதன்படி ஈழக்கவிதைகளின் சராசரித் தொடர்ச்சியாக நவீன கவிதையின் அடையாளங்களோடுதான் துவாரகனின் கவிதைகளும் உள்ளன.

துவாகரன் எழுதத் தொடங்கிய 1990 களில் முன்பின்னாக எஸ்போஸ், றஸ்மி, ஆத்மா, த. மலர்ச்செல்வன், மைதிலி, மஜீத், பா. அகிலன், இயல்வாணன், சித்தாந்தன், தானா விஷ்ணு, யாத்திரீகன், ஞாபகன், அஸ்வகோஷ், திருமாவளவன், த.ஜெயசீலன் போன்றவர்கள் கவிதையில் இயங்கத் தொடங்கினர். 2000 த்திற்குப் பிறகு த.அகிலன், அனார், பஹீமா ஜஹான், ஜிப்ரி ஹசன், ரிஷான்ஷெரிப், த. அஜந்தகுமார், தீபச்செல்வன், றியாஸ் குரானா, அலறி, நபீல், ஜமீல், பிரதீபா, பெண்ணியா, தான்யா எனப் பலர் இயங்கி வருகின்றனர். (பெயர்ப்பட்டியல் முழுமையானதல்ல. உதாரணத்திற்காகச் சில பெயர்கள் மட்டுமே குறிப்பிடப்பட்டுள்ளன) இவர்களில் அநேகமானவர்கள் தமிழ்க்கவிதை மரபின்படி அல்லது தமிழ்க்கவிதையின் இயல்பின்படி சமகாலத்தைப் பிரதிபலித்து எழுதியவர்கள், இன்னும் அப்படி எழுதிக் கொண்டிருப்பவர்கள். இவர்களில் சிலர் வலுவான அடையாளத்தை உருவாக்கியிருக்கிறார்கள். பா. அகிலன் மொழிதலிலும் உள்ளீட்டிலும் செறிவானதும் வேறுபட்ட தன்மையைக் கொண்டதுமான கவிதைகளை எழுதியிருக்கிறார்.

யுத்தத்தின் வலியையும் அது உண்டாக்கிய அக புறச் சிதைவுகளையும் பா. அகிலனின் "பதுங்கு குழிநாட்கள்", "சரமகவி" என்ற இரண்டு தொகுப்புக் கவிதைகளும் மிகச் சிறப்பாக வெளிப்படுத்துகின்றன. அஸ்வகோஷ் இன்னொரு வகையில் அழுத்தமான அடையாளமாக உருவாக்கியவை யுத்தத்தின் உள்முகத்தைப் பற்றிய சித்திரம். அஸ்வகோஷின் "வனத்தின் அழைப்பு" தொகுதியில் உள்ள நெடுங்கவிதைகளும் ஏனைய

கவிதைகளும் இந்த வகையில் தனிச் சிறப்பு, தனி அடையாளம். நிலாந்தனின் கவிதைகள், நம் காலத்தை வீர யுகமாகக் கண்டு அதன் எழுச்சியையும் வீழ்ச்சியையும் அதற்குள்ளே இருக்கும் வரலாற்று ஓட்டத்தையும் வாழ்க்கையையும் பேசுகின்றவை. இன்னொரு கோணத்தில் போரையும் அதற்குக் காரணமான வரலாற்று விளைவுகளையும் பகுத்துப் பார்க்கின்றவை. றஸ்மியினுடையவை இரத்தமும் துயரமும் தோய்ந்த காலத்தின் சித்திரம். தன்காலத்தில் எல்லையற்றுப் பேருருப்பெற்று எல்லாவற்றிலும் இடையீட்டைச் செய்த அதிகாரத்தைப் பேசி, அதன் எதிர்ப்படையாளமாகினார் எஸ்போஸ். நில ஆக்கிரமிப்புக்கெதிரான எதிர்ப்புக்குரலாகிற்று தீபச்செல்வனின் கவிதைகள். நிழலாக நமக்குள்ளே ஊடுருவியிருக்கும் துயரையும் அதிகாரத்தையும் பலியெடுப்புகளையும் அலைக்கழிவையும் பிரகடனப்படுத்தாத வலிய எதிர்ப்பிற்குள்ளாக்கினார் சித்தாந்தன்.

போரினாலும் பொருந்தா அரசியலினாலும் துயரம் தின்னும் இயந்திரங்களாக்கப்பட்ட மனிதர்களைப் பற்றிய கரிசனையின் அடையாளமாகினார் பிரதீபா. சமகாலம் என்றுணரமுடியாத அளவுக்கு மாயத்தன்மை கொண்ட புனைவின் வழியாக தன்காலத்தையும் தன்னுடைய அகத்தையும் நீராக்கிப் பெருக்கினார் அனார். நிலத்தையும் அதனோடிணைந்த வாழ்க்கையையும் பிரிந்து நினைவில் தத்தளிக்கும் மனிதத் துயரைப் காலவெளியுடே பிரபஞ்சத்தில் கரைப்பவை திருமாவளவனின் கவிதைகள். இப்படி ஒவ்வொருவரும் தத்தம் அடையாளங்களை இந்தக் காலவெளிக் கவிதைகளில் உருவாக்கியிருக்கின்றனர். ஆனால், எல்லோரும் இவ்வாறான துலக்கமான அடையாளத்தை உருவாக்கியிருக்கிறார்கள் என்று சொல்ல முடியாது.

துவாரகன் வல்லைவெளியைத் தன்னுடைய அடையாளமாக்குவதற்கு முயற்சித்திருக்கிறார். இதற்கமைய இரண்டு கவிதைத் தொகுதிகளிலும் சில பொதுவான ஒற்றுமைகள் உள்ளன. வல்லைவெளியும் அதனோடிணைந்த நிலப்பரப்பும் அங்கே வீசுகின்ற காற்றும் அந்தப் பிராந்திய மக்களும் அவர்களுடைய வாழ்க்கையும் அவர்களின் வாழ்வில் இடையீடு செய்த நிகழ்ச்சிகளும் என. வல்லைவெளியைச் சூழ்ந்த வாழ்க்கையை மையப்படுத்திப் பேச முற்படுவதன் மூலம் இதைச் செய்கிறார். வல்லைவெளி அவர் வாழ்கின்ற பிரதேசத்தின் மையம் என்பதால், அவருடைய வாழ்க்கையின் அனுபவத் தொகுப்பிற்குள் அது செறிவடைந்திருக்கிறது போலும். ஆனாலும் இது முதிரா நிலையிலேயே உள்ளது. சரியாகச் செரிமானம் கொள்ளவில்லை. இதனால் முதலாவது தொகுதிக் கவிதைகளில் அதிகமானவை தன்னுணர்வு சார்ந்தவையாகியுள்ளன.

இரண்டாவது தொகுதிக் கவிதைகள் இந்தச் சூழலில் அமைந்த தன்னுடைய வாழ்க்கையை, அது உண்டாக்கிய அனுபவங்களைப் பேச முற்படுகின்றன.

"........ எப்போதும் நார்க்கடகத்துடன்
நடந்து வருவாள்
கறிக்குக் கீரை
சாப்பிடப் பழங்கள்
மடியில் உங்களுக்காக ஒழித்துக் கொண்டு வந்த
பணியாரங்கள்
முதல்நாள் இருமியதைக் கண்டு
மொசுமொசுக்கையுடன்
உறொட்டியும் தட்டித்தருவாள்
தோடம்பழ மிட்டாஸ் அவளுக்குப் பிடிக்கும்...."
(அப்போது வானம் எவ்வளவு அழகாக இருந்தது)

இது எளிய அனுபவம்தான். வெளிப்பாடும் எளிமையாகவே உள்ளது. ஒரு கிராமத்துத் தாயின் எளிய சித்திரம் இங்கே படிமாக நம்முடைய மனதில் எழுகிறது. ஏறக்குறைய எங்களுடைய அம்மாவை நினைவுட்டும்விதமாக.

ஆனால், அம்மா என்ற ஒரு நெருங்கிய உறவு நிலைச் சித்திரத்தை மகத்துவமாக உருவாக்குவது துவாரகனின் நோக்கமில்லை. இந்தக் கவிதையின் அடுத்து வரும் அடிகள், அவர் வேறு திசைகளை நோக்கிப் பயணிப்பதை உணர்த்துகின்றன. எங்களை அந்தத் திசைகளுக்கு அழைத்துச் சென்று அங்கே உள்ள யதார்த்தத்துக்கும் உண்மைக்கும் சாட்சிகளாகவும் பொறுப்பாளிகளாகவும் ஆக்கிவிடுகிறார். ஒரு கவியின் ஆற்றல் இங்கேதான் புலப்படும்.

"......சாதிச் செருக்கின் மிச்ச வடுக்களையும்
தன் குறுக்குக் கட்டில் தழும்புகளாய்ச்
சுமந்து கொண்டிருந்தாள்....

எண்பத்தேழில் வீடெரித்தவர்களும்
தலைப்பாகை தொப்பியுடன் வந்தவர்களும்
கூடுகளைச் சிதைத்து விட்டுச் சென்றார்கள்.

தோட்டம் வீடு
ஆடு மாடு
பேரப்பிள்ளைகள்
இவையே உலகமாய் வாழ்ந்த ஜீவன்கள்
நோயுடன் நினைந்து நினைந்து செத்துப்போயினர்.....”
(அப்போது வானம் எவ்வளவு அழகாக இருந்தது)

இந்த அம்மா ஒரு குடும்பத்தின் மையமாக இருந்து அரவணைத்துப் பராமரிக்கும் தாய்ப்பாத்திரமாக மட்டும் இருக்காமல், வடபுலத் தமிழ்ச் சமூகத்தின் கீழ்நிலைப்படுத்தப்பட்ட ஒரு பெண்ணாக இருக்கும்போது சாதிய ஒடுக்குமுறையையும் இன ஒடுக்குமுறையையும் ஒன்று சேரச் சந்திக்கும் வாழ்க்கையை வாழ வேண்டிய பெண்ணாக இருக்கிறார் என்பதை மிக இயல்பாகவே சொல்லி எங்களின் முன்னே கேள்விகளை எழுப்புகிறார். இந்த இடத்தில் நாம் இந்த இரட்டை ஒடுக்குமுறையைக் குறித்து என்ன சொல்லப்போகிறோம்? என்ன செய்யப்போகிறோம்? என்ற கேள்விகள் எங்களுக்குள் எழுகின்றன. அந்தக் கேள்விகள் எங்களைச் செயற்பாட்டுக்கான பொறுப்பாளிகளாக்குகின்றன. கவிதை வாசிப்போ இலக்கிய வாசிப்போ வெறுமனே ரசனைக்குரியது மட்டுமல்ல. அதற்கப்பால் அது உள்ளோட்டத்தில் நிகழ்த்துகின்ற ரசவாதங்களும் அகத்திறப்புகளும் நம்மை ஒவ்வொன்றைக் குறித்தும் ஆழமாகச் சிந்திக்க வைக்கின்றன. அப்படிச் சிந்திக்க வைக்கும்போது நமக்கு முன்னே நிறுத்தப்படுகின்ற கேள்விகளுக்கும் விமர்சனங்களுக்கும் நாம் பொறுப்புச் சொல்ல வேண்டியவர்களாகிறோம். இதுதான் படைப்பின் நுட்பம். நமது அகவிழியைத் திறந்து நம்மை விசாரணைக்குட்படுத்துவது.

இதோ இன்னொரு கவிதை. நம் சமகாலத்தில் உருவாகிய வாள் இது. நமது மனச்சாட்சியின் முன்னே நிறுத்தப்பட்டுள்ளது. தன்னுடைய கூர்முனையைக் காட்டியபடி நம்மை நோக்கி நிற்கிறது.

இவ்வளவும் நடந்த பிறகும்
எனது வீடிருந்த வீதி இருக்கிறது
அப்பு துலாக்கோலுக்குப் போட்ட
பெரிய கல்லு இருக்கிறது
அவளின் உதிரப்பு மட்டும் இல்லை.

யாருக்கும் தெரியாத
ஆற்றில் மிதந்து கிடந்தாயோ
உலகத்துக் கடலில்
மூழ்கித்தான் போனாயோ
கடக்கும்போது
பனைவெளிகளில் செத்துப்போனாயோ
நாய்கள் இழுத்துச் சிதைத்துப்போட்ட
சடலமாய் ஆனாயோ
சுட்டுத் தள்ளியவன்
உருத்தெரியாமல் எரித்துவிட்டுப்போனானோ
....
(யாருக்குத் தெரியும்)

இன்று காணாமலாக்கப்பட்டோரின் துயரம் எங்களைச் சுற்றிப் பெருங்கடலெனச் சூழ்ந்திருக்கிறது. இந்தக் குறிப்புகளை எழுதிக்கொண்டிருக்கும்போது தங்கள் உறவினர்களைப் பற்றிய விவரம் தெரியாமல் தேடிக்கொண்டிருப்போரின் எண்ணிக்கை சுமார் 24 ஆயிரத்துக்கும் மேல். இதில் தாயும் தந்தையும் அவருடைய குடும்பத்தினரும் சேர்த்தி. எங்கே என்று தெரியாத நிலையில் துவாரகன் தன்னுடைய தங்கையைத் தேடிக் கொண்டிருக்கிறார். ஆகவே இது கவிதையில் மட்டும் நிகழும் தேடுதலாக இல்லை. அதற்கும் அப்பால் வாழ்வில் நிகழ்ந்து கொண்டிருக்கும் தேடுதலும் தவித்தலுமாகும். துவாரகனுடைய குடும்பத்தைப்போல ஒவ்வொரு பிரதேசங்களிலும் தங்கள் உறவினர்களைப் பற்றிய தகவலைத் தாருங்கள் என்று கேட்டுப் போராடுவோர் போராட்டக் கொட்டகைகளுக்குள் வதங்கிப்போயிருக்கிறார்கள். அவர்களுடைய தொடர்ச்சியான போராட்டம் ஆறு மாதங்களைக் கடந்து விட்டது. முடிவில்லை. பதிலில்லை. நெருப்பாக எரிந்து கொண்டிருக்கிறது இந்தப் பிரச்சினை. இந்தக் கவிதையும் ஒரு எரிந்து கொண்டிருக்கும், கனன்று கொண்டிருக்கும் நெருப்பே. ஆனால், இது இன்னொரு தளத்தில் உள்ளோருக்கு அந்த நெருப்பை உணர்த்தாமல் போகலாம். இந்த வலியை அவர்கள் அவ்வளவாக உணராமல் கடந்து சென்று விடலாம். இந்தப் பூமியில் எத்தனை கண்ணீர்த்துளிகள் மதிக்கப்பட்டுள்ளன? எவ்வளவு துளிகள் காணாமல் விடப்பட்டுள்ளன? வலியும் துயரமும் பட்டவர்களைத் தவிர, மற்றவர்களுக்குப் புலம்பலாகத் தோன்றும் யுகம் இதுவல்லவா!

துவாகரன் தன்னுணர்வுக் கவிதைகளுடன் புற நிகழ்வுக் கவிதைகளையும் எழுதியுள்ளார். இரண்டும் இரண்டு தொகுதிகளிலும் உள்ளது. ஆனாலும் துவாரகனின் தன்னுணர்வு என்பதும் பொதுவெளிப்பிரக்ஞையின் பாற்பட்டதே. அதை அவர் தன்னுடைய அகத்துள் இறக்கிக் கொள்கிறார். அவ்வளவுதான். மற்றப்படி புறநிகழ்வுகளின் பிரதிபலிப்பே அநேகமான சித்திரங்களும். இந்தப் புறவுலகச் சித்தரிப்பை அவர் சிலபோது எளிமைப்படுத்திச் சொல்கிறார். சிலபோது சிக்கலாக்குகிறார். இது இயல்பாக அமைகிறதா அல்லது பொருட்குழப்ப நிலையின் பிரதிபலிப்பா? அல்லது வெளிப்படுத்தலின் பின்னே உள்ள தயக்கமா? என்று தெரியவில்லை. தீவிர அரசியலுக்குரிய கவிதைகளிலும் துவாரகன் வெளிப்படையான தொனியை முன்வைக்கவில்லை. ஆனால், எதிர்ப்புக் குரலை அங்கங்கே பதிவு செய்கிறார்.

"முகமூடியில்லை
குறுவாள் இல்லை
சோதரரோடு கைகோர்த்து
கூடவே இருக்கிறார்கள்
கொள்ளைக்காரர்கள்...."
(யாரோ எங்களைக் களவாடிச் செல்கிறார்கள்)
இப்படிப் பலவுண்டு.

இப்போது நாம் முன்னே எழுப்பிய கேள்விகள் மீண்டும் நம்முன்னே வந்து நிற்கின்றன. "துவாரகன் எழுதத் தொடங்கிய 25 ஆண்டுகளிலும் அவருடைய கவிதைச் சாதனைகள் என்ன — கவிதையில் அவர் உருவாக்கிய அடையாளம் எது? இரண்டு தொகுதிகளுக்குமிடையிலான வேறுபாடுகளும் வளர்ச்சிகளும் என்ன? புதிய தொகுதியின் அடையாளம் எது? இன்றைய கவிதைகளில் துவாரகனுடைய இடம் எப்படியுள்ளது?" என.

இன்னும் தன்னடையாளத்தைத் துலக்கமாக உருவாக்க வேண்டியதொரு நிலையிலேயே துவாரகன் இருக்கிறார். அவருடைய கவிதைகள் சமகாலத்தைப் பற்றிப்பேசியுள்ளன. அந்தச் சமகாலத்திலும் அவர் பொதுப்போக்குடன் ஒத்தோடியாகத் தன்னையும் தன்னுடைய கவிதைகளையும் அடையாளப்படுத்த முனையவில்லை. மாற்றுத் தரப்பாக, விலகி நிற்கும் தனியன்களில் ஒருவராகவே தன்னை வைத்துக்கொள்ள விரும்புகிறார். இந்த நிலையிலேயே துவாரகனின் கவிதைகள் வாழ்க்கையைப்

பிரதி பலித்துள்ளன. எதிர்ப்புக் குரலாக ஒலிக்கின்றன. பொது உரையாடலுக்கும் கவனத்திற்கும் உரிய தொனிப்பொருட்களைக் கொண்டிருக்கின்றன. என்றாலும் அவருடைய மொழியும் கவிதைகளில் உருவாகும் அடையாளமும் மொழிதலும் மேலும் துலக்கமடைந்து தனி அடையாளமாக வேண்டியுள்ளன. இரண்டு தொகுதிகளுக்குமிடையிலான வேறுபாடுகளில் இரண்டாவது தொகுதி செறிவான எடுத்துரைப்பை அல்லது வெளிப்பாட்டைக் கொண்டுள்ளது. இன்றைய கவிதைகளிடத்தில் துவாரகன் தன்னை நிறுத்திக் கொள்வதற்கும் முன்னகர்வதற்கும் இரண்டு தொகுதிகளும் அவருக்குப் பயில் தளங்களாக இருக்கின்றன. இந்தப் பயில்தளங்கள் இனி வரும் கவிதைகளின் மூலம் அவரை முன்கொண்டு செல்லும். நம்மையும்தான்.

தாங்கிக் கொள்ளவே கடினமான "காலவலி" யோடு இந்தக் குறிப்பை இடை நிறுத்துகிறேன்.

"முதற்பக்கத்தில் குழந்தையாய்த்தவழ்ந்த
படத்தை வைத்திருந்தாள் உன் தங்கை
இறுதிப் பக்கத்தில்
அஞ்சலிப் பிரசுரத்தை
ஞாபகமாய் வைத்திருந்தான் உன் தம்பி
இந்தத் துயர மலையை
எப்படித்தான்
தாங்கிக் கொண்டாள் உன்னைப் பெற்றவள்?"

(துயர மலைகளைச் சுமக்கும் மடிகள்)

தமயந்தியின் ‘சூரியப் பூச்சிகள்’

‘எங்கள் தலைமைகள் அனைத்தையும் நம்பி
வீடு வாசலை விட்டு வெளியே
வீதியில் இறங்கிப் போருக்கு வந்த
இளைய பெண்கள் ஆயிர மாயிரம்
இன்று நட்ட நடுத்தெருக் களிலே
திக்குத் தெரியாப் பறவைகள்போலே
ஆகிவிட்டார், வழி என் சொல்வீர்?

28 ஆண்டுகளுக்கு முன்பு, தமயந்தி கேட்ட கேள்வி இது. இன்றைக்கும் இந்தக் கேள்வியின் இரத்தச் சூடு ஆறவில்லை. இவற்றுக்குள்ளிருக்கும் கண்ணீரின் வெம்மை குறையவில்லை. இதனுள்ளிருக்கும் நியாயக்கொதிப்புத் தணிந்து விடவில்லை. விடுதலைப் போராட்டத்தில் தங்களை அர்ப்பணித்துப் போராடியவர்களிற் பலர் இன்று இப்படித்தான் வீதிகளில் நிர்க்கதியாகி நிற்கிறார்கள். அதிலும் போராட்டத்திலீடுபட்ட பெண்கள் – பெண் போராளிகள் — மிக மோசனமான நிலையில் அநாதரவாகி, அவலத்தில் உள்ளனர். திருமண வயதைக் கடந்த முதிர்பெண்களாக. தங்களுடைய வாழ்க்கைத் தீர்மானங்களைச் சுயாதீனமாகச் செய்ய முடியாத நெருக்கடிச் சூழலில் சிக்குண்டவர்களாக. தனிமைப்படுத்தப்பட்டவர்களாக. பொதுவாகவே தோற்கடிக்கப்பட்டவர்களாக.

போராட்டத்தின்போதும் போரின்போதும் மிகப் பெரிய ஆளுமைகளாகச் செயற்பட்டவர்கள், பொது வெளியில் மக்கள் பணியாற்றியவர்கள், போராட்டத்தின் வீழ்ச்சிக்குப் பிறகு நிர்க்கதியாகியிருப்பது கொடிதிலும் கொடிது.

‘மாறா எங்கள் சமூகத்திடையே
வேசிகள் போன்ற நாமங்களோடு
எத்தனை ஆயிரம் பெண்களை எங்கள்
தலைமைகள் தெருவில் விட்டன பாரும்’

இந்தக் கவிக்குரல் முப்பது ஆண்டுகளுக்கு முன் இப்படி ஒலித்ததென்றால், இன்றும் இதை ஒத்த குரல்கள் இப்படியேதான் ஒலிக்கின்றன. துயரத்தையும் ஆற்றாமையையும் வெளிப்படுத்துகின்றன. தமிழ்க்கவி, யோ. கர்ணன் போன்றோரின் சமகால எழுத்துகள் இதற்கு ஆதாரம். இதைவிடப் பொதுவெளியில் ஏராளமான கட்டுரைகளும் பத்திகளும் வீடியோப் பதிவுகளும் இணைய வெளிப்பாடுகளும் இந்தக் கைவிடப்பட்ட போராளிகளின் அவலத்தைச் சொல்லிக்கொண்டேயிருக்கின்றன. இந்த அவலம் தமிழ்ச்சமூகத்தில் முப்பது ஆண்டுகளுக்கும் மேலாக வெட்கமின்றித் தொடர்ந்து கொண்டிருக்கிறது. இத்தனை ஆண்டுகளுக்குப் பிறகும் இந்த நிலை மாறாது தொடருவதற்கான காரணம் என்ன? போர் முடிந்து ஏழு ஆண்டுகள் கடந்து விட்ட பின்பும் அதே துயரம். அதே அவலம். அதே நிலையே.

தொடரும் துயராக நீளும் இந்த மாறா விதியைத் தந்தது யார்? இந்தத் துயர் விதி நம்முடைய மடியில் வந்து விழுந்தது எப்படி? இந்தத் 'துயர்விதிப்பாம்பை' நாமே உயிரூட்டி வளத்துக்கொண்டிருப்பது எதற்காக?

இனத்தின் விடுதலைக்காகச் சிறகை விரித்தவர்கள், தங்களுடைய சொந்த வாழ்க்கையை நிர்ணயிக்க முடியாதளவுக்குச் சிறகிழந்திருக்கிறார்கள். இந்தச் சிறகிழப்பு இரண்டு வகையில் நிகழ்ந்திருக்கிறது. ஒன்று எதிர்த்தரப்பாகிய அரசினாலும் அதன் படைகளாலும் ஏற்பட்ட சிறகிழப்பு. இதற்குள் இலங்கையின் இனைப்பிரச்சினையுடன் தொடர்புபட்ட இந்தியா உள்பட்ட வெளிச்சக்திகளும் சேர்த்தி. இரண்டாவது, தமக்குள் தாமே மோதுண்டும் மற்றவரை வீழ்த்தத் துடித்தும் சிறகிழக்க நேர்ந்தமை. இயக்கங்களுக்கிடையே நிகழ்ந்த அதிகாரப்போட்டிகளின் விளைவாக நிகழ்ந்த சிறகிழப்பு இது.

தமயந்தி இந்த இரண்டு விதமான சிறகிழப்பையும் சமனிலையில் முன்வைத்துப் பேசுகிறார். கவியின் அகமும் புறமும் சமனிலையில் இயங்க வேண்டியது அவசியம் என்றுணர்ந்ததன் விளைவிது. இது உண்மையின் வேர்களில் துளிர்கொண்டு முளைப்பது. இந்த உண்மையைக் கவி இழந்தால், அந்தக் கவியினால் கவிதை எழுத முடியாது. அதை மீறி எழுதினாலும் அதற்குள் சத்தியமும் ஆன்மாவும் இருக்காது. அதனுடைய மதிப்பு அது எழுதப்பட்ட நாட்களோடு மங்கி விடக்கூடியது. எனவே, உய்த்துணரும் உண்மையைச் சமனிலையில் வைத்துப் பார்க்கும் அறிவும் மாண்பும் கவியினுடைய அடிப்படைத் தகுதிகளாகும். தமயந்தி அத்தகைய பொறுப்பை உணர்ந்து "சூரியப் பூச்சிகள்" என்ற நெடும்பாவை எழுதியிருக்கிறார்.

தான் சாட்சியாக இருந்த, தான் அனுபவித்த, தன்காலத்தில் நிகழ்ந்த, நிகழக்கூடாதென்று பிரார்த்தித்த விசயங்களைக் காலத்தின் முன்னே ஒப்புவித்து, மன்றாடுகிறார்,

'எந்த மனிதர் கட்டளையாலே
இத்தனை நிகழ்வும் நேர்ந்து முடிந்ததோ
எங்கள் மண்ணின் வரலாற்றின் பெயரால்
அந்த மனிதர் எழுந்து வந்து
தோழி காஞ்சனா போன்ற பெண்களின்
கேள்விக்கு விடையைத் தாருங்கள் ஐயா' என்று.

இந்தக் குரல் தனியே தமயந்தியின் குரல் அல்ல. அல்லது ஒரு காலகட்டத்துடன் முடிந்து விட்ட குரலும் அல்ல. பாதிக்கப்பட்டவர்களின் கூட்டுக்குரல் இது. தொடந்து கொண்டிருக்கும் அவலர்களின் குரல்.

ஆகவே, இதை இன்னொரு விதமாகச் சொன்னால், "சூரியப் பூச்சிகள்" கால்நூற்றாண்டுக்கும் மேலாக கனன்றுகொண்டிருக்கும் ஒரு நெருப்புத்தணல் எனலாம். இந்தத் தணலின் நதிமூலம் ரிஷிமூலம் அனைத்தும் நம் சமகாலத்தின் விளைபொருளாகும். நாங்களும் ஒரு வகையில் இவற்றின் பங்காளிகளும் பாத்திரவாளிகளும் என்பதை ஏற்றே ஆகவேணும். இதனால்தான் "சூரியப் பூச்சிகள்" எழுதப்பட்டு ஏறக்குறைய 25 ஆண்டுகள் கடந்த பின்னும் இதை, இதனுடைய சமகாலப் பெறுமதியைக் கருதியும் சமகாலத் தேவைகருதியும் இப்பொழுது வெளியிடவேண்டியுள்ளது. இது பேசும் உண்மைகளையும் நியாயத்தையும் முன்வைத்து உரையாடலை நிகழ்த்துவது அவசியமாக இருக்கிறது. படைப்பொன்றின் வலிமை அதனுடைய தேவைகளிலேயே தங்கியுள்ளது. மகத்தான இலக்கியங்கள் அத்தனையும் காலநீட்சியடைவது, அவற்றின் பெறுமதியினால்தான். அந்தப் பெறுமதியை அளிப்பது, முன்னே சொல்லியிருப்பதைப்போல, அவை தம்முள் கொண்டிருக்கும் அடிப்படையான சத்தியத்தினாலேயே. சத்தியமே காலநீட்சிக்கான சத்து.

தமயந்தி, 1980 இன் முற்பகுதியில் தன்னுடைய பதின்மப் பிராயத்திலே ஈழவிடுதலைக்கனவினால் உந்தப்பட்டுப் போராளியாகியவர். ஈ.பி.ஆர்.எல்.எவ் என்ற ஈழமக்கள் புரட்சிகர விடுதலை முன்னணியின் போராளியாக இயங்கியவர். இந்தக் காலகட்டத்தில் ஈழப்போராட்டத்தின் நிலையும் விடுதலை

இயக்கங்களின் தன்மையும் வேறாக இருந்தது. இணைந்தும் விலகியும் சனங்களுடன் நெருங்கியும் உறவாடியுமிருந்த போராட்ட வாழ்க்கைச் சூழல் அது. இருந்தபோதும் இயக்கங்களுக்குள்ளும் இயக்கங்களுக்கிடையிலும் இயக்கங்களுக்கும் அரசுக்கும் இடையிலும் மோதல்களும் முரண்பாடுகளும் நடந்து கொண்டிருந்தன. இதன் விளைவாக விடுதலைக்காகச் சென்றவர்களின் பயணமும் சுதந்திர வேட்கையும் பாதியில் முறிக்கப்பட்டது. இந்த முறிவு சாதாரணமாகக் கடந்துசென்று விடக்கூடியதாக இருக்கவில்லை. "சூரியப் பூச்சிகளில்" வரும் மைக்கல், ஈரோஸ் இயக்கத்தின் ஆற்றல்வாய்ந்ததொரு போராளி. ஆனால், இயக்கத்திற்குள் நடந்த உள் முரண்பாடுகாரணமாக அதிலிருந்து விலகிச் செல்ல முற்பட்ட வேளை இனந்தெரியாதபடி கடலிலே வைத்துக் கொல்லப்பட்டார். ஈரோசுக்கும் மைக்கலுக்கும் இடையில் முரண்பாடு வலுத்துள்ளது என்பதைத் தெரிந்து கொண்டவர்கள், இந்த முரண்பாட்டை வாய்ப்பாகக் கொண்டு, தமிழ்நாட்டிலிருந்து கடல்வழியாக மன்னாரை நோக்கி வந்து கொண்டிருந்த மைக்கலைக் கொன்று அவர் வசமிருந்த ஆயுதத்தை எடுத்துக் கொண்டனர் என்று சொல்லப்படுவதுண்டு. ஆனால், இன்னும் இந்த மர்மமுடிச்சு அவிழ்க்கப்படவில்லை. இருந்தாலும் தமயந்தி இதை நினைவிலிருந்து எடுத்து, மீண்டும் மேலே வைக்கிறார்.

மைக்கலைத் தமயந்திக்கு நன்றாகத் தெரியும். ஈரோசுடன் மைக்கலுக்கு உண்டான முரண்பாடுகளை தமயந்தியிடம் மைக்கல் சொல்லியிருக்கிறார். மைக்கலுடைய உணர்வுகளையும் பிரச்சினையையும் விளங்கியிருந்தாலும் தமயந்தியினால் மாற்றாக எதையும் செய்ய முடியவில்லை. மைக்கலின் மரணத்தைத் தடுக்கவும் முடியவில்லை. மைக்கலின் மரணச்சேதியை மட்டுமே தமயந்தியினால் அறிய முடிந்தது. அந்தக் கணத்தில் ஆட்கொண்ட துயரம் தமயந்தி, ஈழப்போராட்டக் களத்தை விட்டு நீங்கிப் புலம்பெயர்ந்து, பனித்திணைக்குச் சென்ற பின்னும் ஆறவில்லை. அங்கே தமயந்தி, ரூசன்லிக் கடற்கரையில் மெலிஞ்சிமுனைக்கடலை, வங்கக்கடலை, கோடியாக்கரையைக் காண்கிறார். நினைவுகள் கடந்து வந்த ஈழப்போராட்ட நாட்களை அலைகளின் மேலேழுப்புகின்றன. "சூரியப் பூச்சிகள்" இப்படித்தான் உருவாகியிருக்கிறது. இதில் மைக்கலின் தொடர்ச்சியாக வரும் காஞ்சனாவின் துயரமே நமது காலத்துயரமாக எங்களுடைய மனங்களில் ஆழ இறங்குகிறது. அது முடிவேயில்லாத ஆழம். காஞ்சனாக்கள் இன்று ஆயிரமாயிரமாக நம்மை நோக்கிப் பார்த்தவாறிருக்கிறார்கள். அவர்களுடைய கேள்விகள் நமது இதயத்தைக் குறிபார்த்திருக்கின்றன. கேட்கச் செவியுள்ளவர்கள் அறிக. அறிய மனமுள்ளவர்கள் உணர்க.

"சூரியப் பூச்சிகள்" ஒரு காவியம். ஒரு நெடும்பா. கவிதை இலக்கணத்தில் இதனுடைய இடம் குறித்த விவாதங்களுக்கிடமுண்டு. ஆனால், ஈழப்போராட்டத்தின் ஒரு காலகட்டத்தைக் குறுக்கு வெட்டாக நமக்குத் தந்திருப்பதில் தமயந்திக்கு ஒரு முக்கியத்துவமுண்டாகிறது. எளிய நடையில் மிக இயல்பாகவே கதையைச் சொல்லிச் செல்கிறார் தமயந்தி. அது ஒரு காலமாக விரிகிறது.

இது ஈழப்போராட்டத்தின் மறுபரிசீலனைக் காலமா? அல்லது அந்த நினைவுகளை மீட்டுப் பார்க்கும் நாட்களா? அல்லது, ஈழப்போராட்டத்தில் நடந்த எதைப்பற்றியும் திறந்து பார்க்கக்கூடாது என்று எல்லாவற்றையும், அப்படியே 'மம்மி'யாக்கம் செய்ய முற்படும் வேளையா? இந்த மூன்று கேள்விகளுக்குமான அடிப்படைகள் உள்ளன. ஒரு தரப்பு ஈழப்போராட்டத்தை அதன் அத்தனை வெற்றி தோல்விகளோடும் பலம் பலவீனங்களோடும் மறுபார்வைக்குட்படுத்த வேண்டும் என்று சொல்கிறது. அப்போதுதான், தவறுகளிலிருந்து பாடங்களைக் கற்றுக்கொண்டு, முன்னோக்கிச் செல்ல முடியும். தோல்விகளிலிருந்தும் பின்னடைவுகளிலிருந்தும் மீண்டெழுவதற்கு இதுவே வழியாகும். எதையும் விஞ்ஞானபுர்வமாகப் பார்க்க வேண்டும். அதுவே அறிவியல் ஒழுக்கம் என்கிறது இந்தத் தரப்பு.

அடுத்ததரப்போ இதை முற்றாகவே மறுக்கிறது. அதனுடைய புரிதலில் அல்லது பார்வையில் இப்படி மறுபார்வைக்குட் படுத்துவதென்பதும் தவறுகளைப் பகிரங்கமாக விவாதிப்பதும் குற்றங்களைப் பேசுவதும் எதிரிக்கே பயன்படும். அது விடுதலைக்கான பாதையை மேலும் பலவீனப்படுத்தி விடும் என்று வாதிடுகிறது. அது எல்லாவற்றையும் மூடிமறைத்து விட்டுத் தன்னுடைய துயரத்தை மட்டும் வெளியே கொட்டிக்கொண்டிருக்கிறது. நடந்து முடிந்தவைகளைப்பற்றி எதுவும் சொல்லத் தேவையில்லை. எல்லாமே முடிந்த பிறகு, எதற்கு அதைப்பற்றிய பேச்சுகள். அவற்றைப்பற்றிப் பேசுவதால் என்ன பயன்? வீணான கவலைகளையும் மனக்கசப்பையும் எதற்காக உண்டாக்க வேணும்? என்கிறது.

மறுதரப்பு கடந்தவற்றை நினைவாக மீட்டிப்பார்க்க முற்படுகிறது. இந்தத்தரப்பு மேலோட்டமானது. கழிந்த வாழ்க்கையைப் பற்றிய கழிவிரக்கமாகவோ மகிழ்ச்சியாகவோ அது இருந்து விடுகிறது. ஆனால், முன்சொல்லப்பட்டிருக்கும் இரண்டு தரப்பும் அவ்வாறானதல்ல. அவற்றுக்கு நிர்ணயமான அரசியல் நோக்கமுண்டு. தமயந்தி முதலாவது தரப்பைச் சேர்ந்தவர். அறிவியல் ஒழுக்கத்தின் பாற்பட்டவர்.

போரின் முடிவுக்குப் பிறகு ஏராளமான படைப்புகளும் எழுத்துகளும் ஈழப்போராட்டத்தையொட்டி வந்து கொண்டிருக்கின்றன. ஒரு போரின் முடிவுக்குப் பிறகு அல்லது போராட்டமொன்றின் பின்னடைவுக்குப் பிறகு இப்படி வருவது இயல்பு. ஆனால், போரும் போராட்டமும் நடந்து கொண்டிருந்த வேளையில் எழுதப்பட்டவை மிகமிகச் சவால்கள் நிறைந்தவை. விமர்சனத்தையும் அபிப்பிராயங்களையும் சகித்துக்கொள்ள முடியாத ஈழப்போராட்டத்தில், அதன் விளைவுகளைப் பற்றிச் சமகாலத்தில் குரல் எழுப்புவதென்பது மரணத்துடன் சவால்விடுவதாகும். ஆனாலும் அத்தகைய நிலையிலும் பலர் எழுத்தையே நம்பிக்கையாகத் துணிந்ததுண்டு. அவர்களுக்கு இந்தத் தருணத்தில் மரியாதையோடு என் பணிவான வணக்கங்கள். தமயந்தியும் அவர்களில் ஒருவர். வரலாற்றைச் சரியாக எழுதினால், வரலாறு அவர்களைச் சரியாக நினைவில் வைத்திருக்கும்.

உமா மகேஸ்வரியின் கற்பாவை

உணர்தலில் நிகழ்கிற அதிசயங்களின் கூட்டாக இருக்கின்றன உமா மகேஸ்வரியின் கவிதைகள். ஆனால் அது அதிசயமல்ல. யதார்த்தம். யதார்த்த வெளியில்தான் உமா மகேஸ்வரி மையம் கொள்கிறார். அவருக்கு யதார்த்த வெளியிலேயே ஏராளம் அனுகூலங்களும் பிரதி கூலங்களுமிருக்கின்றன. அதிலேயே அவர் தனக்கான பெரிய உலகத்தை நிர்மாணிக்கிறார். அவருடைய இந்தப் பெரிய உலகம் சாதாரணமானது. ஆனால் அது அசாதாரணமானது. இப்படி ஒரு வேற்றுத்தன்மையும் நிலையும்கொண்ட படைப்பியக்கத்தின் வழி தன்னை உமா மகேஸ்வரி விரித்துச் செல்கிறார்.

உமா மகேஸ்வரியின் பலமே அவருடைய உணருகைதான். ஒவ்வொன்றையும் அவர் ஆழமாகவும் பல பரிமாணங்களிலும் உணருகிறார். தென்படும் ஒவ்வொன்றும் அவருக்குப் பல விதமான புலப்பாடுகளைக் கொடுக்கின்றன. எல்லாவற்றிலும் அவர் வெவ்வேறு அர்த்தங்களை உணருகிறார். அதிலும் ஆழமாக. அதிலும் பெண் அனுபவத்தினுமாகவும் பெண் நிலைப்பட்டும்.

பொதுவாகவே படைப்பாளியின் இந்த உணருகையில்தான் ஒவ்வொருவரும் வித்தியாசப்படுகிறார்கள். அவரவரின் அறிவுத்தளம், அனுபவத்தளம், நோக்குநிலை என்பவற்றைப் பொறுத்து அவரவரின் உணர்கை நிகழ்கிறது. அவரவரின் உணருகைக்கேற்றமாதிரி அவரவரின் படைப்பு அமைகிறது.

படிக்கும்போது வியப்பும் அதிர்ச்சியும் கலந்த நிலையைக் கொண்டு வரும் உண்மை உலகத்தை உமா மகேஸ்வரி இத்தனை ஆச்சரியமாக எப்படி விரித்துக்காட்டுகிறார் என்று புரியவில்லை. இந்த ஆற்றல் மிக அபூர்வமானது. எல்லாவற்றையும் மிக ஆழமாகவும் நுண்மையாகவும் அவதானித்தல், உணர்தல் என்பதனடியாக இது சாத்தியமாகிறது என்றே நினைக்கிறேன். அதாவது தன்னையும் தன் சூழலையும் தன் காலத்தையும் வரலாற்றையும் அவர் அப்படி அவதானிக்கிறார், உணர்கிறார், அறிகிறார்.

ஜெயமோகன் ஒரு தடவை சொன்னதைப்போல நுண்மையான உணர்திறன், அவதானிப்புத்திறன்தான் படைப்பின் நுண் அம்சங்களையும் உயிரையும் சிறப்பாக்குகிறது. உணர்வதும் பிறகு

அதை மொழிவதும் இந்த நுண் அம்சங்களிலேயே பெரிதும் தங்கியிருக்கிறது.

நவீன கவிதையில் தேவதேவன், மனுஷ்யபுத்திரன், சல்மா, சித்தாந்தன், எஸ்போஸ், எம்.யுவன் போன்றோரிடம் இந்த உணருகை முறைமை மிக நுட்பமாக வெளிப்பாடு கொள்கிறதை அவதானிக்கலாம். ஈழத்துப் பெண் கவிஞர்களில் எப்போதும் சிவரமணிக்கு இந்த அடையாளம் சிறப்பாக உண்டு.

மனுஷ்யபுத்திரனின் நீராலானது தொகுதியும் (பின்னர் வந்த அவருடைய கவிதைகளைப் பார்க்கக் கிடைக்கவில்லை) எம். யுவனின் கை மறதியாய் வைத்த நாள் தொகுதியும் இந்தவகையில் முக்கியமானவை.

நெடுங்காலமாய்
பூட்டியிருக்கும் வீட்டில்
இரவெல்லாம்
அறையறையாய்
அலைந்து கொண்டிருக்கிறது
ஆளில்லாத
ஒரு சக்கர நாற்காலி

என்று மனுஷ்யபுத்திரன் எழுதும் போது நமது புலன்களில் அதிர்ச்சி தாக்குகிறது. அது வெறும் அதிர்ச்சியில்லை. அந்த அதிர்வு ஒரு விதை முளை கொள்ளும் போது நிகழும் அதிர்வு. ஒரு மலர் உதிரும் போது நிகழும் அதிர்வு. நமக்குள் ரச மாற்றங்களை உருவாக்கும் விளைவுக்கான அதிர்வு.

இந்த அதிர்வு முறையை உமா மகேஸ்வரி தன்னுடைய முறையில் தன்னுடைய தளத்தில் நிகழ்த்துகிறார். அவர் அதை நிகழ்த்துகிறார் என்று சொல்வதை விடவும் அது அவருடைய இயல்பெனும் விதத்தில் நிகழ்கிறது.

எற்றி உடைத்துப் போன
பீங்கான் சிதறல்களைப்
பெருக்கிச் சுத்தப்படுத்துகையில்
கேவலத்தின் நுனியில் நிற்கிறேன்

தலைப்பில்லாத இந்தக்கவிதையில் சற்று முன்னோ எப்போதோ நடந்த ஒரு வன்னிகழ்வை அவர் உணர்ந்த விதம் தெரிகிறது. இதில் காட்சியும் மனதில் நிகழும் உள்வலியும் கலந்த வெளிப்பாட்டை காணலாம், உணரலாம்.

பொதுவாகவே பெண் தன் வாழ்வில் எப்போதும் அல்லது அநேகமாக சந்திக்கின்ற நிகழ்வொன்றை எளிய முறையில் சொல்வதன் மூலம் இந்த வன்முறையை அழுத்தமாக எதிர்ப்பு நிலைக்கு கொண்டு போகிறார் உமா.

இந்தக்கவிதையின் மீதிப்பகுதியில்

புறக்கணிப்புகளைத்
தொடுத்துக் கொள்கிறேன்
பூக்களைப்போல மென்மையாக.
முகச்சுழிப்புகளின் கசப்பில்
உப்பும் புளிப்பும் விரவி
உண்ணத்தகுந்ததாகப்
பதப்படுத்துகிறேன்.

என்று சொல்வதன் மூலம் பெண்ணின் கசப்பான பிராந்தியத்தை நமக்கு முன்னால் வைக்கிறார் பெருங்கேள்வியாகவும் சாட்சியாகவும்.

அதுவும் பெண் வாழ்வோடிணைந்த மொழியையும் சொற்களையும் பொருட்களையும் சூழலையும் வைத்து இதனை அவர் செய்கிறார். இங்கே பெண்ணின் அனுபவப்பிராந்தியம் ஒளிபெறுகிறது.

தன்னுடைய கோபம், விருப்பின்மை, மறுதலிப்பு எல்லாவற்றையும் பிரயோகிக்க முடியாத அவலத்தில், யதார்த்தத்தில் அவை எல்லாவற்றையும் புதைத்து விட்டு மீண்டும் வழமைக்கு திரும்பும் விதி மகா கொடுமையானது. எல்லாவற்றையும் விருப்பின்றியே உண்ணத்தகுந்ததாகப் பதப்படுத்துகின்றேன் என்று சொல்வதிலும் பெண் சமையலுடன் கொண்டுள்ள உறவுலகத்தைக் கொண்டு அதனூடகவே அவர் பேசுகிறார். அதையும் அடையாளப்படுத்துகிறார்.

இந்தக்கவிதையின் மீதியான இறுதிப்பகுதியில்

என் செத்த கோபத்தை மட்டும்
செய்வதறியாது

எறிகிறேன்
கழிவறைக் கோப்பைக்குள்

இங்கே சலிப்பும் இயலாமையும் பீறிட்டுக் கொதிப்புடன் பொங்குகிறது. பெண்ணின் கோபம் பெறுமதியற்றுப்போகும் அவலம் அப்படியே உள்ளது. உயிர்ப்போடு தகிக்கும் பெருந்தீயாய் இருந்த கோபம் இப்போது செத்துவிட்டது. செத்த கோபம் பெறுமதியற்றது. அது கழிவறைக் கோப்பைக்குள் போகிறது.

கழிவறை வரையிலும் பெண்ணின் பணி விரிகிறது. சமையல் கட்டில் தொடங்கி கழிப்பறை வரையிலும் அவளுடைய உலகம் அவளுக்காகவே விதிக்கப்பட்டிருக்கும் கொடுமை இங்கே பதிவாகிறது. உண்மையில் பேரதிர்ச்சியூட்டும் இந்தக்கவிதை பெண்ணரசியலைப் பேசும் அழுத்தமான குரலுடையது.

உமா மகேஸ்வரி இதுபோல பல கவிதைகளிலும் பெண் அடையாளத்தைக் கொண்டே முழு வெளிப்பாட்டையும் செய்கிறார்.

தாய், பிள்ளை, குழந்தை, என்ற வகையிலான கவிதைகள் பெண் அனுபவத்தின் பரவசத்தையும் பெண் பெறுகிற வலி நிரம்பிய கொடும் அனுபவத்தையும் கொண்டவை.

பரவசத்துக்கு எடுத்துக் காட்டாக

நான் சமைக்கும் போது
உனக்கு நீயே
பேசியதென்ன ...
கிலுகிலுப்பையின் சிரிப்பு
கலைந்த பொம்மைக் கூந்தல்
தேவதை நடனம்
மழையின் பாடல்
கடலின் கதவுகள்
நிலவின் உலா
சூடான உணவை
ஊதி உனக்கு ஊட்டும்போது
தேடுகிறேன் சிறுவாயில் ...

யசோதை மனதளவு உலகம்.

இதுபோல வலி நிரம்பிய அவருடைய கவிதை ஒன்று

உதாசீனமாய் உதறியாடுகின்றன
விதியின் பெரும் பாதங்கள்
பொய்களும் நிஜங்களும்
கலந்து குழம்பும்
உறவுகளின் திரவக்குடுவை
நிரம்பி வழிய
அருந்தத் தூக்கிய கை நழுவி
விழுந்து சிதறிய
கண்ணாடிச்சில்லுகள்
பொடிந்தோடுகின்றன
துடைத்துத் தூய்மையாக்கவியலாத
சிக்கலின் வெளி நோக்கி

இவ்வாறு இருக்கும் மகேஸ்வரியின் உலகத்தில் மற்றொரு பரிமாணத்தில் நிகழும் கவிதைகளும் உண்டு.

தனித்த பேச்சாக —

தன் வாசனையைப்பரப்பும் மலர்
உதிர்வதை மறந்து
உருக்கொள்ளும் ஒரு மனமாக

இந்த வரிகள் நவீன கவிதையின், நவீன மனதின் தனி அடையாளத்துக்குரியவை. மலரை அவர் பார்க்கும் விதம், அதனோடு அவர் கொள்ளும் உறவு, அதை அவர் புரிந்து கொள்ளும் நுட்பம் எல்லாம் மலர் குறித்த சித்திரத்தை, அதன் அடையாளத்தை மாற்றிவிடுகிறது. இங்கே மலர் இயக்கமுறுகிறது. ஒரு செயலாக. பெரும் வினையாக. எதுவோன்றும் அப்படித்தான். அதனதன் இருப்பில் அவற்றுக்கு என்று தனி இயங்கு தளமுண்டு. உமா மகேஸ்வரி இந்த இயங்குதளத்தை கண்டிருக்கிறார். அதை அவர் நமக்கு காண்பிக்கிறார்.

படைப்பென்பதே ஒரு வகையில் காண்பித்தல், உணர்வித்தல்தான்.

இன்னொரு கவிதையில் அவர் சொல்கிறார்,

புத்தகங்கள் ஜன்னல்கள் அலமாரிகள்
சமையல் பாத்திரங்களிலிருந்து
திடுமெனப்பீறிடும் கதறல்கள்.

வீடுதான் இதுவரையான பெண்ணின் அந்தரங்கத்திலும் வெளியிலும் ஆழமாகப்பதிந்துள்ளது என்பதற்கு இந்தவரிகள் இன்னொரு சாட்சி.

வீட்டின் ஒவ்வொரு பகுதியும் ஒவ்வொரு பொருளும் பெண்ணுடன் கொண்டிருக்கும் உறவு பெரியது. அது ஆழமானது. மனிதருடனான உறவைப்போல பெண் இவற்றில் அந்தரங்கமாக நேசங்கொள்கிறாள். இந்த நேசம் வெறுமனே பொருளாதார நோக்கம் சார்ந்ததல்ல. அதாவது சொத்து என்ற அடிப்படையிலான விருப்பமாக அல்ல.

இவற்றினோடு புழங்கிய உயிரி ஒரு போது இல்லாதபோது இவற்றிலிருந்து கிளம்பும் குரல், அதன் தனிமை, துயரம் அந்தப் பெண்ணின் உறவுலகத்தைக்காட்டுகிறது. இதிலும் உமா மகேஸ்வரி பெண் அனுபவப்பிராந்தியத்தைக் கொண்டே பேசகிறார். அதே வகையான மொழியிலும் மொழிதலிலும்.

என்னை உள்ளிருத்தியிருக்கிறது
அந்த ஒற்றைக் கண்ணீர்த்துளி
வீட்டின் வலிய சுவர்கள்
கடின முறுகையில்
அதன் வழுவழுப்பான நீர்மைக்குள்
புகுந்து கொள்கிறேன்.

இத்தனை எளிய சொற்களின் மூலம் மிக வலிமையான உணர்தல்களையும் தன்னுடைய அக, புறவுலகத்தையும் வலிகளையும் அன்பையும் அவர் பகிர முடிகிறதென்றால், அவர் தன்னுள் விளைந்திருக்கிற விதமே அதற்குக் காரணமாகும். உமா மகேஸ்வரியின் அடையாளம் அல்லது திசை என்பது பெண்ணின் பெரு மனவிரிவு கொண்ட வாழ்வே. அவளது காதலும் பெருகும் கருணையும் அன்பும் பரிவும் அவள் கொள்ளும் ஈடுபாடும் எண்ணங்களும் வலியும் துயரும் கோவமும் சலிப்பும் எதிலும் சரி நிகரானதே. அதிலும் இன்னும் ஆழமானதும் கூட. இதுவரை பொதுவில் அறிந்திராத பரப்பென்ற வகையில் பெண்ணனுபவங்களும் எண்ணங்களும் புதியவையும்

வித்தியாசமானவையும் அதிக கவர்ச்சியுடையனவும் அதிர்ச்சி கூடியவையுமாகும்.

இந்த அனுபவமும் எண்ணமும் பெண் வாழ்விலும் அறிதலிலும் சாதாரணமாக இருக்கலாம். ஆனால் அது பெண்ணைக் கடந்து இவ்வாறு பொதுப்பரப்புக்கு வருவது புதிதாகவே இருக்கிறது. இத்தகைய பண்பில் ஏற்கனவே கவிதைகளோ கதைகளோ சினிமாவோ வந்திருக்கிறது என்று யாரும் சொல்லக்கூடும். ஆனால் அதுவல்லப் பிரச்சினை. இங்கே சொல்லப்படுவது, பெண் பிராந்தியத்தின் வலிமை பற்றிய பொதுப்பேச்சையே நான் வலியுறுத்துகிறேன்.

பெண்ணனுபவத்தை பதியவும் பகிரவும் கூடியவாறான சூழலின் விரிவு எங்கும் இன்று அதிகமாகி வரும்நிலையில் உமா மகேஸ்வரியின் இந்தக்கவிதைகள் முக்கியமான இடத்தைக் கொண்டிருக்கின்றன.

குறிப்பாக பெண்ணின் மேலான ஆணின் அதிகாரம் பால் ரீதியாவும் பாலியல் ரீதியாகவும் வன்முறையாக தொடர்ந்து கொண்டிருக்கிறது. உலகெங்கும் வன்முறை வாழ்வும் வன்முறை அரசியலும் வன்முறைச் சமூகமும் பெருகியிருக்கும் இன்றைய சூழலில் பெண் ஒரு பலி பீடமாகவே இன்னும் இருக்கிறாள். அப்படித்தான் இருக்க நிர்ப்பந்தப்படுத்தப்படுகிறாள்.

அறிவும் தகவல் உலகின் விரிவாக்கமும் அவற்றின் விளைவான சமூக அசைவும் பெண்ணை எவ்வளவோ தூரம் முன்னுக்கும் வெளியிலும் கொண்டு வந்துள்ள போதும் இன்னும் அவளுடைய பலிபீடம் ஈரமாகவேயுள்ளது. குருதியும் வலியும் கண்ணீரும் வேதனையும் இருளும் கொண்டதாகவேயுள்ளது.

ஈழத்தில் பெண்கள் அதிலும் தமிழ்ப்பெண்கள் அரச அதிகாரத்தினால் சந்திக்கின்ற வன்முறையும் நெருக்கடியும் இதற்கு இன்னொரு வகையான வலிமையான சாட்சி. கலாவின் கோணேஸ்வரி கவிதை இந்த வன்முறைக்கான சாட்சியத்தில் முக்கியமானது. அதில் அவர் பெண் சீற்றத்தின் மொழியை அப்படியே வெளிப்படுத்தியிருந்தார். அந்தக் கவிதை வந்தபோது பொதுவான வாசகப்பரப்பில் பலத்த சர்ச்சையைக் கிளப்பியிருந்தது இன்னொரு சுவாரசியமான பக்கம். அது மிக வேடிக்கையானதும் கூட. ஆனால் அந்தக் கவிதையின் எதிர்ப்புணர்வு வலியது. மிக மிக வலியது.

இங்கே இந்தத் தொகுதியிலுள்ள உமா மகேஸ்வரியின் கவிதையொன்று.

நீயாக எனை
விழைந்த நேரம்
முற்றத்தில் அந்தி வெயிற் சலனம்
தினவின் இறுகிய பிடிக்குள்
தோளோடு தோள் இணைந்தும்
நானிருந்தேன் தொலை தூரத்தில்
காறியுமிழும்
கலமாகக்குழிந்தேன்
உள்ளுணர்வைக்
குதறிப்போகின்றன
வெளியே இழையும் உடலிலிருந்து
நானறியாத மிருக நகங்கள்
உனது படுக்கையில் நீ
என்னைத்திறக்கையில்
மலைத் தொடரில் நிலைத்த
எனை நோக்கி நான்
விலகி நகர்ந்த கணம்
பிரிந்தாய் என்
சருமத்தின் குழைவை நீங்கி

இந்தக்கவிதை சொல்வதும் ஏறக்குறைய கலா சொல்வதன் சாரத்தையுடையதே. ஆனால் அது அரச பயங்கரவாதத்தின் அடியாகவும் இனவாதத்தின் அடியாகவும் வரும் ஆண் ஆதிக்கமும் வன்முறையும்.

இங்கே உமா மகேஸ்வரியோ அதை வேறு விதமாக தன்னுடைய வாழ்களச் சூழலோடிணைத்துக் கொண்டுவந்துள்ளார். இந்தக்கவிதை பெரும் மாற்றத்துக்கான சாவியை தன்னிடத்தில் கொண்டுள்ளது. அதேயளவுக்கு பெண்ணின் வலிமையான விலகலும் புறக்கணிப்பும் திரட்சி பெற்றிருப்பதையும் காணலாம்.

பௌதிக நெருக்கத்தை விடவும் உள்ளீடான நெருக்கமும் உறவுமே வாழ்வின் ஊற்றென்பதை அவர் உணர்த்துகிறார். இந்தக்கவிதையின் உளவியல் பரிமாணம் வன்முறைக்கு எதிரான அரசியற் பலமாகிறது.

உமா மகேஸ்வரியின் கவிதைகள் பெண் வாழ்வினதும் பெண் அனுபவத்தினதும் தொகுப்பு. அதை அவர்; தன்னுடைய பலமாகக் கொண்டிருக்கிறார். அதிலும் நடுத்தரவர்க்கத்து பெண்

வாழ்வு பதியமாகியுள்ளது. தலித் பெண் வாழ்க்கை, அடிநிலைப் பெண்வாழ்க்கை என்பவை வேறானவை. அவற்றின் அடையாளமும் வேறு.

இந்தத் தொகுதியில் மிகுந்த அழுத்தத்தைத் தரும் கவிதைகள் பலவுண்டு. நெருக்கடியையும் வன்முறையையும் கடக்க வேண்டும் என்ற ஆவலின் விளைவு எல்லாவற்றிலும் தெரிகிறது. யாரையும் குற்றஞ்சுமத்தும் பாவனைகளை விடவும் பிரச்சினைகளை ஒரு வகையான உரையாடலினூடாக பகிரந்து உணர்த்துவதையே தன்னுடைய ஆதார முறையாக இவர் கொண்டிருக்கிறார். இந்த அணுகுமுறை சிலருக்கு பிடிக்கும். சிலருக்கு போதாது என்றிருக்கும். பெண்ணரசியல் ஒரு கலகக் குரல் என்ற வகையில் இது பற்றிய பல வாதப்பிரதி வாதங்கள் எழலாம். ஆனால் இவை எதிர்ப்புக்கவிதைகள் என்பதில் யாருக்காவது ஐயமிருக்கிறதா.

தொகுப்பில் சில கவிதைகள் சாதாரணமானவையாகவும் இருக்கின்றன. அவற்றை விலக்கிப்பார்த்தாலும் சரி சேர்த்துப்பார்தத்தாலும் சரி உமா மகேஸ்வரி நெருக்கமான ஒருவராகவே கவிதைகளின் வழி இருக்கிறார்.

துரத்தும் நிழல்களின் உக்கிரம்

'**கா**லையின் ஒலிகளை
கவிதைகளாய் என்னிடம் விட்டுப்போகும்
பறவைகளுக்குத் தெரிவதில்லை
மாலைச் சூரியனின் அந்திம ஒளியில்
எனது மாபெருங் கவிதைகளிலும்
குருதி படிந்து போவதை.'

(செத்தவனின் பிம்பமான நான்)

'தெரு மரங்கள்
சவத்துணி போர்த்தியுள்ளன
இரவுகள்
நாய்களின் குரல்வழி அவலமுறுகின்றன.'

(மூடுண்ட நகரத்தில் வாழ்பவனின் நாட்குறிப்பு)

'ஒரு கத்தியிலோ
உடைந்த கண்ணாடித்துண்டுகளிலோ
சவரம் செய்து வீசிய பிளேட்டுகளிலோ
வெட்டியெறிந்த நகத்துண்டுகளிலோ
எல்லாவற்றிலும்
ஒட்டியிருக்கிறது மரணத்தின் நெடி'

(சொற்களுக்குள் ஒளிந்திருக்கும் மரணம்)

'மகா ஜனங்கள் அழுதார்கள்
அரசனின்
தூசி படர்ந்த சப்பாத்துக்களின் கீழே
ஆயிரமாயிரம் கபாலங்கள்'
(மகா ஜனங்களின் அழுகை அல்லது அரசர்களின் காலம்)

சித்தாந்தனின் இரண்டாவது கவிதைத் தொகுதியான 'துரத்தும் நிழல்களின் யுகம்' நூலில் இடம்பெற்றுள்ள கவிதைகள் சிலவற்றில் உள்ள அடிகள் இவை. முப்பது கவிதைகளையுடைய இந்த நூலில் பெரும்பாலானவையும் யுத்தக் கவிதைகள் அல்லது யுத்தம் பற்றிய கவிதைகள். அல்லது சித்தாந்தனின் வாழ்க்கைக் கவிதைகளாகவேயுள்ளன. இந்தக் கவிதைகளிலுள்ள பெரும்பாலான அடிகளிலும் யுத்தத்தின் உக்கிரம், சனங்களின் அவலம், இரத்தத்தின் நெடில், வாழ்க்கையின் இழப்பு, அச்சத்தின் பயங்கரம், காலத்தின் துயர் ஆகியனவே இருக்கின்றன. ஆகவே இது ஒரு யுத்தக் கவிதைகளின் தொகுதியாகவே நமது மனதில் பதிவாகின்றது.

இருபத்தைந்து ஆண்டுகளுக்கு முன்னர் எழுதப்பட்ட பெரும்பாலான ஈழக்கவிதைகள் விடுதலை வேட்கையையும், அந்த வேட்கையுடனான போராட்டத்தையும் வெளிப்படுத்தியிருந்தன. ஆனால் இப்போது எழுதப்படும் கவிதைகள் யுத்தத்தின் கொடுமையை, யுத்தத்தினால் பாதிக்கப்பட்ட சனங்களின் அவலத்தை, யுத்தப் பிரபுக்களின் பயங்கர யுகத்தைப் பேசுபவனவாக உள்ளன. இது நாம் கவனிக்க வேண்டிய முக்கிய விடயம். காலம் எப்படி உருத்திரிந்திருக்கிறது என்பதற்கான சாட்சியமாக இந்தக் கால வெளியின்; படைப்புகளே இருக்கின்றன. கடந்த முப்பதாண்டு கால ஈழ அரசியற் செயற்பாடுகளின் தீவிரம் தவிர்க்க முடியாமல், எல்லாத் தளங்களிலும் எல்லா அம்சங்களிலும் தாக்கத்தை ஏற்படுத்தியிருக்கிறது. இந்த அரசியல் சாதாரணமானதாக இருக்கவில்லை என்பதே இதன் பொருள்.

கடந்த முப்பதாண்டு கால அரசியல் என்பது (1980—2010 வரையுமானது) யுத்த அரசியல் அல்லது ஆயுதந்தாங்கிய அரசியல், பயங்கரவாத அரசியல் அல்லது ஜனநாயக மறுப்பு அரசியலாகவே இருந்துள்ளது. ஆனால் இதைச் சனங்கள் விரும்பவும் இல்லை: எதிர்பார்க்கவும் இல்லை: ஏற்கவுமில்லை. ஆனால் இதை எதிர்க்க முடியாமல் எதிர்க்க திராணியற்ற நிலையில் அவர்கள் திணறினர். அப்படி அவர்கள் ஆக்கப்பட்டிருந்தனர்.

சித்தாந்தனின் கவிதைகள் பெரும்பாலும் இந்தப் பின் புலத்தையே, இந்த உண்மைகளையே சொல்கின்றன. குறிப்பாக அதிகாரத்திற்கெதிரான குரலாக, அதிகாரச் சூழலில் தன்னைப் பாதுகாத்துக் கொள்ள முடியாமலும் அதேவேளை அது தொடர்பான எச்சரிக்கையோடடும் உள்ள நிலைமையில் இந்தக் கவிதைகள் எழுதப்பட்டிருக்கின்றன. எனவே இவை தவிர்க்க முடியாமல் தீவிர

அரசியற் கவிதைகளாகவே இருக்கின்றன. இந்தத் தீவிரம் என்பது சீரியஸ் என்ற அர்த்தத்தையுடையது.

சித்தாந்தனின் கவிதைகளிலுள்ள முக்கிய அம்சம் அல்லது சிறப் பென்பது அவரின் வெளிப்பாடாகும். வஸீகரமான மொழிதல், மொழியைக் கையாழ்வதிலுள்ள ஆற்றல், நுட்பமான சித்திப்புக்கள், தீவிரத் தன்மை கொள்ளும் கொந்தளிப்பு இந்த மாதிரியான வெளிப்பாட்டாற்றல் நமது சூழலில் இரண்டு கவிஞர்களிடம் இருக்கின்றன. ஒன்று சித்தாந்தனிடம் இன்னொன்று எஸ்போஸ் என்ற சந்திரபோஸ் சுதாகரிடம் இதைத் தவிர்த்து இன்னொருவரை அடையாளங் காணுவதெனில் அது தானா விஷ்ணு எனலாம் (தானா விஷ்ணுவின் அண்மைய கவிதைகள்)

முக்கியமாக இவர்கள் அதிகாரத்திற்கு ஏதிரானவர்கள். அதிகாரமே இவர்களுக்குப் பிரச்சினை. அதுவும் சகிக்க முடியாப் பிரச்சினை. எனவே அந்தப் பிரச்சினை உருவாக்கும் சினத்திலிருந்து அந்தச் சினம் உண்டாக்கும் கொந்தளிப்பிலிருந்தே இவர்களுடைய கவிதைகள் உருவாகின்றன.அவ்வாறு உருவாகும் கவிதைகளுக்கான மொழியும்கூட அந்தச் சூழலின், அந்த நிலைமைகளின் மொழிதான்.

நெருக்கடிக் காலத்தின் மொழிக்கு எப்போதும் கடும் வீச்சும் சூடும் இருக்கும். தமிழகத்தில் இதற்குச் சிறந்த உதாரணம் ஆத்மாநாம், சிரியாவில் நிஸாக் கப்பானி, பலஸ்தினத்தில் மஹ்முத் தர்வீஸ், றிஷீட் ஹுசைன், சமீஹ் அல்காசிம் போன்ற பலர் இன்னும் ஆபிரிக்காவில் கேபிரியேல் ஒகாரா, டேவிட் டியோப், கிறிஸ்தோபர் ஒகிக்போ, செங்கோர், க்வெஸிப்றா, டெனிஸ்ப் நூற்றஸ் என்று பல அடையாளங்களுண்டு.

சித்தாந்தன் தன்னுடைய காலத்தின் பயங்கரங்களையும் அவலங்களையும் அச்சுறுத்தல்களையும் சொல்கிறார். ஒன்று இவை குறித்த வெளிப்பாடு, அடுத்தது இவற்றுக்கான எதிர்வினை. ஆகவே பயங்கர நிலை, துயரம், அச்சுறுத்தல்கள் பற்றிய பதிவாகவும் இவற்றுக்கெதிரான எதிர்ப்புக் குரலாகவும் இந்தக் கவிதைகள் இருக்கின்றன.

‘எங்கள் தெருக்களில் குழந்தைகளைக்
காணவில்லை
குழந்தைகளின் கனவுகளை மிதித்துக் கொண்டு
இராணுவ வாகனங்கள் செல்கின்றன’

(தெருக்களை இழந்த குழந்தைகளின் துயர்)

இது ஒரு சூழ்நிலையின் பதிவு. உண்மை யதார்த்தம் இந்தக் கவிதை இந்தச் சூழலை

'குழந்தைகளின் உலகங்களின் அற்புதங்களை
ஆயுதங்கள் தின்னத் தொடங்கிவிட்டன'

என மேலும் விவரித்துச் செல்லும் இந்தக் கவிதை சிறுவர்களின் உலகம் பறிக்கப்பட்டதை — சிதைக்கப்பட்டதை வெளிப்படுத்துகின்றது. எளிமையாக

'சுண்டல்காரன் வெறுமனே கூவித்திரிகிறான்
'ஐஸ்பழவான்கள் தரிக்காது செல்கின்றன
தெருநாய்கள் அச்சமற்றுத் திரிகின்றன
லான்மாஸ்ரர்களைத் துரத்திச் சென்று ஏற எவருமில்லை
…………………………………
இராணுவ வாகனங்களின் புகை
மரங்களில் இருளாய்ப் படிந்திருக்கின்றன'

என்கிறது இங்கே வெளிப்படையாக ஒரு முரண் தென்படுகின்றது. சிறுவர்கள் நடமாடுவதற்கு அச்சுறுத்தலாக இருக்கும் தெருவில் ஏனையவர்களினதும ஏனையவற்றினதும் நடமாட்டம் இருக்கிறது. வண்டிகள் ஓடுகின்றன, சுண்டல்க்காரன்,ஐஸ்பழ வியாபாரிகள் எல்லோரும் திரிகிறார்கள். ஆனால் சிறுவர்கள் இல்லை. இது முரண் அல்ல. இதுதான் உண்மை, யதார்த்தம் என்று சொன்னோமே அது.

'விரைந்து செல்லும் இராணுவ வாகனங்களின்
இரைச்சல்களுக்கிடையில் கேட்கிறது
தன் குழந்தையை
இராணுவ வண்டிக்குக் காவு கொடுத்த
தாயின் ஒப்பாரி'

குழந்தைகள் தெருவுக்கு வர முடியாதபோது எப்படி நிகழும் தெருவில் இராணுவ வண்டியின் கீழ் நிகழும் மரணம்? தவிர இதற்கு முதல் அடிகள் இப்படி அமைகின்றன. 'குழந்தைகளின் சுவடுகள் அழிந்த தெருக்களில் இராணுவத் தடங்கள் பெருகிக் கிடக்கின்றன' என

ஆனாலும் சித்தாந்தனின் கவிதைகளின் வெளிப்பாட்டின் நவீனத்துவங்களைக் கொண்டு,நுண்ணம்சங்களையும் துலக்குகின்றன.

'காலம்
ஒரு கனியாக வாய்க்கவில்லை நமக்கு
அழுகலின் மணம் எம் தூக்கத்தை விரட்டுகிறது
……………………
ஒரு கனியை
எம்பிள்ளைகளுக்கு கொடுக்க முடியுமானால்
ஆத்மார்த்தமான அந்தக் கணத்தில்
பறவைகளுக்கு மேலும் ஒரு சோடிச் சிறகுகளைப்
பரிசளித்த மகிழ்வில் திளைப்போம்'
(மூடுண்ட நகரத்தில் வாழ்பவனின் நாட்குறிப்பு)

இப்படிக் கவித்துவங்கள் கூடிவரும் இடங்கள் அதிகம். நம் காலத்தின் முக்கியமான கவிஞர்களில்_ கவியாளுமைகளில் சித்தாந்தன் முக்கியமானவர். அவர் இப்படி முதன்மை அடைவது அவருடைய வெளிப்பாட்டினாலும், அவர் கொண்டிருக்கும் கலக மனத்தினாலுமே. குறிப்பாக சனங்களின் மனநிலையைப் பிரதிபலிப்பதே சித்தாந்தனின் சிறப்பு. அதுவே அவருடைய அடையாளம். சனங்களில் ஒருவராக இருப்பதன் மூலம் இந்த அடையாளமும் இந்த அடையாளத்திற்குரிய மனநிலையும் அவரை வந்தடைகின்றன.

இல்லையென்றால்,

'எல்லாப் பாதைகளும் திருப்பங்களில் முடிகின்றன
ஒப்பாரிகளும் விசும்பல்களும்
ஓலங்களினாலுமான நகரத்தில்
வெறும் பிரார்த்தனைகளுடன் வாழுகின்றோம்'

(கடவுளரின் நகரங்களில் வாழுதல்)

என்று எப்படி எழுத முடியும்.

சித்தாந்தன் எந்தத் தரப்பையும் ஆதரிக்கவுமில்லை, நியாயப்படுத்தவுமில்லை. அவர் நம்பிக்கை கொள்வதற்கு எந்தச் சமிக்ஞைகளும் தெரியவுமில்லை. ஆனால் வாழ்க்கை நம்பிக்கையற்று இருக்கவும் முடியாது. அவருடைய நம்பிக்கைகள் சகமனிதர்களிடம்

வரலாற்றிடமுமே இருக்கின்றன. இதே வேளை சனங்கள் தங்களுக்கு முன்னே எழுகின்ற விம்பங்களால் கவரப்படுவதையும் அந்தப் பிம்பங்களாலேயே மக்கள் பலியாவதையும் சுட்டி எச்சரிக்கின்றார்.

'மகா ஜனங்கள்
வார்த்தைகளை நம்பப் பழகிவிட்டார்கள்
தெருக்களில் அலைகின்றன
எல்லா நாட்களிலும் நம்பிக்கையூட்டலுக்குரிய
வார்த்தைகள்
அனோஜ்
வார்த்தைகளை நம்பாதே'

(மகா ஜனங்களின் அழுகை அல்லது அரசர்களின் காலம்)

'வேண்டாம்
கொடும் இரவுகளில் புனையப்பட்ட
பிணக்கதைகளில் இருந்து
ஒரு பூ பூக்குமென்றோ
அதன் நடனமிடும் விழிகளில்
சூரியன் உதிக்குமென்றோ
யாருமே நம்ப வேண்டாம்'

(புனைவுக் காலத்தினுள் அமிழ்ந்த உண்மை முகம்)

பொதுவாகச் சித்தாந்தனின் கவிதைகள் பொய்மைகள், புனைவுகள் குறித்த உலகத்தையிட்ட கசப்புடனும் அதையிட்ட எச்சரிக்கையுடனும் உள்ளதை உணர முடிகிறது. இதற்கு இந்தத் தொகுதியிலுள்ள முப்பது கவிதைகளில் எட்டு, ஒன்பது கவிதைகளின் தலைப்புக்கள் சாட்சி — கவிதைகளில் பெரும்பாலானவையும் ஆதாரம்.

கவிதைகளின் தலைப்புகள்...

1. பிடாரனின் திகைப்பூட்டும கனவுகளிலிருந்து நான் தப்பிச் செல்கின்றேன்.

2. இருளுக்குள் வதைபட்டுச் சிதைகிற ஒளி ஓவியம்.

3. புனிதத்தின் உன்னத இசையை வேட்டையாடும் நாய்.

4. பாம்புகள் உட்புகும் கனவு.

5. மெய்யுறங்கும் நாட்களின் கோடை.

6. புனைவுக் காலத்தினுள் அமிழ்ந்த உண்மை முகம்

7. நாக்குகளில் ஏற்றப்பட்டிருக்கிறது தூண்டில்.

8. சொற்களுக்குள் ஒளிந்திருக்கும் மரணம்.

9. மூடுண்ட நகரத்தில் வாழ்பவனின் நாட்குறிப்பு.

இதேவேளை இத்தகைய கவிதைகளுக்கு அப்பாலான பல நல்ல கவிதைகளும் இந்தத் தொகுதியிலுள்ளன.

பசியோடிருப்பவனின் அழைப்பு, தெய்வங்கள் எறிந்த கத்திகள். கை மறதியாய் எடுத்து வந்த மூக்குக் கண்ணாடி, நிகழ் கணத்தின் வலி, உரையாடலில் தவறிய சொற்கள், பாறைகளுக்கடியில் விழித்திருப்பவனின் இரவு போன்ற கவிதைகள் இந்த வகையில் சிறப்படைந்துள்ளன. குறிப்பாக உறவு, தன்னிலை உணர்தல் ஆகியவற்றில். இதில் 'நிகழ்கணத்தின் வலி' மனுஷ்ய புத்திரனின் கவிதைகளை நினைவுபடுத்தும் தன்மையுடையது.

'பொம்மையுடனான சினேகிதம்
எம்மையும் பொம்மைகளாக்கி விட்டது
நாம் சிரித்தோம்
அது பொம்மையின் சிரிப்பு
நாம் அழுதோம்
அது பொம்மையின் அழுகை
நாம் கூத்தாடினோம்
அது பொம்மையின் களிப்பு
……………………………
எமது அழுகையை
பொம்மைகளின் அழுகை என்றனர்
எமது இரத்தத்தை
பொம்மைகளின் இரத்தம் என்றனர்
கடைசியில் நாம்
பொம்மைகளாகவே இறந்துபோனோம்'

சித்தாந்தனின் மொழியிலிருந்தும் வெளிப்பாட்டு முறையிலிருந்தும் வேறுபட்டிருக்கும் கவிதையிது. சித்தாந்தனின் கவிதைகள் அவருடைய மொழியமைப்பினாலும் வெளிப்பாட்டு முறையினாலும் எபபோதும் தனித்துத் தெரிபவை. கவித்துவம் கூடிய கணங்களை உள்ளம்சமாகக் கொண்டவை.

'மறுதலிப்பின் மறுநாழிகையில்
உடைந்து கிடந்தது பூச்சாடி'

(குரோதத்தின் கத்தியோடு நாம் பகிர்ந்து கொண்ட இரவு)

'நானொரு பறவையை வரைந்தேன்
அது போராயுதமாயிற்று
அதன் நிழல் என் உறக்கங்களிலிருந்து
என்னைத் துரத்துகிறது
....
நிழல்களின் மௌனம் கொடியது
........................,'

(துரத்தும் நிழல்களின் யுகம்)

'திசைகளின் முரண்களிலிருந்து
ஈனத்தில் பிறப்பெடுக்கும் வனமிருகங்களின்
ஒழுங்கற்ற ஒலிக்குறிகளை
வாசித்தபடி புணரத்தொடங்கினோம்
........................,'

இவையே சித்தாந்தனின் அடையாளத்தை காட்டும் மொழிதல், ஆனால் தன்னுடைய முதற் தொகுதிக் கவிதைகளுக்கும் இரண்டாம் தொகுதிக் கவிதைகளுக்குமிடையில் அவரிடம் முதிர்வு உருவாகியுள்ளது. இந்த கவிதைகள் நிகழ்காலத்தைப் பேசுவனவாக இருக்கின்றபோதும் பொது வெளிப் பிரக்ஞையை அதிகம் கொண்டுள்ளன என்பது குறிப்பிடத்தக்க சிறப்பாகும்.

சுருக்கமாகச் சொன்னால் தனக்கான திசையினை அவர் கண்டுபிடித்துள்ளார் எனலாம். இந்தத் திசையில் இனித்தொடரும் பயணம் என்னவாக இருக்கும்?

பெண் மொழி – பெண் வழி

இலங்கைப் பெண்களின் கவிதைகள் என்றால் அதில் தனியே தமிழ்க் கவிதைகளை மட்டும் கொள்ள முடியாது. சிங்களக் கவிதைளையும் சேர்த்துக் கொள்ள வேண்டும். இரண்டையும் எடுத்துப் பேசும்போதுதான் இலங்கைப் பெண்களின் கவிதைகளைப் பற்றிய சித்திரம் கிடைக்கும். இரண்டு மொழிச் சூழல்களிலும் உள்ள சமூக, அரசியல், பண்பாட்டு நிலைமைகள் புலப்படும். இரண்டிலும் நிறைய வேறுபாட்டம்சங்கள் உண்டு. ஏன் தமிழில் கூட நிறைய வேறுபடுதல்கள் உள்ளன. முஸ்லிம் பெண்களின் கவிதைகள் வேறொன்றாகத் தனித்து நிற்கும். அதைப்போல மலையகப் பெண் கவிதைகள் இன்னொரு அகத்தையும் முகத்தையும் கொள்வன. அவ்வாறே தமிழ்ப் பெண்களுடைய கவிதைகள் தனிக் குரலுடையது. இதில் இன்னொன்றையும் சேர்த்துக் கொள்ள வேண்டும். இலங்கையிலிருந்து புலம்பெயர்ந்து உலகின் பல திசைகளிலும் வாழும் பெண்களின் கவிக்குரல் அது.

இத்தகைய அடிப்படைகளைக் கொண்டிருக்கும் சூழலில் இங்கே இலங்கையிலுள்ள தமிழ்க் கவிதைகளை – தமிழில் அனைத்துப் பெண்களும் எழுதிய கவிதைகளைக் குறித்து ஒரு சிறிய அறிமுகக் குறிப்பு முன்வைக்கப்படுகிறது.

இலங்கையில் தமிழில் பெண்கள் கவிதைகளை அங்கங்கே எழுதி வந்தாலும் அவற்றைப் பெண் கவிக்குரலாகத் தனித்து அடையாளம் காணக்கூடியதாக அமைந்தது “சொல்லாத சேதிகள்” என்ற தொகுப்பு வந்தபோதே. பெண் எழுத்து என்ற பிரக்ஞையோடு எழுதப்பட்ட பத்துப் பெண்களின் 24 கவிதைகள் இதிலே உள்ளடக்கப்பட்டன. அ.சங்கரி. சிவரமணி, சன்மார்க்கா, ரங்கா, மசூரா ஏ.மஜீட், ஔவை, மைத்ரேயி, பிரேமினி, ரேணுகா நவரட்ணம், ஊர்வசி ஆகியோருடைய கவிதைகள். “ஈழத்துச் சிந்தனைப் பரப்பில் விழிப்புணர்ச்சியை ஏற்படுத்திய சொல்லாத சேதிகள் பெண்களின் சமூகப் பார்வையிலும் சிந்தனையிலும் மாற்றத்தை ஏற்படுத்தியது. அவர்கள் தமது சிந்தனைகளையும் உணர்வுகளையும் ஒளிவுமறைவின்றிச் சுதந்திரமாக வெளிக்கொணர முடியும் என்ற நம்பிக்கையை உண்டாக்கியது. அவர்களது சிந்தனைகளைத் தூண்டக்கூடிய அல்லது விரிவாக்கக்கூடிய மாதிரிகளை அடையாளங் காட்டவும் இத்தொகுப்பு பங்காற்றியது.

அது இலங்கைத் தமிழ்ப்பரப்பில் ஆயுதப் போராட்டம் தீவிரம் பெற்றிருந்த (1970, 80) சூழலாகும். ஆயுதப்போராட்டம் பெண்களின் பங்கேற்பையும் கோரியது. ஆயுதப்போராட்ட அரசியலை முன்னெடுத்தோர் இளைய தலைமுறையினர். அதனால் அது புதிய உலகத்தை நோக்கி, புதிய விரிவுகளைக் கொண்டதாக இருந்தது. பொதுவாக இளைய தலைமுறையிடம் புதியதை, புதுமையை அவாவும் இயல்பு உண்டு. உலகளாவிய போராட்ட அனுபவங்களையும் அறிதலையும் கொள்ளத் துடித்த இந்தப் போராட்டத்தில் பெண்களின் பங்கேற்பும் அதையொட்டிய ஈடுபாடுகளும் அவசியம் — வேண்டும் — என உணரப்பட்டது. இதனால் அதுவரையும் இல்லாத ஓரம்சமாக பெண்களின் விடுதலை பற்றிய கரிசனை உண்டாகியது. பெண் விடுதலை என்ற அரசியலுணர்வு பெண் பிரக்ஞையாக வெளிப்பட்டது. இது பெண்களின் குரலைத் தனித்து அடையாளம் காட்டியது.

பெண் பிரக்ஞை வழி உருவாகிய கவிதைகள் விடுதலைப் போராட்ட அரங்குகளில் ஒலித்தன. அந்தச் சூழலில் அப்போது வெளிவந்த இதழ்களில் எழுதப்பட்டன. இவற்றைத் தொகுத்துத் தனித்து அடையாளம் காணக் கூடியவாறு பெண்கள் ஆய்வு வட்டம் சொல்லாத சேதிகள் என்ற முதல் கவிதைத் தொகுதியை வெளிக்கொண்டு வந்தது. 1986 இல் இந்தத் தொகுப்பு வந்தது. இந்தக் கவிதைகள் இலங்கைத் தமிழ்ப்பரப்பில் மட்டுமல்ல, தமிழகச் சூழலிலும் அதிர்வை உண்டாக்கியது. இதைப்பற்றி தமிழகத்தில் உள்ள பல பெண் கவிஞர்கள் குறிப்பிட்டுள்ளனர். இந்த அதிர்வு இன்னும் நீடித்துக் கொண்டிருக்கிறது என்பது இங்கே கவனத்திற்குரிய ஒன்றாகும்.

“சொல்லாத சேதிகள்” அதுவரையிலும் சொல்லப்படாத, சொல்லத் தயங்கிய விசயங்களைப் பேச முற்பட்டது, பேசியது. பெண்ணுள்ளத்தே நெருப்பாகத் தகித்துக் கொண்டிருந்த கொதிப்பையும் குமுறல்களையும் வெளிப்படுத்துவதற்கான புதிய திறப்புகளைச் செய்தது.

அதேவேளை அந்தக் காலகட்டத்தில் உலகளாவிய ரீதியில் ஏற்பட்டு வந்த பெண்ணியச் சிந்தனை ஈழத்திலும் தூண்டல்களை ஏற்படுத்தியது. ஐக்கியநாடுகள் சபை 1975ஆம் ஆண்டை மகளிர் ஆண்டாக அறிவித்ததையும் 1975 தொடங்கி 1985 வரையான பத்து ஆண்டுகளை சர்வதேச மகளிர் ஆண்டாகக் கொண்டாடத் தீர்மானித்திருந்தமை இதற்கு மேலும் தூண்டலாக அமைந்தது. “இதனையடுத்துப் பெண்களுக்கான, பெண்களை மையமிட்ட, பெண் பிரச்சனைகளை வெளிக்கொணரும் எழுத்துக்களின் தேவை பெண் எழுத்தாளர்களாலும் சிறு சஞ்சிகையாளர்களாலும்

உணரப்பட்டன. பெண்ணடிமை, பெண்ணடிமப்படுத்தல் ஆகியவற்றின் பரிணாமங்களை விளக்கும் பொருட்டு பலரும் எழுதத் தொடங்கினர். சமூக மதிப்பில் இழிந்த நிலை, சமய தத்துவநோக்கில் ஒதுக்கப்பட்ட நிலை, கல்வி உரிமை மறுக்கப்பட்ட நிலை, அறியாமை மூடத்தனத்தில் அமிழ்ந்தநிலை, பெண்சிசுக் கொலை, பால்யவிவாகம், பெண் தனிமையாக்கப்படல், ஆண்களின் பலதாரத்திருமணம், தேவதாசித் திருமணம் (பொட்டுக்கட்டல்), மறுமணமறுப்பு, உடன்கட்டைஏறல், பெண்உரிமை மறுப்பு எனப் பலவற்றை உள்வாங்கிப் பெண் எழுத்துகள் உருவாகின. அநுபவச் சூட்டில் எழும் உணர்வுகளை உரத்த குரலாக வெளிப்படுத்தக் கவிதையே முக்கிய ஊடகமாகப் பெண்களால் கையாளப்பட்டது.

பெண்ணின் நுண்ணுணர்வுத் தளத்தில் கட்டுருவாக்கம் பெறும் அன்பு, கருணை, வேட்கை, வலி, கனவு போன்ற அகநிகழ்வுகள், கவிதை அழகியலில் பெண் மொழியூடாக வெளிப்பட்டது. நவீனக் கவிதை பெண்ணுக்கேயான பிரத்தியேக படிமங்களோடும் தனியடையாளம் காட்டிய அகக் காட்சிகளோடும் பிறந்தது.

பெண்களின் நுட்பமான அந்தரங்க வெளிப்பாடுகளை வாசகருக்கு எடுத்துரைக்கும் ஈழத்துப் பெண் கவிதைகள் 1980களுக்குப் பின், அமைப்பாலும் அனுபவ வெளிப்பாட்டாலும் மொழி நடையாலும் மாற்றம் கண்டன. இம்மாற்றங்களுக்கான அடிப்படைக் காரணங்களாக ஆயுதப் போராட்டம், தமிழ்த்தேசியவாதத்தின் எழுச்சி, பெண்நிலைவாதச் சிந்தனைக்கூடாக ஏற்பட்ட விழிப்புணர்வு, ஊடக சுதந்திரம், கல்வித் தகைமைக்கூடான தொழில்சார் நிலையின் உருவாக்கம் போன்றன இருந்தன. இக்காலத்தில் வெளிவந்த பெண் விடுதலை, தாகம், தோழி, விளக்கு, செந்தழல், சுதந்திரப் பறவைகள், நங்கை, மருதாணி, நிவேதினி, பெண் போன்ற ஈழத்துப் பெண் சஞ்சிகைகளும், நமது குரல் (ஜேர்மனி), கண் (பிரான்ஸ்), சக்தி (நோர்வே) போன்ற புகலிடப் பெண்நிலைவாதச் சஞ்சிகைகளும் பெண்ணியக் கருத்துகளை உள்வாங்கி வெளிவந்ததுடன் பெண் கவிதை வெளிப்பாட்டுக்கான சாத்தியங்களையும் அளித்தன.

இதற்கு எடுத்துக் காட்டாக —

அவர்கள் பார்வையில்
எனக்கு—
முகம் இல்லை
இதயம் இல்லை
ஆத்மாவும் இல்லை

அவர்களின் பார்வையில்—
இரண்டு மார்புகள்
நீண்ட கூந்தல்
சிறிய இடை
பருத்த தொடை
இவைகளே உள்ளன

சமையல் செய்தல்
படுக்கையை விரித்தல்
குழந்தை பெறுதல்
பணிந்து நடத்தல்
இவையே எனது கடமைகள் ஆகும்

—கற்பு பற்றியும்
மழை பெய்யெனப் பெய்வது பற்றியும்
கதைக்கும்
அவர்கள்
எப்போதும் எனது உடலையே
நோக்குவர்

கணவன் தொடக்கம்
கடக்காரன் வரைக்கும்
இதுவே வழக்கம்.

—அ.சங்கரி

என்ற கவிதையைப் பார்க்கலாம். இது, சமூகம், பண்பாடு என்ற தடித்த சட்டகங்களை உடைத்துக் கொண்டு புதிய குரல்கள் (பெண்குரல்) வரும் என்ற அறிவிப்பு பலரையும் திடுக்கிடச் செய்தது. இதேவேளை இந்தப் புதிய குரல்களுக்கான வரவேற்பும் இருந்தது.

சொல்லாத சேதிகளிலும் அதற்கு அப்பால் எழுதப்பட்ட பிற பெண்களின் கவிதைகளிலும் பெண் பிரக்ஞை வழியான பெண் விடுதலையோடு, சமூக, அரசியல் விடுதலையைக் குறித்த தொனியும் வெளிப்பட்டது. குறிப்பாக அன்று நிலவிய அரச பயங்கரவாதத்தை

எதிர்க்கும் குரலாகப் பல கவிதைகள் ஒலித்தன. இந்தப் போக்கு அடுத்த கட்டத்துக்கு வளர்ச்சியடைந்து தமிழ்ச் சமூகத்துக்குள் நிலவிய ஜனநாயக மறுப்புகளையும் பேசத்தொடங்கியது. ஆயுதப்போராட்டத்தில் நிகழத் தொடங்கிய உட்படுகொலைகள், சகோதரப் படுகொலைகளை எதிர்த்தது, விமர்சித்தது. உதாரணமாக –

வீடு திரும்பிய என் மகன்
இதயத்தை இருப்பாக்கி
மூளையைத் துவக்காக்கி
நண்பனைப் பகைவனாக்கி
என்னிடம் திரும்பினான்
இராணுவ வீரனாய் என் முன் நின்றான்
என் மகன்
ஊட்டி வளர்த்த அன்பும் நேசமும்
ஆழப் புதைய
ஆடித்தான் போனேன்.

நண்பனைச் சுட்டு விட்டு வந்து
வீரம் பேசினான்
தியாகம் பற்றி
வீரம் பற்றி
எல்லைப்புற மக்களைக் கொல்வதைப் பற்றி
நிறையப் பேசினான்.
இப்போது நான் மௌனமாக இருந்தேன்
மனிதர்கள் பற்றி
விடுதலை பற்றி
மறந்தே போனான்.

இப்போது நான்
தாயாக இருத்தல் முடியாது.

துரோகி என்று
என்னையே புதைப்பானோ
ஒரு நாள்
— ஔவை

இந்த எழுத்து இரட்டை நெருக்கடியை உண்டாக்கியது. ஒரு பக்கம் அரச பயங்கரவாதம்.மறுபக்கம் இயக்க வன்முறை. இந்த இரட்டைச் சவாலை எதிர்கொண்ட பெண்கவிகளில் சிலர் கொல்லபட்டனர். அதில் ஒருவரே செல்வி. சிவரமணி தற்கொலை செய்து கொண்டார். ஔவை பிரதேசத்தைக் கடந்து பின் நாடு கடந்தார். எல்லை கடத்தல் என்ற கவிதை இதன் வெளிப்பாடாகும்.

ஆகவே பெண் கவிதைகள் எழுதப்பட்ட முதற்கட்டத்திலேயே அனைத்து ஒடுக்குமுறைக்கும், அனைத்து அதிகாரத்துக்கும் எதிரான வகையில் அவற்றில் பன்முகத்தன்மையும் ஜனநாயகப் பண்பும் மேலோங்கியிருந்தன. இது ஊன்றிக் கவனிக்க வேண்டிய ஒன்று. ஆனால், அழகியல் சார்ந்து நோக்குகையில் இந்தக் கவிதைகளில் பெரும்பாலும் போதாமை இருந்தது. எதையும் உரத்த தொனியில் பிரகடனஞ்செய்தல் என்ற அம்சமே மேலோங்கியிருந்தது. அது அவ்வளவு காலமும் உள்ளே தகித்துக் கொண்டிருந்த கொதிப்பின், குமுறலின் வெளிப்பாடு என்றே கருத வேண்டும். ஆனாலும் முதற்குரல்கள் என்ற அளவில் இவற்றுக்கான முக்கியத்துவம் இருப்பதை மறுக்க முடியாது.

1990 களில் பெண் குரல் வேறுபடத் தொடங்கியது. அது இன்னும் செழுமையடைந்து அகரீதியாக தன்னை வெளிப்படுத்தும் நுட்பத்தைக் கண்டடைந்தது.இதில் அனார், பஹீமா, ஆழியாள், தர்மினி, தில்லை, தான்யா போன்றோர் முதன்மை பெற்றனர்.

இன்று ஈழப்பெண் கவிதை வெளி பல விதமாக மாறி அதன் பரப்பும் விரிந்துள்ளது. ஆணாதிக்கத்தினால் பெண்கள் எதிர்கொள்ள நேர்கின்ற நெருக்கடிகளோடு போர், இடப்பெயர்வு, புலப்பெயர்வு, புதிய களங்களில், புதிய பண்பாட்டுச் சூழலில் அமைந்துள்ள வாழ்க்கைத் தரிசனங்கள் எனப் பலவற்றையும் தன்னுள் கொண்டு விரிந்திருக்கிறது. கவிதை வெளிப்பாட்டிலும் பொருள் கொள்ளலிலும் பல்பரிமாண நிலை உருவாகியுள்ளது. மிகச் செழுமையடைந்த – கலைப் பெறுமானம் கூடிய பண்பட்ட கவிதைகள் பெருகிக் கிடக்கின்றன. ஈழப் பெண் கவிதை வெளி பல வண்ணங்கள் ஒளிரும் கலைக் கூடமாகியுள்ளது.

தமிழ்ப்பெண்களின் (அல்லது தமிழில் எழுதப்படும் பெண்களின்) கவிதைகள் என்று உலகளாவிய ரீதியில் நோக்கினால் இலங்கைப் பெண்களின் (புலம்பெயர் பெண்கள் உட்பட) கவிதைகள் தனியொரு அடையாளமாக நிற்பதைக் காண முடியும். இது தனித்தொரு திணையென உணரப்படுவதற்கான வாய்ப்பை அளிக்கிறது. வாழ்களத்தினால் மட்டுமல்ல, அதன் அனுபவப் பரப்பினாலும் வெளிப்படுத்துகையினாலும் பிறிதொன்றாக நிற்கின்றது.

இந்தப் புதிய பயணத்தில் முன்னவர்களோடு அனார், பஹீமா ஜஹான், ஸர்மிலா ஸெய்யித், ஆழியாள், தர்மினி, தில்லை, உருத்திரா, கற்பகம் யசோதர, றஞ்சினி, தான்யா, எஸ்தர், வினோதினி, பிரியாந்தி, மதுஷா மாதங்கி, மைதிலி, தாட்சாயினி, பெண்ணியா, பாய்ஸா அம்புலி, ஆதிலட்சுமி, மலரா, தமிழ்நதி, ஆகர்ஷியா, கலா, விஜயட்சுமி, றபீக்கா, யாழினி, லறீனா, ரேவதி, நிவேதா, ஜெ (எல்லோருடைய பெயரையும் குறிப்பிட முடியவில்லை. ஆனால், அவர்களுடைய முக்கியத்துவம் கவனத்திற் கொள்ளப்படுகிறது) எனப் பலர் பங்களித்து வருகின்றனர்.

1980களுக்குப் பின் ஈழத்தின் பல்வேறு பெண் கவிஞர்களின் கவிதைகளைக் கொண்டு 'சொல்லாத சேதிகள்' (1986), 'மறையாத மறுபாதி' (1992), 'கனல்' (1997), 'உயிர்வெளி' (1999), 'எழுதாத உன் கவிதை' (2001), 'வெளிப்படுத்தல்' (2001), 'பெயல் மணக்கும் பொழுது' (2007), 'மை' (2007), 'இசை பிழியப்பட்ட வீணை' (2007), 'ஒலிக்காத இளவேனில்' (2009), பெயரிடாத நட்சத்திரங்கள் (2011) எனப் பல கூட்டுத் தொகுப்புகள் வந்துள்ளன. இதை விட தனித்தொகுதிகள் பல வந்துள்ளன. வந்து கொண்டிருக்கின்றன. இந்த ஆண்டு கனடா இலக்கியத்தோட்டத்தின் விருதை ஆழியாள் கவிதைகளுக்காகப் பெறுகிறார். ஏற்கனவே இரண்டு மூன்று குறிப்பிடத்தக்க விருதுகளை அனார் கவிதைகளுக்கென்று பெற்றிருக்கிறார். அனாரின் கவிதைகள் ஆங்கிலத்தில் தனியொரு நூலாக வெளிவந்துள்ளது. இதை விடப் பலருடைய கவிதைகள் ஆங்கிலம் உள்பட பல மொழிகளில் பெயர்க்கப்பட்டுள்ளன.

ஒவ்வொரு கவிதையிலும் ஒவ்வொரு கவிஞரிடத்திலும் ஒவ்வொரு தொகுப்பிலும் வெவ்வேறு விதமான அனுபவங்கள் உள்ளன. "எழுதாத உன் கவிதை" பெரும்பாலும் போராளிகளால் எழுதப்பட்ட, போர் சார்ந்த கவிதைகள். போரை எதிர்கொள்வதோடு, போருக்குள்ளிருந்து வாழ்வை எப்படித் தக்க வைத்துக்கொள்வது, மீட்டெடுப்பது என்பதையும் சொல்வது. இதைப்போல, ஒவ்வொன்றிலும் வெவ்வேறான அனுபவப் பிராந்தியங்களும் வெளிப்பாட்டு முறைமைகளும் உள்ளன.

இன்றைய பெண் கவிதைகள் பெரும்பாலும் உரத்த தொனியில் பேசுவதிலிருந்து நகர்ந்து உள்ளமைதி கொண்டு தமது தீவிரத்தை மொழிகின்றன. எடுத்துச் சொல்லும், உரத்த குரலில் வெளிப்படுத்தும் முறையைக் கை விட்டு அருகிருந்து உணர்த்தும் பகிரும் தன்மையைப் பெற்றுள்ளன. இது குறித்த விவாதங்கள் உண்டு. ஆனால் பெண்கள் தங்கள் வழிச் சுவட்டில் தங்கள் பயணத்தை நிகழ்த்துகின்றனர். புதிய கவிதைகள் புதிய நிறமுடையனவாகின்றன.

இதற்குச் சான்றாக தர்மினியின் கவிதை ஒன்று –

இருபுறக் காடுகள் ஊடாக
என்னைக் கொண்டோடுகிறது ரயில்
அந்நிய நாட்டின் வெறுமையை
இன்னும் இன்னும் உணரும் சலிப்பாக
இப்பயணம்

என் நீண்ட தனிமையில்
இடையிட்டு
சற்றுத் தள்ளி ஒருவன்
கதவருகில் நின்று
கடந்தோடும் மரங்களை பார்க்கிறான்.

இருக்கையின் சலிப்பில்
கதவருகே நானும் சென்றேன்

மரங்கள் ஓடிக்கொண்டிருக்கின்றன
நீங்க தமிழா? நான் கேட்க
இங்லீஷில் பேசினான்
கொல்கத்தா நகரிலிருந்து
கொம்பியூட்டர் வேலைக்கு வந்தானாம்

சில நிமிடங்களில்
பிராங்போர்ட் சென்றடைய
"இதோ இறங்குமிடம்
உன்னை முத்தமிட்டுப் பிரியலாமா?"
கேட்டான்

மறுப்பதற்கு
அவனோடு எனக்கென்ன கோபம்?

அவனது ஆடைகளின் நிறங் கூட ஞாபகத்திலில்லை
முகம் மறந்து விட்டது
பெயர் கேட்டறியவில்லை

இரு முத்தங்கள் மட்டும்
அத்தருணத்தின் நினைவாக
என்னோடு பயணிக்கின்றன

ஆம், பயணம் தொடர்கிறது. அது தனக்கான பாதையைத் தனியாக உருவாக்கிக் கொண்டே தன் பயணத்தைத் தொடர்கிறது.